KỶ YẾU
TRI ÂN
HÒA THƯỢNG
THÍCH TUỆ SỸ

KỶ YẾU

Tri Ân

HÒA THƯỢNG

THÍCH TUỆ SỸ

HỘI ĐỒNG HOẰNG PHÁP
PL 2567 - DL 2023

MỤC LỤC

Phần III: ĐẠO PHÁP và DÂN TỘC

LỜI NGỎ

Phật giáo Việt Nam trong hai thế kỷ cận đại và hiện đại, xuất hiện một số nhân vật đạo hạnh cao vời, kỳ tài xuất chúng, có những cống hiến to lớn, dài lâu cho Đạo pháp và Dân tộc. Ngôn ngữ nhà Thiền xưng tụng những vị này là Bồ-tát, Đại sĩ, Thánh Tăng, hay Long Tượng, là những tôn danh chỉ được tìm thấy trong kinh điển, sử sách, trong lịch sử truyền miệng hoặc trên những bia đá ngàn năm nơi cổ tháp.

Triết gia Phạm Công Thiện trong buổi ra mắt tác phẩm *"Huyền Thoại Duy Ma Cật"* của Hòa thượng Tuệ Sỹ tại thành phố Houston, tiểu bang Texas ngày 04 tháng 11 năm 2007, đã gọi tác giả là *"bậc Long Tượng: Tuệ Sỹ"* và diễn giải thêm, *"Long Tượng là bậc Thầy của cả một dân tộc, nếu chưa muốn nói là bậc Thầy của thế giới."*

Chúng tôi, những giáo sư, học giả, văn nghệ sĩ, những pháp hữu và học trò Tăng, Ni, Phật tử nhiều thế hệ, từng được tiếp cận, đàm đạo, nghe giảng từ các trường lớp Trung, Cao đẳng và Đại học Phật giáo, hoặc chỉ được đọc và nghiên cứu qua hàng nghìn trang kinh, sách, tiểu luận, thơ, văn... của Hòa thượng Thích Tuệ Sỹ, rất tâm đắc với lời xưng tán của Triết gia Phạm Công Thiện. Nhưng nơi đây, trong tình Thầy-Trò thâm thiết, trong niềm cảm kích vô hạn đối với di sản tinh thần kỳ vĩ mà Hòa thượng Thích Tuệ Sỹ để lại cho cuộc đời, chúng tôi chỉ muốn gọi Người bằng ngôn ngữ bình dân và gần gũi nhất: Thầy Tuệ Sỹ.

Cuộc đời Thầy tập trung toàn thời gian vào sự nghiệp Hoằng Pháp; nói theo ngôn ngữ thế gian thì đó là lãnh vực Văn hóa và Giáo dục.

Văn hóa và Giáo dục Phật giáo được biểu hiện qua việc học hỏi, tụng đọc, truyền dạy và thực hành Kinh – Luật – Luận mà Thầy đã tận tụy suốt hơn 60 năm phiên dịch, chú giải, sáng tác, giảng dạy trong nhiều trường lớp Phật học tại Việt Nam và ngoài nước qua Paltalk, Zoom Meeting Online, v.v...

Văn hóa và Giáo dục Dân tộc cũng được Thầy phổ hiện qua những sáng tác thơ văn, tiểu phẩm, tiểu luận... về tình tự dân tộc, nhân sinh quan, xã hội dân sự; và trong một góc nhìn nào đó, ngay chính bản án tử hình và những năm trong tù ngục của Thầy cũng là hệ quả của sự biểu hiện nền Văn hóa, Giáo dục nhân bản và khai phóng của dân tộc trong một giai kỳ lịch sử đen tối trên quê hương.

Trong chiều hướng đó, nội dung tập Kỷ Yếu này dựa theo hành trạng của Thầy Tuệ Sỹ, chia làm 3 phần chính:

Phần I - Phật học: Gồm những sáng tác văn, thơ, biên khảo, tiểu luận của chư vị thức giả, học giả, Tăng Ni, cư sĩ, văn nghệ sĩ nói về Thầy Tuệ Sỹ và ảnh hưởng của Thầy trong tư cách một nhà tư tưởng Phật học, một hành giả Tăng sĩ Phật giáo uyên thâm, trác việt;

Phần II - Văn học: Gồm các sáng tác văn chương, thi phú, mỹ thuật của giới văn học nghệ thuật minh họa về Thầy Tuệ Sỹ như một nhà văn, nhà thơ trứ danh, hàng đầu trong nền văn học Việt Nam; và

Phần III - Đạo Pháp và Dân Tộc: Gồm những sáng tác, nhận định, xã luận, tiểu luận của chư vị học giả, thức giả, đời cũng như đạo, Phật giáo hay tôn giáo bạn, về vai trò của Thầy Tuệ Sỹ trong cương vị lãnh đạo Giáo Hội, cũng như những đóng góp của Thầy bằng hành động hay bằng tâm thức, nhằm xây dựng nền tự do, dân chủ và nhân quyền cho dân tộc Việt Nam.

Những năm gần đây, với thân bệnh, ngoài trọng trách phục dựng Giáo Hội Phật Giáo Việt Nam Thống Nhất, Thầy Tuệ Sỹ vẫn tiếp tục ngày đêm cặm cụi trên những trang kinh giá sách, phiên dịch chú giải Tam tạng Thánh điển, thành lập một hội đồng phiên dịch quy tụ những nhà Phật học có trình độ cổ ngữ và ngoại ngữ vững chắc, soạn thảo đề án và cẩm nang phiên dịch tỉ mỉ chi tiết cho người đi sau. Vào tháng 7 năm 2022, dưới sự chỉ đạo, điều hành của Thầy, Hội Đồng Phiên Dịch Tam Tạng Lâm Thời đã giới thiệu thành tựu sơ bộ với bộ Thanh Văn Tạng, Giai đoạn I, Phần I, gồm 24 tập và 5 cuốn Tổng lục. Dù chỉ mới thành tựu một phần nhỏ của công trình, tư duy và viễn kiến của Thầy Tuệ Sỹ cùng với cẩm nang để lại, cũng cho thấy tầm quan trọng và ảnh hưởng của Đại Tạng Kinh Việt Nam: là đề án có một không hai của nền Phật Việt. Đây có thể nói là công trình Văn hóa Giáo dục cốt lõi trong sự nghiệp hoằng pháp của Phật giáo Việt Nam mà khởi nguyên là từ lần chuyển pháp đầu tiên của Đức Phật nơi Vườn Nai hơn 25 thế kỷ trước. Chính vì thế, sự nghiệp trí tuệ của Thầy Tuệ Sỹ là một sự nghiệp đồ sộ mà ngàn lời của Kỷ Yếu cũng khó bàn nói hết được. Dù vậy, chúng tôi, mỗi người xin góp một tiếng nói, trước hết là biểu tỏ niềm tri ân và kính trọng vô biên đối với Thầy; thứ đến, muốn chia sẻ, giới thiệu đến bạn đọc về một bậc Long Tượng kỳ vĩ của Phật giáo Việt Nam — một bậc Thầy của những vị Thầy, một bậc Thầy hiếm hoi trong lịch sử gần hai nghìn năm Phật giáo trên quê hương yêu dấu.

Thực hiện tập Kỷ Yếu này, chúng con/chúng tôi muốn tri ân những đóng góp của Thầy Tuệ Sỹ trong mọi lãnh vực; và vì sức khỏe của Thầy, cần phải hoàn tất trong vòng một tháng, trong đó thời gian để các tác giả viết chỉ có mười ngày. Với những hạn chế đó, Kỷ Yếu không thể là một tác phẩm hoàn toàn chuyên chở các nhận định, biên khảo, phân tích về những đóng góp của Thầy hay các tác phẩm của Thầy mà chỉ là một tuyển tập ghi lại những cảm nhận, những kỷ niệm, những lời tri ân của người viết đối với Thầy. Vì vậy, Kỷ Yếu sẽ không sao tránh khỏi những thiếu sót, hoặc những trình bày có khi chủ quan, cảm tính của những người ngưỡng mộ Thầy Tuệ Sỹ; rất mong sự rộng lượng bỏ qua của chư vị độc giả. Hy vọng những khiếm khuyết của Kỷ Yếu sẽ được bổ túc cho được hoàn mỹ hơn trong dịp tái bản, hoặc trong một tuyển tập nghiêm túc, có rộng thời gian hơn.

Chúng con/chúng tôi cũng xin thành kính tri ân tất cả chư tôn đức Tăng Ni, quý vị Cư sĩ, quý văn nghệ sĩ và Phật tử đã dành tâm cảm và thời gian, đóng góp bài vở và hình ảnh để thực hiện tập kỷ yếu này.

Lời sau cùng, nhìn lại hành trạng một đời của Thầy Tuệ Sỹ, chúng ta thấy Thầy luôn là người tiên phong đầu ngọn sóng, trong cả nẻo đạo hay đường đời: vận dụng từ bi và trí tuệ để khai mở, xây dựng và phát triển, từ việc giáo hội đến việc Tăng đoàn mà không màng chút lợi-danh, quyền thế. Sự có mặt của Thầy trong đời này dường như là để dựng lại những gì bị gãy vỡ, đổ nát. Thầy, có khi như con tê giác[1] cô độc giữa núi rừng, có khi hòa mình đồng trú trong biển lớn thanh tịnh tăng-già, có khi thăng trầm theo vận nước nổi trôi, có khi độc hành trên từng dặm ngàn mây bay[2]... nhưng bước chân của Thầy đã được xác định từ ban đầu với con đường tuệ giác, và chỉ một hướng một nguyện: trải thân cát bụi để thực hiện Bồ-đề hạnh trong lũy kiếp hằng sa quốc độ.

Trong sự ngưỡng phục và đồng cảm sâu sắc với hạnh nguyện vô biên của Thầy, chúng con/chúng tôi xin kính dâng Thầy những dòng văn thơ mộc mạc này, và cùng một lời, xin thưa với Thầy rằng, Thầy sẽ không cô độc, vì khi nhìn xuống, Thầy sẽ thấy chúng con/chúng tôi với ước nguyện "thiên lý đồng hành" trên lộ trình giác ngộ thênh thang.

Ban Biên Tập Kỷ Yếu kính ghi.

---

[1] Hình ảnh từ *Kinh Con Tê Ngưu Một Sừng*, Kinh Tập (Sutta Nipata) -
     HT Thích Minh Châu dịch.

[2] *Thiên Lý Độc Hành*, thi phẩm của HT Thích Tuệ Sỹ.

Phần I
PHẬT
HỌC

Bên phải là thủ bút của Đại lão Hòa thượng Thích Thắng Hoan, viết tại Chùa Kiều Đàm, Thành phố Santa Ana, Quận Cam, California, Hoa Kỳ vào chiều Thứ Bảy, ngày 30 tháng 9 năm 2023.

Dù năm nay đã 97 tuổi, nhưng vẫn còn rất minh mẫn, khi nghe Trưởng Lão Hòa Thượng Thích Tuệ Sỹ, Chánh Thư Ký kiêm Xử Lý Thường Vụ Viện Tăng Thống GHPGVNTN, lâm trọng bệnh, Đại Lão Hòa Thượng Thích Thắng Hoan rất quan tâm và đã viết lên lời cầu an của Ngài cho HT Thích Tuệ Sỹ.

Ban Biên Tập chúng con xin cung kính đăng lời cầu an cho HT Thích Tuệ Sỹ với thủ bút của Trưởng Lão Hòa Thượng Thích Thắng Hoan như một biểu tượng cát tường để cầu nguyện cho Hòa Thượng Thích Tuệ Sỹ tật bệnh tiêu trừ, thân tâm an lạc.

Đại Lão Hòa Thượng Thích Thắng Hoan,
Chánh Văn Phòng Hội Đồng Giáo Phẩm
Giáo Hội Phật Giáo Việt Nam Thống Nhất Hoa Kỳ

Hòa thượng THÍCH TUỆ SỸ

TAM TẠNG PHÁP SƯ
NGƯỜI VIỆT NAM

Thích Như Điển

Khi đọc tụng kinh điển ai trong chúng ta, Tăng cũng như Tục, thỉnh thoảng đều nghe đến đại danh Tam Tạng Pháp Sư Cưu Ma La Thập, Tam Tạng Pháp Sư Huyền Trang; hoặc khi tham cứu *Đại Chánh Tân Tu Đại Tạng Kinh* (Taisho Shinshu Daizokyo) chúng ta sẽ gặp được danh xưng Tam Tạng nầy trong khắp các Tạng của Kinh, Luật và Luận. Riêng Phật Giáo Việt Nam chúng ta thì chưa dự phần vào chỗ đứng trang trọng nầy trong kho tàng Pháp Bảo của Phật Giáo nói chung và của Phật Giáo Việt Nam nói riêng. Vì sao vậy?

Đầu tiên chúng ta nên tìm hiểu thế nào là Tam Tạng, để từ đó chúng ta có một cái nhìn khái quát về danh từ nầy. Tam Tạng Pháp Sư tiếng Phạn gọi là Tripitakacarya; cũng gọi là Tam Tạng Thánh Sư, Tam Tạng Tỷ Khưu và được gọi tắt là Tam Tạng. Từ ấy ám chỉ cho những vị Pháp Sư tinh thông Tam Tạng Kinh, Luật và Luận.

Tại Ấn Độ, từ ngữ "Tam Tạng Pháp Sư" đã được sử dụng rất sớm, như trong Kinh Ma Ha Ma Da quyển hạ có nói: "Nước Câu Thiềm Di có vị

Tam Tạng Tỷ Khưu thuyết pháp rất hay, có năm trăm đồ chúng" (Đại 12, 1013).

Ở Trung Quốc thì danh hiệu nầy chuyên chỉ cho vị cao tăng thông hiểu Tam Tạng; đồng thời làm việc phiên dịch Kinh, Luật, Luận. Trong số các vị Tam Tạng thì Ngài Huyền Trang nổi tiếng nhất, thường được người đời tôn xưng là "Huyền Trang Tam Tạng", hoặc "Đường Tam Tạng".

Ngoài ra trong Kinh Di Lan Đà vấn đáp (Milinda-panha), bản Pali thuộc hệ Nam truyền có nêu từ ngữ Tipetaka và Tepitaka, hàm ý là "Người thông suốt Tam Tạng". Trong tiếng Pali, từ Ekapitaka-dhara là chỉ cho "Người nhớ giữ một Tạng", Dvipitaka-dhara chỉ cho "Người nhớ giữ hai Tạng", Tipitaka-dhara là chỉ cho người "Người nhớ giữ ba Tạng". Do đó mà người ta thấy danh từ Tam Tạng đã được lưu hành rất sớm tại Ấn Độ. (Xem: *Thiện Kiến Luật Tỷ Bà Sa* Quyển 1; *Xuất Tam Tạng Ký tập*, Quyển 6. *Lương Cao Tăng truyện* Quyển 2)[1].

Đọc qua phần giải thích trên chúng ta ít nhiều đã nắm bắt được những điểm chính về định nghĩa "thế nào là một vị Tam Tạng Pháp Sư" rồi. Lần vào Lịch sử Phật Giáo Việt Nam chúng ta thử xem có vị nào đã là Tam Tạng Pháp Sư chưa mà lịch sử ít đề cập đến?

Đọc Lịch Sử Phật Giáo Việt Nam chúng ta thấy cả Hòa Thượng Thích Mật Thể trong *Việt Nam Phật Giáo Sử Lược*; *Việt Nam Phật Giáo Sử Luận* của Nguyễn Lang (tức Thiền Sư Thích Nhất Hạnh); *Lịch Sử Phật Giáo Việt Nam* tập 1,2,3 của Giáo Sư Trí Siêu Lê Mạnh Thát. Cả ba vị nầy đều công nhận Ngài Khương Tăng Hội là Sơ Tổ của Phật Giáo Việt Nam từ buổi sơ thời. Giáo Sư Trí Siêu Lê Mạnh Thát qua nghiên cứu và chú giải *Lục Độ Tập Kinh* còn khẳng định rằng: Khương Tăng Hội

---

[1] *Phật Quang Đại Từ Điển* quyển 4, trang 4876, Hòa Thượng Thích Quảng Độ dịch từ chữ Hán sang Việt ngữ. Hội Văn Hoá Giáo Dục Đài Bắc (Đài Loan), xuất bản năm 2000.

là Thầy của Ngô Tôn Quyền nữa. Tiếp theo đó là Ngài Mâu Bác, Chi Cương Lương, Tỳ Ni Đa Lưu Chi v.v… cũng chỉ nghe danh hiệu là Thiền Sư chứ chưa xuất hiện chữ Tam Tạng Pháp Sư.

Mãi cho đến năm 969 vua Đinh Tiên Hoàng mới phong cho Ngài Ngô Chân Lưu (933-1011) là Khuông Việt Thái Sư hay Khuông Việt Tăng Thống. Đây là vị Tăng Thống đầu tiên của lịch sử Phật Giáo Việt Nam.

Vạn Hạnh Thiền Sư (938-1018) là cố vấn của vua Lê Đại Hành và đồng thời cũng là cố vấn cho vua Lý Thái Tổ (Lý Công Uẩn) cũng chỉ được tôn xưng là Thiền Sư; chứ danh từ Tam Tạng Pháp Sư vẫn chưa xuất hiện.

Quốc Sư Phước Huệ (1869-1945) là Quốc Sư của ba đời vua nhà Nguyễn là Thành Thái, Duy Tân và Khải Định. Bởi vì Ngài hay được thỉnh mời vào cung để giảng pháp cho vua chúa, hoàng hậu, thứ phi; nên triều đình và dân chúng tôn xưng Ngài như vậy.

Dĩ nhiên còn rất nhiều vị Quốc Sư trong triều Lý, Triều Trần, triều Lê, triều Nguyễn nữa; nhưng ở đây chúng tôi chỉ chú trọng về danh xưng Tam Tạng Pháp Sư; nên có thể lược bớt danh tánh của những vị Thiền Sư, Quốc Sư, Tăng Thống trong những triều đại trước.

Bây giờ xin đề cập thêm đến những vị phiên dịch Kinh Điển, chú giải, giảng pháp v.v… từ cuối thế kỷ thứ 19 đến thế kỷ thứ 21 để chúng ta có một cái nhìn thiết thực hơn.

Ở vào những thế kỷ trước khi người Trung Hoa và người Pháp còn đô hộ Việt Nam chúng ta, cũng đã có xuất hiện những bậc chân tu thực học như Ngài Pháp Chuyên Luật Truyền, Ngài Toàn Nhật Quang Đài ở Phú Yên; nhưng sử Phật Giáo Việt Nam chúng ta cũng chưa tôn xưng quý Ngài là Tam Tạng Pháp Sư (Xem thêm sách của Giáo Sư Trí Siêu Lê Mạnh Thát). Trong thời gian nầy quý Ngài chỉ dịch Kinh, Luật và Luận từ chữ Hán sang Việt ngữ. Có lẽ vì thế mà không được gọi là Tam Tạng Pháp Sư chăng?

Hòa Thượng Khánh Anh, Hòa Thượng Thiện Hoa, Hòa Thượng Trí Tịnh, Hòa Thượng Thiện Hòa, Hòa Thượng Hành Trụ, Hòa Thượng Thiện Siêu, Hòa Thượng Trí Nghiêm, Hòa Thượng Trí Quang, Hòa Thượng Minh Châu, Hòa Thượng Huyền Vi, Hòa Thượng Nhất Hạnh, Hòa Thượng Thanh Từ, Hòa Thượng Tuệ Sỹ, v.v… tất cả đều là những bậc Đại Sư của Phật Giáo Việt Nam trong thời kỳ cận đại; nhưng chúng ta vẫn chưa thấy Giáo Hội hay những bậc mô phạm của Thiền Môn cung thỉnh quý Ngài vào ngôi vị Tam Tạng Pháp Sư.

Phật Giáo Nam Tông như các Quốc Gia Tích Lan và Miến Điện cho đến ngày hôm nay vẫn quan tâm thực hành việc truyền thừa các vị Tam Tạng Pháp Sư qua ngữ hệ Pali về Luật, Kinh và Vi Diệu Pháp. Hiện tại Miến Điện có 15 vị Tam Tạng Pháp Sư. Các Ngài đọc thuộc lòng 8026 Kinh trong Tripitaka như thế trong nhiều tháng khi có kỳ thi khảo hạch kể từ năm 1949 đến nay, gồm 16.000 trang Kinh với 2 triệu 400 ngàn chữ trong 200 tập bằng tiếng Pali như thế. Đa phần các Ngài đều thuộc lòng cả 3 tạng, hay 2 tạng rưỡi hoặc hai tạng. Đây là những quốc bảo của Phật Giáo Miến Điện trong hiện tại. Quý Ngài nầy thuyết pháp, giảng kinh, luật, luận từ những văn kinh nguyên thủy cho quần chúng cũng như cho các sinh viên, học giả tu tập hành trì. Quả thật đây là những Thánh Điển sống của Phật Giáo Nam Truyền nói chung và của Phật Giáo Miến Điện nói riêng.

Năm 2022 chúng tôi có quý Thầy đệ tử xuất gia tìm đến núi Cấm, chùa Vạn Đức; nơi Hòa Thượng Thích Trí Tịnh đã có thời xuất gia học đạo tại đó, đã chụp được một văn bia của các đệ tử khắc chữ vào đá, dựng lên trước cổng chùa để phụng thờ và văn bia ghi rất rõ là: *Văn Bia của Tam Tạng Pháp Sư Thích Trí Tịnh*. Bên dưới có ghi nội dung những Kinh, Luật và Luận mà Ngài đã phiên dịch chú giải. Có thể đây là văn bia đầu tiên của Phật Giáo Việt Nam của chúng ta có ghi rõ về Tam Tạng Pháp Sư người Việt Nam của chúng ta chăng? Có thể đây là sự bắt đầu vậy.

Từ năm 2021 đến nay, qua hơn hai năm thành lập Hội Đồng Hoằng Pháp và Hội Đồng Phiên Dịch Tam Tạng Lâm Thời của Giáo Hội Phật

Viện Phật Học Ứng Dụng Châu Âu cung thỉnh Thanh Văn Tạng
Ảnh: Viện Phật Học Ứng Dụng Châu Âu

Giáo Việt Nam Thống Nhất do Hòa Thượng Thích Tuệ Sỹ chủ trương và chúng tôi được giao cho nhiệm vụ làm Chánh Thư Ký của hai Hội Đồng nầy. Khi Hòa Thượng Thích Đồng Tuyên còn hiện tiền và một số chư vị Tôn Túc khác có đề nghị với tôi là nên tổ chức một buổi lễ trọng đại để tôn vinh Hòa Thượng Thích Tuệ Sỹ vào cương vị Tam Tạng Pháp Sư của Phật Giáo Việt Nam. Sau đó tôi có đem việc nầy trình bày với Hòa Thượng Thích Tuệ Sỹ; nhưng Ngài trả lời một cách khiêm cung rằng: "Các Vị Thầy của chúng ta chưa có ai có danh xưng nầy, bây giờ làm sao tôi ở vào vị trí ấy được".

Thật đáng kính phục đức tính khiêm tốn của Hòa Thượng. Có thể sau nầy khi Ngài viên tịch rồi thì chúng ta sẽ thực hiện việc nầy thiết nghĩ cũng không muộn.

Lần nầy sức khoẻ của Hòa Thượng Thích Tuệ Sỹ kém hơn xưa rất nhiều; nên Ban Báo Chí của Hội Đồng Hoằng Pháp muốn thực hiện một Kỷ Yếu để tri ân Hòa Thượng, mong mỏi chư Tôn Đức Tăng Ni và các học giả, văn nghệ sĩ đóng góp bài vở viết về Ngài để tôn vinh một bậc Long Tượng của Phật Giáo Việt Nam; nên cá nhân chúng tôi xin ghi lại những đề nghị của mình cũng như của chư Tôn Đức Tăng Ni trong Hội Đồng Hoằng Pháp và Hội Đồng Phiên dịch Tam Tạng Lâm Thời đã có lần đề nghị như thế. Nhất là bộ Thanh Văn Tạng đợt 1 đã ấn hành xong gồm 24 quyển Trường A Hàm, Trung A Hàm, Tạp A Hàm, Tăng Nhất A Hàm, Tứ Phần Luật và 5 quyển Tổng Lục của 5 phần trên do Hòa Thượng Thích Tuệ Sỹ biên soạn. Chỉ ngần ấy công việc Hòa Thượng Thích Tuệ Sỹ đã thực hiện cũng xứng đáng với danh xưng là Tam Tạng Pháp Sư của Phật Giáo Việt Nam rồi.

Mong rằng Phật Giáo Việt Nam luôn trường tồn mãi mãi để con dân nước Việt, đặc biệt là những người Phật Tử luôn hưởng được pháp vị cam lồ từ ba tạng Kinh, Luật và Luận sẽ được hoàn toàn dịch ra Việt ngữ để hành trì và làm lợi lạc cho muôn loài, thì đó là điều đáng kỳ vọng vậy.

Viết xong vào lúc 11 giờ trưa ngày 20 tháng 9 năm 2023

tại Tu Viện Viên Đức vùng Ravensburg, Đức Quốc.

HÒA THƯỢNG THÍCH TUỆ SỸ
MỘT BẬC THẦY UYÊN BÁC, KỲ VĨ

Thích Nguyên Siêu

Miệt mài giảng dạy, dịch thuật, làm thơ, đánh đàn, viết chữ thảo và phô diễn những tư tưởng triết học của hai nền văn hóa Đông Tây từ thời thập niên 60, 70 đứng trên bục giảng của Đại Học Vạn Hạnh, cũng như Viện Cao Đẳng Phật Học Chuyên Khoa Hải Đức Nha Trang, Thầy cũng có lắm lúc mộng kiêu hùng của Phương Trời Viễn Mộng trỗi dậy, và cứ thế mà dong ruổi bằng đôi chân trần, bằng đôi vai gầy qua những rặng đồi lau, rừng già, cỏ mục, lá úa, ăn sương nằm nắng trên những cánh rừng hoang vu nơi miền cao nguyên dân dã, nơi miếu cô hồn, hay lưng đèo heo hút. *"Bất đắc chí độc hành kỳ đạo"*. Chỉ đi một mình và một mình để xới lên những luống đất mới trồng những dãy cà non, vòng rau, liếp cải mà vui niềm đạo vị, dưới mái am tranh, độc cư Thiền định. Dù ai xuôi ngược bôn ba cái danh, cái lợi, cái huyễn mộng của cuộc đời, nhưng riêng mình thì sinh ra giữa lòng quê hương, dù có đắng cay chồng chất, dù có nghiệt ngã đủ điều, giữa dòng đời phế dưng dâu bể, Thầy vẫn chẳng hề lay động, mà còn khẳng định với chính mình là sinh ra ở đâu, thì chết ở nơi đó. Sinh ra giữa lòng đất mẹ Việt Nam thì lúc nhắm mắt cũng lấy nắm đất Mẹ Việt Nam mà phủ lấp thân ngũ uẩn này. Sá chi những tù đày, keo cư gian khổ, chỉ là chất liệu nuôi lớn chí hùng, của bậc Đại Trí. Đại Từ, Đại Hỷ, Đại Xả.

I. Cảm Niệm Ân Đức Của Bậc Thầy Giáo Thọ

Sau khi mãn niên Khóa 69-70 nơi Tu Viện Nguyên Thiều, Quy Nhơn, Bình Định, lớp học tăng được chuyển vào Phật Học Viện Nha Trang, tiếp tục học phổ thông trường Bồ Đề niên Khóa 70-71 đệ tam lúc bấy giờ. Chương trình này, anh em học tăng học được nửa niên Khoá thì không học nữa, vì Phật học viện mở lớp Phật học Trung đẳng Chuyên khoa, do vậy mà cả lớp đệ tam, học trường Bồ Đề lúc bấy giờ đều chuyển qua học Trung Đẳng Chuyên Khoa Phật Học, Hải Đức Nha Trang. Đây là một bước ngoặt đáng kể cho sự tô bồi kiến thức Phật học, mà người trực tiếp giảng dạy - thân giáo sư, chính là Hòa Thượng Thiện Siêu, Hòa Thượng Trí Nghiêm, Hòa Thượng Đỗng Minh, Thầy Tuệ Sỹ...

Suốt bốn năm học Trung Đẳng Chuyên Khoa, ngày hai buổi ôm sách vở đến lớp ngồi đều đặn, Thầy Tuệ Sỹ cũng ngày hai buổi đến lớp với anh em học tăng như là bổn phận trách nhiệm của bậc Thầy chăm lo đàn con, đàn hậu học không bỏ sót một giờ. Thầy dạy trò học. Thầy dò bài trò không thuộc, Thầy bỏ lớp về phòng, một đỗi sau, Thầy trở lại nói: *"Tui dạy quý Thầy phải ráng mà học. Học cho quý Thầy chứ chẳng phải học cho tui. Khi xưa tui học đâu có được lớp lang như quý Thầy. Nếu quý Thầy học mà không thuộc bài, tui sẽ không dạy nữa."* Chỉ bấy nhiêu lời nói thôi, mà cả lớp im phăng phắc vì sợ Hòa Thượng Đỗng Minh biết Thầy bỏ dạy là có chuyện lớn. Vì Hoà Thượng Đỗng Minh rất thương quý Thầy Tuệ Sỹ. Do vậy mà Hoà Thượng đã để Thầy Phước An lúc bấy giờ gần gũi với Thầy để cùng uống trà trò chuyện cho vui, cũng như giúp đỡ công việc hằng ngày. Bây giờ Thầy Phước An đã thành Hòa Thượng rồi, và là một cây bút gạo cội trên diễn đàn văn học Phật giáo hôm nay. Hòa Thượng Đỗng Minh lo cho Thầy Tuệ Sỹ đầy đủ mọi phương tiện, nhưng Thầy Tuệ Sỹ đã không thọ nhận gì cả, ngoài ba bộ

Ảnh: Tâm Nhãn

đồ vạt hò, chiếc áo nhật bình hai vạt phai màu, dài tới đầu gối đơn sơ, mộc mạc chừng ấy, đi đôi dép lép xẹp.

Thầy không sang cả, không cầu kỳ, không xa hoa phung phí. Thầy chỉ có một thân hình ốm teo. Một đôi mắt sâu thẳm. Một chiếc trán cao, và đôi tay gầy để đánh máy chữ - bàn máy đánh chữ lúc bấy giờ, nghe như mưa rào, nhanh, liên tục. Đôi tay gầy đó còn đánh dương cầm, guitar, và cầm bút lông để viết chữ thảo Vương Hy Chi… cầm phấn đứng trên bục giảng viết chữ nho, giảng văn học Trung Hoa: *"Lạc hà dữ cô vụ tề phi, Thu thuỷ cộng tràng thiên nhất sắc."* Thầy sống với anh em học tăng thật giản dị, ăn uống như anh em học tăng, sinh hoạt như anh em học tăng, không có chế độ đặc biệt. Chỉ có điều đặc biệt là Thầy quá thông minh, bác học hơn anh em học tăng. Thầy có một tâm hồn tuyệt vời, cao vút, hơn người. Thầy có một trời kinh, luật, luận. Thầy có, có tự thuở nào. Có từ thời tiền kiếp, từ thuở Đạo Sư, mà ngày hôm nay Thầy đã thị hiện như một bậc Tam Tạng Pháp Sư làu thông kinh điển. Thầy có cả một tâm hồn thơ văn ngất ngưởng, chơi vơi - Giấc mơ Trường Sơn. Phương Trời Viễn Mộng. Ngục Trung Mị Ngữ:

"Ta không buồn, có ai buồn hơn nữa?
Người không đi, sông núi có buồn đi?
Tia nắng mỏng soi mòn khung cửa;
Để ưu phiền nhuộm trắng hàng mi."

"Rồi trước mắt ngục tù thân bé bỏng.
Ngón tay nào gõ nhịp xuống tường rêu.
Rồi nhắm mắt ta đi vào cõi mộng.
Như sương mai, như ánh chớp, mây chiều."

"Phụng thử ngục tù phạn.
Cúng dường Tối Thắng Tôn.
Thế gian trường huyết hận.
Bình bát lệ vô ngôn."

"Đây bát cơm tù con kính dâng
Cúng dường Đức Phật đấng Tôn Thân
Thế gian chìm đắm trong máu lửa
Lệ nhỏ không lời, lòng xót thương."

"Vấn dư hà cố tọa lao lung?
Dư chỉ khinh yên bán ngục trung.
Tâm cảnh tương trì kinh lữ mộng.
Cố giao già tỏa diện hư ngung."

"Hỏi mình sao phải lao tù?
Song thưa cửa ngục có tù được mây?
Kiên trì cuộc lữ vàng bay
Lời xưa còn đó phút giây không sờn."

Bao tiếng dương cầm trong buổi ban mai chới nhịp, trong thư phòng, sách vở ngổn ngang chất chồng, loại nào cũng có, tiếng gì cũng đủ và bản thảo nào cũng dở dang còn đó. Như một Tô Đông Pha Phương Trời Viễn Mộng. Một Heidegger bước nhảy của con chim Hồng. Triết học Tánh Không. Huyền thoại Duy Ma Cật. Thắng Man Giảng Luận… Dạ thưa nhiều lắm, không kể và không nói hết với một sở học cỏn con của anh em học tăng thời ấy.

Vào những buổi chiều sau giờ cơm, Cô Bảy cho ăn một cách giản tiện, trời êm ả, mát không gió, Thầy và vài anh em học tăng lên đồi tháp sắt ngồi mà kể chuyện vui. Thầy kể chuyện tiếu lâm nhà Thiền trong ý vị thân tình, giữa Thầy trò không có sự ngăn cách, thật gần gũi. Thời ấy cuộc sống của Phật Học Viện thật êm ả. Không có sự xáo trộn nào từ ngoại cảnh. Thầy chỉ lo giảng dạy. Học tăng chỉ lo mà học. Thầy trò sống đậm đà tình thương yêu kính trọng. Cứ thế thời gian bốn năm trung đẳng trôi qua như giấc mộng. Nhớ lại ngày nào Thầy từ Vạn Hạnh- Sài Gòn ra Nha Trang để đảm nhận việc giáo thọ. Giờ này thì đã tốt nghiệp Trung đẳng chuyên khoa rồi.

Từ dáng dấp trên chiếc ghế ngồi. Từ hình dáng trên bảng viết. Từ âm ngôn của giọng Quảng Bình- Paksé, Lào của Thầy đã làm cho anh em học Tăng có một sự quý kính mới lạ, gần gũi không khoảng cách. Đơn sơ, dung dị của một bậc Thầy đã đem cái sở học vốn có của mình, mong trao truyền lại cho thế hệ mai sau, nhưng có điều đáng tiếc là anh em học tăng không đủ kiến thức để tiếp nhận kiến văn quảng bác trác việt của Thầy trao truyền. Ngày tháng dần trôi đến ngày thi tốt nghiệp Cao Đẳng.

II. Thời Gian Lắng Đọng Theo Từng Hơi Thở

Đây là lúc mà anh em học tăng phải chong đèn để học thi lên Cao Đẳng. Phía sau Tăng đường là một hành lang rộng. Trên vách tường là một dãy bảng đen và đèn sáng suốt đêm. Học tăng chỉ có học và học.

Chỉ có ôn bài một cách không ngừng nghỉ. Sau bốn năm tiếp nhận được bao nhiêu thì giờ này, giờ ra mà ngấu nghiến lại, ráng mà nuốt hết vào bụng để mà thi, mà đậu, mà rớt, mà buồn, mà vui lẫn lộn; kẻ ở người đi thời gian ân tình khó nói, có ai ở trong cuộc mới hiểu nỗi niềm. Người đậu thì được ở lại Viện tiếp tục lên Cao Đẳng, còn người rớt thì phải dự thính hay trở về Bổn Sư, chùa mình. Đây là một tâm trạng của đời học tăng.

Vào thời gian thi lên Cao Đẳng, Thầy là người ra đề thi khó nhất, chấm điểm đúng nhất bằng giá trị của bài làm, không thiên vị hay nể tình Thầy trò gì hết. Khi nào bách bộ, chuyện trò thì thoải mái bình đẳng, tự nhiên thanh thản, còn bây giờ là thi để tô bồi kiến thức, kiện toàn khả năng để làm việc Phật, nên Thầy đã nói: *"Quý Thầy hãy học và học thật*

sự cho mình một kiến văn uyên bác để phụng sự cho Phật Pháp, và không uổng phí công lao của quý Ôn lo lắng. Thời của tui học khác, thời của anh em học khác, nhưng mục đích là một. Ôn Già Lam tuổi đã già. Ôn Trí Nghiêm, Ôn Đổng Minh cũng vậy, nhưng quý Ngài không nể hà gì hết, chỉ chăm lo đào tạo Tăng tài."

Thầy luôn nhắc nhở, đừng cô phụ của đàn na tín thí, Phật tử cúng dường cơm ăn, nước uống, sách vở để học thì mình phải trả lại công ơn bằng cách nỗ lực học tập chu đáo, đàng hoàng, vì của đàn na tín thí khó tiêu.

Những giờ thi được tổ chức tại lớp học, thỉnh thoảng Thầy chắp tay sau lưng đi qua một vòng, nét mặt nghiêm nghị, không như khi trước Thầy trò nói cười trên kim thân Phật Tổ, nơi tháp sắt, lầu chuông... Thầy Nguyên Hồng chống dù đứng nhìn nơi góc phòng bên trái, trông có vẻ như một thầy *"Tân Tăng"*, trong dáng dấp tân tiến thời đại, làm cho không khí càng căng thẳng, anh em học Tăng chẳng ai dám cựa quậy gì hết, chỉ cúi đầu viết, đúng, sai, hay, dở phó mặc cho Bồ Tát Quan Âm gia hộ. Thời gian một tuần lễ thi năm ngày trôi qua, quả thật là không an nhàn chút nào. Lo lắng, bàng hoàng hiện rõ trên khuôn mặt của anh em học tăng. Nhưng một điều an ủi là có Ôn Già Lam, Ôn Thiện Siêu, Ôn Đổng Minh... luôn có mặt nơi Viện. Ôn Trừng San thì lo cơm nước với trách nhiệm là Giám Sự nên cũng yên tâm, bớt căng thẳng phần nào, đợi đến ngày có kết quả.

Buổi lễ nhận chứng chỉ tốt nghiệp bốn năm Trung Đẳng để bước vào thềm Cao Đẳng Chuyên Khoa được tổ chức tại trai đường, diễn ra thật trang nghiêm, Ôn Thiện Siêu chủ tọa với tư cách chánh chủ khảo. Còn Thầy thì trao chứng chỉ. Ôn Đổng Minh ngồi cầm quạt nhẹ nhẹ, cười cười... trông phát sợ cái oai nghi trời phú. Thời gian học Cao Đẳng chỉ tròn có một năm, vì biến cố đất nước, nên Viện phải đóng cửa.

III. Bụi Thời Gian Phủ Kín Gót Hài Lửng Lơ:

Ôn Thiện Siêu ở trên cốc của Ôn Già Lam, còn Thầy thì ở trong phòng nơi thư viện, một hôm Thầy họp chúng, trình với Ôn Thiện Siêu Viện trưởng rồi để nghị anh em học tăng ngồi lại để dịch kinh. Viện Cao Đẳng Hải Đức Nha Trang dịch Trung A Hàm. Viện Cao Đẳng Huệ Nghiêm Sài Gòn dịch Trường A Hàm. Như vậy là có việc để làm mà không thừa thải thời gian luống qua. Bắt tay vào công việc, anh em học tăng mỗi người nhận một số kinh về phòng chăm lo mà dịch từ Hán Tạng. Ôn Thiện Siêu chứng nghĩa, còn Thầy thì nhuận bút chuyết văn. Thầy Phước An đọc bản thảo còn người viết thì đánh máy trọn bộ Trung A Hàm 5 tập bằng giấy carbon. Chăm chỉ làm việc, những tưởng sóng êm gió lặng, thuyền đời lướt sóng trôi xuôi. Mới vừa dịch xong bộ Trung A Hàm, thì một buổi sớm mai im lìm, cửa đóng then cài mà bóng hình Thầy đã biến đâu mất, anh em học tăng đi tìm mà không thấy. Ôn Đỗng Minh, Ôn Trừng San là người lo lắng nhất, và cũng kể từ đây Viện buồn.

Anh em học tăng xa đi một bậc Thầy khả kính mà suốt đời không quên. Làm sao quên được, một thân gầy còm, mà phải làm công việc Giám Học Học Vụ, lo cho cả một chương trình học cấp Cao Đẳng Chuyên Khoa, cho các giáo sư Ngô Trọng Anh, nhà văn Tiểu thuyết Doãn Quốc Sĩ, Giáo Sư Cao Hữu Đính, nhà văn Võ Hồng, thầy Võ Đình Dzũ... Chăm sóc từng giờ học, đi canh thiền từng giờ ngồi của anh em học tăng, không bỏ đêm nào. Dù mưa hay gió, ngọn đồi Trại Thủy, vẫn ôm trọn hình hài Thầy trong những bước chân khuya. Thầy sống với tinh thần giáo dục người một cách trọn vẹn. Giáo dục học tăng một cách nghiêm khắc bằng bản hoài: *"Tiếp dẫn hậu lai báo Phật ân đức."* Làm sao quên được, đêm càng về khuya ngọn đèn phòng khi tỏ khi mờ vì bị che khuất bóng Thầy bên khung cửa hẹp, từ đó Thầy đã:

"Bên cửa sổ bên kia đồi sao mọc
Một lần đi là vĩnh viễn con tàu."

Vĩnh viễn con tàu, đi về một mình trên chuyến tàu xuôi ngược về đêm, trên cánh đồng hoang phá rừng, lật đất, trồng bí, tỉa ngô, thì ra Thầy đã không ở Viện nữa mà đáp chuyến xe lửa xuôi về miền thùy dương cát trắng Vạn Giã, Tu Bông, lên núi để làm rẫy; qua bài thơ Ta Biết:

"Ta biết mi bọ rùa
Gặm nhấm tàn dây bí
Ta vì đời tranh đua
Khổ nhọc mòn tâm trí.

Ta biết mi là dế

Cắn đứt chân cà non

Ta vì đời đổ lệ

Nên phong kín nỗi hờn

Ta biết mi là giun

Chui dưới tầng đất thẳm

Ta vì đời thiệt hơn

Đêm nằm mơ tóc trắng."

(Rừng Vạn Giã 76)

Trong thời gian này Thầy sống như thế. Khi thì thoạt thấy ở Viện, khi thì Thầy ở rừng Vạn Giã, ở Chùa Linh Sơn một cách phiêu bồng, như Phương Trời Viễn Mộng, như cánh hải âu nghìn trùng bạt gió, vô định:

"Chân đồi xanh luống cải.

Đời ta xanh viễn phương.

Sống chết một câu hỏi.

Sinh nhai lỡ độ đường."

"Giữa Thiên đường rong chơi lêu lổng

Cõi vĩnh hằng mờ nhạt rong rêu

Ta đi xuống quậy trần hoàn nổi sóng

Đốt mặt trời vô hạn cô liêu."

Vô trụ xứ Niết Bàn là vô tung của các bậc Đại Sĩ. Đi không đến chốn về không tới nơi, cứ mãi thong tay vào chợ mà vui cùng gió trăng, sơn thuỷ. Nằm trong chiếc lều tranh trong mùa hạ, nơi miền quê dân dã, để thấy phượng hồng nở rộ, để nghe rộn tiếng ve kêu mà quên đi bao hình ảnh nhộn nhịp phố thị tưng bừng xuôi ngược, và bao nỗi bon chen, buôn quan bán chức của một xã hội xuôi dòng, trù dập lặn hụp bao rác rưởi rong rêu.

"Ve mùa hạ chợt về thành phố

Khóm cây già che nắng hoang lương

Đám bụi trắng cuốn lên đầu ngõ

Trên phím đàn lặng lẽ tàn hương

Tiếng ve dội lăn tăn nốt nhỏ

Khóc mùa hè mà khô cả đại dương."

Bối cảnh thời đó là tiếng nổ đột biến dội vào tâm thức để dựng thành những vách tường đồng. Trên đỉnh Trường Sơn, trong lòng đại dương, trên cánh đồng hoang vu sinh tử nắng quái Thầy đã đột phá tất cả những huyễn tượng thời đại, những thành quách ảo huyền của thế nhân, tục lụy. Thầy đã đi trên cao, trên đỉnh đồi thế kỷ, để dựng thành một bức chân dung thời thượng như thật, chống gậy thiền trên đỉnh Hoàng Liên Sơn, trên núi Yên Tử, trong chốn nhà Thiền, như một lão Thiền Sư khô mộc, mà cho đến hôm nay bức chân dung đó, trượng thiền Tăng đó còn rực sáng trên dòng lịch sử thiền ca, văn học, như các bậc Đạo Sư thời xưa. Đây chúng ta nghe Triết gia Phạm Công Thiện nói: *"Một con người vừa là Thi Sĩ vừa là Thiền Sư, vừa là nhà hành động nhập thế với tinh thần vô công dụng hạnh của bậc Bồ Tát. Hành động tích cực, mãnh liệt toàn triệt mà vẫn giữ cảm thức viễn ly và viễn mộng, vì không tham vọng, ích kỷ mù quáng, cho nên nuôi dưỡng cảm thức viễn ly, vì không bị kẹt dính vào tham sân si của thế tục, cho nên mới hàm dưỡng viễn mộng. Tuệ Sỹ là một trong số ít đạo sĩ, thi nhân với pháp khí phi thường là Trí tuệ Bát nhã cùng với lòng Đại bi thơ mộng. Tuệ Sỹ là một trong số ít thể hiện được ý nghĩa trọn vẹn của ý thức chính trị toàn diện, ý thức hành động Bi Trí Dũng, dẫn đường soi sáng Thể mệnh của Sử tính quê hương".* Và chúng ta nghe tiếp nhà thơ Tâm Nhiên nói: *"Bắt chước Phạm Công Thiện, người viết cũng muốn ca ngợi tán thán Tuệ Sỹ, một Thiền Sư Thi Sĩ vĩ đại, một trái tim kim cang bất hoại vô uý, nhưng ca ngợi làm chi nữa, khi mà tiếng thơ của thi nhân đã làm chấn động rung chuyển cả thế giới hoàn cầu và lan tỏa lạ thường ra khắp vũ trụ mười phương rồi.*

Thôi thì chỉ xin kính tặng một bài thơ bình dị:

> *"Những phương trời viễn mộng đi*
> *Thi ca tư tưởng bước kỳ ảo qua*
> *Đọa đày một thuở ta bà*
> *Nỗi đau rực cháy thấy ra tột cùng*
>
> *Ôi! Giấc Mơ Trường Sơn rung*
> *Rúng hồn tim máu chợt bùng vỡ mơ*
> *Kinh thiên động địa sững sờ*
> *Đâu chân diện mục của Thơ với Thiền?*
>
> *Mặc như lôi ngồi tịch nhiên*
> *Nghe ban sơ vọng ngân huyền diệu âm*
> *Những Điệp Khúc Cho Dương Cầm*
> *Từ vô tận ý vang thâm thiết niềm."*
> *(Tâm Nhiên)*

Còn thi sĩ Bùi Giáng thì sao: *"Chỉ một bài thơ Tuệ Sỹ đã trùm lấy hết mọi chân trời mới cũ từ Đường Thi Trung Hoa tới Siêu Thực Tây Phương. Bài thơ không đề:*

> *"Đôi mắt ướt tuổi vàng khung trời hội cũ*
> *Áo màu xanh không xanh mãi trên đồi hoang*
> *Phút vội vã bỗng thấy mình du thủ*
> *Thắp đèn khuya ngồi kể chuyện trăng tàn..."*

Đồng thời cũng trong thời gian này, Thầy tập chú vào lĩnh vực dịch kinh Tạng A Hàm, Tăng Nhất A Hàm, giảng giải Kinh Thắng Man, Duy Ma Cật... và nhiều thể loại khác. Thầy như lão Tăng miệt mài bên chồng kinh sách. Đây là dĩa mực Tàu, cây bút lông, viết thư Pháp, kia là chiếc máy đánh chữ cũ mềm gõ nhịp không ngớt. Làm và chỉ làm cho một sự nghiệp cha ông, tiền nhân, lịch đại Tổ Sư còn để lại. Kính ngưỡng, bái phục một sức người ròng rã, không mệt mỏi đi ngang qua thời gian như tuổi đời chồng chất. Văn hóa, học thuật, thi ca, tư tưởng Đạo Pháp, kinh văn, giáo dục… như là tư lương, hành trang trên đôi vai Thầy nặng trĩu, cưu mang. Những nỗi niềm thế nhân có thể hoang phế, đến rồi đi thành rồi bại; như bọt hải âu trên đại dương trồi rồi lặn, hiện thành rồi tan vỡ, những ân tình của Thầy đối với thế hệ trẻ dù tăng hay tục Thầy đã hết sức quan tâm; quan tâm một cách mật thiết, nhiệt thành; quan tâm như quan tâm hơi thở của chính Thầy. Thư gửi các tăng sinh Thừa Thiên Huế. Thầy viết: *"Các con thương quý, Trong những ngày gần đây, những biến động tuy làm sửng sốt thế giới nhưng hầu như chỉ làm gợn sóng một ít nơi đây để giữ yên cho giấc ngủ đông miên kéo dài qua hai thập kỷ của Phật giáo Việt Nam…Các con lớn lên trong thời đại thanh bình, nhưng các con lại bị ném vào giữa một xã hội mất hướng. Quê hương và đạo pháp là những mỹ từ thân thương nhưng đã trở thành sáo rỗng…Thế hệ các con được giáo dục để quên đi quá khứ. Nhiều người trong các con không biết đến Giáo Hội Phật Giáo Việt Nam Thống Nhất là gì; đã làm gì và cống hiến những gì cho sự nghiệp văn hóa, giáo dục, hòa bình dân tộc, trong những giai đoạn hiểm nghèo của lịch sử dân tộc và đạo pháp của đất nước. Một quá khứ chỉ mới như ngày hôm qua mà di sản vẫn còn đó nhưng đã bị chối bỏ một cách vội vàng. Di sản được tích lũy ròng rã hằng thế kỷ, bằng bao tâm tư qua bao khổ lụy đau thương, bằng máu và nước mắt của biết bao Tăng Ni, Phật tử; mà những người gầy dựng nên di sản đó bằng bi nguyện và hùng lực của mình, có vị bị bức tử bởi bạo quyền, có vị suốt năm tháng dài chịu tù đày, bị lăng nhục… Người xuất gia, khi cất bước ra đi, là hướng đến phương trời cao rộng; tâm tính và hình hài không theo thế tục, không buông mình chiều theo mọi giá trị hư dối của thế gian, không cúi đầu khuất phục trước mọi cường quyền bạo lực…"* Lời thư sách tấn, gửi cho thế hệ trẻ, nếu ai có duyên đọc thì sẽ cảm nhận, một cảm giác thấm thía, chân tình, đầy hào khí chân thân của một bậc Thầy trên đỉnh cao.

IV. Cuộc Trùng Phùng Như Một Chứng Tích Kiêu Sa Hay Chỉ là Bóng Chiều Nghiêng Đổ.

Lưu lạc trên khắp mọi nẻo đường, bóng thời gian thăm thẳm, khỏa lấp những bước chân trần bụi đỏ lưu vong. Từ miền quê hương cát trắng, tới vùng cao nguyên sông hồ, từ cánh rừng già, đồi hoang, phố thị, cho đến mái chùa u tịch, đìu hiu, có mặt như là hiện thân của vị Bồ Tát vô phân biệt. Tới năm 1980 người viết được duyên lành gặp lại Thầy nơi Tu Viện Quảng Hương Già Lam, Sài Gòn, mà không biết Thầy ở đó tự bao giờ, sau những ngày phiêu bồng Phương Trời Viễn Mộng.

Ấy thế là nhân duyên hội ngộ thời, thành lập lớp học Cao Cấp Phật học bốn năm do Ôn Già Lam bảo trợ. Ban giáo thọ là Hòa Thượng Huyền Quang, Hòa Thượng Minh Châu, Hòa Thượng Thiện Siêu, Hòa Thượng Đỗng Minh, Hòa Thượng Chơn Thiện, Thầy Mạnh Thát, Thầy Nguyên Hồng và Thầy Tuệ Sỹ trong ban giáo thọ. Lại miệt mài học như thuở xưa vì có Ôn Già Lam đứng mũi chịu sào nên ai cũng yên tâm tu

Lễ phát thưởng cho các điệu tại Già Lam, sau lễ dâng y Cathina năm 1983
(Ảnh tư liệu)

[35]

học, mặc dù có những lần nửa đêm anh em học tăng phải bỏ dép dưới gốc cây vú sữa leo lên mái chùa mà trốn công an soát hộ khẩu. Cứ thế, khi bình, lúc chiến, khi nhặt, lúc khoan lần lựa bốn năm học cao cấp rồi cũng qua. Lại một lần nữa Thầy là người trực tiếp giảng dạy cho anh em học tăng nhiều nhất. Cái tình Thầy trò càng ấp ủ, càng thâm trầm, càng gắn bó như chim liền cánh. Từ Tu Viện Quảng Hương Già Lam đến thư viện Vạn Hạnh ngày hai buổi Thầy trò gặp nhau, có đêm làm Bách Khoa Phật Học Đại Tự Điển mấy Thầy trò thức trắng đánh máy, quay Ronéo làm cho kịp ngày sinh nhật 19 tháng 09 của Ôn Già Lam - Tập I Phần Đầu Chữ A.

Anh em học tăng của lớp Cao Cấp Phật Học Quảng Hương Già Lam Tu Viện ra hải ngoại khá nhiều, đến nay hiện còn Hòa Thượng Nguyên Siêu, Hòa Thượng Giác Như, Hòa Thượng Nhựt Huệ, Hòa Thượng Minh Dung, Cư Sĩ Tâm Huy, Cư Sĩ Tâm Quang, Cư Sĩ Như Hùng - Hoa Kỳ; Hòa Thượng Thiện Quang, Thượng Tọa Nhật Quán – Canada; Hòa Thượng Quảng Ba, Cư Sĩ Đức Niệm – Phan Thiết (Úc)... Còn những vị đã mất ở Mỹ có Hòa Thượng Thái Siêu, Hòa Thượng Quảng Thanh, Hòa Thượng Hạnh Tuấn, Hòa Thượng Đức Niệm – Quảng Nam, và Cư Sĩ Quảng Trừ - Úc... Anh em học tăng được học với Thầy bốn năm cao cấp Phật Học dưới mái Tu Viện Quảng Hương Già Lam như một giấc mơ trông mòn con mắt, đất bằng dậy sóng, trời thinh không nổ toạc chân mây, cướp đi bút nghiêng, sách vở, chiếc ghế học đường vắng bóng Thầy, lối đi dấu mòn hiu quạnh, chiếc lá rơi nơi hiên chùa, nào ai nhặt, bóng xế chiều tà nào ai hóng bên vách tường rêu. Cây vú sữa, chiếc ghế đá đã bao lần in dấu, bóng Thầy trong chiếc áo nhựt bình lam, Thầy đã bị người Cộng Sản Việt Nam bắt cùng một lúc với Thầy Trí Siêu Lê Mạnh Thát, Ni Trưởng Trí Hải cùng nhiều quý Thầy khác.

Giam cầm tù ngục, kết án tử hình rồi lại chung thân. Bao cảnh đoạ đày, lầm than cơ cực. Một kiếp thiên tài lạc bước, sanh nhằm thế kỷ đảo điên. Ôi! thân hình, mỏng manh như lau sậy. Nhưng lau sậy có tư tưởng, gió thổi lau sậy không rạp đầu, vẫn thẳng lưng, ngẩng cao cổ mà không gãy. Đây là khí khái của bậc sĩ phu trước thời đại, nhiễu nhương, dâu bể, Thầy không nao núng, muộn phiền, không trách ai sao đang tâm gian ác, để cho vận nước điêu linh dân lành đói khổ? Đạo Pháp khốn cùng bởi những bàn tay quỷ dữ. Tĩnh tọa trong tù để quán chiếu nội tâm, một niềm bình an, tự tại:

Biệt Cấm Phòng

"Ngã cư không xứ nhất trùng thiên

Ngã giới hư vô chân cá thiền

Vô vật vô nhơn vô thậm sự

Tọa quan thiên nữ tán hoa miên"

Xà Lim:

"Ta ở tầng trời không vô biên

Nơi ấy tịch nhiên Thiền thật Thiền

Không vật không người không đa sự

Nhìn xem hoa vũ bởi Tiên thiên."

 Bán Niên Tù:

"Biệt thế phong quan cận bán niên

Đan sa hiện quỷ ngộ thần tiên

Thanh tu bất đoạn ma hồng chưởng

Khuynh đảo nam sơn quái lão thiên."

Nửa Năm Tù:

"Gần sáu tháng nhốt riêng phòng kín

Đất màu hoa quỷ tưởng thần tiên

Dài râu đen cọ bàn tay đỏ

Lật đổ trời Nam lão quái thiên."

Thời gian trong tù, Thầy luôn nghĩ tưởng về các bậc Thầy Tổ, chư vị Tôn túc lãnh đạo Giáo Hội, cũng như vận mệnh thăng trầm của dòng lịch sử Phật Giáo Việt Nam, từ trại tù Xuân Phước, Thầy viết thư kính gửi Hòa Thượng Thích Huyền Quang, Viện Trưởng Viện Hoá Đạo GHPGVNTN:

Kính bạch Hòa Thượng,

Dưới sự kiểm soát và can thiệp trực tiếp vào nội bộ Tăng Già, Giáo Hội Phật Giáo Việt Nam đang là công cụ đắc lực cho sách lược thống trị của những người Cộng Sản Việt Nam...”

Thầy nêu lên những nhận định và lập trường của Thầy trong hiện tình Giáo Hội đang bị vây khổn. Thầy đề nghị Đại Hội VIII tập trung thảo luận vào hai chủ đề chính:

Pháp lý tồn tại của Giáo Hội Phật Giáo Phật Giáo Việt Nam Thống Nhất trong truyền thống dân tộc và trong cộng đồng thế giới.

Sứ mệnh hiện tại của Phật Giáo Việt Nam trước sự sinh tồn và tiến bộ của dân tộc và trong nền văn minh dân chủ của nhân loại....”

Còn nhiều và quá nhiều, những dữ kiện lịch sử của Giáo Hội đối với thế quyền như *“Sự Biến Lương Sơn”* mà Thầy là chứng nhân lịch sử. Chứng nhân để gánh chịu bao nhiêu là sự nghiệt ngã, oan khiên của thế lực thời đại. Nhưng dù có oan khiên nghiệt ngã đè nặng trên đôi vai, Thầy vẫn ngẩng cao đầu mà dõng dạc qua bài viết Đạo Phật và Thanh Niên; *“Chúc các anh chị có đầy đủ nghị lực để chinh phục những vương quốc cần chinh phục, để chiến thắng những sức mạnh cần chiến thắng.”*

V. Trong Đêm Đen Mù Mịt, Ánh Lửa Bùng Cháy, Thắp Sáng Vạn Niềm Tin

Nằm tại bệnh viện Nhật Bản để trị bệnh, nhưng Thầy vẫn không quên bổn nguyện phụng sự Phật pháp được xương minh, Tam Tạng giáo điển được chuyển dịch thành Việt ngữ. Từ đây Thầy đã tạo thành một vận hội mới; vận hội thành lập Hội Đồng Hoằng Pháp, Hội Đồng Phiên Dịch Tam Tạng Lâm Thời của Giáo Hội Phật Giáo Việt Nam Thống Nhất. Qua lời Hậu Từ, Thầy viết: *"Trải qua trên dưới hai nghìn năm du nhập, những giáo nghĩa căn bản mà Đức Phật đã giảng được học và hành tại Việt Nam, đã đem lại nhiều an lạc cho nhiều cá nhân và xã hội, đã góp phần xây dựng tình cảm và tư duy của các cộng đồng cư dân trên đất nước Việt, thế nhưng, sự nghiệp phiên dịch cũng như ấn hành để phổ biến Thánh điển, làm nền tảng sở y cho sự học và hành, chưa được thực hiện trên quy mô rộng lớn toàn quốc... Vì vậy, chúng tôi khẩn thiết, trên nương nhờ uy thần nhiếp thọ của chư Phật và thánh Tăng, cùng với sự tán trợ của chư vị Trưởng Lão hiện tiền trong hàng Tăng Bảo, kêu gọi sự hỗ trợ, cống hiến bằng tất cả tâm nguyện và trí lực bằng tất cả hằng sản và hằng tâm của bốn chúng đệ tử Phật cho sự nghiệp hoằng pháp đệ nhất tối thắng này được tiến hành vững chắc và liên tục từ thế hệ này cho đến nhiều thế hệ tiếp theo, duy trì ngọn đèn chánh Pháp tồn tại lâu dài trong thế gian vì lợi ích và an lạc của hết thảy chúng sinh."*

Để rồi từ đây quý Thầy Cô, Cư sĩ Phật tử từ trong nước đến hải ngoại đã nhiệt tâm, ý thức được trọng trách mà ngồi lại với nhau dưới sự chỉ đạo hướng dẫn của Thầy để phiên dịch, ấn hành Đại Tạng Kinh. Thành quả sơ khởi được thành tựu và giới thiệu đó là Thanh Văn Tạng Giai đoạn I, Phần 1- 29 tập, đã được ra mắt và gửi đến một số quý Tự Viện, và Tăng Ni, Cư Sĩ. Đây là niềm vui mà Thầy trò đã có được trong hai năm qua. Nét mực chưa ráo, dòng chữ chưa nhòa ấn hành Thanh Văn Tạng chưa xong... còn nhiều thứ nữa Thầy ơi! Vậy mà Thầy đã viết Thông Bạch, Quyết Định... để chuyển giao cho người khác. Tình nào cho thấu, ruột nào không thương, đành đoạn giữa đường, phân ly đôi ngã. Dẫu biết rằng, sanh tử là của con người, sống chết trong mắt của bậc Đại Sĩ Xuất trần thì giống như hoa đốm giữa trời không, như huyễn mộng không thực, như thành Càn Thát Bà, như đốm nắng đồng hoang. Sanh tử đến đi như giấc mộng, nhưng Bạch Thầy, đó là cái tu, cái chứng, cái sở ngộ của Thầy, còn chúng con là hàng hậu học, nghiệp trọng phước khinh, chướng thâm huệ thiển, lấy tài nào để phiên dịch Đại Tạng, lấy đức nào để nhiếp phục nhân tâm, tồi tà hộ chánh, ngổn ngang trăm đường, thấy mà đau, nhìn mà xót. Sao nghiệp vận oái oăm, duyên Phật Pháp chẳng thuận, để cho việc phiên dịch Đại Tạng Kinh thành tựu viên mãn, rồi Thầy hãy về hầu Phật, như vậy có vui hơn không, có trọn vẹn nghĩa tình, hạnh nguyện hiến dâng trong Phật Pháp!

Kính bạch Thầy, duyên Phật trong đời, trên chúng con đã có Thầy. Duyên đời trong Phật, dưới Thầy còn có chúng con, nguyện đồng hành đến vô lượng kiếp, cưu mang ân đức, một đời sáng soi.

San Diego, California-USA

ngày 24 tháng 09 năm 2023

Khể Thủ

Thích Nguyên Siêu

TUỆ SỸ,
VỊ THẦY LÚC NÀO CŨNG MUỐN
TỪ BỎ ĐỂ LÊN ĐƯỜNG

Thích Phước An

Tuệ Sỹ là một vị Thầy đặc biệt. Chúng ta còn nhớ thập niên 80 của thế kỷ trước Thầy đã thản nhiên mỉm cười lãnh bản án tử hình, làm chấn động không phải chỉ người Việt trong và ngoài nước thôi, mà cả thủ lãnh các quốc gia Tây phương cũng đã phải lên tiếng để phản đối và can thiệp.

Phải chăng đó là thông điệp "vô úy" của Phật giáo mà Thầy với tư cách là một tăng sĩ Phật giáo Việt Nam, và là một nhà Phật học quảng bác nhất muốn gửi đến cho dân Việt Nam đang lo âu, sợ hãi khi lịch sử vừa sang trang.

Nhưng Thầy Tuệ Sỹ không phải chỉ đóng góp thông điệp "vô úy" đó thôi, mà Thầy còn là một nhà văn, nhà thơ, một dịch giả, đặc biệt là nhà Phật học với một khối tác phẩm đồ sộ đã cho ra đời.

Nhiều khi tôi cứ tự hỏi, không biết một người nhỏ thó, khắc khổ, giản dị như Thầy sao lại có thể mang một sức mạnh tinh thần mạnh mẽ không có gì lay chuyển nổi như thế?

Có một bài thơ Thầy làm bằng chữ Hán trong tập NGỤC TRUNG MỊ NGỮ có đầu đề là Cúng Dường, như thế này:

"Phụng thử ngục tù phạn

Cúng dường Tối Thắng Tôn

Thế gian trường huyết hận

Bình bát lệ vô ngôn."

Xin tạm dịch thoát như sau:

Cơm tù thành kính dâng

Bậc Thầy của Thiên-Nhân

Thế gian trường huyết hận

Nâng bát, lệ vô ngôn.

Ở trong chỗ đọa đày tăm tối nhất của cuộc đời, mà vẫn tin tưởng tuyệt đối vào Đấng Giác Ngộ.

Phải chăng đó là sức mạnh, mà Thầy đã bất chấp mọi khó khăn, nghịch cảnh, kiên trì ngồi dịch, chú giải, sáng tác để trao truyền con đường đi của Đấng Giác Ngộ lại cho cuộc đời.

Nhưng Thầy Tuệ Sỹ có thỏa mãn những gì mà Thầy đã đóng góp cho Phật giáo, cho dân tộc Việt Nam không? Chắc chắn là không:

"Giờ ngó lại bốn vách tường ủ rũ

Suối rừng xa ngược nước xuôi ngàn"

Tác giả và HT Thích Tuệ Sỹ

Vậy là Thầy cũng như bao nhiêu tâm hồn lớn khác, sau khi hoàn thành xong nhiệm vụ cứu đời, thì bỏ tất cả lại sau lưng để tiếp tục cuộc lên đường...

NHÂN DUYÊN TÔI BIẾT
THẦY TUỆ SỸ

Thích Thái Hòa

Chúng sinh thì không biết Phật và vĩnh viễn không bao giờ biết Phật. Nhưng, Phật thì biết rất rõ chúng sinh, luôn luôn nghĩ về chúng sinh và tìm đủ mọi phương tiện để đi đến với chúng sinh.

Tại sao vậy? Vì chúng sinh sống với vô minh tà kiến và bị võng lưới vô minh tà kiến buộc chặt, nên dù chúng sinh có cố gắng nhảy lên cao đến cỡ mấy, cũng vẫn không thoát khỏi võng lưới này. Không thoát ra khỏi võng lưới này, thì làm sao biết Phật!

Nếu chúng sanh mà biết Phật, thì họ không còn là chúng sinh nữa rồi, thế thì họ là ai? Họ không thuộc về của ai cả. Họ là thuộc tính của Phật, họ là quyến thuộc của Phật và cùng với Phật nghĩ về sự đau khổ của chúng sinh mà vận khởi tâm đại bi, tìm đủ mọi phương tiện thuận nghịch để đi tới với chúng sinh, lân mẫn với chúng sinh, từ ái với chúng sinh, chia sẻ ngọt cay với chúng sinh, đồng sự với chúng sinh, giúp chúng sinh thoát ly những nợ nần sinh tử và thăng hoa từ cuộc sống.

Phật không những biết rất rõ chúng sinh mà còn biết rất rõ những đồng sự của Ngài, để giúp những đồng sự thoát ra khỏi mọi ý niệm ngã và pháp, để sống cùng với chúng sinh, làm lợi ích cho chúng sinh, mà không bị những ý niệm chúng sinh quấy phá, buộc ràng.

Cũng vậy, trên bước đường học đạo, tôi biết Phật, nhưng tôi không biết Thầy Tuệ Sỹ và hoàn toàn không biết Thầy Tuệ Sỹ là ai? Tôi chỉ biết Thầy Tuệ Sỹ, khi tôi biết Phật; nếu tôi không biết Phật, thì chắc chắn tôi cũng không bao giờ biết Thầy Tuệ Sỹ. Nhân duyên tôi biết Thầy Tuệ Sỹ là do tôi biết Phật và gia đình tôi đã có nhân duyên với Phật từ nhiều đời.

Khi tôi xuất gia và đã trở thành một Tăng sinh theo học Phật tại Phật học viện Báo Quốc-Huế, trước 1975. Khi ấy, tôi đã đọc say sưa cuốn Đại Cương Thiền Quán của Thầy, do Hòa thượng Thích Đôn Hậu, Chánh Đại diện Miền Vạn Hạnh, Giáo hội Phật Giáo Việt Nam Thống Nhất bấy giờ, viết lời giới thiệu.

Vừa đọc tác phẩm này, vừa cảm phục Thầy, vì lúc đó Thầy chưa đầy 20 tuổi, mà đã nắm vững những triết lý của thiền, với những phương pháp thiền quán và rồi Thầy lại viết Triết học Tánh không, lại dạy Triết học Đông phương cho lớp chuyên khoa Phật học Liễu Quán tại chùa Linh Quang Huế, lúc ấy Thầy mới 24 tuổi, người nhỏ thó, mắt sáng quắc, được Hòa thượng Thích Mật Nguyện giới thiệu Thầy với đương hội bấy giờ.

Rồi lại đọc, Tô Đông Pha Những Phương Trời Viễn Mộng của Thầy viết; lại đọc Tư Tưởng Vạn Hạnh do Thầy Chủ Bút, đọc Thiền Luận của Suzuki do Trúc Thiên và Thầy dịch. Tôi lại đi tìm kiếm Thầy Tuệ Sỹ và đã thật sự tìm thấy Thầy, học trực tiếp với Thầy ở khóa Phật học tại Quảng Hương Già lam, ngoài những giờ trên lớp, còn học riêng với Thầy, như: Câu Xá Luận, Trung Quán Luận, Thành Duy Thức Luận, cộng thêm tiếng Phạn và tiếng Nhật, mỗi khi thấy Thầy rảnh rỗi ở trong Trượng Thất.

Tác giả và HT Thích Tuệ Sỹ

Trong khóa học này, tôi cũng đã được lạy Phật với Ôn Già Lam, Ôn Minh Tuệ, Ôn Đức Chơn, cùng với Thầy và Đại chúng đều đặn vào mỗi buổi khuya và ngồi thiền vào mỗi buổi tối, suốt khóa Phật học tại Phật học viện Quảng Hương Già Lam, Sài Gòn, niên khóa 1980-1984. Các thời khóa tu học của Viện, Thầy lúc nào cũng nghiêm túc và có mặt trước chúng tôi. Thầy là tấm gương sáng không phải chỉ pháp học mà còn là cả pháp hành cho chúng tôi noi theo.

Ở trong không gian này, tôi đã trực tiếp học với Thầy và biết Thầy không còn qua sách vở và tư tưởng, mà biết Thầy bằng chính đời sống của Thầy:

Thầy "Lấy trí tuệ làm sự nghiệp, lấy lợi sinh làm gia vụ, lấy khổ đau sinh tử của chúng sinh làm sự cộng sinh để rèn luyện tâm chí, trưởng dưỡng hạnh nguyện từ bi, và lấy sự tác nghịch làm sự tác thành".

Tôi đã học với Thầy Tuệ Sỹ không chỉ bằng sách vở và Thầy Tuệ Sỹ cũng không phải chỉ dạy tôi bằng sách vở, mà đã dạy tôi bằng chính đời sống của Thầy.

Thầy Tuệ Sỹ là người luôn luôn nghĩ về sự đau khổ của chúng sinh, những bất hạnh của Dân tộc, những lầm lũi của kiếp người, mà dấn thân hành động, như chính Thầy đã từng dấn thân hành động. Hành động và gan dạ đến nỗi đã đi ở tù và sẵn sàng nhận lấy bản án tử hình trước tòa với tâm chí không hề dao động.

Thầy dấn thân hành động không phải để cho Thầy, mà để báo đáp ân sâu của Tam bảo, tiếp nối đại nguyện của Thầy Tổ, không làm tủi nhục kẻ sĩ của bao thời đại và không làm nhụt chí của những thế hệ kẻ sĩ tương lai, nên trong bức thư, gửi cho Tăng Ni trẻ ở Huế, Thầy viết:

"Người xuất gia, khi cất bước ra đi, là hướng đến phương trời cao rộng; tâm tính và hình hài không theo thế tục, không buông mình chìu theo mọi giá trị hư dối của thế gian, không cúi đầu khuất phục trước mọi cường quyền bạo lực. Một chút phù danh, một chút thế lợi, một chút an nhàn tự tại; đấy chỉ là những giá trị nhỏ bé, tầm thường và giả ngụy, mà ngay cả người đời nhiều kẻ còn vất bỏ không tiếc nuối để giữ tròn danh tiết...

Mỗi thế hệ có vấn đề riêng của nó, do những biến thiên của xã hội chung quanh, do những biến cố dao động mang tính thời đại. Thế hệ của Thầy thừa hưởng được nhiều từ Thầy Tổ, nhưng chưa hề báo đáp ân đức giáo dưỡng cao dày trong muôn một. Chỉ mới tròn ba mươi tuổi, đã phải khép lại cổng chùa, xách cuốc lên rừng, xuống biển, cũng mưu sinh lao nhọc như mọi người. Rồi lại vào tù, ra khám, lênh đênh theo vận nước thăng trầm. Sở học và sở tri cũng cùn mòn theo tuổi đời, năm tháng. Duy, chưa có điều gì thất tiết để điếm nhục tông môn, uổng công Sư trưởng tài bồi. Một chút niềm tin chưa hề thoái thất, chỉ mong cùng chia sẻ với thế hệ kế thừa. Một thế hệ đang trưởng thành để khơi tỏ ngọn đèn Chánh pháp giữa một đất nước thấm nhuần phong hóa".

Thầy Tuệ Sỹ hôm nay là Tuệ Trung Thượng Sĩ hôm qua và hôm qua nữa. Tuệ Trung Thượng Sĩ ngày hôm qua và hôm qua nữa đã đi vào thể tính của "như", sống với "như", nên không cần nói đến trì giới và nhẫn nhục, đã vung tay kiếm đâm chết những kẻ trí thức thượng thừa ngái ngủ, trong tháp ngà ảo vọng của nhận thức tư duy một cách không thương tiếc; đập vỡ và buông bỏ mọi kiến chấp nhị nguyên của những kẻ đã bị đầu độc và nhồi sọ trong sáo ngữ khuôn phép của lễ nghi khoa giáo ở tại công đường, để đưa họ trở về sống với pháp thân thanh tịnh, u huyền tịch lặng bản nhiên:

"Trì giới kiêm nhẫn nhục

Chiêu tội bất chiêu phúc

Dục tri vô tội phúc

Phi trì giới nhẫn nhục".

Nhưng, Thầy Tuệ Sỹ thời đại của chúng ta, tuy cũng biết vậy, nhưng giấu kỹ kiếm báu vào bao, chỉ sử dụng khi nào cần và có khi cần sử dụng, thì giáo nghĩa: Tạng, Thông, Biệt, Viên, hay Thỉ, Chung, Đốn, Tiệm rõ ràng, mặc dù thấu đạt "Tánh không vô trú", "Tâm, Phật, Chúng sanh tam vô sai biệt", nhưng vẫn khiêm tốn dạy dỗ cho con người rằng: "Hiếu thảo với Cha mẹ, quý kính Sư trưởng, yêu mến Quốc gia, bỏ ác làm lành, ăn chay niệm Phật, tin sâu nhân quả..." Nên chính Thầy là người lặng lẽ yêu nước thương dân, yêu đời quý đạo, nghiêm trì giới luật và quan tâm đến giới luật, để làm khuôn phép cho mọi người mà nhất là giới trẻ. Thầy sống vô chấp mà không phá kiến, phóng khoáng mà không rời phép tắc, giảng dạy các hệ thống tư tưởng triết học Đông Tây mà không bị các tư tưởng hệ ấy hút mất tinh chất, biến đổi đức hạnh, không hề thoái thất một mảy may niềm tin đối với Tam bảo và Thầy Tổ. Thầy viết văn, nhưng không bị cuốn hút bởi văn hào. Thầy rạch ròi thông thạo các ngôn ngữ, cổ ngữ, nhưng vẫn trung trinh với ngôn ngữ mẹ sinh. Thầy làm thơ mà không bị men thơ chi phối. Thầy đánh đàn mà không bị những cung đàn làm tê liệt nghị lực, tâm can.

Tuệ Trung Thượng Sĩ hôm qua và hôm qua nữa đã nói: *"Tâm chi sinh hễ, sinh tử sinh; Tâm chi diệt hễ, sinh tử diệt; Sinh tử nguyên lai, tự tính không; thử huyễn hóa thân, diệc đương diệt...".*

Nhưng, Thầy Tuệ Sỹ thời đại của chúng ta cũng biết đúng như vậy, nhưng không nói vậy. Vì như chính Thầy nói cho thế hệ Tăng Ni trẻ trong thời đại này: *"Mỗi thế hệ có vấn đề riêng của nó, do những biến thiên của xã hội chung quanh, do những biến cố dao động mang tính thời đại"*.

Vì nhân duyên, nghiệp quả của con người, ngay cả những con người học đạo và hành đạo trong mỗi thời đại khác nhau, tất yếu phải có những ứng xử khác nhau, nhưng chỉ có khác nhau về ứng xử, nhưng không hề có sự khác nhau về giác ngộ; chỉ có khác nhau về cách vận dụng pháp môn, nhưng không hề có khác nhau về chỗ đồng quy của mọi pháp môn ấy.

Tuệ Trung Thượng Sĩ hôm qua và hôm qua nữa đã nói:

"Thôi tìm Thiếu thất với Tào khê

Thể sáng chưa từng bị che lấp

Gió lộng không chia cao với thấp

Trăng soi chẳng ngại chiếu trăm bề.

Màu thu đậm nhạt tùy duyên sắc

Bùn sao vương được đóa sen hè

Diệu khúc muôn đời nên cử xướng

Đông Tây Nam Bắc chạy tìm chi".

Thầy Tuệ Sỹ thời đại của chúng ta không đi tìm bồ đề, vì chính Thầy là bồ đề. Thầy không đi tìm kiếm pháp môn mà chính Thầy là pháp môn. Thầy không đi tìm chữ nghĩa mà chính Thầy là người buông bỏ chữ nghĩa. Thầy không đi tìm tư tưởng, vì chính Thầy là Tư tưởng Vạn hạnh. Thầy không đi tìm trăng thanh mà chính Thầy là vầng minh nguyệt. Thầy không đi tìm gió mát mà chính Thầy là dòng nước mát thanh lương. Thầy không đi tìm khí tiết mà chính Thầy là người giữ gìn danh tiết cho thời đại. Thầy không đi tìm phương trời cao rộng mà chính Thầy là phương trời ấy. Thầy không đi tìm mọi giá trị hư huyễn của thế gian mà từ chối mọi giá trị ấy một cách triệt để. Thầy nói:

"Người xuất gia, khi cất bước ra đi, là hướng đến phương trời cao rộng; tâm tính và hình hài không theo thế tục, không buông mình chìu theo mọi giá trị hư dối của thế gian, không cúi đầu khuất phục trước mọi cường quyền bạo lực. Một chút phù danh, một chút thế lợi, một chút an nhàn tự tại; đấy chỉ là những giá trị nhỏ bé, tầm thường và giả ngụy, mà ngay cả người đời, nhiều kẻ còn vất bỏ không tiếc nuối để giữ tròn danh tiết..."

Thầy Tuệ Sỹ đối với tôi là tất cả những gì tôi tôn kính. Điều ấy thật là dễ hiểu, vì tôi là học trò của Thầy. Hạnh phúc nhất của những người làm học trò là có những bậc Thầy để tôn kính. Tôi hạnh phúc, vì tôi có Thầy Tuệ Sỹ để tôn kính và tôi thấy vinh dự mỗi khi tôi nghĩ về Thầy.

Tôi viết bài này không phải để ca ngợi Thầy Tuệ Sỹ, vì chính thầy Tuệ Sỹ từ chối triệt để mọi sự ca ngợi về Thầy; không phải để cảm ơn Thầy Tuệ Sỹ mà Thầy Tuệ Sỹ có thể làm những gì mà Thầy thấy đúng lúc cần phải làm là Thầy làm, nói những gì đúng lúc cần phải nói là Thầy nói. Nói và làm để nâng mọi giá trị cuộc sống của con người lên một tầm cao của trí tuệ, nhằm sưởi ấm lữ khách trong đêm dài băng giá và nhuần đượm nhân sinh giữa nắng hạ điêu tàn!

Tôi viết bài này không phải để cảm ơn Thầy Tuệ Sỹ mà để cảm ơn song thân và gia đình huyết thống của Thầy đã có Thầy cho thời đại của chúng ta. Tôi viết bài này để cảm ơn hồn thiêng sông núi nước Nam, đã có Thầy cho quê hương dân tộc trong thời đại nhiễu nhương, chính giáo bất phân, tà chánh khó lường, chân ngụy khó tả, trung nịnh khó thấy của chúng ta và cảm ơn đại gia đình tâm linh đã có Thầy Tuệ Sỹ, để tiếp nối những gì mà Thầy Tổ của chúng ta chưa hoàn tất. Và cảm ơn tất cả mọi người đã hỗ trợ, đồng hành và tiếp nối với những gì mà Thầy Tuệ Sỹ đang làm và tiếp tục làm, vì lợi ích chúng sinh, và phụng hành ý chỉ mà Kinh Hoa Nghiêm đã dạy: "Phụng sự chúng sinh là cúng dường chư Phật."

Kính lễ Thầy

Người học trò bé nhỏ: **Thích Thái Hòa**

BIẾT ƠN ÔN,
VỚI TẤM LÒNG KÍNH CẨN

Thích Từ Lực

Có thể, tôi biết đến tôn danh của Ôn Tuệ Sỹ lần đầu tiên là khi đọc tác phẩm "Tô Đông Pha, những phương trời viễn mộng" vào năm 1978 trong một thư viện ở UC Berkeley. Trước đó, đi lính trong rừng, quanh năm sống trên dãy Trường sơn có biết gì về văn chương đâu, trong đầu, chỉ nhớ đến tựa đề một bài viết: "Viên đạn đồng chữ nổi" của nhà văn Mai Thảo, với bìa tờ tạp chí *Phổ Thông* của cụ Nguyễn Vỹ. Rồi đọc thêm, vài ba quyển sách về Phật pháp, xem một bộ phim, về Tô Đông Pha, và cứ mỗi lần biết thêm, đọc thêm thì hình ảnh một nhà tu, tài ba, uyên bác đi vào lòng mình, càng ngày thêm sâu đậm. Cho đến khi đọc bài thơ: "Lô sơn yên tỏa Triết giang triều…" hiểu chút chút, có nhiều cảm xúc thì lại quý trọng Ôn Tuệ Sỹ thêm nhiều.

Có một buổi chiều, trời sắp tối, ngồi trên bãi biển San Francisco, của Thái bình dương, nhớ nhà, nhìn về quê hương, tôi đã mơ mộng, như mình là một chú tiểu nhìn lên trời cao có một ánh sao đang sáng lung linh. Đó là hình ảnh Ôn Tuệ Sỹ!

Về sau, có 2 lần tôi thật lòng xúc động:

1. Trong một khóa Tu học cho Tăng Ni ở Tu viện Kim Sơn, Sư Ông Nhất Hạnh giảng pháp thoại và nói: "Trong hàng hậu học, thầy Tuệ Sỹ là người có thể vượt trội hơn tôi…" Tôi cảm nhận như một lời chứng thực, có con dấu đóng vào tâm thức của mình. Như vậy, Ôn Tuệ Sỹ đúng là tài ba trác tuyệt rồi, bên cạnh những tác phẩm có giá trị, lại còn được ấn chứng bởi Sư Ông, cũng là một thiền sư, học giả có uy tín trên thế giới.

2. Nghe nói, Cụ Trúc Thiên đã dịch bộ Thiền luận của Daisetz T. Suzuki, xong quyển thứ nhất thì Cụ qua đời. Và chính Ôn Tuệ Sỹ là người tiếp tục dịch quyển thứ 2 và 3 cho được trọn bộ, hoàn tất công việc của cụ Trúc Thiên. Đẹp và quý hóa biết bao nhiêu, với một tấm lòng của người sĩ phu, biết trân quý tấm lòng của nhau. Tôi khóc, cầm quyển sách trên tay, tôi khóc trong niềm sung sướng, khi nhận thấy trong hàng Tăng lữ còn có những tâm hồn khoáng đạt, cao thượng như Ôn Tuệ Sỹ.

Trong những lần tiếp xúc với những người thuộc hàng tiền bối, lại nghe rất nhiều câu chuyện về Ôn Tuệ Sỹ, mà chi tiết nào cũng cho mình thêm niềm tin vào Chánh pháp, Tăng đoàn, sức sống của người tu. Gần nhất, là những lời tâm tình, chia sẻ của Ôn Thái Siêu, khi có dịp đi chung xe, trong những kỳ Bố tát, lễ lược ở miền Bắc Cali. Ôn thích kể chuyện, mình lại muốn nghe, cho nên đoạn đường gần 2 tiếng đồng hồ như ngắn lại. Ôn nói: "Thầy Tuệ Sỹ cùng tuổi với tôi, cũng như Sư phụ Kim Sơn của thầy đó…" rồi Ôn kể chuyện khi sinh hoạt ở Già Lam, những lần thăm nuôi, cái Thất của Ôn Tuệ Sỹ đơn giản như thế nào, đối xử với mọi người ra sao, miệt mài với chữ nghĩa. sách vở… Còn chị Tâm Minh (Vương Thúy Nga) trong các dịp sinh hoạt của Tổ chức GĐPT thì tán thưởng, khâm phục Ôn Tuệ Sỹ mọi mặt, cứ nhắc tôi, tìm cách liên lạc đi… cho biết thêm con người "siêu việt" ấy! Nhiều năm trôi qua, tôi cũng chỉ ngưỡng vọng và "xem" Ôn như ánh sao trên trời!

Tìm đọc lại những lời chỉ dạy của Ôn Tuệ Sỹ đến với Tăng Ni ở chùa Từ Hiếu trong khóa giảng năm nào, thấy thật thấm thía những lời hướng dẫn chân tình của vị Thầy khả kính để giúp hàng hậu học giữ vững

niệm tin, biết cách thức liễm thân tâm, nuôi dưỡng giới thân huệ mạng cho đường tu của mình. Rồi trong một bức thư, ở Quảng Hương Già Lam, ngày 28 tháng 10 năm 2003, Ôn viết: "Nhưng sống hay chết, vinh hay nhục không làm dao động tâm tư của những ai biết sống và chết xứng đáng với phẩm cách của con người, không hổ thẹn với phẩm hạnh cao quý của bậc xuất gia." Cuối thư, Ôn ân cần khuyến tấn: "Cầu mong các con có đủ dũng mãnh để đi bằng đôi chân của mình, nhìn bằng đôi mắt của mình, tự xác định hướng đi cho mình. Thầy sẽ là người bạn đồng hành với các con trên đoạn đường bóng xế của đời mình." Năm đó, Ôn mới 61 tuổi thôi! Thật là thắm thiết với tình nghĩa thầy trò, cùng chung vai gánh vác Phật sự, chia sẻ ngọt bùi trên đường phụng sự Tam bảo, làm lợi ích mọi loài.

Rồi cũng có những lúc không phải "viễn mộng" xa xăm nữa, mà lại có những mơ ước trước mắt. Như lần tôi đi hành hương ở Nhật, nghe tin Ông Tuệ Sỹ sang chữa bệnh ở xứ hoa Anh đào, lại mong có bệnh viện ở gần Osaka không, may ra mình có dịp xin vào đảnh lễ Ôn.

Về Mỹ, lại có mơ ước về tình trạng sinh hoạt của Phật giáo Việt nam hiện nay. Nhiều đêm, nằm suy nghĩ, làm sao, làm sao đây. Cứ thế mà để cho những dòng suy tư tiếp diễn:

- Biết đâu, một chuyến viếng thăm Hoa kỳ của Ôn Tuệ Sỹ sẽ đem lại sinh khí, sức sống mới cho đại cuộc. Lại hỏi ý kiến của nhau, bàn tán rộng ra.. dù có dành vài ba tháng để chuẩn bị, hoặc tốn kém năm, bảy chục ngàn đô cũng xứng đáng.

- Đối với tình trạng sinh hoạt của tổ chức GĐPT hiện nay, Thầy Hạnh Tuấn và mình đã làm hết sức rồi, có cần cầu cứu Ôn Hương Tích cho vài lời chỉ dạy, hay một bức tâm thư không?

Ngưỡng vọng quê hương, hướng về Thị Ngạn am, thiền thất Hương Tích, con xin thành kính đảnh lễ cảm niệm Ân đức giáo dưỡng của Ôn, trong từng câu văn, nét chữ, rồi với giây phút tĩnh lặng của tâm hồn, bên bờ rừng Phổ Thiên, đêm nay con ngồi nhìn lên trời cao, để lại thấy ánh sao lung linh tỏa sáng...

Thích Từ-Lực

Chùa Phổ Từ, Hayward, California

TUỆ SỸ - VIÊN NGỌC QUÝ

Thích Tâm Hòa

Năm 1975, khi cuộc chiến hai miền Nam-Bắc chấm dứt, cụ Đào Duy Anh - một học giả từ ngoài Bắc lần đầu vào Nam, lên viếng chùa Hải Đức – Nha Trang, đồng thời, xin bái kiến "Sư cụ" Tuệ Sỹ - người mà cụ từng ngưỡng mộ qua tác phẩm *Tô Đông Pha Những Phương Trời Viễn Mộng*. Tác phẩm này do Ca Dao xuất bản vào năm 1973.

Sở dĩ cụ Đào Duy Anh hình dung nhà sư Tuệ Sỹ là "Sư Cụ" là vì theo phương ngữ người Bắc, đó là cách xưng hô dành cho các vị sư cao tuổi. Khi đọc tác phẩm *Tô Đông Pha Những Phương Trời Viễn Mộng*, cụ cứ ngỡ đây là một tác

Tranh: Đỗ Trung Quân

phẩm của một nhà sư đạo mạo, tuổi tác đã cao. Nhưng khi trực tiếp bái kiến thì Cụ mới ngỡ ngàng, hóa ra tác giả của tác phẩm văn chương ấy lại là một vị sư trẻ tuổi. Lúc bấy giờ tác giả chỉ trạc tuổi ba mươi. Từ sự ngưỡng mộ trước đây qua tác phẩm văn chương, bây giờ sau cuộc đàm đạo ngắn ngủi, cụ lại thêm phần kính phục và phải thốt lên: *"Sư Bác chính là viên ngọc quý của nền văn học Phật Giáo Việt Nam"*.

Vâng, Người chính là viên ngọc quý của Phật Giáo Việt Nam đương đại. Người đã đóng góp vào kho tàng văn học Phật Giáo Việt Nam vô số những tác phẩm Phật học, thi ca, liễn, đối cả Hán ngữ và Việt ngữ.

Khi vận nước ngửa nghiêng, Người cũng lênh đênh thăng trầm theo vận nước; không ít lần Người đã từng bị vùi dập bởi thế đạo nhân tâm nhưng, thủy chung chất ngọc trong Người vẫn luôn ngời sáng. (*Ngọc phần sơn thượng sắc thường nhuận,* - 玉焚山上色常潤 Ngộ Ấn thiền sư).

Tuệ Sỹ và Tăng Triệu - một cao đồ của Ngài Cưu-Ma-La-Thập, hai người sao có nhiều điểm tương đồng đến kỳ lạ.

Năm xưa, Tăng Triệu đã từng viết về Tánh Không và chú giải Duy-Ma-Cật.

Người cũng viết về Tánh Không, và cũng chú giải Duy-Ma-Cật.

Tăng Triệu đối diện máy chém, Người cũng đã một lần nhận án tử hình.

Tăng Triệu, khi đối diện với máy chém đã khảng khái nói lên bài kệ bất hủ:

四大元無主
五蘊本來空
將頭臨白刃
猶似斬春風

"Tứ đại nguyên vô chủ,

Ngũ uẩn bổn lai không,

Tương đầu lâm bạch nhẫn,

Do tợ trảm xuân phong".

Dịch:

Tứ đại vốn không chủ

Ngũ uẩn cũng là không

Đưa đầu nhận kiếm bén

Giống như chém gió xuân

Người cũng thể hiện đức vô úy, không nao núng, khiếp sợ khi nhận lãnh bản án tử hình; hay còn biểu hiện phong thái ung dung, tự tại khi "thân ngọc" bị giam hãm trong vòng lao lý:

我居空處一重天

我界虛無真個禅

無物無人無甚事

坐觀天女散花綿

"Ngã cư không xứ nhất trùng thiên.

Ngã giới hư vô chân cá thiền.

Vô vật, vô nhơn, vô thậm sự.

Tọa quan thiên nữ tán hoa miên"[1]

Dịch:

---

[1] Trích *Biệt Cấm Phòng* (phòng biệt giam) trong tác phẩm Ngục Trung Mỵ Ngữ - Tuệ Sỹ.

Ta ở trời Không vô Biên Xứ

Cảnh giới hư vô thật rất thiền

Không vật không người không lắm chuyện

Ngồi xem hoa rải bởi chư tiên

Viên Ngọc Quý – Thích Tuệ Sỹ trong những năm tháng gần đây dù thân mang trọng bệnh nhưng không từ nan bất cứ trọng nhiệm nào của Giáo Hội giao phó, ủy thác. Khâm thừa ấn tín để cho "Đạo Mạch Trường Lưu"; đảm nhận vai trò lãnh đạo để Giáo Hội sống còn. Chiến thắng từng cơn đau do thân bệnh hoành hành, Người vẫn miệt mài với công trình phiên dịch Đại Tạng Kinh Việt Nam - tiếp tục công trình còn dang dở của tiền nhân. Người là một trong hai vị còn sót lại trong số 18 thành viên Hội Đồng Phiên Dịch do Viện Tăng Thống thành lập vào năm 1973.

Có thể nói, công trình phiên dịch Đại Tạng Kinh Việt Nam là công trình tâm huyết, là hoài bão lớn nhất của Người. Ngày ra mắt phần 1 giai đoạn một của Thanh Văn Tạng, qua màn ảnh nhỏ, trông ánh mắt của Người rạng ngời niềm hoan hỷ vô biên.

Được biết sức khỏe của Người hiện nay đang trong tình trạng nguy kịch, như "ngọn đèn trước gió". Nhưng vẫn luôn tin tưởng ở sự kiên định của Người và cầu nguyện cho Người được sống lâu hơn nữa bởi, công trình phiên dịch chỉ vừa mới bắt đầu, phía trước còn muôn vàn khó khăn.

Nếu một mai Người về cõi Phật, xin Người đừng quên lời nguyện trước đây, sớm hồi nhập Ta-Bà để tiếp tục công trình phiên dịch Đại Tạng Kinh Việt Nam còn dang dở.

Khể thủ

Hậu học Tỳ-Kheo Tâm Hòa

ÔN TUỆ SỸ
BẬC THẠCH TRỤ THIỀN GIA

Thích Nguyên Tạng

ÔN TUỆ SỸ là một bậc cao Tăng thạc đức của Phật Giáo Việt Nam đã và đang cống hiến trọn đời mình cho công cuộc hoằng Pháp lợi sinh.

Từ đầu những năm 70 thế kỷ trước, là một trí giả Phật giáo uyên thâm, Ngài được đặc cách bổ nhiệm là Giáo sư thực thụ Viện Đại học Vạn Hạnh và là Chủ bút của tạp chí Tư Tưởng do Viện Đại học Vạn Hạnh phát hành. Ngài là tác giả, dịch giả nhiều bộ sách biên khảo quan trọng đặc sắc về Phật giáo, Văn học, Triết học, Thơ ca như Thiền Luận Suzuki, Tinh Hoa Triết Học Phật Giáo; nhất là các bản dịch giá trị để lại cho đời như: A-tỳ-đạt-ma Câu-xá Luận (trọn bộ 5 tập), Các Tông Phái Phật giáo, Kinh Duy Ma Cật Sở Thuyết, Luận Thành Duy Thức, các bộ Kinh Trường A Hàm, Trung A Hàm, Tạp A-hàm và Tăng Nhất A-hàm, v.v...

Cuối năm 1998, sau 14 năm trong chốn lao tù, Ôn về tịnh dưỡng tại Đồi Trại Thủy Hải Đức Nha Trang, lúc đó người viết bắt đầu xây dựng trang nhà Quảng Đức để phổ biến giáo lý, và người viết có duyên liên lạc với Ôn qua email từ đó. Tác phẩm đầu tiên Ôn gởi tặng trang nhà

Tác giả cùng 2 học giả Chris Dunk (người Úc) và Ts. Robert Topmiller (người Mỹ, ngồi cạnh Ôn) đến thăm Ôn Tuệ Sỹ tại Tu Viện Quảng Hương Già Lam cuối năm 2002. (Ảnh quangduc.com)

Quảng Đức là Piano Sonata 14[1]. Tiếp đó người viết và Thầy Viện Chủ Tu Viện Quảng Đức Thích Tâm Phương đã email xin Ôn cho 2 câu đối về Tu Viện Quảng Đức, Melbourne, Úc Châu, Ôn đã hoan hỷ gởi cho ngay vào ngày hôm sau:

廣邈天荒故里而癈興競走驚濤片葉浮囊挂衲藤羅此岸

德行世闊參方比朝露含暉耀景空花水月懸河碧珞神洲

- *Quảng mạc thiên hoang cố lý, nhi phế hưng cạnh tẩu kinh đào, phiến diệp phù nang, quải nạp đẳng la thử ngạn.*

- *Đức hành thế khoát tham phương, tỉ triêu lộ hàm huy diệu cảnh, không hoa thủy nguyệt, huyền hà bích lạc thần châu.*

---

[1] Piano Sonata 14 , Thích Tuệ Sỹ : https://quangduc.com/p157a48839/piano-sonata-14

Ôn dịch nghĩa:

- *Chốn cũ dặm dài man mác, bởi phế hưng xô dậy sóng cồn, chiếc lá thuyền nan, vá áo chép kinh đất khách*

- *Đức tu mấy bước mù xa, tợ sương sớm nắng hồng đọng bóng, hoa trời trăng nước, ngân hà dằng dặc quê cha*

Câu đối này hiện được trang trọng tôn trí tại Tổ Đường Tu Viện Quảng Đức, Úc Châu. Cho dù hai câu đối ngắn nhưng Ôn Tuệ Sỹ đã gởi gắm trọn vẹn bức thông điệp của mình đối với hàng Tăng, Ni, Phật tử Việt Nam ở Hải ngoại: Cho dù thân đang sống trên những xứ sở Tây Phương hiện đại, đầy đủ xa hoa vật chất, nhưng mong rằng tất cả mọi hành giả nên an bần thủ đạo, thiểu dục tri túc, vá áo chép kinh trên đất khách và nhất là canh cánh bên lòng mình còn có một quê cha đất tổ bên kia bờ đại dương.

Cũng trong ý tưởng đó, Ôn cũng đã viết tặng cho Chùa Pháp Vân bên Toronto, Canada (do HT Tâm Hòa Trụ trì) câu đối được khắc trên điện Phật:

法住天寒極地空花如雪鎖禪扃生死遙程幾許夢回故里
雲行色没浮漚暮影凝烟參晚课唄吟長夜有時聲斷洪洲

- *Pháp Trụ thiên hàn cực địa, không hoa như tuyết tỏa thiền quynh, sinh tử diêu trình, kỷ hứa mộng hồi cố lý.*

- *Vân hành sắc một phù âu, mộ ảnh ngưng yên tham vãn khóa, bái ngâm trường dạ, hữu thời thanh đoạn hồng châu.*

Ôn dịch nghĩa:

- *Cực thiên bắc, tuyết dồn lữ thú, sắc không muôn dặm hoa vàng, heo hút đường về, non nước bốn nghìn năm, soi nguồn đạo* **Pháp**.

- Tận hồng châu, chuông lắng đồi thông, bào ảnh mấy trùng sương đẫm, mênh mông sóng cuộn, dòng đời quanh chín khúc rọi bóng phù Vân.

Nhớ lại, vào chiều ngày Chủ Nhật, 25/5/2003, người viết bay từ Melbourne lên Sydney tham dự buổi phát hành thi phẩm Giấc Mơ Trường Sơn của Ôn Tuệ Sỹ, được long trọng tổ chức tại Trung Tâm Tiếp Tân Crystal Palace, Canley Heights, tiểu bang NSW, Úc Châu. Lễ ra mắt thi phẩm do hai đệ tử của Ôn Tuệ Sỹ tổ chức: Luật sư Quảng Tường Lưu Tường Quang (Giám Đốc hệ thống phát thanh Đài SBS), Cô Quảng Anh Ngọc Hân (Trưởng Ban Việt Ngữ, SBS Radio), có hơn 500 đồng hương đến tham dự và ủng hộ. Hôm ấy người viết đã phát biểu cảm tưởng *"Giấc Mơ Trường Sơn"* của Ôn Tuệ Sỹ đã ra đời trong một bối cảnh đất nước không như ý, nhưng người nghệ sĩ, thi sĩ, Thiền sư, mang tâm hồn vượt thoát, không bị trở ngại bởi không gian, thời gian, hoàn cảnh, con người và ý thức. *"Giấc Mơ Trường Sơn"* đã phôi thai từ những rừng thiêng, nước độc, nơi những con người bị vứt bỏ, lãng quên, sống vất vưởng cho qua ngày, đoạn tháng, như tác giả đã tự bạch: *"Phút vội vã bỗng thấy mình du thủ; Thắp đèn khuya ngồi kể chuyện trăng tàn."* Tuy nhiên từ nơi đó, phát tiết ra những vần thơ trác tuyệt: *"Tình chung không trả thù người, Khuất thân cho trọn một đời luân lưu".* Xét cho cùng, tác giả đã làm những gì có thể với khả năng có được trong giai đoạn điêu linh của xứ sở, và tất nhiên Giấc Mơ Trường Sơn là niềm ước mơ, kỳ vọng cho đất nước sớm tỏa rạng ánh bình minh: *"Chân trời sụp ngàn cây bóng rũ, Cổng luân hồi mở rộng bình minh"*[2].

Ôn là đệ tử xuất gia của Đức Trưởng Lão HT Thích Trí Thủ, được Sư Phụ ban cho pháp danh là Nguyên Chứng. Cùng với HT Đồng Minh, Ôn đã theo học luật riêng với Sư phụ Trí Thủ ròng rã ba năm dài và kết quả chính bản thân Ôn đã ghi chép và biên tập thành sách *"Đàm Vô Đức Bộ Tứ Phần Luật Tỳ Kheo Giới Bổn Hiệp Chú".* Đó là công trình tim

---

[2] Lễ phát hành Thi phẩm Giấc Mơ Trường Sơn: https://quangduc.com/a30450/ ra-mat-giac-mo-truong-son

óc một đời của Hòa thượng Trí Thủ để lại cho đời sau, với sự đóng góp công sức và tâm huyết không nhỏ của Ôn Tuệ Sỹ.

Ôn kể rằng Hòa Thượng Trí Thủ thường hay nhắc nhở hàng đệ tử về quan điểm áp dụng giới luật: *"Luật để nâng đỡ những tâm hồn yếu đuối, không phải để giẫm đạp những người đã té ngã, khiến cho vĩnh viễn đọa lạc… Cũng vậy, người yếu đuối nên thường dễ phạm giới. Do tinh thần yếu đuối, nếu xử trị nặng, người ấy bất kham có thể dẫn đến đọa lạc. Với người ý chí kiên cường, việc xử trị nặng là tôi luyện cho ý chí được bền chắc hơn. Ở đời đi dạy học, nếu dạy sai một vài bài toán, thì khổ lắm cũng chỉ trong một đời người thôi. Nhưng hướng dẫn người sai lạc, khiến người ta muôn kiếp đọa lạc, thì tội của mình không phải là nhỏ. Làm thầy độ người, phải cẩn thận. Trong suốt đời chuyên trách giáo dục đào tạo Tăng tài, Hòa thượng cũng đã bao che cho nhiều học Tăng phạm kỷ luật, theo lẽ phải bị trục xuất. Những vị ấy về sau lại trở nên tinh tấn, giới hạnh thanh khiết. Hòa thượng nói, giới luật để uốn nắn người xấu thành người tốt, chứ không phải chỉ để trừng trị"*[3].

Ôn Tuệ Sỹ nhớ lại sự kiện khó khăn trong đời của Sư Phụ Trí Thủ *"Năm đó, là năm mà Hòa thượng bị đặt trước một quyết định sinh tử, không chỉ quyết định vinh nhục của bản thân, mà quyết định liên hệ đến vinh nhục, tồn vong của Đạo pháp. Đó là quyết định mà người xưa nói, hoặc "lưu phương thiên cổ", hoặc "di xú vạn niên". Hành xử của bậc trượng phu xuất thế, bằng tâm lượng nhỏ nhoi của người thường, đủ thiếu vào đâu mà đàm tiếu, khen chê? Chi nhị trùng hà tri chi? Mượn lời Trang Tử để nói vậy: "Hai con sâu con ấy mà biết gì?" Làm sao hai con chim sẻ nhỏ kia mà biết được chí con đại bàng vỗ cánh trên bầu trời vạn dặm kia?"*[4]

---

[3] Một Thời Truyền Luật, Thích Tuệ Sỹ: https://quangduc.com/a48842/mot-thoi-truyen-luat

[4] Một Thời Truyền Luật, Thích Tuệ Sỹ: https://quangduc.com/a48842/mot-thoi-truyen-luat

Với Đức Trưởng Lão HT Thích Mật Hiển, vị Giám luật thuộc Viện Tăng Thống GHPGVNTN, Ôn Tuệ Sỹ đã viết: *"Trách nhiệm của Ngài Giám luật là duy trì giềng mối và sách tấn việc hành trì giới luật của toàn thể Tăng già Việt Nam, không phân biệt hệ phái. Trong cương vị đó, nhân cách của Ngài Giám luật không chỉ đơn giản biểu lộ đức tu trì của cá nhân Ngài, mà phản ảnh cụ thể tinh thần sinh hoạt của toàn thể Tăng già Việt Nam, trong một thời điểm nhất định. Sự hiện diện của Ngài có khi hữu hành, có khi vô hành, như cổ thụ trong rừng già; có khi đứng mà chịu giông bão để che chở những cây con; cũng có khi chỉ đứng trơ vơ đó. Nhưng sự hiện diện ấy, dù trong tình trạng hay hoàn cảnh nào, chính do sự hiện diện ấy mà khu rừng được kính trọng gọi là rừng già. Đó là nói chung về uy đức của Ngài Giám luật đối với toàn thể Tăng trong toàn quốc. Riêng trong một địa phương cá biệt, như Thừa thiên-Huế là nơi sinh trưởng và hành đạo của Ngài, sự hiện diện gần gũi ấy đã ảnh hưởng nhất định đến sinh hoạt Thiền môn một thời. Không chỉ dừng lại ở một thời, mà ngay cả khi thời thế thay đổi, nhân tâm ly tán, Tăng-già có nguy cơ tan rã dưới sức ép đa dạng của xã hội, hình ảnh của Ngài trong quá khứ vẫn hiện diện vô hành đủ uy đức để duy trì giềng mối Tăng luân, mặc dù có thể hầu hết Tăng Ni thế hệ hiện tại ở Huế khó có thể mường tượng được phong thái vừa nghiêm khắc vừa từ ái của Ngài Giám luật trong quá khứ như thế nào. Thế hệ trưởng thành của chúng tôi trong hiện tại, dù trực tiếp hay gián tiếp tiếp nhận được sự giáo huấn giới luật của Ngài, vẫn cảm nhận một cách cụ thể ấn tượng được che chở bởi thành trì giới luật mà chính Ngài Giám luật là vị tướng quân đứng trấn giữ suốt trong những thời kỳ nhiễu nhương của đất nước và của đạo pháp. Tất cả chúng tôi, bất kể hiện đang đứng ở đâu trong hàng ngũ Tăng già, đều có chung ấn tượng như vậy".* [5]

Và rồi, "sự biến Lương Sơn", theo sau Đại hội bất thường GHPGVNTN được tổ chức ngày 01/10/2003, tại Tu viện Nguyên Thiều, Bình Định,

---

[5] Cổ Thụ Trong Rừng Thiền, Thích Tuệ Sỹ: https://quangduc.com/a48844/co-thu-trong-rung-thien

với sự tham dự đông đảo của chư Tăng đại diện các tỉnh với sự thỉnh cử 41 Hòa thượng, Thượng tọa vào hai Viện Tăng Thống và Viện Hóa Đạo. Tiếp đó, chính thức một Đại Hội Bất Thường và Lễ Suy Tôn Đức Trưởng Lão Hòa Thượng Thích Huyền Quang lên ngôi vị Đệ Tứ Tăng Thống GHPGVNTN, được tổ chức tại Tu viện Quảng Đức trong ba ngày 10, 11, 12 tháng 10 năm 2003, quy tụ 134 chư Tôn Đức khắp nơi trên thế giới tham dự. Đại Hội này đưa ra kế hoạch chấn chỉnh cơ cấu điều hành của các cấp Giáo Hội hải ngoại để nhịp nhàng hòa hài với Giáo Hội Mẹ tại quê nhà. Vận mạng Ôn Tuệ Sỹ gắn liền với Đức Trưởng Lão HT Thích Huyền Quang và Đức Trưởng Lão HT Thích Quảng Độ trong giai đoạn lãnh đạo GHPGVNTN từ đó cho đến nay.

Về tình trạng pháp lý và sinh hoạt của GHPGVNTN tại quê nhà, Ôn Tuệ Sỹ đã nói *"Gần ba thập kỷ nay, Nhà Nước đã sử dụng tối đa bạo lực chuyên chính vô sản để triệt hạ Giáo Hội Phật Giáo Việt Nam Thống Nhất; toàn bộ cơ sở của Giáo hội bị chiếm dụng; các vị lãnh đạo, người thì chết trong tù, người thì bị tù đày ròng rã. Giáo hội ấy nếu còn tồn tại, thì còn khả năng để đe dọa sự tồn tại của Đảng Cộng sản Việt Nam nên phải vận dụng các sách lược tưởng chừng như đối đầu với kẻ thù nào đó vô cùng nguy hiểm."* Không những thế, Giáo hội ấy được nhiều cán bộ cao cấp của Nhà Nước tuyên bố là không còn tồn tại, hoặc không hợp pháp để tồn tại. Nhà nước sợ gì một tổ chức bất hợp pháp, để phải vận dụng ngần ấy Bộ, ban ngành, đối phó với một chuyến xe khách. Tất phải có nguyên nhân sâu xa của vấn đề. Rất nhiều người hiểu rõ nguyên nhân sâu xa ấy".[6]

Với tình hình biến chuyển như trên, mọi sinh hoạt của GHPGVNTN dường như bị ngưng trệ, Ôn Tuệ Sỹ chỉ còn biết gởi gắm niềm tin cho Tăng Ni Việt Nam ở Hải ngoại, nhưng Ôn không khỏi lo âu, trăn trở vì xã hội phương Tây có quá nhiều cám dỗ, nên thông qua các Đạo từ,

---

[6] Sự Biến Lương Sơn, Thích Tuệ Sỹ: https://quangduc.com/a48847/su-bien-luong-son

Ôn đã ân cần nhắc nhở chúng xuất gia đệ tử phải luôn thắp sáng ngọn đèn Chánh pháp, để soi sáng tâm tư, bước đi không lạc lối, để không bị đắm nhiễm trong danh văn và lợi dưỡng, những cặn bã hư ảo dư thừa mà quyền lực thế tục ban cho.

Khởi đi từ nhu cầu cấp bách của sinh hoạt Tăng, Ni thuộc PGVN ở hải ngoại, trong bối cảnh lịch sử hiện tại này, Tăng Ni cần có một sinh hoạt Tăng đoàn hòa hợp, tương kính, tương lân và mở rộng, không phân biệt Giáo hội, Pháp phái, Tông môn, để hỗ trợ nhau nhiều mặt trong sứ mạng *"Trụ pháp vương gia, trì Như Lai tạng"*, nhằm mang lại lợi lạc bản thân, Tăng đoàn và góp phần lăn chuyển bánh xe chánh pháp trên thế gian này. Sự tồn tại và phát triển của Phật giáo Việt Nam tại hải ngoại không thể không đặt trên nền tảng bản thể hòa hợp và thanh tịnh của Tăng đoàn, vì Tăng đoàn là cội nguồn lưu xuất cho mọi sinh hoạt của đời sống người xuất gia qua phương châm *"Hoằng pháp là sự nghiệp, lợi sanh là lẽ sống"*. Trên tinh thần này, chư Tôn Đức thuộc 4 châu gồm Hoa Kỳ, Canada, Âu Châu và Úc Châu đã quyết định thành lập tổ chức lấy tên là "Tăng, Ni Việt Nam Hải Ngoại" nhằm qui tụ và kết nối sinh hoạt của Tăng, Ni Việt Nam ở khắp các châu lục.

Từ năm 2007 đến nay, mỗi năm hay hai năm một lần, Tăng, Ni Việt Nam Hải Ngoại tổ chức Lễ Hiệp Kỵ Lịch Đại Tổ Sư để Tăng, Ni nhiều thế hệ thuộc các Giáo hội, Tông môn, Pháp phái, có thể vân tập đầy đủ, tổ chức lễ tưởng niệm hiệp kỵ chung, nhằm khắc ghi và tán thán công đức truyền bá và bảo vệ đạo pháp của chư vị Tổ Sư tiền bối; trong dịp lễ này, cũng là nhân duyên đoàn tụ cho Tăng, Ni Việt Nam khắp nơi trong bối cảnh ly hương, sống xa Thầy Tổ, có cơ hội ngồi lại với nhau trong thâm tình Pháp lữ, cùng tụng kinh bái sám, trao đổi kinh nghiệm tu tập và hành đạo, trình bày và chia sẻ những Tăng sự cần thiết. Từ đó đến nay *"Lễ Hiệp Kỵ, Ngày Về Nguồn"* đã được luân phiên tổ chức tại các nơi như Canada, Hoa Kỳ, Đức Quốc, Pháp Quốc, Úc Châu…

Lễ Hiệp Kỵ Lịch Đại Tổ Sư – Ngày Về Nguồn lần thứ 12, năm 2022, tại Tu Viện Quảng Đức, Melbourne, Úc Châu với hơn 100 Tăng Ni khắp nơi trên thế giới về tham dự, nhân dịp này Ôn Tuệ Sỹ, trong cương vị Chánh Thư Ký – Xử Lý Thường Vụ Viện Tăng Thống, đã gởi Lời Đạo Từ chúc nguyện đến Tăng Ni Việt Nam Hải Ngoại: *"Thật là một nhân duyên lớn để có ngày hôm nay, nhân duyên lớn để cảm nghiệm uy đức chúng Tăng hòa hiệp; chúng Tăng trong và ngoài nước, từ các châu lục cùng vân tập về trong ngày Hội này, ngày Hội Về Nguồn với tất cả ý nghĩa sâu xa của từ ngữ. Về nguồn, để hòa mình trong dòng suối truyền thống bao dung nhân ái. Về nguồn, để thắp sáng ngọn đèn Chánh pháp, thắp sáng tâm tư của chúng đệ tử Phật bước đi không lạc lối, để không bị mê hoặc bởi hư danh và lợi dưỡng, những cặn bã dư thừa mà quyền lực thế gian ban cho; để không mất tín tâm bất hoại nơi Thánh đạo xuất thế mà sẵn sàng khuất thân nô dịch cho bạo lực thế gian... trong cơn đại dịch, một dân tộc đang quần quại dưới cái ác cực kỳ, của một lớp người bằng vào quyền lực cấu kết phi nghĩa đã bòn rút tận xương tủy của hạng quần chúng thấp hèn; trong cái ác tàn bạo bất nhân ấy, dân tộc này trong tối tăm đã thấy ngời sáng của tình tự bao dung nhân ái, chia sẻ nhau từng bó rau, từng bát gạo. Truyền thống bao dung nhân ái một thời đã đoàn kết toàn khối dân tộc để tồn tại qua những trận chiến hung tàn từ tham vọng quyền lực của nước lớn... Trong bối cảnh lịch sử đó, Phật giáo Việt Nam sẽ thắp sáng ngọn đèn Chánh pháp để đồng với dân tộc trong lịch sử thăng trầm, vinh nhục; hay chỉ là những cửa hàng rao bán tà tín, tà giáo, cầu khấn ma quỷ; không chỉ là hiện tượng xã hội phổ biến làm lũng đoạn kinh tế, mà còn ru ngủ, xói mòn sức sống, tự lực vươn lên, của những thế hệ đang lớn.*

Chúng đệ tử tại gia được giáo giới thực hành bốn nhiếp sự, để xây dựng cộng đồng hòa hiệp cho một xã hội bình đẳng, cùng nâng cao phẩm giá con người. Chúng đệ tử xuất gia sống chung hòa hiệp bằng sáu pháp khả hỷ, hòa kính, làm sở y an toàn cho một thế giới dẫy đầy biến động hiểm nguy, thường bị nuốt chửng bởi quy luật vô thường hủy diệt. Nhưng khi mà chúng đệ tử Phật không còn biết đến giá trị của những giáo nghĩa ấy, đắm mình trong những giá trị thế tục, tư duy bằng dị kiến, dị giới của thế tục, dẫn đến những mâu thuẫn, tranh chấp đấy là lúc con thuyền Chánh pháp tự đánh chìm ngoài biển khơi bởi trọng tải của chính nó. Sự thực lịch sử đã chứng minh điều đó. Thực trạng của Phật giáo Việt Nam hiện tại đang góp phần không nhỏ cho những xáo trộn xã hội, đang gieo rắc những tà tín, tà giải, quảng bá lan tràn những thực hành mê tín dị đoan, tin tưởng năng lực phò hộ của cô hồn, của ma quỷ, hơn là tin tưởng vào nghiệp quả".[7]

Và mới nhất, Lễ Hiệp Kỵ Lịch Đại Tổ Sư – Ngày Về Nguồn lần thứ 13 tổ chức tại Đại Tự Khánh Anh, Evry, Pháp Quốc, từ thứ Năm, 17/8 đến Chủ Nhật 20/8/2023 với hơn 300 Tăng Ni khắp nơi trên thế giới về tham dự. Ôn Tuệ Sỹ đã gởi Lời Chúc Từ có đoạn viết: "*Trong bối cảnh đảo điên giá trị ấy, Ngày Hội Về Nguồn của Chư Tôn Trưởng Lão cùng bốn chúng đệ tử đang hóa đạo và hành đạo tại Hải ngoại đã và đang ghi đậm trong tâm tư dấu ấn bi kịch lịch sử của Phật giáo Việt Nam trong thời hiện đại. Những người con Phật đã cùng chung cộng nghiệp với dân tộc này, trong đất nước này, đã cùng chung những giai đoạn thăng trầm vinh nhục trong lịch sử, đã cùng hy sinh xương máu để bảo vệ giá trị nhân văn truyền thống dân tộc. Thế nhưng, sau cuộc chiến tàn khốc huynh đệ tương tàn, khi hòa bình vãn hồi trong hy vọng anh em cùng chung huyết thống, một lần nữa cùng hòa hiệp để gây dựng lại những gì đã gãy đổ, xoa dịu vết thương dân tộc gây ra bởi chiến tranh. Bình minh vừa ló dạng, mà dân tộc chưa từng thấy được bóng mặt trời, thì một lớp người vì lẽ sống, lẽ sống cho ấm no và đồng thời cũng là lẽ sống cho những giá trị tinh thần, đã từ giã quê hương để đi tìm quê hương mới, tưởng chừng có thể thỏa mãn ước vọng chưa định hình về giá trị nhân phẩm, về lý tưởng tự do, nhân bản. Một cộng đồng cùng chung huyết thống tổ tiên mà trong chiến tranh đã bị kích động bởi hận thù giai cấp, mâu thuẫn ý thức hệ; cho đến lúc hòa bình, tình trạng phân hóa dân tộc càng trở nên trầm trọng. Hai bờ Thái Bình Dương rì rào sóng vỗ vẫn đang âm vang mối hận của những oan hồn chưa thể giải thoát khỏi oan khiên lịch sử... Cùng chung oan khiên lịch sử dân tộc ấy, chúng đệ tử Phật, hàng xuất gia cũng như tại*

---

[7] Đạo Từ Ngày Về Nguồn của Hòa Thượng Tuệ Sỹ: https://quangduc.com/ a74362/dao-tu-ve-nguon-ht-tue-sy

gia, một thời đã cảm thấy khó hành đạo một cách trong sáng trong giáo nghĩa của Đức Thích Tôn mà không bị lạc hướng, đành phải bỏ lại đằng sau các huynh đệ đồng phạm hạnh tự lưu đày trong chính quê hương của mình. Giá trị mới được định hướng bởi ý thức hệ mới, hình thành phẩm giá đạo đức mới với sự rao giảng một trật tự xã hội ưu việt nhất trong lịch sử tiến hóa của xã hội loài người, để được đại khối quần chúng tuyệt đối tin tưởng. Định hướng phát triển của Phật giáo Việt Nam đã được công bố, và là định hướng lịch sử duy nhất: Đạo pháp – Dân tộc – Chủ nghĩa xã hội. Tiếp theo đó, từ định hướng cơ sở, hiện tượng trăm hoa đua nở của quá nhiều giáo phái Phật giáo, với nhiều Đạo sư, Thiền sư xuất hiện, tự chứng tỏ là chân truyền giáo lý từ chính Đức Phật. Đại diện duy nhất, tiếng nói duy nhất của Phật giáo Việt Nam hiện tại là Phật giáo theo định hướng chủ nghĩa xã hội, được lãnh đạo bởi Mặt Trận Tổ Quốc Việt Nam thông qua các hàng Giáo phẩm để tập hợp quần chúng trong sứ mệnh cao cả của Phật giáo Việt Nam... Nhân Ngày Hội Về Nguồn, trong niềm hỷ lạc từ nguồn suối quy nguyên, và cũng trong tưởng niệm những vong hồn oan khuất dưới lớp sóng Thái Bình Dương, chúng đệ tử Phật cũng từ nhân duyên này mà suy tư về sự hưng suy, chánh tín và tà tín của Phật giáo Việt Nam trong vận nước thăng trầm, cùng hòa hợp thành nhất thể thanh tịnh, trong bản thể thanh tịnh hòa hợp của Tăng-già. Trên cơ sở đó để định hướng cho sự phát triển của Phật giáo Việt Nam không bị lệch hướng, không bị biến chất để trở thành công cụ của bất cứ thế lực chính trị nào. Phật giáo Việt Nam chỉ có thể tồn tại theo một định hướng duy nhất: cứu cánh giải thoát và giác ngộ"[8]

Đối với thế hệ trẻ Tăng Ni sinh Việt Nam, Ôn Tuệ Sỹ đã có lời khuyến tấn: "Người xuất gia, khi cất bước ra đi, là hướng đến phương trời cao rộng; tâm tính và hình hài không theo thế tục, không buông mình chiều theo mọi giá trị hư dối của thế gian, không cúi đầu khuất phục trước mọi cường quyền bạo lực. Một chút phù danh, một chút thế lợi, một chút an

---

[8]   Thư Khánh Chúc Ngày Hội Về Nguồn: https://quangduc.com/a75879/khanh-chuc-ngay-ve-nguon

nhàn tự tại; đấy chỉ là những giá trị nhỏ bé, tầm thường và giả ngụy, mà ngay cả người đời nhiều kẻ còn vất bỏ không tiếc nuối để giữ tròn danh tiết. Chớ khoa trương bảo vệ Chánh pháp, mà thực tế chỉ là ôm giữ chùa tháp làm chỗ ẩn núp cho Ma vương, là nơi tụ hội của cặn bã xã hội. Chớ hô hào truyền pháp giảng kinh, thực chất là mượn lời Phật để xu nịnh vua quan, cầu xin một chút ân huệ dư thừa của thế tục, mua danh bán chức". [9]

Qua những lời nhắn nhủ của Ôn Tuệ Sỹ gởi cho thế hệ trẻ Tăng Ni Việt Nam, cho chúng ta thấy rõ Ôn đã quan tâm, trăn trở cho tương lai Phật Giáo Việt Nam như thế nào.

Đúng như lời thẩm định của nhiều Chư Tôn Đức Giáo Phẩm rằng *"Thầy Tuệ Sỹ là viên ngọc quý của Phật Giáo Việt Nam"*. Quả thật Ôn Tuệ Sỹ là hiện thân của minh triết trong đời sống phạm hạnh và trong văn chương chữ nghĩa. Uy phong đạo hạnh, ngôn từ của Ngài lúc nào cũng tỏa sáng, những lời Đạo từ vàng ngọc của Ngài về một tương lai Phật Giáo Việt Nam phát triển là kim chỉ nam và là một tia sáng soi đường dẫn lối cho hàng hậu thế. Bên cạnh đó, công hạnh nhẫn nhục, chịu đựng sự giam cầm tù đày với bao thống khổ mà ý chí vẫn kiên cường, lập trường vẫn kiên định không xu thời, và trong nỗ lực cuối đời, Ôn đã tiếp nối công trình phiên dịch Đại Tạng Kinh Việt Nam và ấn hành thành công đợt 1 bộ Thanh Văn Tạng 29 tập. Bao thế hệ Tăng Ni trong và ngoài nước đều nương nhờ ơn đức giáo dưỡng của Ôn. Công đức hộ trì và bảo vệ Chánh Pháp của Ôn thật vô biên, tứ chúng hậu thế sẽ mãi tạc dạ ghi lòng.

Hàng hậu học đệ tử chúng con xin thành kính đảnh lễ và niệm ơn Ôn đã thị hiện vào cõi giới Việt Nam và đã làm rạng danh cho nền Phật Giáo Việt Nam trong hậu bán thế kỷ thứ 20 và đầu thế kỷ 21 này./.

---

[9] Thư gửi các tăng sinh Thừa Thiên-Huế: https://quangduc.com/a48854/thu-gui-cac-tang-sinh

GIÁO DỤC
VẪN LÀ NIỀM TIN SAU CÙNG
CÒN SÓT LẠI

Thích Tâm Nhãn

Đúng 16 giờ 48 phút, ngày 18 tháng 9 năm 2023 (mùng 4 tháng 8 năm Quý mão), đạo hữu Tâm Thường Định gọi điện cho tôi, nói rằng Ban biên tập của Hội đồng Hoằng Pháp ở Hải ngoại muốn làm "Kỷ yếu" về cuộc đời thầy Tuệ Sỹ, mong tôi viết gì đó về thầy, và nhắc tôi: "Ôn Tuệ Sỹ không thích viết ca ngợi về Ôn, viết đơn giản chân chất bình dị thôi."

Tối, tôi ngồi lặng lẽ viết lại chương ký ức và ấn tượng trong tôi đối với thầy. Nhớ gì viết nấy.

1

Tôi trở thành người học trò của thầy thông qua con đường phiên dịch Tam tạng từ năm 1989, lúc này tôi chỉ phụ tá Hòa thượng Đỗng Minh dịch luật. Ấn tượng đầu tiên trong cuộc đời tôi là năm 2001, tôi tháp tùng Hòa thượng Đỗng Minh vào dự lễ húy kỵ của Ôn Trí Thủ tại chùa Quảng Hương Già-lam, Sài Gòn. Ngày chính thức tưởng niệm là mùng Một tháng Ba, nhưng Ôn Đỗng Minh thường vào trước một hai hôm để thăm hỏi các vị Hòa thượng, Tôn túc trong chùa. Vào một buổi sáng, tôi lên phòng thầy Tuệ Sỹ thăm, thầy đang làm việc, mon men lại gần thấy thầy đang tham chiếu một tác phẩm tiếng Pháp dày cộm khổ lớn trên tay. Tôi thưa hỏi sách gì? Thầy nói đây là tác phẩm "Đại trí độ luận" (Le traité de la Grande Vertu de Sagesse de Nāgārjuna - Mahāprajñāpāramitaśastra) do Étienne Lamotte là Linh mục người Bỉ biên dịch và được ấn hành từ 1944. Tiếp theo những năm sau đó, cũng ngày ấy tôi tháp tùng Ôn Đỗng Minh vào Sài Gòn, như lệ cũ tôi đến phòng thầy. Thầy hỏi tôi, ngoài đó đang làm gì. Tôi thưa, Ban phiên dịch đang dịch tạng Đại chánh và bộ tùng thư Ấn Thuận v.v... Thầy hỏi, ngoài Nha Trang có đào tạo tiếng Phạn không? "Dạ không". Thầy bảo không học Phạn ngữ biết gì mà dịch. Thầy tặng cho tôi bộ Phạn-Hòa đại từ điển (梵和大辭典) của Wogihara Unrai (荻原雲來). Từ đó tôi mới hiểu, Phạn ngữ vô cùng quan trọng cho những dịch giả đeo đuổi con đường phiên dịch.

Năm 2013, thầy an cư tại Diên Lâm, Diên Khánh, Khánh Hòa, tôi chứng kiến thầy nói tiếng Pháp với một anh Phật tử. Anh này là người Việt nhưng làm trong Đại sứ quán, biết nhiều ngôn ngữ, đến thăm thầy, thử trao đổi tiếng Pháp với thầy. Thầy kể về cuộc đời thầy bằng tiếng Pháp rất lưu loát. Về sau có dịp tôi hỏi thầy học tiếng Pháp từ lúc nào, thầy nói học lúc trẻ tại Sài Gòn.

Năm 2015, trước mùa an cư, tôi và Nguyên An vào thăm thầy và "cung nghinh" thầy ra Nha Trang an cư. Chúng tôi thu xếp hành trang giúp thầy, gồm y phục, laptop… Thầy nhắc, nhớ bỏ bộ luật Căn bản thuyết nhất thiết hữu bộ tiếng Tây tạng vào đấy, ra đó làm việc. Mùa an cư năm ấy, tôi, Nguyên An, Nguyên Thịnh… dịch Xuất gia, An cư, Tùy ý (Tự tứ) bản Hán thuộc luật Căn bản thuyết nhất thiết hữu bộ; thầy Tuệ Sỹ đối chiếu văn bản Tây tạng, hiệu đính và chú giải. Phần "Xuất gia sự" bản Hán có 4 quyển, giữa quyển 3 và 4 mất một đoạn rất dài, chỉ trong bản Tây tạng đầy đủ, thầy Tuệ Sỹ đã dịch, bổ túc vào bản Việt ngữ cho hoàn bị.

Cuối tháng Bảy Âm lịch năm 2022, thầy không khỏe phải nhập viện điều trị vài hôm. Tôi vào hầu bên thầy, thấy thầy nằm học tiếng Nhật, hoặc nghe đài tiếng Đức…

Thời kỳ thầy mới về chùa Già-lam ở Sài Gòn, thầy kiến thiết thư viện, mở lớp dạy luật, giáo lý và cổ ngữ, sinh ngữ… Người học từ đông đến thưa dần, rồi giải tán, thầy cũng đi theo "một cuộc lữ".

2

Lúc tuổi hoa niên, chặng đường thế học của tôi dang dở, toán-lý yếu toàn diện. Nghĩ rằng, vào chùa những thứ đó chẳng cần chi, vui với câu kinh tiếng kệ sớm hôm là được. Nhưng tôi đã giật mình khi gặp thầy, được thầy giảng cho nghe về kiến thức toán, lý, khoa học não… liên hệ đến giáo nghĩa uyên áo trong Tam tạng thánh giáo. Ngày nay trong giáo dục học đường của Phật giáo Việt Nam, kể cả hai tông phái lớn là Phật giáo Bắc tông và Nam tông, người am tường về tri kiến này gần như không có.

Tôi nêu một vài điểm giáo lý mà thầy dạy cho tôi. Đơn cử, luận Câu-xá (阿毘達磨俱舍論 1, T29n1558, p. 4b3) dẫn "Do tức lục thức thân, vô gián diệt vi ý (由即六識身, 無間滅為意 - saṇṇām anantarātītaṃ vijñānaṃ yad dhi tan manaḥ), nghĩa: "Thức nào trong sáu thức, khi thành quá khứ vô gián, thức ấy chính là ý". Thầy giảng, khi chúng ta nhìn một đóa hoa, ánh sáng mặt trời phản chiếu từ đóa hoa, đi thẳng vào mắt chúng ta, với tốc độ 300.000 km/s, cùng hàng tỷ hạt ánh sáng photon mỗi giây xuyên qua đồng tử người nhìn. Các hạt ấy đi vào võng mạc. Trong võng mạc, 100 triệu tế bào hình nón bắt đầu hoạt động. Các tế bào của võng mạc được cấu thành bởi vô số các phân tử. Các phân tử trong võng mạc tiếp tục truyền đến các nơron trong não dạng dòng điện truyền lan từ nơron này đến nơron khác. Các dòng điện không ngừng lưu chuyển trong các mạch nơron, khởi phát những luồng phân tử có nhiệm vụ truyền đi các tín hiệu và dòng điện nổ lép bép khắp nơi. Trong vòng vài phần nghìn giây hình ảnh đóa hoa được tái hiện trong não của chúng ta, cuối cùng chúng ta nhìn thấy nó.

Hiện tượng "dòng điện nổ lép bép khắp nơi" chính là tín hiệu điện hóa học chuyển tải thông tin bởi nhiều nơron, trong Câu-xá lý giải "vô gián diệt" – diệt sinh không gián đoạn, khi cái trước chìm xuống mất thành quá khứ thì chính lúc ấy là "ý" hình thành, mà trong Duy thức gọi là mạt-na (manas) hay thức thứ 7, tức "cái tôi" đang thấy đóa hoa.

Năm 2016, tôi ra chùa Linh Sơn, Vạn Giã (Khánh Hòa, Việt Nam) dự lễ Tự tứ và Vu-lan, nhân tiện tôi thỉnh thầy giảng cho tôi nghe về "Thập huyền môn" (mười huyền môn) do nhà sư Pháp Tạng (643-712) Tổ thứ ba của tông Hoa nghiêm thiết lập thời nhà Đường, tại Trung Hoa. Trong đó, huyền môn đầu tiên là "Đồng thời cụ túc tương ưng môn 同時具足相應門". Nghĩa là nói về vạn vật đồng hiện hữu và hiện khởi. Tất cả đều hiện hữu không có sự phân biệt giữa quá khứ, hiện tại và vị lai… hợp nhất thành một thực thể, theo quan điểm viên dung.

Thầy nói rằng, đây là giáo lý chứng minh nhân quả đồng thời, tuy nhiên người xưa nêu ra, nghiêng về lý nhiều hơn là sự. Bởi vì, một người đứng soi gương, xung quanh có nhiều tấm gương, chúng ta thấy tất cả hình của mình hiện trong các tấm gương cùng một lúc, song ánh sáng đi có trước có sau không thể đồng thời. Nhưng nếu chúng ta vay mượn thuyết cơ học lượng tử thì có thể chứng minh điều này, gọi là "liên đới lượng tử" là hiện tượng trong đó một cặp hạt nào đó có sự liên kết với nhau về trạng thái lượng tử (vị trí, xung lượng, spin, ...). Nếu một hạt trong cặp này được xác định là có một trạng thái nhất định nào đó thì qua đó người ta có thể dự đoán trạng thái của hạt còn lại. Cơ học lượng tử đã trao cho không gian đặc tính tổng thể. Các khái niệm "ở đây" và "ở kia" trở nên vô nghĩa vì "ở đây" đồng nhất với "ở kia". Các nhà vật lý gọi đó là tính "không tách được". Thuyết "liên đới lượng tử" hay còn gọi là "rối lượng tử", "vướng víu lượng tử" (Quantum entanglement) là do nhà vật lý người Ireland là Bell (John Stewart Bell, 1928 – 1990) thiết lập, cho nên nó còn tên "bất đẳng thức Bell". Và theo Phật học, nói nhân quả có đồng thời, tức một người vừa phát tâm Bồ-đề là nhân thì quả có ngay trong đó. Trong A-tỳ-đạt-ma Câu-xá luận (6, p. 33a22) đã chứng minh điều này, gọi là thủ quả (取果) và dữ quả (與果). Thủ quả là nhận quả, như một người nào đó vừa tạo nghiệp thì quả liền thành hình, nghiệp là nhân, bất cứ sát-na nào nghiệp vừa thành hình thì quả có ngay lúc ấy, gọi là thủ quả. Thời gian có điều kiện cho ra quả, gọi là "dữ quả" (cùng có kết quả). Nghiệp và quả vẫn là đồng thời. Mặc dù, quả có sau, chờ điều kiện chuyển biến nhưng nghiệp vừa tạo có quả ngay tức thì. Nếu học thuyết này áp dụng vào cuộc sống giáo dục, hay khảo sát các hiện tượng xã hội có thể giúp ích cho con người, như nhìn một ai đó đang sống với việc làm, hành động ra sao… sẽ dự đoán được tương lai của họ.

Thầy kể, thời gian thầy ở tù, thường nhờ Phật tử bên ngoài mua sách toán gửi vô cho thầy đọc và nghiên cứu. Thầy nói, càng lớn tuổi, có nhiều phương trình toán học cấp Đại học thầy quên dần không giải được. Về toán học đối với tôi thì "mù tăm" mà nghe thầy bàn về toán, nhắc tới từ "hàm sóng sụp đổ" khiến tôi phấn khích vô cùng.

3

"…Một cọng cỏ non yếu, cố vươn mình đón bắt ánh sáng cho lẽ sống, dưới sức nặng tàn bạo của khối đá vô tri lầm lì… Người viết đi theo định nghiệp của mình. Hay của cả dân tộc?... Từ đó cho đến nay, một, hoặc nhiều thế hệ đã ra đi, biến mất trong bóng tối của đêm dài sinh tử; nhiều thế hệ mới ra đời. Phôi bào trong Như Lai tạng vẫn liên tục kết rồi rã, thành rồi hoại. Dòng tương tục vẫn tiếp nối không ngừng. Năm tháng vẫn như nụ cười trong mộng."

Đó là lời tựa thầy viết năm Phật lịch 2543, trong bản kinh "Thắng-man giảng luận". Tôi vẫn hiểu thầy, thầy luôn nghĩ, dù xã hội đi đến chỗ tan nát và tuyệt vọng, giáo dục vẫn là niềm tin sau cùng còn sót lại.

Mùng Chín tháng Tám năm Quí mão.

Tâm Nhãn

Thầy và trò (Ảnh tác giả cung cấp)

SỰ QUAY LẠI CỦA BẬC KIẾN ĐẠO TỪ QUÁ KHỨ

Thích Phổ Huân

Học Phật thời nào cũng cần gần gũi bậc Thánh Nhân liễu đạo. Ngày xưa thời Chánh Pháp chư vị đệ tử xuất gia, tại gia đại duyên, đại phước được chiêm ngưỡng hay nghe về Thế Tôn; nhờ vậy chư vị thành tựu dễ dàng pháp hành, chứng quả giải thoát thật mau. Nhưng thật ra đa số Tăng sĩ thời Chánh Pháp chỉ nghe Thế Tôn, chứ không dễ gặp được. Họ chỉ nghe loan tin giáo pháp và chứng kiến hành hoạt của chư Thánh đệ tử của Thế Tôn, cũng đủ niềm tin đi vào giải thoát.

Ngày nay học Phật chỉ còn gọi là Phật học, như một phân khoa trường lớp. Trình độ tốt nghiệp có dự vào hạng hàn lâm viện quốc gia Phật Giáo, cũng chỉ sở hữu những tư tưởng kiến thức, văn ngôn của một con người mà thế gian đặt tên là học giả, trí thức. Học giả trí thức này chỉ hiểu biết Pháp Phật trong lòng thế gian, chứ không phải giác ngộ liễu đạo thế gian thông qua tam tướng Vô Thường, Khổ, Vô Ngã.

Ngày nay muốn tìm bậc hành giả chân tu học Phật, không biết tìm ở đâu! Vài đất nước Phật Giáo có cơ sở tu hành hẳn hoi, có hoàn cảnh cộng trú chuyên tu, còn khó tìm bậc hành giả chứng đạo, thì làm sao các

nước khác, chỉ nặng truyền Phật
pháp bằng sắc pháp hình trạng!
Nhưng cũng không phải tuyệt
vọng tìm cầu hành giả học Phật,
vì sự giác ngộ liễu đạo không hạn
cuộc nơi đâu, hay riêng tư cho
một sắc dân nào. Người đã quyết
tâm học Phật, học theo điều Phật
dạy. Phật dạy làm sao, học theo
chừng năm mươi phần trăm lời
Ngài, cũng chắc chắn liễu đạo, gần
với giải thoát.

Ảnh: Dạ Thảo

Phật dạy thế gian vô thường, tâm
người bất định và các pháp không
ngừng biến động, người nào hiểu và luôn ghi nhận vào tâm, thì đời
sống sẽ ít dần sự dính mắc chấp thủ. Thế giới ngày nay khoa học kỹ
thuật điện toán phát triển đến mức kinh hoàng. Từ đó các pháp bất tịnh
lúc nào cũng có thể xảy ra với tất cả mọi người, không kể ở thị thành
hay thôn quê hẻo lánh. Tuy nhiên về mặt chuyển tải thông tin hoằng
truyền giáo pháp Như Lai ngay thời điểm này, lại có thể nói đây là nhân
duyên thật tốt cho người học Phật.

Người Phật tử nào kiên định chánh niệm, biết cầu tìm chân sư, thật tu
thật học và thật hành đúng Chánh pháp, nhất định có thể tìm được từ
phương tiện điện toán truyền tin này. Đó là mặt tích cực hướng thiện
trong thế giới cực thịnh vật chất ngày nay. Ngoài ra như đã thưa, khó
thể tìm được bậc hiền nhân đích thực chân tu, chuyên sống đời phạm
hạnh giải thoát.

Riêng mỗi bản thân người học Phật trong thế kỷ này, điều tối quan
trọng là gìn giữ giới luật Phật dạy, làm nền tảng tu hành, từ đó mới
tạm gọi có định. Người không trọn giới, sẽ khó phát sinh Chánh Định.
Cũng có nghĩa không thể thiền định, hay thiền quán thành tựu. Vì

hành trì giới tịnh sẽ sinh hoan hỷ, tương ưng phù hợp các đức tánh thiện cao thượng, mà ngay cả thế gian phải quý mến ngợi khen. Kể cả cảm ứng được sự hộ trì của các vị phi nhân thiện thần.

Có Chánh Định rồi thì trí huệ tự phát mà không cần phải gia công tìm kiếm yếu nghĩa lời kinh Phật dạy. Tuy nhiên người nào đời nay thông minh trí thức với kinh luận giải thoát, dù chưa thành tựu giới, điều này phải biết rằng chư vị cũng đã có Định rồi ở đời vừa qua.

Trong vô số kiếp luân hồi, người học Phật cũng quay theo dòng sinh tử chập chùng không khác. Nhưng vì giới là nền tảng, nên khi chưa thành tựu giới thì vẫn còn lao đao, nghĩa là phải sanh trở lại vô số lần làm cư sĩ hay vô số lần tu sĩ mà vẫn chưa thấy đạo.

Kinh xưa Phật kể, trong vô số đời sống của Ngài, thọ mạng sinh ra làm đủ hạng người giàu nghèo cho đến vương giả. Và một điều nhận ra, bất kể thọ sanh hạng nào, Ngài cũng là người xem trọng giới, giữ giới trong sạch. Cho đến làm loài bàng sanh, Bồ Tát vẫn là con vật cao thượng sống trong sạch với đồng loại của mình. Do vậy con đường học đạo hành đạo của Ngài, không có loay hoay, không trì trệ mà chỉ tiến dần đến Niết Bàn giải thoát.

Từ đây ta hiểu, sự thông minh trí thức của người học Phật đời nay nói lên quả Định của chư vị. Chư vị phải có giới giải thoát trong đời quá khứ, mới phát được Định gần Chánh Pháp. Khi mức định vừa phải sinh ra huệ cũng vừa phải. Chỉ cần huệ vừa phải, sự tái sinh sẽ làm đẹp cho đời, và trong thời kỳ giáo pháp của Phật còn ở thế gian, bậc trí huệ này sẽ làm điểm son cho Phật Giáo.

Hơn thế nữa, nếu trong đời quá khứ, thực hành Giới, Định thuần thục hơn, thì huệ sẽ thành tựu trong đời này. Hành giả đó sẽ đạt được niềm hoan hỷ của Thánh quả Dự Lưu, mà không cần phải khổ hạnh nỗ lực cho nhiều. Hành giả đã bắt đầu con đường vô sanh, khi chỉ vài lần sanh trở lại.

Thế thì đường học Phật quả thật dài thăm thẳm, nếu chúng ta không nhìn thấy đâu là nền móng giới luật cho ngôi nhà vững chắc. Tìm kiếm hay thân cận được minh sư thì ta cũng phải tự mình thành tựu nền móng. Huống gì minh sư, bậc liễu đạo chân tu đời nay như cát dính trên tay.

Nếu bình phẩm bậc minh sư hiền đức là thế nào, xin thưa rằng, trước hết vị đó phải phủ nhận ngay lời khen thưởng hay chỉ trích của thế gian. Các Ngài sẽ nói rằng, không có gì đáng nói với thân ngũ uẩn này, ngoài việc mượn nó làm phương tiện chứng quả Vô Sanh. Hơn nữa cái ngũ uẩn mà chư vị đang tu, chẳng có gì tự cao hãnh diện, bởi bao nhiêu năm hiện hữu, là bao nhiêu sự nhờ vả, giúp đỡ của người khác! Và cái tâm đang tu lại nương vào cái ngũ uẩn yếu mềm đó; như thế căn cứ vào đâu cho nó là thật mà khen, mà tán thán.

Chư vị minh sư có đầy đủ lòng từ, có quá nhiều trí huệ, nhưng không bao giờ để tâm đến cái gì là từ, là huệ, nói chi phân biệt đúng sai, phải trái. Đời sống các vị minh sư mộc mạc đơn giản, nhưng tâm tư các Ngài rộng lớn sáng ngời, như trăng sáng đêm rằm. Ngôn từ các Ngài có thế nào, nhưng là pháp ngữ thật gần lời Phật dạy. Hành động các Ngài thì không một chút vội vã háo hức, với chánh niệm luôn luôn tỉnh giác. Nói gọn thì đời sống chư vị minh sư, không bao giờ để thế gian ảnh hưởng.

Cho nên quốc gia Phật Giáo nào, hay kể cả các nước không Phật Giáo mà có chư vị minh sư hiện diện dù hình thức không phải tăng sĩ, điều đó là đại phước cho xứ sở đó. Bởi vì hoạt động của một quốc gia, một tổ chức nào, đều phải tôn trọng sự thật. Lấy sự thật làm châm ngôn chân lý, vị minh sư dưới hình tướng nào đó, sẽ điều hành cố vấn thuận theo lẽ thật, chánh trực của nhân đạo, thì tổ chức đất nước đó làm sao không thịnh vượng hùng cường.

Trong hàng Tăng Già Phật Giáo nếu được các vị minh sư trưởng lão chứng minh cố vấn, thì không những tín đồ của bản xứ đó được ân phước chiêm ngưỡng học Phật rõ ràng, mà hết thảy chư Tăng Ni được dịp gần gũi, được nhắc nhở thế nào là quả vị chứng Thánh. Việc thật dễ hiểu bởi vì quý Ngài lấy thân vô ngã, nương vào vạn pháp vô thường mà hành đạo, như thế việc nào lại không hướng đến giải thoát. Các vị là hình bóng của hóa giải vấn đề, là sắc tướng vô trụ, là duyên khởi tạo thành sắc pháp cụ thể lời dạy của Thế Tôn. Cho nên người học Phật nào lại không ước ao một lần diện kiến các Ngài, nếu như tự thân chưa đi vào định của Chánh Định.

Đất nước Việt Nam, sinh hoạt Phật Giáo từ lâu thăng trầm theo thế sự, cùng với sự phát triển vật chất rộn ràng ngày nay, nên hình ảnh chư vị hành giả học Phật chuyên tu khó thể tìm gặp. Tuy nhiên bậc thức giả trí thức sống đời nghiên tầm giáo lý giải thoát người ta có thể biết được. Chúng con, chúng tôi muốn nói đến Ngài Tuệ Sỹ bậc học tu, Phật học uyên thâm, sâu diệu, thiết tha sống chết với giáo lý và văn hóa Phật Giáo từ lâu. Được như Ngài xưa nay không dễ thấy; nói như thế, không phải hiện nay không có những vị đã và đang chuyên tâm cần tu cần học.

Nhưng trường hợp Ngài Tuệ Sỹ phải nói xưa nay rất hiếm, với kiến thức Phật học uyên bác sâu rộng mà chỉ tự mình tìm học không qua trường lớp. Người như vậy quốc gia Phật Giáo nào lại không tự hào! Thế gian gọi đứa bé chưa học mà hiểu biết, là thần đồng. Lớn lên học ít hiểu nhiều gọi là thiên tài xuất chúng. Với đạo Phật không một vật gì tự nhiên xuất hiện, mà không có tông tích lịch sử.

Những thần đồng hay thiên tài thế gian chính là nghiệp lực tiếp nối tích lũy từ nhiều đời trước. Như vậy một Tuệ Sỹ hay Lê Mạnh Thát, Phạm Công Thiện... của Việt Nam là những học giả trí thức không phải chỉ có đời này. Và Ngài Tuệ Sỹ với trí lực thậm thâm nhưng đời sống bình dị của một tu sĩ bình thường, đã không thể giấu che là một ẩn sĩ, một bậc thạc đức hành giả ở đời trước.

Chỉ có bậc thạc đức hành giả mới trở lại thế gian, hiển hiện nghiệp sống lạ lùng kỳ tích. Và trí thức thông minh trác tuyệt đó, có phải chính là trí, là huệ, mới vượt bậc hơn người. Dù rằng sinh hoạt đời tu của Ngài chỉ thể hiện là học giả, còn hành giả thì chỉ có Thầy mới rõ hơn ai. Nhưng nếu không phải từng là hành giả trong quá khứ kiếp thì làm sao một vóc dáng gầy gò nhỏ nhắn, lại có thể vượt qua bao chướng ngại từ hoàn cảnh đến thể lực sức khỏe của mình.

Năm nay Ngài đã gần 80 tuổi; đã cực lực làm việc bằng tâm, trên tấm thân không thường mạnh, vậy mà lạ lùng tuổi hạc đã đạt đến thượng thọ. Nhưng ai thượng thọ rồi cũng mất, mà Ngài thì chắc sẽ khó quên, mỗi khi nhắc đến văn hóa tinh hoa Phật Giáo, với những triết lý thâm huyền siêu tuyệt.

Chúng con chưa từng gặp Ngài, chỉ biết Ngài qua các tác phẩm dịch phẩm. Và để đọc hiểu sách Ngài lại không khác là chưa từng gặp! Nghĩa là chỉ có hâm mộ, thán phục kính lễ bậc trí thức Tăng nhân Phật Giáo đúng nghĩa.

Chúng con không bao giờ dám nghĩ đặt bút viết hay bàn gì về Ngài; vì hiểu biết của chúng con chỉ là đệ tử của hàng đệ tử Ngài. Không biết nhân duyên thế nào, mà Hòa Thượng Thích Như Điển, Sư Thúc chúng con lại cho phép chúng con, viết bài đóng góp vào Kỷ Yếu kỷ niệm về Ngài. Chúng con rất hân hạnh, góp phần bày tỏ ít lời kính phục bậc Tăng nhân trí huệ, nhưng lại thẹn mình không đủ sức để dâng lên lời kính quý Ngài. Chỉ có một điều, những gì chúng con viết đến Ngài đều bằng tâm thành tâm kính.

Cầu nguyện Ngài liễu sanh thoát tử, tùy duyên nhập thế tiếp tục con đường dài hoằng hóa đạo mầu.

Nam Mô Bổn Sư Thích Ca Mâu Ni Phật
Thành kính lễ Thầy.

TK Thích Phổ Huân

BI – TRÍ – DŨNG VIÊN DUNG

Thích Thánh Trí

Biết bao thế hệ Tăng Ni Phật tử, các bậc cao nhân thạc đức, thiện hữu tri thức các giới trong và ngoài nước lâu nay hết lòng cung kính ngưỡng mộ chấp bút khá nhiều loạt bài tán dương, ca tụng công hạnh, đạo nghiệp của đức trưởng lão Hòa thượng thượng Tuệ hạ Sỹ được thể hiện qua nhiều khía cạnh khác nhau về các phương diện văn hóa, nghệ thuật, thi ca, tư tưởng Phật học. Dẫu vậy, thiết nghĩ tất cả những ngôn từ bút mực đó có bày tỏ sự cao quý đến mức độ tột cùng nào đi chăng nữa thì cũng không thể nào chuyển tải hết được tấm lòng, sự hi hiến vô cùng tận của bậc thông tuệ uyên bác hiếm hoi như ngài cho đạo Phật Việt Nam. Người viết bài này cũng không ngoại lệ nhưng cũng tạm mượn đôi dòng mộc mạc chân phương với tấc dạ tri ân vô hạn kính dâng lên bậc tôn Sư vĩ đại của Phật giáo VN thời cận, hiện đại. Sự hiện thân, đóng góp, tấm gương sáng ngời của tinh thần Bi, Trí, Dũng ở ngài luôn là ngọn đuốc soi đường cho hàng đệ tử Phật trên lộ trình tu tập, phụng sự nhân sinh.

BI: thương cho tiền đồ Phật pháp, sự tồn vong của Giáo hội truyền thừa từ chư Tổ bao đời nay và các thế hệ học Phật hậu lai mà ngày đêm ngài miệt mài trong sự trước tác, dịch thuật Thánh điển bất kể tuổi cao sức

HT Thích Tuệ Sỹ và các học trò tại Thị Ngạn Am, Bảo Lộc (Ảnh: FB Tâm Nhãn)

yếu, thân tứ đại mỏng manh khô gầy, bệnh tình nguy kịch. Không thụ hưởng sự an nhàn, tham vọng cho riêng bản thân, ngài tận tâm tận lực vun bồi lý tưởng giác ngộ giúp thế hệ Tăng Ni kế thừa tiếp nhận di sản bất tuyệt của nền giáo pháp vô giá. Sinh ra và lớn lên trong các thời kỳ chiến tranh ý thức hệ, bom đạn, tâm thức con người dễ dàng trôi chảy theo vòng xoáy của nhịp cầu tranh chấp đố kỵ thù hận, gieo rắc tai họa cho muôn người muôn loài. Nhưng phúc lạc cho nhân loại, dòng suối từ bi thanh lương mát mẻ từ nguồn Pháp Phật đã che chở, bảo bọc, nuôi dưỡng bao tâm hồn cao thượng, trong sáng, ý chí mãnh liệt, xuất trần để từ đó lần lượt xuất hiện các bậc cao Tăng thạc đức làm rường cột cho Phật giáo từ bao đời nay. Thừa hưởng tinh hoa lý tưởng giác ngộ giải thoát của đức Thế Tôn, trái tim ngài ôm trọn bầu trời Phật Pháp, tấm thân mỏng manh ốm yếu đó chứa đựng tình thương vô bờ bến đối với Tăng tín đồ Phật giáo nói riêng, thế giới loài người nói chung. Trong thư gửi các tăng sinh Thừa Thiên-Huế, ngài bày tỏ: *"Thế hệ của thầy, những thanh niên trang lứa được nuôi dưỡng để dựa vào chiến trường của cuộc chiến tranh ý thức hệ, được giáo dục để biết hận thù giai cấp. Nhưng may thay, dòng suối Từ vẫn âm thầm tuôn chảy, để xoa dịu những đau thương mất mát; để hàn gắn những đổ vỡ điêu tàn của dân tộc."*

TRÍ: tuy không tham dự theo học các chương trình đào tạo trường lớp chính quy nhưng với khả năng tự học, túc duyên sẵn có, ngài tinh thông hầu hết các bộ môn ở học đường và thông thạo nhiều sinh, cổ ngữ. Chưa từng rời quê hương Việt Nam, ấy vậy mà các nền triết học, sử học, đạo học đông-tây kim-cổ, những điển tích rất xưa, những truyền thống của các dân tộc trên thế giới ngài đều thấu hiểu tường tận, thấy biết sâu xa từng vấn đề lớn nhỏ dường như ít ai nghĩ đến. Các chủ nghĩa học thuyết, văn hóa, văn minh, học thuật cho dẫu hay đến mấy đi nữa nhưng vẫn còn quẩn quanh trong thế giới hiện tượng phân biệt, ngã-pháp nhị chấp ràng buộc, vẫn trôi lăn trong vòng luân hồi sinh tử khổ đau nên hành trình cuộc đời của ngài được chọn lựa là Phật Pháp và từng hơi thở của ngài gắn liền, trải dài theo từng trang Kinh trong Tam Tạng Thánh điển. Có lần ngài kể về một du học sinh Việt Nam đi học Nhật bản, là con trai của người bạn thân. Cậu sinh viên này đang theo học ngành tiến sĩ điện tử, sự nghiệp tương lai rạng rỡ trước mắt nhưng cậu này đã chuyển sang học Phật học khi được khám phá, tiếp cận nền giáo lý giác ngộ uyên thâm tại một thư viện nơi cậu đang học. Do vậy, bằng mọi phương tiện trong quá trình hoằng hóa, lúc nào và bao giờ ngài cũng gửi gắm đến các thế hệ học Phật di sản Tuệ giác vô giá của tạng Pháp Phật như tinh thần Kinh Bát Đại Nhân Giác: "An bần thủ đạo, duy tuệ thị nghiệp".

DŨNG: vì danh vọng, quyền tư lợi, tư hữu mà nhiều cá nhân, gia đình, đoàn thể, xã hội, đảng phái, quốc gia, nhân danh tổ chức tôn giáo…, con người có thể đánh đổi những giá trị, phẩm chất tinh thần cao quý từ bên trong mình rồi trở thành nô lệ, nạn nhân, tội đồ, tội lỗi, yếu kém, thấp hèn. Chư vị Thiền sư các thời cực thịnh của Phật giáo Lý, Trần đã từ khước những quyền lợi, bổng lộc sau những đóng góp to lớn cho đại cuộc để quay về nơi chốn tĩnh mịch mà tu hành, gìn giữ tố chất trượng phu cho đời sau noi theo. Cũng trong bức thư trên, ngài viết: *"Nhưng sống hay chết, vinh hay nhục, không làm dao động tâm tư của những ai biết sống và chết xứng đáng với phẩm cách của con người, không hổ thẹn với phẩm hạnh cao quý của bậc xuất gia.*" Những khó khăn chướng ngại của hoàn cảnh bên ngoài còn có cách để giải quyết trong khi sự vô minh tham chấp bên trong mới thật sự là vấn đề nan giải của tất cả những ai là con người hiện hữu trên hành tinh này. Đối mặt với những bức ngặt khủng hoảng đen tối nhất của thể chế cường quyền mà ngài không khuất phục trước những bất công đe dọa; cái chết không còn có nghĩa lý gì đối với ngài thì những thứ còn lại là danh xưng huyễn mộng, là tốt xấu khen chê… làm sao ngự trị, cám dỗ được ngài. Tinh thần vô úy uy dũng đó đã nuôi dưỡng chí nguyện tu hành, tiếp nối Tổ nghiệp, ý chí lợi tha mãnh liệt nơi ngài mà đa phần ai cũng sẵn sàng bước sang thuyền bên kia để được thuận buồm xuôi gió, sung túc mọi mặt.

Phật Pháp bao la rộng mở, duy có những người hữu duyên hữu phước mới bước vào con đường tu tập. Sự hiện thân quý giá sáng ngời giữa cõi đời như Hòa Thượng Tuệ Sỹ đâu phải ai cũng đồng lòng tôn xưng, trân kính, quy hướng; chỉ có những tâm hồn cao thượng, những hành giả sống với giá trị biết ơn mới cảm nhận được sự mầu nhiệm đó. Điều này hiển nhiên là vậy trong thế giới tương quan tục đế này. Đệ tử Phật muốn đền báo ân Phật thì phải đem lời Phật dạy áp dụng vào đời sống tu tập để lợi mình lợi người. Ai là người mang ơn, thọ ơn, quý mến ngài Hòa thượng Tuệ Sỹ thì nên nỗ lực hoằng truyền Chánh Pháp, phát huy lan tỏa những tác phẩm, dịch phẩm của ngài và học theo hạnh Đại Bi, Đại Trí, Đại Dũng từ ngài hầu góp phần cho ngôi nhà Phật Pháp được trường cửu, hưng long, sáng mãi ở thế gian.

Tu Viện Bồ Đề, ngày 11 tháng 10/2023

KÍNH LỄ ÔN TUỆ SỸ

TKN Giác Anh

*(bài viết dâng Ôn Tuệ Sỹ
của TKN Giác Anh, Chùa Pháp Bảo, Sydney)*

Kính lễ Ôn Tuệ Sỹ,

Bạch Ôn, con là Tỳ kheo Ni Giác Anh từ thành phố Sydney nam bán cầu. Con đốt đèn, thắp hương cúng Tam Bảo, cầu nguyện Ôn được khoẻ mạnh, để còn đủ thời gian Ôn đọc được hết tập Kỷ Yếu này, do Chư Tôn Đức Tăng Ni và tứ chúng đệ tử gần xa viết tưởng niệm và tri ân công hạnh của Ôn. Công hạnh của Ôn đối với Phật Giáo Việt Nam nói chung và Phật Giáo Việt Nam Thống Nhất nói riêng lớn quá, đứng trước tình hình sức khoẻ không tốt của Ôn, vị nào cũng lo lắng và cầu nguyện cho Ôn.

Bạch Ôn, con là một trong những đệ tử của HT Bổn Sư chúng con. Sư Phụ chúng con pháp hiệu là HT Thích Bảo Lạc, Phương Trượng Chùa Pháp Bảo, Sydney Úc châu. Bào đệ của Sư Phụ chúng con là HT Thích Như Điển, Phương Trượng Chùa Viên Giác, Hannover Đức quốc. Từ mối thâm duyên ấy nên chúng con vẫn gọi HT Như Điển là Sư Thúc. Cách đây hai hôm Sư Thúc Như Điển chúng con viết email bảo rằng:

"Ban Biên Tập của Ban Báo Chí HĐHP muốn làm một Kỷ Yếu tri ân đến HT Tuệ Sỹ, vì sức khoẻ của HT Tuệ Sỹ yếu lắm, chắc không còn bao lâu nữa. Vậy kính nhờ Hoà Thượng, TT Phổ Huân và Sư Cô Giác Anh, nếu được thì mỗi vị viết cho một bài để đăng Kỷ yếu thì rất có ý nghĩa. Thời gian cần trong vòng 1 đến 2 tuần lễ..." Đọc xong email mà tâm bỗng chốc xốn xang, vì biết rằng một ngôi sao sáng của Phật Giáo Việt Nam đang dần di chuyển sang hướng khác. Đứng từ địa cầu này, chúng con sắp không còn thấy ngôi sao đó nữa... Ngôi sao đó sắp đi rồi...

Bạch Ôn, thân phụ chúng con là cư sĩ Quảng Hạo, trước năm 1975, Ông vẫn còn tu, và là một trong những huynh đệ chúng Huệ Năng Phật học viện Huệ Nghiêm thời bấy giờ. Trong thời kỳ khó khăn đó, có khoảng thời gian quý tôn đức học Tăng chúng Huệ Năng ra lập lưu học xá Huyền Trang, đường Lạc Long Quân, quận Tân Bình Sài Gòn bây giờ. Những vị lập lưu học xá Huyền Trang thời đó có Sư Phụ chúng con, HT Như Tín, thân phụ chúng con cư sĩ Quảng Hạo, vài vị tôn đức nữa và quý Phật tử hỷ cúng.

Mỗi lần nhắc về Ôn thì Ba con thường gục gặc đầu, rồi chắt chắt lưỡi, ra chiều rất ngưỡng phục và nói: "Thầy Tuệ Sỹ là vị Thầy tuyệt vời!" Năm nay con 47 tuổi. Từ hồi con còn nhỏ, tức cũng đã 40 năm về trước rồi, nghe Ba nói Ôn tuyệt vời, thì biết Ôn tuyệt vời, chứ có biết thêm gì đâu. Nhưng chữ "tuyệt vời" gắn liền với Ôn Tuệ Sỹ theo năm tháng chúng con lớn lên, rồi xuất gia, rồi tu học và hành đạo nơi miệt dưới này.

Bạch Ôn, cuộc đời của Ôn, hành trạng của Ôn và di bảo của Ôn để lại cho nền văn hóa Phật Giáo Việt Nam không bút mực nào tả hết được. Nhắc đến Ôn là nhắc đến hàng loạt những danh xưng và tất cả đều xứng danh với danh xưng ấy.

Trong bài viết "Dụ ngôn của Thầy", Thầy Tâm Nhãn kể lại những câu chuyện dụ ngôn của Ôn, những câu chuyện đó thật thâm thúy, qua đó chúng con được biết, sự nhận xét của một bậc trí về tình hình Phật Giáo Việt Nam hiện nay. Những dụ ngôn đó hay ghê lắm, con xin không copy lại nơi đây, Thầy Tâm Nhãn kể lại tuy ngắn thôi nhưng hay quá, thưa Ôn. Con chỉ chấn động nhất, là lúc mở đề, Thầy Tâm Nhãn viết rằng *"kỷ niệm tình thầy trò (với Ôn) thì bàng bạc, điều đáng kể là kho kiến thức của Thầy: Phật điển, vật lý, khoa học, tâm lý học v.v... mà Ôn truyền dạy, nhưng chẳng học trò nào có thể lãnh hội hết".*

Mô Phật, Ôn ơi, sao trên đời lại có một con người mà kiến thức, kiến văn, tầm nhìn... của vị ấy sâu rộng, cao xa đến nỗi mà không một học trò nào theo kịp vậy Ôn. Bây giờ, ngẫm nghĩ lại, nếu không có Ôn Tuệ Sỹ bằng xương bằng thịt thật, thì cứ tưởng trên đời này, làm gì có một con người nào kỳ vỹ như vậy được.

Ôn là một Thiền sư mà trong mắt Triết gia Phạm Công Thiện từng nói rằng *"Dù trong cảnh tù ngục đói khổ trăm điều, thiền sư thiên tài Tuệ Sỹ vẫn bất khuất, và hùng khí vẫn ngùn ngụt cao ngất, như đỉnh Trường Sơn, mà nhà thơ Tuệ Sỹ vẫn trọn đời ngưỡng vọng yêu thương trên những con đường oanh liệt, khai mở cho Sử Tính quê hương được vượt thoát ra ngoài chế độ hoang phế tàn tạ..."*

Ôn là một thi sĩ đại tài mà những nhà văn nhà thơ như Bùi Giáng, Tâm Nhiên, Vĩnh Hảo, Nguyễn Mộng Giác... đều ca ngợi thơ của Ôn tưởng chừng như khó có một thi sĩ Phật Giáo thứ hai trong thời đại này bắt kịp. Ôn biết không, bài thơ Cúng Dường của Ôn viết trong tù, vừa đăng báo hải ngoại, còn nóng hổi, những văn bút chưa kịp tán thán ca ngợi, thì đã có rất nhiều Tăng Ni nghe qua là chấn động và nhập tâm liền, thưa Ôn. Tuổi trẻ chúng con cạn cợt, đâu có mặn mòi với thơ, vậy mà con cũng thuộc nằm lòng.

Cúng Dường

Phụng thử ngục tù phạn
Cúng dường Tối Thắng Tôn
Thế gian trường huyết hận

Bình bát lệ vô ngôn.

Chú Huỳnh Kim Quang dịch nghĩa:

Dâng chén cơm tù này

Cúng dường lên đức Thế Tôn Tối Thắng

Nghĩ đến thế gian máu lửa hận thù triền miên

Nên vừa bưng chén cơm mà nghẹn ngào đẫm lệ.

Bài thơ chấn động cả tâm can! Ôn ở trong tù, có khác gì tất cả chúng sanh cũng đang đau khổ trong ngục tù sinh tử, thưa Ôn?

Nói về ngôn ngữ, Ôn Tuệ Sỹ là một nhà đại ngôn ngữ. Hán ngữ của Ôn làu thông như tiếng Việt. Phạn ngữ, Pali ngữ, Tây Tạng ngữ, Pháp ngữ, Đức ngữ, Nhật ngữ và tất nhiên phải có Anh ngữ, đối với Ôn, tất cả những ngôn ngữ đó trở thành phương tiện, giúp Ôn dễ dàng dịch Kinh, viết Luận và hoàn tất công trình chuyển ngữ Thanh Văn Tạng từ Hán Ngữ sang Việt ngữ. Công trình này là công trình trên ngàn năm nay, Phật Giáo Việt Nam chúng ta mới có được, bạch Ôn. Công trình này được hoàn tất, đều nhờ vào bi nguyện độ sanh của Ôn.

Ôn là một nghệ sĩ tài hoa, đàn piano, đàn violin, đàn guitar… những nhạc cụ này không phải ai cũng có nhân duyên để nghe, để thưởng thức, huống gì nói đến tự mình chơi. Vậy mà Ôn điêu luyện nhiều nhạc cụ khác nhau.

Nhưng trên hết, điều kỳ diệu về cuộc đời Ôn là sự bi tráng, uy dũng, bất khuất trước ngàn giông tố. Trước biến cố 1975, hoàn cảnh đất nước chiến tranh, các chùa viện Phật Giáo cũng theo vận nước mà thiếu thốn khó khăn, vậy mà Ôn Tuệ Sỹ, bậc Thầy vô sư trí, đã vang danh là một triết gia Phật Giáo lỗi lạc, một Giáo sư Đại học, một thi nhân, một thiền gia… Khó có vị nào hiểu về Thiền nhiều hơn Ôn tại Việt Nam lúc bấy giờ… Sau năm 1975, với hơn 20 năm thời gian, Ôn đi làm rẫy, Ôn bị bắt đưa đi cải tạo và ngồi tù… nhưng những công trình của Ôn để lại, nhiều người khác làm trong nhiều đời cũng chưa chắc đã làm xong. Sự kỳ vỹ và kỳ diệu là ở "thời gian". Bạch Ôn… thời gian đâu mà Ôn để lại nhiều bảo vật vậy, Ôn ơi.

Chú Nguyên Đạo Văn Công Tuấn viết: *"Trên đời này, nếu chỉ được phép nhắc đến tên một nhà Văn hóa Phật giáo Việt Nam thì tên người ấy chắc chắn phải là Tuệ Sỹ; nếu chỉ được phép viết về một người của thế kỷ này thì nên viết về Tuệ Sỹ; nếu tôi chỉ phải nêu tên một người bằng tất cả niềm cảm phục và kính trọng thì tôi sẽ nêu tên Thầy Tuệ Sỹ".*

Sư Thúc Như Điển chúng con viết về Ôn như vầy *"…Còn Thầy Tuệ Sỹ với mình hạc xương mai; nhưng tư tưởng của Thầy thì cao hơn núi Thái và vững hơn bàn thạch, sáng giá hơn kim cương, dầu cho Thầy có sống ở dưới bất cứ hoàn cảnh nào. Những bộ kinh như: Trường A Hàm, Trung A Hàm, Tạp A Hàm, Tăng Nhất A Hàm, Duy Ma Cật Sở Thuyết v.v… là những tài liệu, dịch phẩm có giá trị muôn đời về sau nầy cho Phật giáo cũng như cho Dân Tộc."*

Bạch Ôn, nhiều năm trước Ôn có viết bài tưởng niệm về HT Mật Hiển, có đoạn Ôn viết về "Cổ thụ trong rừng Thiền". Đoạn đó Ôn viết hay quá Ôn à. Bây giờ nếu có ai viết tưởng niệm Ôn Tuệ Sỹ, thì chắc chắn Ôn cũng chính là một bậc cổ thụ của rừng Thiền Việt Nam thời gian sau Đức Phật 25 thế kỷ này. Và không ai viết về cổ thụ thâm sâu, ý vị hơn Ôn:

"Rừng già, vì trong đó có cổ thụ. Cây cao, bóng cả sừng sững giữa trời. Từ những mầm non mong manh, rồi chen chúc với cỏ dại, lau lách; năm tháng chồng chất bởi nắng, gió, nhiều khi giông bão. Những cây cối thuộc chủng loại thấp hèn bị đào thải dần, những cây đồng loại nhưng non yếu

cũng lần hồi bị đào thải. Còn lại một mình trơ vơ, đứng thẳng, vươn ngọn lên cao.

Khu rừng ấy, thoạt đầu tiên chỉ là đám cỏ dại, chỉ đủ chỗ cho rắn rết bò trườn. Rừng không phải càng lúc càng bành trướng rộng theo chiều ngang dọc. Rừng lớn lên theo tầm vóc của các cây rừng cứng cõi chống lại sức tàn phá của khí hậu, của mưa lũ, cho đến con người. Cho đến lúc, từ những phương rất xa mà có thể trông thấy tàn ngọn của một cây cao. Rừng già, nhưng không cằn cỗi, thưa thớt. Cây cao không tiếp sức, cũng không vun bồi, và cũng không cần che chở cho những cây non yếu. Những gì non yếu đã bị gãy đổ, còn lại những gì cứng mạnh, tự mình vươn dậy để trưởng thành những đám cây con dưới bóng cây già. Bấy giờ, rừng không còn là đám cỏ dại, không còn là tập hợp của những cụm cây con, lùm cây thấp. Rừng già, và rồi là rừng thiêng, là một cõi oai hùng cho sư tử, hay hổ báo; đôi khi còn là chỗ cho các thần linh, thiện cũng có mà ác cũng có. Dù thiện hay ác, trong từng thời điểm nhất định, nơi đó là trú xứ của các Tiên nhân, là chốn hành Đạo của những bậc xuất thế, từ chốn thâm u làm ánh sáng soi đường cho sinh loại sinh tồn và tiến hóa, soi vào tận những nơi tối tăm, hiểm ác mà mặt trời rực rỡ kia không thể soi đến.

Thế nhưng, rừng già, rừng thiêng luôn luôn cũng là hình ảnh đáng kinh sợ cho loài người mà tâm tư vốn thấp kém, bị trùm kín trong ước muốn thấp hèn, bị trói buộc, bưng kín bởi cái thấy, cái nghe thiển cận. Bóng Người thấp thoáng đỉnh cao; nhưng, mây dày phủ kín, biết đâu mà tìm."

Ôn Tuệ Sỹ là như vậy đó, tâm Ôn cao vút, trí Ôn sáng ngời. Dù mây dày phủ kín, nhưng 80 năm qua Phật Giáo Việt Nam đã quá may mắn vẫn có Ôn. Sau này Ôn đi rồi, biết đâu mà tìm một ngôi sao thứ hai, một cổ thụ thứ hai giống như vậy nữa.

Ôn còn nhớ 9 câu thơ Ôn viết tiễn Ni sư Trí Hải không?

Cánh chim đã vượt qua vũng lầy sinh tử
Bóng nắng rọi lên dòng huyễn hóa

Thân theo tro tàn bay

Hoa trắng vỡ trên đại dương sóng cả

Sao trời chợt tắt giữa lòng tay

Sương còn đọng trên đầu cây lá

Đến rồi đi nước lửng vơi đầy

Heo hút bờ hoang ảnh giả

Người sống mỏi mòn trong nhớ tiếc không khuây.

(Quảng Hương Già Lam Phật lịch 2547 Quý Mùi, tháng 11, 15 - Tuệ Sỹ)

Dạ vâng, thưa Ôn, mai kia Ôn về với chốn cũ của Ôn. Mai kia khi Ôn về với cõi Vô Sanh, thì tất cả chúng con ở lại sẽ nhớ tiếc không khuây. Sẽ nhớ về Ôn với niềm hãnh diện về một nhân vật Phật Giáo Việt Nam thời hiện đại. Chúng con sẽ hãnh diện về Ôn, sẽ thắp hương bạch Phật, thưa với Phật rằng, sau Đức Phật ra đời hơn 25 thế kỷ, có một vị đệ tử Phật, mang hình hài Tăng già Phật Giáo Việt Nam, là viên ngọc báu mang tên Tuệ Sỹ, một bậc kỳ tài siêu suất.

Ôn Tuệ Sỹ cho chúng con niềm tin Bồ Tát Phổ Hiền là có thật. Nhiều hạnh nguyện viên mãn trong một con người là có thật. Bồ tát Phổ Hiền mang tên đại hạnh vì Ngài có 10 đức hạnh vẹn toàn cùng một lúc. Ôn Tuệ Sỹ là ngôi sao sáng, là viên ngọc quý, là đại hùng, đại hạnh, là có thật. Vì trong con người Ôn, có quá nhiều điều tuyệt vời cùng một lúc. Ôn ơi.

Chúng con thành kính đảnh lễ Ôn.

Nam mô Đại Hạnh Phổ Hiền Bồ Tát

Thiền Lâm Pháp Bảo, vùng Wallacia, Sydney.

TKN Giác Anh

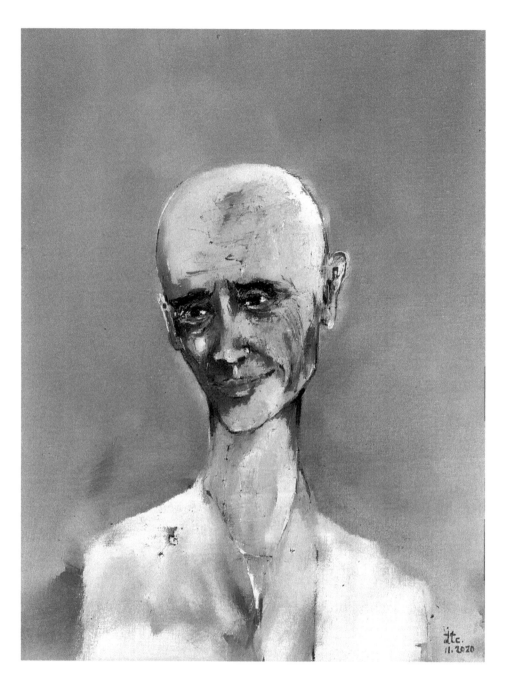

Chân dung Thầy trên canvas của họa sĩ Đinh Trường Chinh

VƯỜN THIỀN TRÍ TUỆ VÀ DÂNG TRÀ

Bùi Chí Trung

Hạnh duyên sơ ngộ với Thầy vào đầu mùa Đông 2019 ở chùa Đức Lâm, Nagoya khi Thầy qua Nhật lần đầu tiên. Đã được biết nhau từ trước, từ khi biên tập tập thơ 'Thơ và Đá' của Nguyễn Đức Sơn được Thầy viết cho lời tựa giới thiệu, nên tuy mới gặp nhưng mà thấy thân thiết như đã biết nhau từ trước. Dạ Thảo cũng bay từ Mỹ qua ăn Tết Tây 2020 cùng nhau. Chùa Đức Lâm năm đó nhộn nhịp, nhiều tăng ni và Phật tử người Việt đến viếng thăm Thầy, thăm lẫn nhau, đâu đâu cũng nghe tiếng Việt râm ran trong khuôn viên ngôi chùa Nhật Bản này.

Có khi rảnh rỗi, Thầy dạo đàn ở phòng ăn chung là một không khí ấm áp thật hạnh phúc lan tỏa rộng, ai đi ngang qua cũng đều dừng chân lại trân trọng lắng nghe không kể Nhật hay Việt. Những giây phút đó thật là thân thiết, thật là tình cảm, và tôi cũng cảm thấy rằng Thầy cũng đang cố quên những công việc bề bộn hằng ngày, để hòa mình vào hoàn cảnh thực tế chung quanh, hòa đồng với môi trường đang có.

Đêm giao thừa Tết Tây 2020, Thầy tham dự nhiều nghi lễ Phật giáo đón Tết của Tông Tào Động 曹洞宗 ở chùa Đức Lâm và cùng chung vui với mọi người. Tôi thấy Thầy hơi mệt vì cuộc lễ quá dài, nhưng Tết đó rất

Lá vàng lá đỏ còn nhiều trong khuôn viên Đức Lâm Tự đầu mùa Đông 2019

nhiều Phật tử người Việt Nam được hạnh duyên là được cả hai Thầy, Thầy trụ trì chùa Đức Lâm và Thầy Tuệ Sỹ làm lễ tạ ơn Phật ban phước đón năm mới.

Sau đó hơn một tuần chúng tôi tiễn Thầy về nước ăn Tết ta, Thầy đi xong thì Dạ Thảo cũng trở về Mỹ, và tôi thì ăn Tết ta một mình xứ người như nhiều năm qua.

Sau Tết ta 2020 Thầy trở lại Nagoya lần thứ hai. Tháng Hai ở Nhật là giữa mùa đông, cỏ cây trơ cành trụi lá. Khu rừng cạnh nhà cũng thế, chỉ còn mấy cây tùng hay những loại cây lá sáp chiếu sáng là vẫn giữ màu xanh mà thôi.

Có hôm đi dạo trong rừng đem theo ít trà nóng, đi một chút thì nghỉ sợ Thầy đau chân, nghỉ rồi lại đi. Trời tuy lạnh nhưng có chút trà ấm vào thì khỏe lại ngay.

Nhìn cảnh rừng mùa Đông nghĩ đến cái ấm áp tươi trẻ rực rỡ mùa Xuân sắp tới. Nhớ đến câu chữ Hán 'Đông lai Xuân bất viễn' (冬来春不遠 Mùa Đông đến là mùa Xuân cũng không còn xa), nghĩ rằng Thầy cũng sẽ mau bình phục trở lại cuộc sống thường ngày. 'Tâm cảnh tương tri', nhìn cảnh xác xơ mà tâm ta thanh tịnh thì chẳng thấy gì buồn.

Cuối tháng Hai đưa Thầy đi thăm vườn hoa mai (mơ) ở Nagoya. Hoa mai là một trong những loại hoa nở báo hiệu mùa Xuân sắp đến ở Nhật Bản. Gần những nơi Thầy tạm trú; giữa tháng Ba là những hàng cây mộc liên hoa nở trắng và nhiều loài hoa màu vàng màu đỏ khác hai bên đường xung quanh chùa Đức Lâm; đầu tháng Tư là hoa anh đào như những tầng mây trắng đượm chút hồng nhạt ở Thành phố Saitama; và sau đó là bao nhiêu hoa đủ thứ đủ màu, lớn nhỏ, cao thấp; và lá xanh đâm chồi nảy lộc, thoáng một vài tuần là đất trời đổi thay; thành phố từ màu xám xịt đã trở thành màu xanh bình yên, hớn hở, màu xanh với những sắc màu hy vọng, như hy vọng cho sức khoẻ bệnh trạng của Thầy mau được cải thiện. Mùa Xuân ở Nhật là mùa trăm hoa đua nở, mùa Xuân năm 2020 sức khỏe Thầy càng ngày càng hồi phục. Thầy thì vui và chúng tôi cũng rất mừng.

Những ngày Thầy ở Nhật, tôi có may mắn được hầu chuyện nhiều lần. Trong các câu chuyện lung tung nhắc lại thời 'trẻ trung' của Thầy trước 75, cũng là những chuyện thời 'niên thiếu' của tôi hồi đó, đôi khi phát hiện ra một vài sự trùng hợp nào đó thì phá lên cười, cùng lần tìm về vết dấu cũ ngày xưa. Nghe tiếng Thầy đã lâu nhưng nay mới được dịp hạnh ngộ, tuy là Thầy đang hơi yếu nhưng đối với tôi đây là một cơ duyên hy hữu, một may mắn một hạnh phúc cho những ngày sắp vào tuổi buổi chiều của đời người.

Trong các chuyến đi dạo ở khu rừng cạnh nhà, hay đi viếng đến chùa gần xa, Thầy vừa đi vừa nghỉ vì đôi chân hơi yếu, nhưng những mẩu đối thoại tìm hiểu về văn hoá tập quán xã hội Nhật Bản luôn được đặt ra, và tôi nhiều khi cũng rất thú vị được nghe những kiến thức, lý luận về Phật học rất mới mẻ đối với tôi từ Thầy.

Có lần bàn đến thơ của Thầy thì Thầy Hạnh Viên đưa ra ý kiến là đã đến lúc nên phát hành tập thơ 'Thiên Lý Độc Hành' vì thấy khả năng thiết kế, trình bày sách của Dạ Thảo rất tuyệt, tính nghệ thuật cao, sách phát hành rất được trân trọng. Chúng tôi cố gắng làm nhanh, giống như nhóm cộng tác biên soạn tập 'Thơ và Đá'; bản dịch thơ tiếng Anh do Nguyễn Phước Nguyên đảm nhiệm, còn tôi nhận phần phiên ra chữ Nôm, dịch ra thơ tiếng Nhật và biên tập toàn thể; lần này có thêm nhà thơ Pháp là bạn của Thầy, bà Dominique de Miscault dịch ra thơ tiếng Pháp, thầy Hạnh Viên viết lời bạt 'Nối gót Thiên Lý Độc Hành' cũng được dịch ra ba ngôn ngữ; phát hành ở Mỹ cuối năm 2020, sau đó Hương Tích tái phát hành ở Việt Nam năm 2021.

Chưa hết, trong những ngày dịch 'Thiên lý Độc Hành', tôi có đọc qua trên mạng một vài giới thiệu những bài thơ chữ Hán trong tập 'Ngục Trung Mị Ngữ' của Thầy nhưng chưa thấy thấm ý cho lắm. Thế là những bài thơ này cũng được đem ra viết lại, cùng với Thầy mổ xẻ, phân tích từng chữ từng ý; và rồi được dịch ra thơ tiếng Việt bởi Thầy Nguyên Hiển, cũng Nguyễn Phước Nguyên dịch ra thơ tiếng Anh và tôi lãnh phần tiếng Nhật cùng biên tập như trước nay. Vì là thơ chữ Hán nên có thêm phần thủ bút cho đẹp; phần này nhờ Thầy Takaoka Shucho, trụ trì chùa Đức Lâm thủ thư. Đương nhiên là Dạ Thảo tập trung thiết kế, trình bày bìa; và tập thơ đã được phát hành ở Mỹ đầu năm 2023. Điều đáng nhắc đến ở đây là mọi hình ảnh liên quan đến Thầy sử dụng cho tập thơ này đều là hình của riêng Dạ Thảo và tôi, chưa được sử dụng lần nào nên thật là quý.

Trong ba năm biên tập hai tập thơ của Thầy, cả Dạ Thảo và tôi đều rất trân trọng, tập trung mọi khả năng có thể, để có được hai tập thơ mà cả nội dung lẫn hình thức đều đạt đến đỉnh cao trong những sách phát hành xưa nay. Thật ra, đối với chúng tôi, hai tập thơ này của Thầy được phát hành vào thời điểm này cũng còn mang thêm tính cách lịch sử nữa; sẽ có một ngày chúng ta cùng ngồi lại bên gốc tùng lật từng trang sách, đọc từng bài thơ, thấm từng câu chữ và cùng tưởng niệm đến Thầy của chúng ta.

Nhiều điều tâm sự với Thầy tôi cũng đã viết trong tập thơ 'Ngục Trung Mị Ngữ' rồi nên không đưa lại ở đây, nhưng trong những tâm tình với Thầy ở đây tôi chỉ xin nhắc lại hai chuyện mà tôi rất ấn tượng, và tôi cũng mạn phép nghĩ rằng Thầy cũng giữ nhiều ấn tượng với nó.

Vườn Thiền TRÍ TUỆ

Trong thời gian Thầy ở Nhật, tôi có dịp đưa Thầy đi viếng nhiều đền chùa. Thầy thì thích đi để biết thêm văn hoá Phật giáo Nhật nhưng tôi thì ngược lại, là dịp được hiểu thêm về triết học Phật giáo Việt Nam qua những ý kiến hay câu hỏi của Thầy. Thật ra tôi còn có một ý định khác mà không thưa với Thầy hay các thị giả đi cùng, là tạo dịp để Thầy đi bộ đôi chút, thư giãn gân cốt nhưng không để phí sức không tốt. Người già ở Nhật rất dẻo dai là vì họ có nhiều dịp đi bộ, đi chùa ở Nhật cũng được xem là tạo dịp đi bộ hơn là chỉ đi để cầu phước cầu lộc cho mình.

Hầu hết trong các chùa tôi đưa đi đều có một khu vườn nhỏ, không phải ở tiền đình mà thường ở phía sau gần Phương trượng, đôi khi chỉ có những luống cát thẳng hoặc uốn lượn, và vài tảng đá. Thầy để ý và quan tâm hỏi tại sao không thấy trồng hoa. Tôi giải thích đây là những vườn Thiền rất đặc biệt trong các kiến trúc

Đường lên chánh điện chùa Tôn Vĩnh Tự 尊永寺 ở Thành phố Fukuroi Tỉnh Shizuoka

Trong vườn Thiền chùa Long Đàm 龍潭寺
ở Thành phố Hamamatsu Tỉnh Shizuoka

Thiền viện Nhật Bản, không giống như những vườn trồng nhiều hoa có hồ có suối có cá Koi; kiểu vườn Thiền này phát triển từ thời Liêm Thương (鎌倉 Kamakura) sau khi Thiền tông được truyền vào Nhật Bản khoảng đầu thế kỷ XIII. Những vườn kiểu này thường ít dùng nước nên được gọi là Sơn thủy khô (枯山水 Karesansui).

Trong nhiều buổi hầu chuyện, có hôm Thầy nói là phải chi ở chùa mình cũng có một vườn Thiền như thế này để khi nào làm việc mệt mỏi, mọi người ra đó uống trà thư giãn thì rất hay.

Tôi để bụng và một hôm điện thoại bàn với Thầy Hạnh Viên về khả năng tạo một vườn Thiền nhỏ ở Thị Ngạn Am của Thầy. Thầy Hạnh Viên nói bây giờ Thầy Tuệ Sỹ hầu hết là tịnh dưỡng ở chùa Phật Ân, Long Thành; mình thử làm ở đây xem sao. Rồi Thầy Hạnh Viên gởi cho mấy tấm hình chụp khu vườn nơi Thầy Tuệ Sỹ đang tịnh dưỡng.

Lúc đầu chỉ nghĩ là tạo một vườn Thiền nhỏ theo kiểu Sơn thủy khô của Nhật với chữ TUỆ theo tên Thầy. Chữ TUỆ 慧 được phân thành 3 phần, trên cùng là hai chữ Vương 王 thò đầu đuôi, phần giữa chữ Kệ ョ và chữ Tâm 心 dưới cùng.

Vườn Thiền theo hình chữ nhật đứng chia làm ba phần, ba hình chữ nhật ngang nằm dọc liền nhau tượng trưng cho ba chữ như trên.

Phần trên cùng tạo cảnh như đồi núi nhấp nhô và chia làm hai bên, dự định đặt mỗi bên có ba tảng đá với tảng đá giữa hơi cao hơn hai tảng hai bên, tượng trưng cho Thích Ca Tam Tôn và A Di Đà Tam Tôn biểu hiện hai chữ Vương có đầu đuôi. Phần giữa bằng cát được cạo thành những luống ngang tượng trưng cho biển và sóng nước dựa theo chữ Kệ. Phần dưới cùng là hồ nước, có bắc cầu để đi qua hay ngồi thõ chân xuống nước, bày theo chữ Tâm.

Cho đến đầu tháng Bảy 2022 tôi mới có dịp về nước và có đến thăm Thầy ở chùa Phật Ân. Tôi thử phác thảo sơ qua ý tưởng trên giấy đưa cho quý Thầy xem, mọi người đều thấy thích thú về ý tưởng vườn Thiền này.

Cùng ngày hôm đó Thầy sắp xếp đưa chúng tôi qua chùa Giác Hoàng cũng ở Long Thành gần đó để gặp Thầy Lê Mạnh Thát đang chờ ở đó. Thầy nói rằng chùa Giác Hoàng trong tương lai sẽ là nơi tập trung các kinh sách, tư liệu nghiên cứu của hai Thầy để các tăng ni sinh có thể sử dụng để tu học; và đây cũng có thể là nơi sinh hoạt cuối cùng của hai Thầy.

Vì chưa được phép xây dựng chùa chính thức nên hiện tại mới chỉ là một am nhỏ nằm giữa khuôn viên với tầng dưới là nơi tiếp khách, tầng trên có biển ngạch 'Giác Hoàng Tự' và đài thờ Phật Thích Ca, Bồ tát Quan Âm cùng Phật Hoàng Trần Nhân Tông. Trước bàn thờ Phật, ra ngoài buổi chiều chạng vạng sẽ thấy mặt trời lặn ráng đỏ rất đẹp.

Từ cổng có đường xe chạy vào, hai bên là hai khoảnh đất hình chữ nhật đứng không rộng lắm, ở giữa mỗi bên đã có trồng hai cây bồ đề và sa la (đầu lân), hai bên dọc đường xe chạy vào cũng đã có trồng hai hàng cây sa la chưa cao lắm.

Đến giữa khuôn viên là cái am nhỏ và phần đất phía sau vẫn còn để hoang; trong tương lai dự định sẽ xây tăng phòng, bếp và nhà để xe cho tăng ni tạm trú, tu học.

Thầy Thát đã chờ sẵn ở đó, vui vẻ kêu vào uống trà. Lần đầu được diện kiến Thầy mà như đã quen trước, rất là thân mật. Thầy luôn miệng kể cho nghe mấy phát kiến mới về lịch sử Phật giáo thời Trần, tất nhiên là cũng rất mới đối với tôi. Càng nghe càng thấy muốn nghe thêm, nhưng phần nhiều là Thầy nói để Thầy nghe, nói huyên thuyên không cho mình có dịp hỏi thêm hay đưa ý kiến. Mà thật ra thì cỡ như bọn chúng mình khi nghe những nội dung Thầy Thát phát biểu mà hiểu được đôi chút là cũng hơi có trình độ rồi, được nghe là may mắn lắm rồi, hạnh phúc nhiều lắm rồi. Thỉnh thoảng Thầy Tuệ Sỹ chêm vào vài câu, hỏi vặn lại hay phân tích nội dung, mọi người cười vang rồi Thầy Thát lại tiếp tục nói. Ngồi nghe hai vị đấu với nhau, nội dung những câu nói là những bài học uyên thâm, cảm thấy rất mới rất quý, quý hơn tất cả những gì mình thâu thập được trong quá trình học tập làm việc bao nhiêu năm nay.

Nhân khi Thầy Tuệ Sỹ nhắc đến ý tưởng tạo vườn Thiền với hình chữ TUỆ tham khảo hình ảnh các vườn Sơn thủy khô của Nhật, Thầy Thát hứng khởi nói: "Được đó, hay lắm, nên xúc tiến đi", rồi Thầy tiếp tục kể cho nghe chuyện mấy lần qua Nhật dự hội thảo, về tín ngưỡng Phật giáo của Nhật Bản tương quan với các nước Đông Á như thế nào; và là một bài giảng tiếp theo về quá trình tương tác truyền thừa Phật giáo từ Ấn Độ qua Trung Hoa, từ Trung Hoa truyền sang bán đảo Triều Tiên rồi qua Nhật Bản; từ Trung Hoa truyền vào Việt Nam như thế nào cùng dẫn thêm một số kiến thức lịch sử về những Thiền sư Việt Nam qua truyền giáo ở Trung Hoa, con đường truyền thừa Phật giáo giữa Trung Hoa và Việt Nam không phải là con đường một chiều mà là có sự giao thoa hỗ tương lẫn nhau.

Thầy Thát vẫn thao thao bất tuyệt nhưng đã đến lúc phải trở lại chùa Phật Ân. Mọi người sắp sửa lên xe thì Thầy Thát gọi: "Anh Trung lên đây ngồi với tôi". Thế là trên quãng đường hơn nửa tiếng tôi lại được học kỹ thêm về Vua Trần Nhân Tông lên núi Yên Tử với phong thái như thế nào, một vài câu thơ Vua ngâm trong thời gian trên núi; hay cả đến những nội dung tu học Phật pháp của các Vua nhà Trần như Trần Thái

Tông, Trần Anh Tông v.v..., những nội dung đúc kết từ những cuốn sách, những tư liệu mà nếu tự mình tìm đọc thì cũng phải cần thời gian sáu tháng hay một năm chưa chắc đã hiểu được.

Ngồi trên xe, vừa nghe vừa gật đầu theo từng câu nói của Thầy Thát, cố gắng hiểu và ghi nhớ nội dung những gì Thầy giảng, nhưng trong đầu tôi lúc đó lại có thêm một ý, một điều để suy nghĩ nữa. Đó là sau khi được thăm chùa Giác Hoàng, thấy khu vườn trước am có hai mảnh đất song song đối nhau, mà chùa này được xem là chùa chung, cuối cùng của hai Thầy nữa, thì mình nên đề nghị hai Thầy xây vườn Thiền ở đây là hợp lý nhất.

Về lại đến chùa Phật Ân, tôi đề nghị với hai Thầy là nếu có làm vườn Thiền ở chùa Giác Hoàng thì tôi có ý kiến là thiết kế hai mảnh vườn phía trước dựa theo hai chữ TRÍ TUỆ, là ý nghĩa của từ Bát Nhã nhà Phật, và cũng là một chữ một lấy từ hai tên Trí Siêu và Tuệ Sỹ. Thầy Tuệ Sỹ chưa kịp trả lời thì Thầy Thát đã cười ha hả nói: "Được đấy, được đấy" rất đắc ý.

Phần chữ TUỆ thì như đã trình bày ở trên, còn phần chữ TRÍ thì cũng được chia làm ba chữ nhật nhỏ đối xứng với ba phần tương đương trong chữ TUỆ.

Trên cùng là thảm cỏ có đường đi dạo theo hình chữ Thỉ 矢 biến thể như chữ Phu 夫, phần giữa là những luống cát kéo dài trong hình vuông chữ Khẩu 口, và phần dưới cùng là một hình mặt trời tròn phát ra tám tia sáng biểu hiện chữ Nhật 日; ba chữ này gộp lại thành chữ TRÍ 智. Tám tia sáng từ mặt trời toả ra cũng như Bát Chánh Đạo phát ra từ Đại Nhật Như Lai, phần này cũng có thể xây đường đi trên cát sỏi hay trên nước như phần chữ Tâm trong chữ TUỆ bên cạnh.

Ý tưởng làm các đường đi dạo trong vườn Thiền, cả bốn bên hai mảnh vườn cũng là đường đi dạo, hoặc có nơi ngồi thả chân vào nước là để cho các tăng ni sinh sau những giờ nghiên cứu, dịch thuật, làm việc mệt

Buổi gặp gỡ đầu tháng Bảy ở chùa Phật Ân

mỏi có nơi tản bộ, thư giãn để lấy lại cân bằng trí óc mà tiếp tục công việc. Nếu cần sẽ làm một vài tấm phản gỗ gần đó, trải tấm chiếu lên ngồi nhìn trăng sao, thưởng thức trà, đàm đạo với nhau, để tình thầy trò càng thêm thân thiết.

Mấy hôm sau tôi phải trở lại Nhật tiếp tục làm việc, và đầu tháng Tám khi đại học nghỉ hè tôi lại về Việt Nam thăm gia đình thăm Thầy, lại xuống chùa Phật Ân viếng Thầy. Thầy vẫn sức khoẻ, vui vẻ trao đổi ý kiến, quan niệm về nhiều điểm trong triết học Phật giáo hay văn thơ, những ký ức hay kỷ niệm trong cuộc đời gần 80 năm của Thầy.

Trong những lần hầu chuyện Thầy, tôi cũng đôi khi gợi ý để Thầy kể lại những chuyện xưa, có những chuyện từ khi bắt đầu đi tu ở bên Lào, học chữ Hán như thế nào, thầy trụ trì chùa ở đó nhắn với bà Mẹ của Thầy là nên đem thằng nhỏ này về Việt Nam để tiếp tục tu học vì thầy trụ trì chẳng còn gì để dạy nữa cả. Hay chuyện thay ông lão viết sớ bằng chữ

Hán được chút ít tiền, về Việt Nam lang thang tạm trú trong các chùa dưới miền Tây rồi mới về chùa Già Lam. Những ngày làm thị giả cho Thầy Trí Quang, những ngày Phật giáo đấu tranh xuống đường như thế nào, những năm dạy học ở Vạn Hạnh, biên tập tạp chí Tư Tưởng và những năm tháng lánh đời về ở ẩn miền núi rừng Vạn Giã, những bước đi lang thang một mình trên những nẻo đường thiên lý, rồi những ngày tháng dài dằng dặc trong hai lần bị giam giữ với những u uất qua những vần thơ. Nhiều chuyện tôi đã có bàn qua trong bài viết về cách sử dụng từ Hán ngữ, hay những tâm sự của Thầy qua những vần thơ trong 'Ngục Trung Mị Ngữ', được xuất bản dịp Tết vừa rồi, mong nếu có có hội thì xin đọc để hiểu thêm những ý thức liên miên trong tấm lòng cao cả của Thầy những ngày đó. Ở đây, chỉ xin nhắc lại để cười với nhau là Thầy đôi khi thường đùa tôi là 'người hùng cô đơn' vì tôi sống một mình nhiều năm, hay bây giờ năng đi gặp Thầy thì là 'đời vắng em rồi chơi với Sư'. Biết bao nhiêu mẩu chuyện được kể đi kể lại nhiều lần mà nghe hoài không biết chán.

Thời kỳ Thầy ở bên Nhật thì bàn chuyện chữ nghĩa thi ca nhiều hơn vì đang biên tập mấy tập thơ của Thầy, nhưng thời gian gần đây thì thường bàn chuyện lịch sử, xã hội, những quy tắc tu tập mà tôi không tường tận lắm. Chắc là tôi có nhiều câu nói ngớ ngẩn nên Thầy lúc nào cũng phải giải thích khá nhiều, thế là tôi lại học được khá nhiều; và trong những buổi hầu chuyện đó lúc nào cũng tràn đầy những tiếng cười thân mật đằm thắm.

Trong những lần gặp Thầy đầu tháng Tám năm ngoái, tôi được biết là Thầy Thật có ý xây một cái tháp cao ở giữa một mảnh vườn trong khuôn viên chùa Giác Hoàng. Tầng trệt và lầu một của tháp dự định làm thư viện tư liệu và là nơi nghiên cứu, dịch kinh; còn các tầng trên thờ Phật. Thầy Tuệ Sỹ thì góp ý là nên làm tháp gọn ghẽ vì đất không rộng cho lắm, đơn giản, có thể giống kiểu tháp ở chùa Thiên Mụ ở Huế. Tôi thì cũng ủng hộ ý kiến này là nên làm gọn gàng, không cần những mái cong dài, đã vừa thô mà còn làm hẹp đi không gian trong tháp, nếu được thì làm tháp vuông có bốn cạnh tượng trưng chữ Khẩu, phần ở giữa chữ TRÍ là hay nhất.

Vì làm tháp cao nên khi xây dựng chắc chắn sẽ phát sinh ra nhiều bụi bặm xung quanh, cho nên phải xây xong tháp rồi mới có thể tính đến chuyện tạo vườn Thiền được. Chuyện làm vườn Thiền được gác lại cho đến bây giờ. Thêm một khó khăn nữa là khuôn viên chùa Giác Hoàng, tuy đã là đất của mình nhưng cho đến bây giờ vẫn chưa có giấy phép xây chùa, nên cả việc dựng tháp hay xây chánh điện cũng chưa bắt đầu được chứ đừng nói đến chuyện làm vườn Thiền.

Sau đây xin bàn thêm một ít kiến thức về các vườn Thiền Sơn thủy khô ở các tự viện Nhật Bản. Hầu hết các Thiền tự nổi tiếng như Long An Tự 龍安寺, Đại Đức Tự 大德寺, Đại Tiên Viện 大仙院 ở Kyoto, những chùa được xây dựng dưới sự bảo trợ của Hoàng gia, Tướng quân đều có những khu vườn không lớn lắm, không có hoa hoặc nếu có thì cũng ít thôi; chỉ có đá sỏi, cát trắng thêm vài bụi cây, mới nhìn thấy khó hiểu không thấy đẹp, không giống như những vườn tạo cảnh gần thiên nhiên có hồ lớn, có thác nước, nhiều loại hoa sặc sỡ nở quanh năm. Các vườn này thường được tạo tác ở trước Phương trượng hay Giảng đường, là nơi sinh hoạt thường nhật của Sư Tăng; được gọi là Sơn thủy khô, phát sinh từ thời Liêm Thương (鎌倉 Kamakura), rất thịnh hành từ thời Thất Đinh (室町 Muromachi) kéo dài đến thời Giang Hộ (江戸 Edo) của Nhật Bản để phân biệt với những vườn có suối hồ được gọi là Trì tuyền đình viên (池泉庭園 Chisen Teïen).

Nhắc tới vườn Thiền ở Nhật trước tiên là nhắc đến tên Quốc sư Mộng Song (夢窓国師 Musoo Kokushi 1275-1351) là người sáng tạo và phát triển nó, nhưng đến thời Tiểu Quật Viễn Châu (小堀遠州 Kobori Enshuu 1579-1647), một lãnh chúa phò Tướng quân Đức Xuyên Gia Khang (徳川家康 Tokugawa Ieyasu) thời đầu Giang Hộ, mới là nhân vật quan trọng, đại biểu cho các tác giả thiết kế vườn Thiền Sơn thủy khô, còn lại đến ngày nay. Ông cũng là Tổ sư của phái Trà đạo 'Enshuu Ryuu 遠州流' được lấy tên mình đặt tên môn phái; do đó ta thấy có một sự liên quan giữa các Thiền sư và 'Trà', Thiền viện hay vườn Thiền và 'Trà'. Những vườn Thiền Sơn thủy khô do Tiểu Quật thiết kế hiện nay còn rất nhiều, nhiều nơi được xếp hạng 'Kiến trúc Văn hoá Quan trọng cấp Quốc gia'; có nhiều ở Tỉnh Shiga là quê hương sinh quán, ở Kyoto và Đông kinh Giang Hộ là trung tâm chính trị thời đó, hay ở vùng Tỉnh Shizuoka ngày nay. Tôi cũng đã có đưa Thầy đến thăm ngôi vườn Thiền rất nổi tiếng do Tiểu Quật xây ở chùa Long Đàm, Thành phố Hamamatsu Tỉnh Shizuoka, Thầy rất thích và ngồi xem vườn khá lâu.

Vườn Thiền Sơn thủy khô hàm ý 'Lời nói không viết ra chữ', là 'Bất lập văn tự'; có đối tượng như là bức tranh thủy mặc thời Bắc Tống chứ không phải là đối tượng sơn thủy tự nhiên theo truyền thống thiết kế vườn hoa có suối hồ xưa nay; cho nên ở đây, tính chất trừu tượng xa rời sự tả chân được cường điệu lên, chỉ trong một bối cảnh không gian hạn hẹp như tranh thủy mặc mà ta cảm được Pháp thân hiện hữu, khi thưởng lãm thì Phật tâm được sinh thành. Thành ra, việc tạo dựng vườn Thiền Sơn thủy khô hay thưởng lãm nó cũng như một nghi thức Phật giáo, và vườn Thiền cũng được xem như một khoảnh sân để cử hành nghi thức đó.

Sự u huyền và màu trắng của sỏi cát, màu xám của đá liên kết nhau hình thành cái đẹp Phật tính tự trong tâm ta mà ra. Khoảng trống của cát trắng có thể nhìn ra là nước biển, hay thanh khê hay vực sâu cũng tuỳ vào 'Tâm' người xem. Mặt tảng đá sần sùi liên tưởng đến tiếng nước róc rách từ một con thác, một dòng suối hay những đồi núi điệp trùng. Một bụi cây nhỏ tưởng như mảnh rừng hay là cây cổ thụ đơn độc chịu đựng giữa cánh đồng đầy tuyết sương gió bão.

Cái tuyệt vời của Sơn thủy khô là những đổi thay, biểu hiện, những khoảng trống cũng như sự u huyền quấn quýt, quyện lẫn nhau, triền miên biến hoá không ngừng trong đối thoại giữa ta và vườn Thiền, 'Tâm Cảnh tương trì ~ ngoạn Không hoa 心境相持 玩空花' mấy chữ trong tập thơ 'Ngục Trung Mị Ngữ' gợi ý cho tôi hiểu thêm về các vườn Thiền Sơn thủy khô này.

Dâng trà

Một kỷ niệm khác với Thầy cũng nên nhắc đến là những buổi 'Dâng trà phong cách Nhật'. Tôi dùng chữ 'phong cách Nhật' bởi vì tuy pha Matcha (trà xanh dạng bột) dâng Thầy nhưng không phải đúng theo phương thức Trà đạo Nhật Bản. Trong cuộc sống thường ngày trong gia đình ở vùng tôi sinh sống, khi có phần bánh ngon hay sau buổi đi chơi về mệt, thì thường pha Matcha cùng thưởng thức, nói chuyện với nhau. Matcha vừa ngon đậm đà vừa được xem là bồi dưỡng sức khỏe nữa nên khá thông dụng trong mọi gia đình. Ở những buổi Trà đạo chính thức thì rất công phu với những qui tắc qui củ phức tạp, có tính cách nghi thức nhiều hơn là thưởng thức trà. Khi viếng những chùa hay đền Thần đạo, nơi nào có dâng Matcha, tiếng Nhật gọi là Trình trà (呈茶 Teicha) thì tôi cũng thường ghé vào thay vì uống cà phê, và thường cảm thấy thư thái hơn nhiều.

Tôi không nhớ là cùng uống Matcha với Thầy lần đầu tiên là ở đâu nữa? Có thể ở nhà tôi hay ở chùa Đức Lâm, hay khi tham quan một ngôi chùa nào đó; nhưng sau này từ năm ngoái, mỗi lần về Việt Nam thì tôi thường mua một ít Matcha đem về, khi đến thăm thì pha dâng Thầy và quý đạo hữu cùng thưởng thức.

Lần đầu tiên dâng trà ở Việt Nam là ở chùa Giác Hoàng đầu tháng Tám năm ngoái, một đợt vào buổi trưa và một đợt buổi chiều. Đợt buổi chiều hơi đông người nên không đủ tô, phải rửa tô pha vòng tiếp sau. Vì là trà bột nên đậm và đắng, có người thấy vị đắng uống không hết nhưng Thầy thì nói thơm và ngọt.

Lần đó có nhiều người thưởng thức Matcha lần đầu nên tôi cũng có thuyết minh sơ qua vài điều cơ bản khi thưởng thức Matcha, như khi nhận và trả lại tô trà, nâng tô trà như thế nào để dễ uống.

Thầy tâm đắc và nhớ rất kỹ, sau đó mỗi lần uống Matcha là Thầy rất bài bản, nhận chén trà xoay hướng uống ba hớp rưỡi xong xoay trả lại rồi khen ngon, thoả mãn cười thật vui. Còn tôi thì cảm động đỡ chén trà từ tay Thầy, và rất vui vì được thấy Thầy vui.

Đầu tuần vừa rồi, chiều thứ Hai 18.09, khi đến thăm Thầy đang khám sức khỏe tổng quát sau mùa an cư ở bệnh viện, tôi cũng có pha Matcha dâng Thầy. Tuy phải nhờ thị giả đỡ sau lưng để ngồi thẳng cho dễ uống nhưng Thầy rất vui, thích thú thưởng trà và khen ngon.

Dâng trà cho Thầy đơn giản là thế, nhưng nếu bàn chuyện 'Trà' thì cũng có bao nhiêu điều có thể bàn được, nhiều vô số như những chén trà ta nhấm nháp thường ngày. Thật ra, đối với tôi 'dâng trà' cũng chỉ là 'Phương tiện' còn phần Thầy thì 'uống trà' cũng có thể là đang 'Hành Thiền' đó thôi.

Ở trên tường Thư quán Hương Tích có treo một khung tranh với dòng chữ Nôm 'Chén trà lão Triệu mà chưng hoa ngàn' do Thầy phóng bút. Đương nhiên là Phật tử thì ai cũng hiểu công án 'Khiết trà khứ' (喫茶去 Uống trà đi) của Thiền sư Triệu Châu Tùng Thẩm 趙州從諗 (778-897) đời nhà Đường bên Trung Hoa. Còn quý Thầy thì hằng ngày thưởng thức trà cũng không phải chỉ để giải cơn khát, cần tiếp thụ nước; mà còn là một phép tu, một 'Hành Thiền Lục Ba la mật'.

'Trà' được xem như một vị Bồ tát có đủ tính chất Lục Ba la mật, trước tiên là hiến thân thành thức uống (Bố thí), dù phải chịu cắt xén nhào trộn trụng nước sôi (Nhẫn nhục), đem cảm giác thanh tịnh an lạc cho ta (Trì giới), uống vào giúp tăng tỉnh giác thêm 'Tinh tấn' khi 'Thiền định', dẫn dắt người hành Thiền

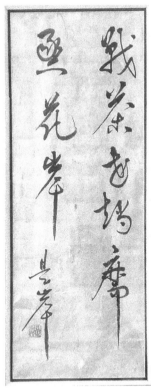

Chén trà lão Triệu mà chưng hoa ngàn (Chữ Nôm)

[109]

kết tinh 'Trí tuệ Bát nhã' hướng đến cảnh giới Niết bàn; đó chẳng phải là tính chất Lục Ba la mật sao?

Trong tinh thần Đại thừa Phật giáo, xem vạn vật là Pháp thân như 'Thảo mộc thành Phật thuyết 草木成仏説' thì trà là một thức uống thân cận không thể thiếu trong cuộc sống và tu tập hằng ngày của người xuất gia, vì vậy ý tưởng xem 'Trà' như là Pháp thân là chuyện đương nhiên được suy diễn ra trong Thiền tông.

Cùng với sự phát triển của Thiền tông Phật giáo, ý thức 'Trà Phật nhất vị 茶仏一味' tự nhiên phát sinh ra, và cho đến thời nhà Tống ở Trung Hoa, thời cực thịnh của Thiền tông thì ý thức về trà được đổi mới thêm là 'Trà Thiền nhất vị 茶禅一味' do Thiền sư Viên Ngộ 圓悟禪師 (1063-1135) thuyết trong sách 'Bích Nham Lục 碧巖錄', đề cao vai trò quan trọng của trà giúp khai ngộ trong Thiền tông.

Đây cũng là một câu nói tâm đắc của Thiền sư Vinh Tây, Tổ Lâm Tế tông nói trên, người được xem là tiên phong, du nhập, phát triển Thiền tông ở Nhật Bản; được biết với trước tác 'Hưng Thiền Hộ Quốc Luận 興禅護国論', như một bản 'Tuyên ngôn thành lập Thiền tông Nhật Bản'; và cũng là người đã mang hạt trà về trồng và phổ biến 'Khiết trà 喫茶' ở Nhật với sách 'Khiết trà dưỡng sinh ký 喫茶養生記' có nội dung nói về phương thức trồng, cách sử dụng, những hiệu năng tốt cho thân thể của cây trà và cây dâu tằm.

Thật ra vào thời kỳ này 'Trà' chưa phải là thức uống phổ thông, phục vụ cho sở thích hằng ngày của chúng ta. Thời đó 'Trà' được trân quý, đắt giá vì rất hiếm; được xem là 'Lương dược, thuốc chữa bệnh', chỉ có vương hầu quý tộc hay các Thiền sư mới có thể dùng mà thôi.

Trong lịch sử Phật giáo Nhật Bản, có một sự tích liên quan đến sử dụng trà thời đó và vẫn còn dư hưởng cho đến ngày nay.

Khoảng giữa thế kỷ XIII, ở một vùng hoang dã ngoại ô Nara tên là dốc Bát Nhã. Số là sau khi kinh đô được dời về Kyoto, cựu đô Nara trở thành nơi hoang phế, người nghèo bệnh hoạn sống lây lất chung quanh ngoại ô rất đông. Những người bị bệnh phong, là bệnh truyền nhiễm và thời đó bị xã hội khinh miệt, phải sống cách ly ngoại thành, và những người khất thực thường tập trung ở vùng dốc Bát Nhã này rất đông. Ngày đó có một vị sư tên là Duệ Tôn (睿尊 Eison 1201-1290) cùng đệ tử Nhẫn Tính (忍性 Ninshoo 1217-1303) và các đệ tử khác quyên góp của cải thập phương bố thí cơm gạo, tắm rửa, và dùng 'Trà' làm thuốc cho những người bệnh, nghèo này uống dưỡng bệnh. Ở vùng đất này hiện nay còn Bát Nhã Tự, chùa nổi tiếng có nhiều hoa quanh năm, đã được Duệ Tôn trùng tu xây cất lại từ thời đó.

Truyền tích sử dụng 'Trà' để chữa bệnh cũng còn lưu lại đến ngày nay là lễ hội 'Uống trà bát lớn' 大茶盛式 Oochamorishiki diễn ra hằng năm hai mùa Xuân Thu ở chùa Tây Đại Tự 西大寺, phía Tây Cung Bình Thành (平城京 Heijookyoo), Nara.

Đối với một phàm phu như tôi, chữ 'Trà 茶' được biết là cấu tạo từ ba chữ 'Thảo 艸, Nhân 人 và Mộc 木'. Trong đời sống con người, nhất là với những người tu Đại thừa, hầu hết cuộc sống đều dựa vào cây (Mộc) và cỏ (Thảo); trong đó 'Trà' là kết hợp của cả ba yếu tố 'Thảo, Nhân, Mộc'; cho ta thấy và hiểu được lý do tại sao 'Trà' lại được tôn vinh vào vị trí quan yếu như thế trong Thiền tông, và đương nhiên là cũng rất quan trọng cho đời sống vật chất lẫn tâm linh con người, xã hội xưa nay.

Tâm tình tâm sự

Tôi may mắn có duyên hạnh ngộ với Thầy nhưng chỉ mới mấy năm gần đây, duyên khởi trong một hoàn cảnh không bình thường, rất tình cờ. Nhưng bây giờ thì tôi mang máng cảm nhận đó là cái 'Quả' tất nhiên đang đến với tôi dù chưa được chín lắm, tôi còn phải tự tu tập thật nhiều hơn nữa. Cho đến hôm nay, chưa đủ căn duyên tu tập nên chưa quy y, nên khi hầu chuyện Thầy chưa dám xưng con, chỉ đôi khi xưng tên nhưng tôi biết Thầy cũng quý tôi và thật lòng chỉ bảo cho tôi rất nhiều kiến thức trong Đạo ngoài đời.

Trên tường Thư quán Hương Tích cũng còn một khung tranh do Thầy viết chữ Hán bốn câu Kệ trong Phẩm Phương tiện của Kinh Pháp Hoa. Bàn về Kinh thì tôi không dám thử lửa vì sợ phỏng tay, nhưng tôi rất tâm đắc với câu thứ ba 'Phật chủng tùng duyên khởi'; 'Chủng tử Yêu mến Phật' của tôi nhờ 'Duyên' gặp Thầy nên mới 'Khởi sinh', cũng có thể là nhờ phần nào trên ba mươi năm nay, vì quan tâm nhiều đến mỹ thuật tạc tượng Phật, có nhiều dịp đi viếng (tượng) Phật ở các chùa ở Nhật, rồi từ từ mến cảnh cửa Thiền, thấy mình thư thái sau mỗi lần đi chùa, có những lần ngồi khá lâu nơi tầng cấp những chùa mình đến viếng; rồi tiếp theo đó là sự quan tâm đến triết học Phật giáo, rồi đến việc tìm hiểu nghiên cứu thêm về đạo Phật Nhật Bản nói riêng cũng như đạo Phật toàn thể nói chung. Rồi hơn ba năm trước tôi được gặp Thầy.

Nhờ duyên hạnh ngộ với Thầy mà được góp phần vào việc xuất bản hai tập thơ của Thầy. Thầy còn khuyến khích tôi viết sách giới thiệu văn hóa Phật giáo Nhật Bản. Đầu năm nay tôi có soạn một cuốn sách về 'Tín ngưỡng và các tượng Quan Âm ở Nhật Bản', bản thảo dù chưa hoàn chỉnh nhưng cũng đã được Thầy đọc sơ qua và bảo tiếp tục bổ sung thêm chút ít nữa. Còn hạnh duyên nào hơn hạnh duyên này.

Được hầu chuyện Thầy là một niềm vui, một vinh hạnh lớn. Thật ra, chỉ được thấy Thầy cười, nghe được lời Thầy giảng, có khi cầm lấy bàn tay mềm mại của Thầy là thấy mình gặp được bậc chân tu rồi, đắc phước hữu duyên lắm rồi.

Đêm nay trăng sáng trong, nhìn trăng nhớ Thầy với lòng cảm tạ và cầu Phật gia hộ Thầy.

Bùi Chí Trung
Rằm Trung Thu, 29 tháng Chín 2023

CÂY XANH TRÊN TRIỀN NÚI

Huệ Trân-Hạnh Chi

Trên đường xuống núi, hành giả dừng chân trước một chòi lá đơn sơ, dường như ai đó dựng vội ven đồi. Nhìn quanh, chỉ có ta-với-ta, hành giả bước vào chòi, và nhẹ nhàng ngồi xuống một tảng đá tương đối bằng phẳng.

Bên ngoài, gió vẫn rạt rào, tuy mây xám như đang chuyển mầu, trong và xanh, không như mới đây, mây cùng gió lớn báo hiệu cơn mưa đang tới khiến hành giả không thể tiếp tục ý muốn sáng sớm nay, là lên núi toạ thiền và đọc sách. Gió đã mạnh tới mức bước chân xuống núi ngả nghiêng, chao đảo vậy mà những cây xanh trên núi vẫn an nhiên đứng vững. Gió chỉ khiến cây đong đưa như vũ điệu hoà cùng âm giai hợp tấu mùa xuân.

Lạ! Hạt mầm nào từ đâu mà tìm nơi non cao gieo xuống! Không đất, không cát, hạt có nẩy mầm thì rễ bám vào đâu mà đứng vững với phong ba!

Trong vạn hữu bao la, không có chi là tình cờ mà dường như từ ngữ "tình cờ" chỉ để tạm diễn đạt những gì chưa đủ duyên hiển lộ. Đã chọn nơi non cao khắc nghiệt, hẳn hạt mầm biết sinh lộ, là rễ nhú chừng nào phải bám sâu vào sỏi đá chừng nấy. Muốn bám sâu vào sỏi đá, rễ phải có quyết tâm và dũng cảm.

Thấu rõ điều kiện và hoàn cảnh thì phương tiện sẽ đáp ứng.

Thế nên, trước cùng một sự việc, có người "Không! Không thể được!" nhưng lại có người "Được! Được chứ sao không!"

Một chút quán chiếu cây xanh khiến hành giả chợt nhìn thấy tâm mình, vì sao sáng nay khởi ý muốn lên núi toạ thiền và đọc sách. Đó là hình ảnh đường lên núi Yên Tử mà hành giả thoáng thấy trên mạng lưới thông tin.

Thông thường, đó chỉ là giới thiệu những địa danh để tham quan, nhưng có lẽ, với hành giả, duyên may vào đúng sát na kỳ diệu nên không chỉ nhìn những hình ảnh đó là đồi núi bình thường. Đó là Linh Địa, là nơi đã in dấu bước chân của một vị vua, quyết từ bỏ quyền uy, ngai vàng điện ngọc. Đó là vua Trần Thái Tông, âm thầm rời cung điện, lên núi Yên Tử tìm Thiền sư Phù Vân với ý định đi tu, cầu làm Phật.

Ý nguyện đó chưa thực hiện ngay được khi Thiền sư Phù Vân khai giải cho nhà vua, là Phật ở trong tâm, không ở trên núi, không ở đâu khác, ngoài tâm. Nếu tâm thanh tịnh, trí huệ hiển bày thì đó chính là Phật. Nay, trách nhiệm giữ nước, an dân của vua chưa trọn, làm sao tâm thanh tịnh, an lạc mà đi tu!

Vua Trần Thái Tông như chợt tỉnh cơn mê, tạ ơn Thiền sư rồi xuống núi, trở lại triều đình, chấp nhận sự đau khổ Vô Thường của thế gian mà trong phút giây quá đau đớn, ngài đã tưởng là Thường!

Những oan khiên nhà vua phải nhận chịu, nào dễ mấy ai vượt qua! Từ một cậu bé mồ côi được sắp đặt để làm vua, mở đầu triều đại nhà Trần, đến Hoàng Hậu Chiêu Hoàng bị giáng xuống làm Công Chúa vì chậm có con nối dõi, rồi Thuận Thiên Công Chúa lên ngôi Hoàng Hậu vì đang mang thai… Nếu ngộ ra thì tất cả cũng chỉ là những hạt cát vô thường, biến động trong biển cát vô thường mênh mông bất tận của tam thiên đại thiên thế giới.

Nhà vua rời Yên Tử, trở về triều, làm một vị vua anh minh, nhân hậu, anh hùng, đem lại thái bình cho đất nước, thịnh vượng cho muôn dân. Khi "những gì cần làm, đã làm" vua Trần Thái Tông bèn nhường ngôi ngay cho Thái Tử rồi về rừng Vĩ Lâm, đất Hoa Lư, lập am Thái Vi, dốc tâm tu học.

Trang sử vàng son đời Trần có được chính là nhờ vị vua đầu tiên đã biết đem trí tuệ Bát Nhã, gieo hạt Bồ Đề trong tâm kiên cố.

Trước bao oan khiên nghịch cảnh bủa vây, nếu không như những cây xanh trên triền núi, quyết bám rễ sâu trong lòng sỏi đá thì tránh sao không bị bão giông tàn khốc kia quật ngã! Nói chi tới đứng vững, dựng nên cả một triều đại huy hoàng, cả một thời hưng pháp với những vị vua tâm thành mộ đạo, nhất là vua Trần Nhân Tông – đời vua thứ ba của nhà Trần – đã khai sáng dòng Thiền Trúc Lâm trên núi thiêng Yên Tử, như nguồn suối vi diệu chảy mênh mang bất tận đến ngày nay.

Tưởng niệm Người Xưa muôn một!

Lại xin tri ân Người Nay biết bao!

Trong chòi lá hoang vu giữa rừng núi xứ người, hành giả mở túi vải, lấy ra những cuốn sách mang theo, của cùng một tác giả.

Ngước nhìn những cây xanh trên triền núi với niềm cảm xúc đang trào dâng, hành giả tự biết là phút giây này sẽ không đọc bằng mắt, mà sẽ hướng về quê hương, đọc bằng tâm, với lòng tri ân vị thầy khả kính.

"…Sự thành tựu của một cơn mưa như thác lũ khi con bướm mùa hè đã chịu khép lại đôi cánh mỏng để lắng nghe trong thầm lặng, hơi thở của cỏ

nội. Chờ đợi kiên trì và dừng lại trong sự bế tắc của một thời chỉ còn ánh sáng vĩnh cửu của mặt trời. Kiên trì và dừng lại để chờ đợi trong sự bế tắc là liều lĩnh ký thác mình cho một cuộc chơi ngoạn mục của thiên nhiên, là liều lĩnh đứng lại giữa dòng thác đổ của vạn hữu ...”

Đó là tư tưởng triết lý Tánh Không, được viết bằng ngôn ngữ của Thầy Tuệ Sỹ. Thầy viết về Tánh Không hay Thầy đang chia sẻ những bước ngoặc bi thảm của lịch sử mà không những Thầy là chứng nhân mà còn là nạn nhân của thời đại "người-không-có-quyền-làm-người". Thầy đã nhận bản án tử hình vì tội đã dám nói, cho những người-không-còn-được-nói; đã dám làm, cho những người-không- còn-được-làm!

Bản án tử đã trở thành Bất Tử khi khắp năm châu đều có những tiếng nói có tầm vóc quốc tế, đồng loạt lên tiếng phản đối bản án và yêu cầu trả tự do cho Thầy.

Điều khiến thế giới ngạc nhiên và kính phục hơn nữa là khi giới chức đương thời - dưới áp lực của thế giới - vào phòng giam, đưa một bản văn họ soạn sẵn với nội dung xin ân xá, bảo Thầy chỉ cần ký tên là sẽ được trả tự do ngay!

Thầy nhẹ nhàng từ chối vì Thầy có tội đâu, mà phải xin ân xá! Rồi Thầy quay về phòng giam và bắt đầu tuyệt thực!

Thầy chia sẻ thực tâm bình an đó bằng những vần thơ, thể chữ Hán, viết trong phòng giam, như đoạn ngắn, tựa là:

Trách Lung

Trách lung do tự tạo
Tản bộ nhược nhàn du
Tiếu độc thoại ảnh hưởng
Không tiêu vĩnh nhật tù.

Hành giả xin tạm dịch:

Lồng Hẹp

Nhà tù chật, khó giam lòng tự tại
Khách nhàn du, ta thả bộ thong dong
Ta cười nói, mình ta nghe thanh thản
Ngày tù dài, trôi nhẹ tựa như không.

Thấy khí khái như thế, những người bên ngoài từng can thiệp cho Thầy, làm sao có thể để yên! Nên sau nhiều diễn biến, cửa nhà tù đã mở rộng, mời Thầy ra. Biết bao nơi xin bảo lãnh Thầy xuất ngoại nhưng Thầy đều nhẹ nhàng từ chối "Đây là quê hương tôi".

Thầy tình nguyện ở lại chỉ vì "Đây là quê hương tôi". Ôi ! Tinh thần con Rồng cháu Tiên! Năm mươi con theo cha lên núi, năm mươi con theo mẹ xuống biển cũng không thể không từ một bọc trăm trứng mà ra!

Thầy đã ở lại quê hương, như cây xanh trên triền núi, thấu rõ rằng dù khó khăn nhưng đã quyết thì phải bám rễ sâu vào lòng sỏi đá mà ứng phó với bão táp mưa giông.

Hình ảnh những cây xanh dũng mãnh trên triền núi là sức mạnh của động lực từng mang niềm tin, tạo điểm tựa cho bao cảnh đời khốn đốn.

Niềm tin có thể giúp người tuyệt vọng vươn tới hy vọng. Điểm tựa có thể giúp người khổ đau thấy nẻo hạnh phúc.

Thời gian luôn tìm cách đánh bại và xoá nhoà mọi thứ, nhưng với những gì không xoá được thì nó lại lưu giữ thiên thu.

Từ nhiều thập niên qua, hàng Phật tử khắp năm châu đã hướng về Thầy như một vị Bồ Tát hoá thân. Từng đêm, nơi Thị-Ngạn- Am, Thầy đã *"Thắp đèn khuya ngồi kể chuyện trăng tàn"* mà hoàn tất những quà tặng đẹp đẽ cho đời, từ sáng tác tới dịch thuật. Đó là những trang cảo thơm giúp khai mở Giới, Định, Huệ cho những ai đủ duyên chạm tới, như Trường A Hàm, Trung A Hàm, Tạp A Hàm, tuyển tập Nikàya A Hàm, Triết Học Tánh Không, Thành Duy Thức Luận, Thiền Luận, Ngục Trung Mị Ngữ, Huyền Thoại Duy Ma Cật, Thắng Man Giảng Luận, Giấc Mơ Trường Sơn... Ôi, cơ man nào trong thế giới mênh mông biển Tuệ mà Thầy Đã và Đang hiến tặng, chưa từng ngưng nghỉ.

Bản chất đam mê học hỏi đã bộc phát từ khi Thầy mới chỉ là một chú điệu, sinh trưởng ở xứ Lào. Không biết bên xứ đó chú điệu gốc Việt được dạy kinh bằng ngôn ngữ gì nhưng chính những vị Tăng thân cận đã kể lại, là ngoài thì giờ phải lo công việc của một chú điệu thì Thầy thường chui dưới bệ thờ Phật, cắm cúi học, tự sưu tra để hiểu nghĩa kinh, rồi ghi ghi, chép chép, không màng tới ăn, ngủ.

Chư Tăng bên đó thương tình, bèn thỉnh ý Quý Thầy bên Việt Nam xin gửi chú về Huế, để chú được hướng dẫn đúng mức.

Với bản chất cầu tiến như vậy, nên ngay ở tuổi niên thiếu, Thầy đã là ngôi sao sáng trên bục giảng các Đại Học Phật Đường. Thầy Nguyên Siêu từng chia sẻ là buổi đầu khi đến Phật Học Viện Hải Đức, tỉnh Nha Trang, Thầy đã đứng trên bục giảng mà tăng sinh ngồi dưới vẫn ngỡ ngàng, không biết đây có phải là vị giảng sư mới, mà Học Viện vừa thỉnh mời bổ sung không, vì Thầy quá trẻ và quá đơn giản trong bộ áo nhật bình !

Tại Đại Học Vạn Hạnh thì Thầy là giảng sư nòng cốt, không chỉ phụ trách những chương trình gay go về Giáo Pháp như Triết học Tánh Không, Trung Quán Luận, A Tỳ Đạt Ma …v…v… mà Thầy còn khai mở trí tuệ tăng sinh, dẫn dắt họ tìm về triết học Tây Phương qua các tư tưởng Henry Miller, Jean Paul Sartre, Platon … Rồi từ phương Tây, Thầy lại đem kiến thức Kinh, Luật, Luận, Tam Tạng kinh điển để dẫn tăng sinh về phương Đông với những triết học Khổng Tử, Lão Tử, Trang Tử, Kinh Dịch, Kinh Thi; rồi văn học Trung Hoa qua Đào Tiềm, Hàn Dũ, Tô Đông Pha… Không chân trời nào Thầy không soi dọi, dẫn dắt cho những ai cầu học.

Thầy quan tâm tới từng cảnh huống, và luôn là người cho, mà không chờ nhận lại. Tình huynh đệ, nghĩa thầy trò không ranh giới, không ngăn mé khi bất ngờ có lần hành giả được nghe một vị thầy, đọc hai câu đối khá dài, bằng Hán tự, mà Thầy Tuệ Sỹ gửi cho huynh đệ phương xa. Câu thứ nhất:

"Quảng mạc thiên hoang cố lý, nhi phế hưng cạnh tẩu kinh đào, phiến diệp phù nang, quải nạp đằng la thử ngạn"

Dịch nôm:

Chốn cũ dặm dài man mác, bởi phế hưng xô dậy sóng cồn, chiếc lá thuyền nang, vá áo chép kinh đất khách.

Câu thứ hai:

"Đức hành thế khoác tham phương, tỷ triêu lộ hàm huy diệu cảnh, không hoa thuỷ nguyệt, huyền hà bích lạc thần châu"

Dịch nôm:

Đức tu mấy kiếp mù sa, tợ sương sớm nắng hồng đọng bóng, hoa trời trăng nước, ngân hà dằng dặc quê cha.

Được nghe đọc lần đầu, hành giả như kẻ phàm phu nghe chim thuyết pháp, không kịp nhận gì cả! Nhưng bốn tiếng "Vá áo chép kinh" bỗng như lằn chớp, chợt loé sáng trong cái đầu u tối, để hành giả tạm hiểu những gì tha thiết mà Thầy Tuệ Sỹ muốn nhắn gửi huynh đệ, là nơi xứ lạ quê người, hãy nhớ "biết đủ" như lời Phật dạy và giữ đạo tâm bền vững. "Vá áo" có phải là tượng trưng cho sự an bần và "Chép kinh" là nhắc nhở một lòng giữ đạo?

Những gì Thầy hiến tặng cho đời như mưa nắng rải xuống đồng đều. Mưa tiếp sức cho rễ tăng trưởng. Nắng vỗ về cho nụ đơm hoa. Trên con đường Bồ Tát xuất thế gian mà không rời thế gian pháp, Thầy như mưa nắng, không ngừng nghỉ, tất cả tài năng, trí tuệ đều mang tâm từ mà cung hiến trọn vẹn cho Đạo, cho Đời.

Vào khoảng tuần lễ cuối, tháng 11 năm 2021, không ít người đã cảm động đến rơi lệ khi ngồi trước màn hình theo dõi buổi tường trình một sự kiện lịch sử về dự án phiên dịch Đại Tạng Kinh sang Việt ngữ thuần tuý với dân tộc tính, được nhị vị là Hoà Thượng Thích Tuệ Sỹ và giáo sư Trí Siêu Lê Mạnh Thát đồng chủ tọa. Dự án này, với đầy đủ chuẩn mực hàn lâm mà thời điểm tháng 10 năm 1973, mười tám vị trưởng lão trong Hội Đồng Trung Ương thuộc Giáo Hội Phật Giáo Việt Nam Thống Nhất đã đồng tâm thực hiện Pháp sự quan trọng này. Nhưng chỉ một năm sau đó, nhiều diễn biến và bao biến cố lịch sử đã là những trở ngại khiến dự án không thể tiến hành!

Gần nửa thế kỷ đã trôi qua! Mười tám Chư Tôn Đức trong Hội Đồng Phiên Dịch năm xưa nay chỉ còn hai vị, Hoà Thượng Thích Thanh Từ (hiện trong tình trạng vô ngôn) và Hoà Thượng Thích Tuệ Sỹ cũng đã bước qua ngưỡng cửa "Bát thập cổ lai hy".

Nhưng tuổi tác không là rào cản khi tâm lực và trí lực vẫn còn khả năng hiến tặng, như Thầy từng diễn tả về con Chim Hồng: *"... Như những đợt nhảy của con Chim Hồng: nhảy bên bờ nước, nhảy đến tảng đá, nhảy trên đất cạn, nhảy trên cành cây, nhảy lên gò cao và cuối cùng, bay trong thương khung để lông cánh làm đẹp cho bầu trời..."*

Thầy Đã và Đang tận dụng thời gian còn lại để khởi tiếp Pháp sự quan trọng phải ngưng trệ từ nửa thế kỷ qua.

Việc phiên dịch Đại Tạng Kinh với đầy đủ chuẩn mực hàn lâm cho dân tộc Việt Nam không chỉ là việc không đơn giản mà còn là việc phải kiên trì, liên tục, trong nhiều tháng, nhiều năm. Do vậy, song song với những gì Chư vị có thể tiến hành bây giờ, còn là việc phải đào tạo nhân sự có khả năng học, hiểu, tiếng Hán, tiếng Phạn, để bánh xe pháp-sự được quay đều.

Chỉ khoảng chưa đầy một năm, sau buổi thuyết trình và thành lập Hội Đồng Phiên Dịch Tam Tạng Lâm Thời ấn hành Đại Tạng Kinh Việt Nam, quý Ngài đã làm việc ngày đêm và hoàn tất phiên dịch Thanh Văn Tạng giai đoạn 1, phần 1, tổng cộng 29 tập, trong đó có:

- Kinh Bộ (16 tập) gồm Trường A Hàm, Trung A Hàm, Tạp A Hàm và Tăng Nhất A Hàm.

- Luật Bộ (6 tập) gồm Luật Tứ Phần và Luật Tứ Phần Tăng Giới Bổn.

- Luận Bộ (5 tập) gồm A Tỳ Đạt Ma Câu Xá Luận, A Tỳ Đạt Ma Tập Dị Môn Túc Luận, A Tỳ Đạt Ma Pháp Uẩn Túc Luận.

- Tạp Bộ (2 tập) gồm Lục Độ Tập Kinh và Kinh Hiền Ngu.

Quý Ngài đã y giáo tâm từ bi vô lượng của Đức Thế Tôn khi Bậc Giác Ngộ muốn Giáo Pháp được rải đồng đều mọi tầng lớp, mọi sắc dân; như mưa xuống thì mọi cỏ cây đều thấm nhuận. Muốn được vậy, Đức Thế Tôn đã khuyến khích, là "Hãy để cho mọi người được nghe và học Chánh Pháp theo ngôn ngữ địa phương của chính mình"

29 tập Thanh Văn Tạng đã được phân phối khắp năm châu, theo sự hoan hỷ thỉnh cầu của Phật Tử Việt Nam. Có nơi nhận được, quá cảm động, đã ôm thùng kinh sách mà oà khóc!

Nhìn chặng đường Thầy Đã và Đang đi, hàng hậu học chúng con thấy được bước chân Thầy như từng in dấu 1250 bước chân xưa.

Với hạnh nguyện Bồ Tát vào đời cứu độ chúng sanh.

Với đại nguyện "Đời ác ngũ trược, con xin thề vào trước"

Với tâm nguyện trao truyền Đạo Pháp cho những ai cầu học.

Hoà Thượng Thích Tuệ Sỹ Đã và Đang đi trên con đường Phật đi.

Từ phương xa, hướng về quê hương, chúng con xin năm vóc sát đất, chí tâm đảnh lễ bậc Cao Tăng Thạc Đức, viên ngọc quý của Giáo Hội Phật Giáo Việt Nam Thống Nhất, của Phật tử Việt Nam khắp năm châu bốn biển.

Nam Mô Công Đức Lâm Bồ Tát Ma Ha Tát.

(Tào-Khê tịnh thất – ngày gió chớm Thu)

TN Huệ Trân-Hạnh Chi

Cẩn bái

HUYỀN THOẠI VỀ THẦY TUỆ SỸ

Kiều Mỹ Duyên

Cố Hòa Thượng Thích Mãn Giác thường nói:

- Thầy Tuệ Sỹ và thầy Trí Siêu (tức là giáo sư Lê Mạnh Thát) là hai viên ngọc kim cương của Phật giáo Việt Nam.

Chúng tôi về thăm thầy Tuệ Sỹ năm 2001, ở chùa Già Lam, Gò Vấp, tỉnh Gia Định. Buổi sáng, nắng ấm, phái đoàn xuống xe từ từ bước vào chùa, một tiểu đội công an đang gác trước cửa chùa. Một người công an nằm trên chiếc võng ở dưới gốc cây cổ thụ trước cổng chùa. Cổng chùa rộng mở, nhưng không thấy bóng dáng Phật tử ra vào. Phái đoàn YMCA, hội từ thiện quốc tế được thành lập trên 170 năm, ông trưởng phái đoàn người Mỹ gốc Đức. Tất cả đều là người Mỹ đến từ Âu Châu, họ nói được nhiều thứ tiếng như Đức, Bồ Đào Nha, Pháp, phái đoàn đến từ Mỹ chỉ có tôi là người Việt Nam, là phụ nữ trong phái đoàn. Trước khi họ đến Việt Nam, họ phải làm gì khi có gặp trở ngại? Ông trưởng phái đoàn liên lạc với Đại sứ Mỹ ở Hà Nội thường xuyên, sau khi có bang giao giữa Mỹ và Việt Nam thì nhiều hội từ thiện từ Mỹ và nhiều quốc gia trên thế giới hoạt động ở Việt Nam, đặc biệt về vấn đề y tế, xã hội, giáo dục, v.v…

Thầy Thích Tuệ Sỹ tại chùa Già Lam, Gò Vấp (Hình của Kiều Mỹ Duyên)

YMCA có nhân viên hoạt động ở Việt Nam, dạy computer, Anh văn, giúp trẻ em nghèo. Một số nhân viên lãnh lương hàng tháng và một số thiện nguyện. Họ được tu nghiệp ở Mỹ hàng năm và thăm những cơ sở từ thiện ở Mỹ, Anh và nhiều quốc gia khác. Chủ trương của hội từ thiện YMCA là đào tạo những người trẻ thành lãnh đạo.

Thầy Tuệ Sỹ khi tiếp phái đoàn YMCA vui vẻ, cởi mở vì thầy nói được nhiều thứ tiếng: Anh, Pháp, Đức và nhiều ngôn ngữ khác nhau. Thầy đã từng là giáo sư dạy đại học Vạn Hạnh, nên khi bàn luận về vấn đề giáo dục ở các nước đang phát triển, thầy rất thông thạo và thích hợp với chủ đề này.

Thầy Thích Tuệ Sỹ, tên thật là Phạm Văn Thương, sinh năm 1943 tại tỉnh Pakse, nước Lào. Từ năm 6 tuổi thầy đã vào Chùa. Năm 12 tuổi thầy vào Sài Gòn, sau đó trở lại tu học ở chùa Từ Đàm tại Huế, Phật Học Viện ở Nha Trang, rồi về thiền viện Quảng Hương Già Lam tại Gò Vấp. Thầy tốt nghiệp Viện Cao Đẳng Phật Học Sài Gòn năm 1964 và Viện Đại Học Vạn Hạnh năm 1965. Thầy được đặc cách bổ nhiệm Giáo Sư thực thụ Viện Đại Học Vạn Hạnh năm 1970 nhờ những công trình nghiên cứu và những khảo luận triết học có giá trị rất cao, như Đại Cương Về Thiền Quán, Triết Học Về Tánh Không. Thầy rất giỏi về chữ Hán và biết nhiều ngoại ngữ như Anh, Pháp, Đức, Lào, thông thạo tiếng Pali và tiếng Phạn.

Thầy Tuệ Sỹ gầy, rất gầy sau khi ở tù 15 năm. Thầy không nói về những ngày vất vả hay khốn khổ trong tù, mà chỉ nói về giáo dục với những lãnh đạo của YMCA. Thầy chú trọng về các trẻ em nghèo ở những vùng xa xôi hẻo lánh, không có điện nước. Thầy rất chú trọng đến vấn đề giáo dục của dân chúng. Tiếng nói của thầy nhỏ nhẹ và khiêm tốn. Thầy gầy nhưng dáng ngồi của thầy rất thẳng. Thầy đãi khách trái cây, bánh, xôi, vì phái đoàn ở từ sáng đến trưa. Thầy chăm chú nghe từng câu hỏi của các ông trong phái đoàn YMCA. Khuôn mặt thầy thánh thiện, mắt của thầy sáng như sao trời, đời sống của thầy bình thản dù công an canh trước cổng chùa. Phái đoàn rất thích thú khi đàm thoại với thầy.

Ông Art, trưởng phái đoàn, là giám đốc YMCA ở Orange County lắng nghe thầy Tuệ Sỹ từng câu, từng chữ. Trước khi sang Việt Nam, ông Art biết là thầy Tuệ Sỹ và thầy Trí Siêu bị kết án tử hình vì đọc bản tuyên ngôn quốc tế nhân quyền trước Quốc Hội năm 1975. Sau đó, các vị lãnh đạo Phật giáo thế giới gửi thỉnh nguyện thư cho tất cả nguyên thủ quốc gia, bản án tử hình của hai thầy xuống còn ở tù 20 năm, sau đó còn 15 năm, nhưng sau khi về chùa không có hộ khẩu.

Các phái đoàn Mỹ trước khi đến quốc gia nào, gặp nhân vật quan trọng đều có chuyên viên tìm hiểu về những người họ muốn gặp, hơn nữa thầy Tuệ Sỹ và thầy Trí Siêu là hai nhân vật nổi tiếng trên thế giới.

Thầy Tuệ Sỹ là nhân tài hiếm có. Học trò của thầy rất nhiều ở khắp nơi trên thế giới, vì có chương trình trao đổi sinh viên quốc tế, chúng tôi đã từng gặp sinh viên của thầy ở Đức, người Đức du học ở đại học Vạn Hạnh, sinh viên Nhật, Pháp, Hòa Lan, Phần Lan, Đan Mạch du học trong chương trình trao đổi sinh viên văn hóa quốc tế với Việt Nam. Tôi cũng đã từng gặp một số sinh viên Hòa Lan, cộng đồng người Việt ở Hòa Lan, trong đó có tiến sĩ Ngô Văn Tuấn, vận động với Quốc Hội Hòa Lan, chính phủ Hòa Lan mời thầy đến Hòa Lan để điều trần với Quốc Hội Hòa Lan về vấn đề nhân quyền và tự do tôn giáo ở Việt Nam, nhưng thầy không đi, vì thầy biết trước ra đi sẽ không có ngày về. Thầy yêu tha thiết quê hương, thầy không muốn rời Việt Nam.

Chúng tôi về Việt Nam thăm thầy 3 lần: năm 2001, năm 2005 cùng phái đoàn YMCA, và năm 2015. Năm 2015, chúng tôi không được phước gặp thầy nhưng được nói chuyện với thầy qua điện thoại nhiều lần. Chúng tôi nói chuyện với thầy nhiều lần nhưng chưa bao giờ chúng tôi nghe thầy than một câu dù đời sống của thầy rất khó khăn. Thầy dịch kinh Đại Tạng, viết sách, bị canh chừng nghiêm ngặt nhưng thầy vẫn sống thản nhiên. Thầy đàn dương cầm rất tuyệt, sáng tác thơ, nổi tiếng nhất là tập thơ «Giấc Mơ Trường Sơn» và nhiều nhạc sĩ phổ nhạc thơ của thầy. Ở Hoa Kỳ, nhạc sĩ Trần Quan Long đã phổ nhạc qua thơ của thầy và thi sĩ Tâm Diệu đã thực hiện thơ của thầy bằng những bài hát rất hay qua các CD Tuệ Ca.

Chúng tôi rất kính trọng và ngưỡng mộ những vị lãnh đạo tinh thần sống một cách thản nhiên, đem hy vọng và niềm tin đến cho người xung quanh bằng nụ cười hồn nhiên không than thở, không rên la, dù ngày mai có qua đời thì cũng ra đi với nụ cười, với tiếng cười hồn nhiên.

Huyền thoại về thầy Tuệ Sỹ nhiều lắm. Một Phật tử kể cho tôi nghe sau khi nghe tòa tuyên án tử hình, thầy Tuệ Sỹ bấm độn và nói với thầy Trí Siêu:

- Ông và tôi không chết đâu.

Thầy xem tử vi, bấm độn rất xuất sắc. Các thầy bị tuyên án tử hình, nhiều người có mặt trong tòa bật khóc nhưng thầy Tuệ Sỹ vẫn bình thản. Trên cõi trần gian này có bao nhiêu người thần thông quảng đại như thế?

Năm 2001, chúng tôi đến chùa Già Lam thăm thầy Tuệ Sỹ. Chúng tôi hỏi về sách của thầy. Thầy đang nói chuyện với chúng tôi thì một bà mặc áo nâu sồng bước vào cửa, và quỳ xuống lạy thầy như tế sao. Sau này, chúng tôi mới biết con của bà cụ, học trò của thầy đang làm trụ trì của một ngôi chùa.

Làm nghề truyền thông, chúng tôi quen rất nhiều vị trụ trì, những Phật tử lạy Phật thì chúng tôi thấy thường xuyên, nhưng quỳ lạy các thầy thì đó là lần đầu tiên tôi nhìn thấy Phật tử quỳ lạy thầy Tuệ Sỹ và một đoàn

Thầy Thích Tuệ Sỹ và Kiều Mỹ Duyên tại chùa Già Lam, Gò Vấp năm 2005

Phật tử lạy thầy Tâm Châu ở chùa Huệ Nghiêm, thành phố Garden Grove, California. Chúng tôi vội vàng đứng dậy và đi ra xa xa.

Thầy Tuệ Sỹ sáng tác và dịch thuật rất nhiều: Bát quan trai giới, Cửa vào tuyệt đối; Chiến tranh, tình yêu, hoài niệm và truyện ngắn Võ Hồng; Duy tuệ thị nghiệp, Giấc mơ Trường Sơn (thơ), Giá trị đối chiếu trong những tương quan văn hóa, Gốc Tùng, Lễ tháng Bảy cho những oan hồn phiêu bạt, Nguồn gốc của một thế giới quan vô tận, Những điệp khúc cho dương cầm (thơ), Thuyền ngược bến không, v.v...

Tất cả tác phẩm của thầy Tuệ Sỹ đều được đồng hương yêu chuộng nhưng có lẽ «Giấc Mơ Trường Sơn» và «Tô Đông Pha những phương trời viễn mộng» được phổ biến khắp nơi trên thế giới, có bán trên Amazon, nhiều sách của thầy được dịch sang tiếng Anh, Pháp, Hoa, Đức, v.v....

Mời độc giả thưởng thức bài thơ «Hoài Niệm» trong tập thơ «Giấc Mơ Trường Sơn» để tưởng nhớ những gì đã qua, về những suy tư, tâm thức, để thấy được ý nghĩ của mình muốn làm cuộc lữ thứ, muốn đi khắp bốn phương trời, muốn rong chơi đây đó, bỏ lại sau lưng bụi đường thời gian phủ kín.

HOÀI NIỆM

Một đêm thôi mắt trầm sâu đáy biển
Hai bàn tay khói phủ tóc tơ xa
Miền đất đó trăng đã gầy vĩnh viễn
Từ vu vơ bên giấc ngủ mơ hồ
Một lần định như sao ngàn đã định
Lại một lần nông nổi vết sa cơ
Trời vẫn vậy vẫn mây chiều gió tĩnh
Vẫn một đời nghe kể chuyện không như

Vẫn sống chết với điêu tàn vờ vĩnh

Để mắt mù nhìn lại cõi không hư

Một lần ngại trước thông già cung kính

Chẳng một lần lầm lỡ không ư?

Ngày mai nhé ta chờ mi một chuyến

Hai bàn tay khói phủ tóc tơ xa.

Nhạc sĩ Trần Quan Long phổ nhạc từ tập thơ «Giấc Mơ Trường Sơn» của thầy Tuệ Sỹ: Tuệ Ca 1 (Tiếng Sư Tử Hống Giữa Rừng Già Vô Minh), Tuệ Ca 2 (Đường Gươm Bát Nhã), Tuệ Ca 3 (Hành), và Tuệ Ca 4 (Thơ Nhạc Thiền Sư Tuệ Sỹ). Diệu Trân thực hiện CD.

Mời quý độc giả đọc thêm một bài thơ vịnh hoa mai mà thầy dịch từ nguyên tác chữ Hán trong «Tô Đông Pha, Những Phương Trời Viễn Mộng».

Thôn Hoài nam gió ngàn bạt đỉnh

Từng năm xưa hồn rụng mai vàng

Rồi lưu lạc ai ngờ là ước hẹn

Gió Mường mưa Mọi phủ chiều hoang

Phố lệ chi cành dài nghiêng đổ nửa

Vườn quang lang cây tú lệ nằm không

Còn ngại lắm bởi màu đêm ủ rũ

Và lạnh lùng xua chút ấm tàn đông

Đình Tùng phong với rừng gai dưới đó

Hai nàng mai ngà ngọc đón hừng đông

Tiên mấy Hải nam yêu kiều xuống độ

Choàng áo the gõ cửa dưới màn trăng

Rượu tỉnh mơ tàn vòng cây tản bộ

Ý tình tuyệt diệu lời ẩn toàn không

Tiên sinh độ ẩm đừng than thở

Một mảnh trăng rơi đáy rượu nồng.

(Trích «Tô Đông Pha, Những Phương Trời Viễn Mộng»- Tuệ Sỹ)

Chúng tôi quen thầy Tuệ Sỹ mấy chục năm, đây là cuộc đối thoại ngắn nhất. Không biết tôi còn được nói chuyện với thầy lần nữa hay không? Nhất là trong bệnh viện, thường cấm nói chuyện qua điện thoại cầm tay. Sau đó, Hòa Thượng Thích Như Điển email cho tôi: «Chị cố gắng viết bài cho Kỷ Yếu tri ân thầy Tuệ Sỹ, thời gian gấp, xin chị quan tâm cho. Ông bây giờ yếu lắm, như chị đã gọi thăm và biết rồi; nên những gì cần làm phải làm nhanh để còn kịp thời gian. Hội Đồng Hoằng Pháp và Hội Đồng Phiên Dịch Tam Tạng Lâm Thời đã xuất bản 29 tập đầu của Thanh Văn Tạng rồi. Nay mai còn tiếp tục nữa. Vậy nếu chị có quan tâm ủng hộ về việc xuất bản thì xin chị xem qua trang nhà Hoằng Pháp của GHPGVNTN để biết tin.»

Trên trần gian này có rất nhiều người tốt quanh ta, nếu người nào có phúc đức ông bà, cha mẹ để lại và phúc đức của chúng ta làm hàng ngày thì suốt đời sẽ gặp người tốt, người quảng đại đem đến cho chúng ta nụ cười hơn là nước mắt. Thầy giáo Tâm Thường Định (thế danh Bạch Xuân Phẻ - Thư Ký Ban Báo Chí & Xuất Bản Hội Đồng Hoằng Pháp) bay từ Sacramento đến Orange County mục đích thăm thầy Thích Thắng Hoan, để nhờ thầy cầu nguyện cho thầy Tuệ Sỹ, và viết lời chúc lành cho thầy Tuệ Sỹ trên một quyển sách. Những lời chúc lành này sẽ in vào tuyển tập Tri Ân thầy Tuệ Sỹ sẽ in vào tháng 10/2023. Chúng tôi tháp tùng thầy giáo Tâm Thường Định thăm thầy Thích Thắng Hoan ở thành phố Santa Ana. Thầy Thích Thắng Hoan năm này 97 tuổi. Thầy giáo Tâm Thường Định, Christina Lê và tôi vừa bấm chuông của chùa thì cư sĩ Huỳnh Kim Quang cũng vừa ngừng xe. Cư sĩ vì mắt có vấn đề nên từ chức chủ bút của báo Việt Báo. Thầy Thích Thắng Hoan đón tiếp chúng tôi rất ân cần niềm nở. Sau khi gửi lời chúc lành đến thầy Tuệ Sỹ. Thầy ký tặng sách cho chúng tôi mỗi người một quyển «Biện Trung Biên Luận Tụng Thích», thầy dịch và in năm 2015.

Xin Trời Phật phù hộ thầy Tuệ Sỹ. Xin đồng hương cầu nguyện cho thầy Tuệ Sỹ sức khỏe khá hơn, rời bệnh viện trở về chùa để dưỡng bệnh.

Orange County, 9/2023
KIỀU MỸ DUYÊN

Thầy Thích Tuệ Sỹ và Kiều Mỹ Duyên tại chùa Già Lam, Gò Vấp năm 2001

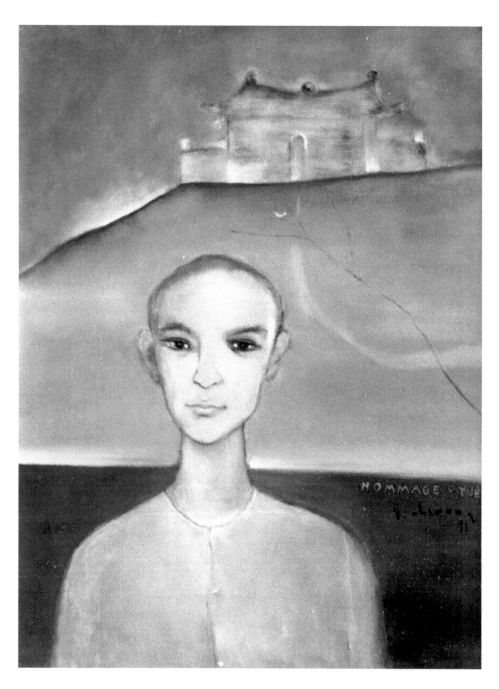

Để nhớ Thầy Tuệ Sỹ thời ở Chùa Hải Đức – NhaTrang
sơn dầu trên canvas 24 x 30in của họa sĩ Đinh Cường

VỀ LẠI CHỐN XƯA THĂM THẦY

Nguyên Đạo Văn Công Tuấn

[1]
Thầy Tôi

Được phân công tham gia vào Ban Biên Tập và viết bài về Ôn (trong những ngày Ôn còn sinh tiền) như một lời tri ân, tôi chợt nghĩ ngay đến những ngày vui ở Vạn Hạnh 50 năm trước bằng tất cả tình cảm và tấm lòng cung kính với Ôn. Trong những ngày ấy tôi đã từng được phép - như những vị khác ở viện - gọi Ôn là chú Sỹ. Còn khi đi với thầy Phước An và thầy Chơn Nguyên đến chơi với Ôn thì cũng gọi là Anh. Rồi đến lúc chia tay để đi xuất ngoại thì tôi gọi là Thầy. Mãi đến 3, 4 năm trước đây lúc Thầy nhắn tôi gọi điện thoại về, để Thầy sai bảo vài công việc thuộc lãnh vực văn hóa Phật giáo, thì tôi chợt nghĩ, bắt đầu từ giờ phút này phải gọi là Ôn.

Nhưng tuyệt nhiên trong thâm tâm Thầy đã là người thầy của tôi không biết tự bao giờ. Trước đây tuy là sinh viên chính thức của Đại học Vạn Hạnh ở cả 3 phân khoa Giáo Dục, Văn Khoa, Phật Khoa nhưng tôi lại chưa từng được học với Thầy – Tiếc thật! Nghĩ lại, đấy là một trong những điều kém may mắn của tôi. Thân cận bậc Thầy chữ nghĩa ngút trời như vậy mà chẳng học được một giờ học nào, hay ít nhất một chữ nào của Thầy. Nhưng xét cho cùng, qua những lần tiếp xúc, dù điện thoại hay email cũng đã học được nhiều lắm. Nên dù vậy, ai nói sao thì nói, Thầy vẫn là thầy của tôi. Trong nhiều lần điện thoại hầu chuyện cùng Thầy, có nhiều khi Thầy đã dạy rằng, Thầy muốn tôi trao đổi công việc với Thầy như "chàng sinh viên Tuấn nói chuyện với chú Sỹ"(nguyên văn lời Thầy). Cũng vì lý do đó nên tôi đi xin phép vòng vo lung khởi một chút, trước khi vào chuyện.

Tháng 3/2023 vừa rồi, về đến Việt Nam đã gần 3 tuần nhưng do đi với đoàn mang tro cốt Sư Bà Diệu Tâm về nhập tháp ở Huế nên bận rộn các buổi lễ tôi chưa có thể đến thăm Thầy. Xong việc gọi điện thoại xin phép đến thăm thì Thầy đùa ngay: *Về mấy tuần rồi mà trốn biệt hỉ?* Biết là Thầy đã có thần thông nhìn thấy ruột gan tôi nên vội thưa ngay: *Con xin phép ngày mốt đến thăm Thầy?* Ngày mai tôi đã có hẹn đi viếng nhà thơ lão thành Trụ Vũ. Khi bác Trụ Vũ biết hôm sau tôi sẽ đến Thầy Tuệ Sỹ bác đã gọi ngay hai cô con gái Thiên Anh và An Hòa đang ở đó, nói sắp xếp xe ngay để ngày mai cùng đi Đồng Nai thăm Thầy, dù bác đã ngoài 90.

Ái nữ Thiên Anh của thi sĩ Trụ Vũ đã mang theo bức thư pháp viết vội để kính dâng lên Thầy. Thật đúng là Hổ phụ sinh hổ tử. Nội dung bức thư pháp là:

TUỆ Khai Dòng Nghiệp Về Trung Đạo

SỸ Mở Đường Tâm Tới Đại Hùng

Thiên Anh – Kính dâng Thiền Sư Tuệ Sỹ

Chúng tôi ngồi trước hiên nhà uống trà và nói chuyện, cho đến khi 4 vị trong gia đình bác Trụ Vũ cáo từ ra về, sau gần hai giờ đàm đạo.

Tranh thủ lúc Thầy nghỉ trưa tôi đi vòng thăm chùa Phật Ân, nhưng tự nhiên trong lòng thấy bồn chồn, tự dưng thấy chốn này có vẻ quen

Từ trái: Thi sĩ Trụ Vũ, Thiên Anh, HT Tuệ Sỹ, TT Hạnh Viên, Nguyên Đạo.
Hình do An Hòa chụp

quen, nhưng nghĩ chùa nào ở Việt Nam thì cảnh trí chắc cũng gần giống nhau. Đi một vòng, quay lại trước cốc của Thầy thấy mọi người vẫn còn nghỉ trưa nên tôi đến viếng Tháp của Hòa Thượng Minh Chiếu ngay kế bên cốc của Thầy mới sực nhớ ra rằng có thể mình đã từng đặt chân đến đây vào khoảng năm 1972-1973 khi khoảng đất này – và có thể nói cả vùng này – còn là một khu đất hoang sơ.

Số là trong những năm ở Đà Nẵng khoảng 1969-1972 tôi thỉnh thoảng thường lui tới khu vườn ở bãi biển Sơn Chà. Ở đó có một khu vườn rất rộng, không nhớ trồng gì, do Hòa Thượng Minh Chiếu mua và giao 2 vị đệ tử xuất gia là Chú Sa và Chú Quảng chăm sóc. Bây giờ thì chú Sa đã mất (sau khi hoàn tục) và chú Quảng không biết lưu lạc nơi đâu, tôi không còn liên lạc. Khoảng chừng năm 1973-1974 tự dưng trong một buổi trưa có người gõ cửa phòng tôi ở Khu Nội Xá Vạn Hạnh. Tôi đang ngủ trưa vùng dậy mở cửa thì thấy chú Quảng tươi cười đứng đó. Hỏi thăm thêm thì mới biết chú đang chăm sóc khu rẫy ở Đồng Nai cho sư phụ (HT Minh Chiếu). Hôm sau tôi đáp xe đò theo chú đến đó chơi, thì thấy chú đang khai khẩn khu vườn khá rộng và khô cằn, lúc ấy chỉ có một ngôi chòi tranh mới dựng lên. Theo suy đoán của tôi, đối chiếu lại các mối liên hệ thì có thể nơi ấy là địa điểm chùa Phật Ân ngày nay. Nói là nói theo trí nhớ vậy chứ không có gì xác quyết rõ rệt, nửa thế kỷ qua đã có bao nhiêu biến động, vật đổi sao dời.

Cảnh trí Chùa Phật Ân rất khang trang, là nơi đặt Văn phòng của Hội Đồng Phiên Dịch Tam Tạng Lâm Thời ở quốc nội. Đây cũng là địa điểm vào ngày 01.09.2022 Hòa Thượng Tuệ Sỹ đã chính thức tiếp nhận ấn tín Viện Tăng Thống Giáo Hội Phật Giáo Việt Nam Thống Nhất.

Đối chiếu với cảnh hoang vắng năm xưa còn vương lại trong ký ức, tôi mới nghĩ ngay đến mấy câu thơ người xưa đã viết:

山不在高，有仙則名
水不在深，有龍則靈

Sơn bất tại cao, hữu tiên tắc danh
Thủy bất tại thâm, hữu long tắc linh.[1]

Nghĩa:

Núi không cần cao, có tiên thì nổi danh
Nước không cần sâu, có rồng thì linh thiêng.

Đích thị là vậy. Mấy năm trước, hẳn ngôi nhà Thầy đang ở đây, ngay trong vườn chùa chỉ là một căn nhà bình thường, kể luôn khu nhà bếp nhà kho chừng 100 mét vuông, nằm ngay kế bên ngôi tháp của Hòa

---

[1] Lưu Vũ Tích (劉禹錫): Lậu Thất Minh (陋室銘). Theo Cổ văn Trung Quốc, của Nguyễn Hiến Lê, Tao Đàn, 1966.

*Căn nhà nhỏ đơn sơ, nằm kế bên ngôi Tháp trong vườn Chùa Phật Ân,
tỉnh Đồng Nai là nơi trú ngụ hiện nay của Thầy.*

thượng Khai sơn. Nếu ở Tây phương thì thường ngôi nhà nhỏ như vậy
có khi là chỗ ở của gia đình người chăm sóc nhà, vườn (Hausmeister).
Ở bên Đông phương mình có thể là ngôi nhà cho người ở giữ và lo
hương khói cho ngôi tháp kế bên đó. Nhưng ở đây, khi tôi đến thì thấy
nó tỏa sáng và ngát hương như một tòa sen. Từ đây ánh sáng lan tỏa
đi khắp mọi nơi trên thế giới. Mái hiên trước ngôi nhà nhỏ này cũng là
nơi mỗi buổi sáng Hòa Thượng Trụ Trì Phật Ân Thích Minh Tâm đến
ngồi đàm đạo với Thầy. Ngôi nhà nhỏ ấy – tuy không phải am tranh bên
sườn núi – nhưng thiết nghĩ cũng có đủ nội dung một khung cảnh hữu
tình sơn và thủy.

[2]
Về bài thơ Tự Thuật

Khi tôi bắt đầu nhận những công việc Thầy giao cho, đầu tiên là thực
hiện vài công đoạn còn sót lại của tác phẩm "Tổng Quan Về Nghiệp",
tôi đã thực sự không khỏi có chút bối rối. Bối rối bởi lẽ trong hơn hai
mươi năm làm việc ở Đại học Kiel tôi chỉ làm việc trong môi trường Y
học và Kỹ thuật của Tây phương, suốt ngày bận rộn với nào là các Hội
thảo, Congress, nào là "PubMed". Nay quay về lãnh vực Tư tưởng Đông
phương thì từ suy nghĩ, phương cách của Tây và Đông khác nhau nhiều
điểm. Đó là chưa nói phải ngồi ở nhà làm việc trong điều kiện rất ít các

phương tiện trợ thủ, không còn thư ký phụ việc, mà có khi còn phải giải thích này nọ với các bạn đạo khác cũng chỉ góp phần "công quả".

Nhưng phải nói đó là một may mắn lớn trong đời mà Thầy đã thương yêu dành cho tôi. Trong những ngày vùi đầu trong những trang Kinh vì bắt buộc phải làm cho kịp thời gian, có khi kéo dài cả nhiều tuần, tôi đã có cơ hội tiếp xúc trực tiếp với những Phật Ngữ, tôi đã có những giây phút rúng động toàn thân khi hiểu được lời dạy của Đấng Thiên Nhơn Sư thông qua cách diễn đạt rõ ràng và bác học của Thầy, kèm theo những chú thích đúng chuẩn mực hàn lâm. Điều ấy khó diễn tả được thành lời. Nghĩ lại thấy mắc cỡ, cả đời nói là học Phật Pháp nhưng ít khi chịu khó ngồi đọc hết một bộ Kinh, nếu không có sự phân công hay áp đặt vào công việc như vậy. Tình yêu thương Thầy dành cho ấy thật khó nói hết được trong một tiếng cám ơn.

Lúc bơi lội trong những tư tưởng, ngôn ngữ và lý luận cao siêu của ý niệm "Nghiệp" đi từ Ấn Độ học, đến Phật giáo, từ Đông sang Tây, tôi phải kinh ngạc nói với mọi người chung quanh rằng, đây đúng là một "tác phẩm của thế kỷ". Tôi chia sẻ những nhận xét ấy với một số trí thức Phật Giáo ngay lúc mình đọc được, ai cũng nể phục. Cơ hội ấy đã kéo tôi quay về với nguồn cội của mình, bắt đầu chuyên tâm hơn về Phật học, cố dùng thời gian còn lại để bù đắp cho những năm tháng đi lang thang trong các lãnh vực, phạm trù khác. Tôi bắt đầu đọc nhiều các tác phẩm của Thầy – có khi để học hỏi, để bù lại những khát khao của mình; nhưng cũng có khi vì nhiệm vụ hay công việc được giao trong quá trình thực hiện và ấn hành bộ Thanh Văn Tạng thuộc Đại Tạng Kinh Việt Nam.

Tôi đã có cơ hội "gặp" lại những người quen cũ, những bậc Thầy cũ; "sống" lại khung trời thân thương cũ của Vạn Hạnh năm nao, khi đọc Bùi Giáng nói về Thơ Tuệ Sỹ.[2]

"Chỉ một bài thơ, Tuệ Sỹ đã trùm lấp hết mọi chân trời mới cũ từ Đường thi Trung Hoa tới siêu thực Tây phương." [Bùi Giáng đã nhận định như thế về Tuệ Sỹ qua bài thơ *Không đề*] (Bùi Giáng. Đi vào cõi thơ. Nhà xuất bản Ca Dao, Sài Gòn 1969).

Lời ấy quả không ngoa! Và thật ra không chỉ Bùi Giáng mà có rất nhiều người viết về thơ Tuệ Sỹ khác. Có thể bao nhiêu ngàn trang sách cũng không ngoài ý nghĩa đó.

Thầy Tuệ Sỹ thì viết và nhận xét về những nhà thơ lớn Trung Hoa như sau:

Lý Bạch, tiên tài, cho một thế giới thần tiên, ngoài cuộc thế. Đỗ Phủ, nhân tài, giữa những người cùng khốn. Lý Hạ, quỷ tài, cho những oan hồn chứa đầy u hận, hay chỉ là xảo thuật ma quái của vần điệu?

Cũng có thể, quỷ tài được hiểu như là một thiên tài quái dị, mà ngôn ngữ được sử dụng trên mức độ ma thuật, ngụy quyết. Đó là tư chất thiên phú, với những tưởng tượng đầy tính siêu thực. Sử dụng thi ca y như thủ pháp ma thuật không phải chỉ là một kỹ xảo. Đằng sau từ điệu huyễn hoặc còn ẩn chứa một thế giới huyễn hoặc; thế giới của thần mộng và cô liêu, có thể gọi như vậy. Trong tận cùng sâu thẳm đó là gì; có lẽ chúng ta không thể tìm đến chỉ do sự thúc đẩy của bản tính hiếu kỳ, mà phải đến bằng tất cả những lời kêu gọi thống thiết của định mệnh nhân sinh. Bởi vì, khi Nguyễn Du viết Văn tế thập loại chúng sinh, người ta có thể nhìn thấy

---

[2] Tác giả có thời gian sống ở Vạn Hạnh chung với thi sĩ Bùi Giáng và Thầy Tuệ Sỹ. Chi tiết được viết trong bài viết cùng tác giả: *Kính Nhớ Lão Đười Ươi Trung Niên Thi Sĩ – Cổ Thụ Lặng Bóng Soi.* NXB Hồng Đức, 2017.

tường tận cái tâm trạng của Người chăng? Hay có thể phát kiến một bối cảnh xã hội nào đó của tâm trạng ấy chăng?[3]

Đó là nói về những thi sĩ danh tiếng như Lý Bạch, Đỗ Phủ, Lý Hạ… mà tác giả dùng các chữ tán tụng là tiên tài, nhân tài, quỷ tài; là nói chuyện về người xưa. Tất nhiên không thể gói gọn các lời tán tụng trong ba nhân vật trên vì còn có bao nhiêu tên tuổi khác rực sáng trên vòm trời thi ca thế giới như Tagore, Goethe, Hölderlin, Shakespeare… Và rồi cả những Nguyễn Du, Huy Cận, Bùi Giáng, Hàn Mặc Tử v.v…

Nhưng Bùi Giáng đã hoàn toàn có lý khi nhắc tên một nhà thơ "đã trùm hết chân trời mới cũ". Bài thơ "Mắt biếc" – mà Bạch Xuân Phẻ dịch là "Deep Innocent Eyes" là một ví dụ. Vậy kế bên những tiên tài, nhân tài, quỷ tài ấy hẳn còn có những "x tài" khác. Cứ tạm gọi là "Tăng tài". Nhưng thú thật, nếu phải nói về thơ của vị "Tăng tài" ấy quả là một việc làm mặc chiếc áo quá khổ của tôi. Tôi chỉ như một cậu học sinh mới tập tành đọc để thấm thơ Tuệ Sỹ, để khơi lại nguồn mạch Tuệ Sỹ vốn có sẵn chút ít trong tâm hồn mình.

Cõi thơ của Tuệ Sỹ vô cùng rộng lớn. Thầy làm thơ Việt, thơ Nôm và cả thơ chữ Hán. Thể thơ nào khi đến tay Thầy thì cũng chắp cánh bay cao. Ba cuốn sách thuộc bộ "Tuệ Sỹ Văn Tuyển" được Thầy cho là 3 cuốn sách luôn luôn nằm trên kệ hay đầu giường của tôi. Lúc cần đọc với tay là có ngay. Tôi trân trọng bộ sách ấy không những vì nó là một tuyển tập đa diện do thầy Hạnh Viên sưu tuyển từ nhiều tác phẩm khác của Thầy, mà còn vì chính nó là món quà Thầy dành cho tôi. Cũng có thể đó là một lời dạy, một ngón tay chỉ đường trong giai đoạn mà tôi vẫn còn say mê làm việc trong các cơ sở Tây phương.

Thầy đã viết lời tặng sách thật thương, thật "Vạn Hạnh":

---

[3] Hạnh Viên sưu tập: Một Tấm Lòng Của Kinh Kha. *Tuệ Sỹ Văn Tuyển*, tập III-Văn học. NXB Hồng Đức, 2016, tr.168.

Hôm nay nhớ Thầy quá mà biết Thầy mệt nên không dám điện thoại thăm, nhắn tin thầy thị giả thì chỉ được trả lời ngắn là: *Sức khỏe Ôn vẫn vậy* – nghĩa là vẫn rất yếu! Tôi bèn giở tập sách ra xem. Vô tình gặp một bài thơ ít được nhắc tới nên xin phép chép ra đây để cùng thưởng ngoạn. Bài thơ làm tuy đã lâu nhưng lại có thể

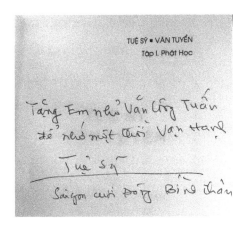

ứng vào những ngày tháng hiện tại. Nội dung bài thơ chuyên chở bao nhiêu trăn trở của tác giả trong suốt một đoạn đường dài của cuộc đời.

Tự Thuật [4]

Tam thập niên tiền học khổ không

Kinh hàm đôi lũy ám tây song

Xuân hoa bất cố xuân quang lão

Thúy trúc tà phi thúy mộng hồn

Nhẫm nhiễm trường mi thùy hoại án

Tha đà tố phát bán tàn phong

Nhất triêu cước lạc huyền nhai hạ

Thủy bá chân không đối tịch hồng

Nguyễn Minh Cần dịch:

Tự Thuật

Ba thập niên rồi học khổ không

---

[4] Sđd. Tập III văn học. Tr.261

Kinh sách chất đầy cả cửa song

Xuân thắm không nhìn, xuân hóa lão

Trúc xanh thoáng lượn đã say hồn

Thời gian thắm thoát mi dài rũ

Tháng lại ngày qua tóc điểm sương

Một sớm sảy chân rơi vực thẳm

Chân không bèn lấy chọi đêm hồng

Nhất Uyên dịch:

Ba mươi năm trước học khổ không

Kinh điển đôi chồng che cửa song

Xuân xanh không đoái xuân già cỗi

Trúc biếc tà bay, ngát mộng lòng

Thắm thoắt mi dài buông án cũ

La đà tóc bạc lửa tàn phong

Một sớm hụt chân rơi vách núi

Mới thấy chơn không đối tịch hồng

Bài thơ thể hiện những suy tư về cuộc sống, về thời gian, về sự cô đơn và sự trống rỗng. Đây cũng chính là suy tư của tác giả về quãng đời của mình, về những trải nghiệm sâu sắc. Nó chứa đựng nhiều tầng ý nghĩa và hình ảnh, mỗi người đọc có thể hiểu và cảm nhận theo nhận thức và căn cơ của mình. Và đó chính là nét độc đáo của thể thơ Tự Thuật.

[3]
Đại Trượng Phu khi đối mặt với cái chết.

Bằng tất cả lòng ngưỡng mộ và biết ơn của của người trò đối với Thầy của mình, tôi lại mượn thêm mấy câu này, để mong có thể hiểu được phần nào tâm tình Thầy. Trong một bức thư gởi cho thế hệ trẻ Phật tử Việt Nam thầy viết:

Vó ngựa của Thành-cát-tư Hãn không chùn bước trước bất cứ kẻ thù nào, nhưng tâm tư của Đại Hãn cảm thấy bất an khi nhìn sâu vào cuối con đường chinh phục một bóng dáng đang thấp thoáng đợi chờ. Đó là kẻ thù cần phải chinh phục sau cùng. Đại Hãn cũng biết rằng dẫu cho tập hợp sức mạnh của trăm vạn hùng binh cũng không thể đánh bại kẻ thù ấy, chinh phục vương quốc ấy. Ông cho đi tìm một người trợ thủ, tìm cố vấn thông thái nhất và khôn ngoan nhất để tập hợp được sức mạnh siêu nhiên. Sứ giả của Đại Hãn đi vào núi Chung nam thỉnh cầu Đạo trưởng Khưu Xử Cơ. Đạo trưởng khởi hành, băng sa mạc, đến tận đại bản doanh của Đại Hãn, để giảng giải cho Đại Hãn ý nghĩa trường sinh bất tử, những ẩn nghĩa huyền vi từ quyển thiên thư năm nghìn chữ của Thái thượng Lão quân. Cuối quyển thiên thư, khi tất cả ẩn ngữ coi như đã phơi bày ý nghĩa thâm sâu. Khả hãn chỉ xác nhận được một điều: ta sẽ là người chiến bại trong cuộc chiến cuối cùng ấy.[5]

Vâng, kẻ chỉ biết chiến thắng như Đại Hãn thì không hề sợ bất cứ ai, nhưng một hình ảnh lãng vãng đâu đó đã làm Đại Hãn lo âu không ăn ngủ được. Đối diện với Thần Chết kẻ ngang tàng dọc ngang trên lưng ngựa ấy cũng phải phủ phục cúi đầu khoanh tay. Với mọi cố gắng và quyền lực Đại Hãn cũng không thể tìm ra phương thuốc trường sinh bất tử cho mình. Nhận thức ấy khiến Thành Cát Tư Hãn cuối đời mình chỉ còn khiếp sợ trước một hình ảnh: *Tử Thần.*

Nhưng có một con người không như thế. Thầy Tuệ Sỹ trong những năm gần đây đối diện thường xuyên với bệnh tật, quàng vai với cái chết mà không hề khiếp sợ. Cả đời Thầy cũng đã như vậy! Nhớ năm rồi, khi tôi vào bệnh viện mổ tim thì Thầy điện thoại hỏi thăm và đùa rằng:

---

[5] Nguyễn Hiền-Đức sưu tập. Đạo Phật Và Thanh Niên. *Tuệ Sỹ, Viên Ngọc Quý* - Viên Giác Tùng Thư, 2020.

Mừng là ông đã trải nghiệm đủ 3 chặng đường sanh, lão, bệnh. Còn một cái cuối chưa đến. Nói xong Thầy cười vang!

Giữa tháng 9 năm 2023, khi biết Thầy bệnh nhiều tôi có nhắn bác sĩ Đỗ Hồng Ngọc (vì chừng 3 tuần trước anh có viết Email hỏi thăm): "Nếu anh Ngọc còn ý định đến thăm Thầy thì nên thăm chứ chần chừ có thể không còn kịp". Anh trả lời ngay rằng: "Đã đến thăm Thầy hôm đầu tháng. Thầy đã rất yếu 'nhưng vui vẻ, hoạt bát và thông tuệ như bao giờ' (chữ của ĐHN)". Quả thật như lời kể, anh Ngọc đọc được trong bệnh án, Hematocrite chỉ còn 17%, Hemoglobine còn 7g/dL thì nguy kịch lắm rồi, tính mệnh mong manh như ngọn đèn trước gió.

Quay lại, xin nói thêm chút về bài thơ vừa nhắc trên. Không biết do vô tình hay hữu ý mà bài thơ "Tự Thuật" in trong mấy cuốn sách bộ *Tuệ Sỹ Văn Tuyển* Thầy cho tôi lại có mấy chữ khác nhau giữa bản chữ Nho và âm Việt. Hay ấy là một sự "vô tình mà cố ý"?

Câu số 7 phía bên trên phần Nho tự thì ghi là "buông tay = *tát thủ* 撒 手". Phần âm Việt và cả hai bài dịch đều ghi là "sảy chân, hụt chân = *cước lạc* 脚落". So sánh với bản viết tay của Thầy lúc ở trong tù thì cũng ghi là *cước lạc*.

Thôi, tôi chợt hiểu ra rồi.

Bệnh duyên, rồi tù đày đã làm hao mòn bao nhiêu sức lực của Thầy trong suốt mấy mươi năm trường đăng đẳng. Cộng thêm nhân tâm, thế sự đảo điên đã làm Thầy suýt **hụt chân** nhiều phen nhưng Thầy vẫn cứ gắng gượng đứng vững ở đó vì sự nghiệp chung của Giáo Hội, vì toàn bộ Công trình Phiên Dịch Đại Tạng Kinh Việt Nam mà Thầy là một trong 2 Dịch Sư còn lại trong số 18 vị của Dự án Phiên dịch từ năm 1973. Dù thân bệnh và nhiều đau đớn Thầy vẫn bất chấp và an nhiên làm việc, vẫn tổ chức tài tình lại các công việc của Giáo Hội khi được giao phó. Những người từng làm việc nghiêm túc trong lãnh vực nghiên cứu, như các giáo sư và chuyên gia người Đức ở Đại học

Văn phòng HĐPD đặt tại chùa Phật Ân, Đồng Nai.

Hamburg, đã vô cùng ngạc nhiên và thán phục, khi biết chỉ trong vòng hai năm mà Hội Đồng Phiên Dịch đã cho ra đời được 24 cuốn Kinh và 5 cuốn Tổng Lục do Thầy soạn, đạt mức độ hàn lâm quốc tế, đưa nền học thuật Phật Việt sánh vai ngang tầm với các nền học thuật Phật giáo trên thế giới. Thầy đã khơi nguồn mạch, đã làm sống lại hoài bão luôn canh cánh bên lòng, ấp ủ bao nhiêu năm qua của Chư Tôn Giáo Phẩm trong GHPGVNTN từ năm 1973 đến nay, kể từ khi thành lập Hội Đồng Phiên Dịch Tam Tạng Kinh Điển.

Rồi khi vô thường đến thì Thầy an nhiên tự tại "tát thủ" - ***buông tay bên vách núi.***

Ra đi nhưng Thầy để lại cho hậu thế một sự nghiệp vô cùng đồ sộ. Trước giờ ra đi Thầy còn lưu lại những lời răn dạy, lập những chương trình kế hoạch khả thi cho những người kế thừa, để theo đó tiếp tục những bước đường hoằng dương chánh pháp và phiên dịch các phần còn lại của Tam Tạng Thánh Điển.

Chuyện nghe kể lại, cuối tháng 9 năm 2023, lúc thiền sư Trí Siêu Lê Mạnh Thát đến thăm Thầy tại bệnh viện. Hai người bạn chí thiết, hai con người có thời từng bị kết án tử hình đã nắm chặt tay nhau. Thầy Tuệ Sỹ đã cười nói với mọi người (phỏng theo lời thầy Hạnh Viên): *Đừng lo lắng quá cho tôi, thời 40 tuổi từng bị tuyên án tử hình mà không hề nao núng, huống hồ hôm nay đã ngoài 80.*

Đó đích thị là khẩu khí của một bậc Long tượng, là tiếng Sư Tử Hống, là tấm lòng của kẻ đã thản nhiên bước đi giữa cơn bão tố sinh-tử mà không hề có chút ưu tư vương bận.

[4]

Ngược xuôi nhớ nửa cung đàn
Ai đem quán trọ mà ngăn nẻo về
(T.S.)

Cung kính đảnh lễ và tri ân Thầy.

Đức Quốc, Trung Thu Quý Mão 2023
Nguyên Đạo Văn Công Tuấn

THẦY TUỆ SỸ:
NHƯ MỘT VẦNG TRĂNG SÁNG

Nguyên Giác

Mỗi khi suy nghĩ về Thầy Tuệ Sỹ, tôi luôn luôn tự thấy rằng mình không tìm đủ lời để ca ngợi, để nói minh bạch những suy nghĩ của mình về Thầy, một trong những cột trụ của Đại Học Vạn Hạnh, nơi đã xây dựng một Tàng Kinh Các cho nền Phật học quê nhà từ hơn nửa thế kỷ trước. Tôi từng suy nghĩ về sự may mắn của dân tộc, và của bản thân mình, rằng nếu không có Đại học này, nếu không có những tác phẩm nơi này,

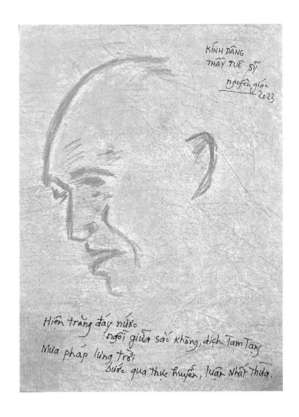

KÍNH DÂNG
THẦY TUỆ SỸ
nguyên giác
2023

Hiện trăng đáy nước
ngồi giữa sắc không, dịch Tam Tạng
Múa pháp lừng trời
bước qua thực huyễn, luận Nhất Thừa.

và nếu không có các bậc thầy nơi đây, cõi thế gian (của tôi, và của rất nhiều bạn khác) sẽ tội nghiệp biết là bao nhiêu.

Tôi học bên Đại học Văn Khoa, không phải sinh viên Đại Học Vạn Hạnh, nhưng đã luôn luôn tìm đọc và trân quý các tác phẩm của Thầy Minh Châu, Thầy Trí Siêu Lê Mạnh Thát, Thầy Tuệ Sỹ, Ni sư Trí Hải, và nhiều vị nữa. Tôi đã say mê đọc các dòng thơ siêu xuất của Bùi Giáng, của Phạm Công Thiện, của Hoài Khanh… và thỉnh thoảng bước vào lang thang nơi các hành lang Đại Học Vạn Hạnh chỉ để cảm nhận bầu không khí học Phật nơi đây, và rồi lên xem Thư Viện Vạn Hạnh ở trên một tầng lầu rất cao, và rồi ra quán cà phê nơi đường Trương Minh Giảng, ngồi một chút rồi phóng xe đạp về. Dĩ nhiên, những gì tôi thấy, tôi nghe, tôi cảm nhận như thế chẳng thơ mộng chút nào, so với các trang giấy tôi đọc, so với những gì tôi đọc từ bản dịch Thiền Luận của Thầy Tuệ Sỹ.

Rồi có lúc, trong khi đọc một truyện Bản Sanh, tôi đã tin rằng thế hệ những người xây dựng Đại học Vạn Hạnh hẳn phải là những vị đã từng có cơ duyên tụ hội nơi một góc rừng, ngồi quanh Đức Phật Thích Ca và được Thế Tôn dặn lời huyền ký là hơn hai ngàn năm sau hãy tới bên bờ Biển Đông để dắt dìu bọn học trò như tôi. Đối với tôi, chữ của Đại Học Vạn Hạnh có sức mạnh như thế, và trong đó cũng là những công trình của Thầy Tuệ Sỹ.

Cho tới bây giờ, tuy đã vào tuổi xưa nay hiếm, tôi vẫn chưa trực tiếp gặp Thầy Tuệ Sỹ, chưa có cơ duyên nghe trực tiếp từ Thầy. Những cơ duyên tôi nhìn thấy và nghe giọng Thầy chỉ là qua Zoom, và trước đó thật lâu còn là qua PalTalk. Tôi đã từng được đọc và nghe kể từ những người có cơ duyên thân cận xa xưa với Thầy Tuệ Sỹ, như Ni Trưởng Tuệ Hạnh (đang ở Úc châu, người gom các bài thơ của Thầy và cầm ra hải ngoại khi Thầy bị giam), như nhà báo Tâm Huy Huỳnh Kim Quang (cựu tăng sĩ, học trò của Thầy Tuệ Sỹ khi ở Quảng Hương Già Lam, và trở thành bạn thân với tôi, thường xuyên gặp nhau), như nhà thơ Nhã Ca (học trò của Thầy Trí Thủ và thân cận với quý Thầy Già Lam), và nhiều vị nữa.

Nhưng đó là những giai thoại, phần nhiều có thể tìm đọc qua Internet, một số chuyện tôi nghe kể riêng thì chỉ để bụng theo dõi, như khi Thầy Tuệ Sỹ sang Nhật Bản chữa trị ung thư. Bản thân tôi trong cương vị nhà báo, gần 3 thập niên ngồi dịch tin cho Việt Báo, đã có cơ duyên quan sát thời sự quê nhà, tình hình Phật Giáo và những thông tin về Thầy Tuệ Sỹ qua những dòng tin từ các phóng viên quốc tế. Cũng có lúc tôi thắc mắc vì sao khi Thầy Nhất Hạnh tới Chùa Già Lam tìm thăm, Thầy Tuệ Sỹ lại nhập thất, không tiếp, nhưng tôi không bao giờ đưa mọi chuyện thành vấn đề. Tôi luôn luôn tự xem mình như một đứa nhỏ, một cậu nhóc học Phật chưa bao giờ trưởng thành, và nhìn mọi chuyện trong sân nhà chùa như chuyện trong sân nhà chùa, nơi các nhà sư trong mắt tôi đã trở thành những Bồ Đề Đạt Ma và những Huệ Khả. Nơi đó, trong mắt tôi, Thầy Tuệ Sỹ là một pho tượng gỗ, trong cơ duyên nào đó đã hóa thân thành người, để biết đi, biết ngồi, biết nói, biết cười, biết dịch Kinh luận, và biết làm thơ. Và rồi, khi có ai muốn níu kéo Thầy Tuệ Sỹ về lại những tranh cãi thế gian, Thầy liền treo bảng nhập thất và hóa thân lần nữa để làm tượng gỗ.

Có một thời gian, khi nghiên cứu về Early Buddhism (Phật giáo sơ kỳ, Phật giáo sơ thời), tôi khám phá ra Tạng Kinh A Hàm do Thầy Tuệ Sỹ và Thầy Thích Đức Thắng dịch, lưu giữ ở mạng Sutta Central. Tôi tìm ra hai nhóm Kinh Nhật Tụng của chư Tăng ni trong thời Đức Phật còn sinh tiền là hai phẩm cuối của Kinh Tập (Phẩm Tám, và Phẩm Con Đường Qua Bờ Kia). Tôi tìm tất cả các bản tiếng Anh có thể có, để đối chiếu và để dịch sang tiếng Việt cho ở mức mà tôi tin gần với ý Đức Phật nhất. Trong khi dịch như thế, phần tham khảo các Kinh khác trong Tạng Pali (do Thầy Minh Châu dịch) và Tạng A Hàm rất cần thiết để hiểu ngôn phong của Đức Phật trong những năm đầu khi mới hoằng pháp. Không gì so sánh được với cảm nhận hạnh phúc khi dò tìm những lời xưa nhất của Đức Phật; thí dụ, hình ảnh Kinh Kim Cang và Kinh Pháp Bảo Đàn trong Tạng A Hàm và Tạng Pali (Nikaya) vừa dẫn; thí dụ, cách nói là "bình an," thay vì nói là "Niết bàn" như thói quen của người học Phật nhiều thế kỷ sau; thí dụ, cách nói "hiểu biết về danh sắc" thay vì nói là "tứ niệm xứ"; thí dụ, tìm hiểu dị biệt giữa

Theravada và Early Buddhism, và nhiều vấn đề khác... Dĩ nhiên, tôi dựa phần lớn cũng vào những cuộc nghiên cứu khác của các nhà sư viết tiếng Anh, vì tự thân mình không hiểu tiếng Pali và Sanskrit. Trên con đường học Phật như thế, tôi đã thấy một số mũi tên nơi các dấu mốc do Thầy Tuệ Sỹ (và nhiều Thầy khác, trong đó có Thầy Minh Châu, Thầy Nhất Hạnh, Thầy Thích Đức Thắng...) cắm dọc theo lối đi xuyên qua cánh rừng vô minh.

Tôi luôn luôn nhớ rằng Thầy Tuệ Sỹ đã hiển lộ những nét phi thường từ khi còn niên thiếu. Một lần, khi đọc Kinh Pháp Cú, tôi sững sờ khi đọc bài Kệ 382. Bản dịch của Thầy Minh Châu như sau:

382. *"Tỷ kheo tuy tuổi nhỏ*

Siêng tu giáo pháp Phật,

Soi sáng thế gian này,

Như trăng thoát khỏi mây."

Có phải Đức Phật đã huyền ký như thế về Thầy Tuệ Sỹ? Hay chỉ là trùng hợp? Thầy Tuệ Sỹ là một vầng trăng sáng. Đúng như thế. Vầng trăng sáng còn là hình ảnh khuôn mặt của Thế Tôn. Tôi nhớ rằng, trong Kinh Bản Sanh số 1, bản tiếng Anh là "Apannaka Jataka: Crossing the Wilderness" (Jat 1) khi Đức Phật chuẩn bị kể truyện cho ngài Cấp Cô Độc và 500 tăng chúng nghe, *"Khuôn mặt Đức Phật hiện ra như một vầng trăng tròn và thân Ngài được vây quanh bởi hào quang sáng ngời..."* (The Buddha's face appeared like a full moon, and his body was surrounded by a radiant aura...). Xin nhắc rằng, khi viết lý luận, tôi không bao giờ muốn nhắc tới những chuyện thần kỳ. Nhưng nhìn cho kỹ, có gì trên đời này mà không thần kỳ? Thỉnh thoảng, có những lúc, bạn cũng sẽ thấy tất cả thế gian này đều hiện ra như một cõi Phật bất khả tư nghì...

Đối với những người hữu duyên, Thầy Tuệ Sỹ đã hiện ra như một vầng trăng sáng, lặng lẽ soi đường cho những người đi ban đêm. Vầng trăng sáng cũng là một hạnh sống ẩn dật, bất kể là nơi núi cao hay rừng sâu, đưa ánh sáng cho người cần tìm lối đi. Đọc lại Kinh Pháp Cú, tôi cũng thấy bài Kệ 173, Thầy Minh Châu dịch như sau:

173. *"Ai dùng các hạnh lành,*

Làm xóa mờ nghiệp ác,

Chói sáng rực đời này,

Như trăng thoát mây che."

Một điểm cũng rất tương ưng với đời sống của Thầy Tuệ Sỹ, nói theo ẩn dụ trong Kinh Phật là: Thầy đã sống y hệt như mặt trăng, như bàn tay giữa hư không, và không bị dính mắc hay trói buộc nào. Kinh Nguyệt Dụ SN 16.3, ghi lời Đức Phật, trích bản dịch của Thầy Minh Châu:

"... Cũng vậy, này các Tỷ-kheo, hãy giống như mặt trăng khi đi đến các gia đình, thân phải dè dặt, tâm phải dè dặt, luôn luôn là người mới giữa các gia đình, không có đường đột xông xáo.... Rồi Thế Tôn vẫy bàn tay giữa hư không: —Ví như, này các Tỷ-kheo, bàn tay này giữa hư không, không bị dính vào, không bị nắm lấy, không bị trói buộc. Cũng vậy, này các Tỷ-kheo, là vị Tỷ-kheo đi đến các gia đình, tâm không bị dính vào, không bị nắm lấy, không bị trói buộc, nghĩ rằng: 'Những ai muốn được lợi, hãy được lợi! Những ai muốn công đức, hãy làm các công đức…'"

Đối chiếu suốt cuộc đời của Thầy Tuệ Sỹ tới giờ, cũng có thể nghĩ rằng hình ảnh của Thầy tương ưng với thơ Thiền Việt Nam: nơi đây, không gọi là Có, cũng không gọi là Không. Nơi đây, Thầy Tuệ Sỹ là hiện thân hệt như ánh trăng hiện ra dưới mặt hồ, rất mong manh, rất sương khói, đưa ra ánh sáng cho đời, nhưng không gì lưu giữ được, và cũng không dính mắc vào đâu.

Thiền sư Từ Đạo Hạnh (1072 – 1116) từng có bài thơ như sau:

Tạc hữu trần sa hữu,

Vi không nhất thiết không.

Hữu, không như thuỷ nguyệt,
Vật trước hữu không không.

(Dịch nghĩa: *Nói có, thì nhỏ như hạt bụi cũng có. Nói không, thì trọn thế gian đều là không. Có với Không chỉ là như mặt trăng hiện dưới nước. Đừng dính mắc vào Có với Không làm chi.*)

Thiền sư Huyền Quang (1254-1334) đã dịch như sau:

Có thì có tự mảy may
Không thì cả thế gian này cũng không
Kìa xem bóng nguyệt lòng sông
Ai hay không có, có không là gì?

Sự thật như thế. Với tôi, Thầy Tuệ Sỹ đã hiện ra như một vầng trăng sáng trong bóng đêm lịch sử, lặng lẽ, không dính mắc, không bận tâm vào bất cứ những gì, dù là có với không. Với tôi, Thầy không phải là có, vì bốn đại vốn không, năm uẩn không thực, thì lấy gì gọi là có. Với tôi, Thầy không phải là không, vì đã có một vầng trăng sáng như thế, lơ lửng trên bầu trời đêm, lấp lánh nơi mặt nước hồ, rọi sáng những gì cần được biết tới.

Nơi đây, xin ngợi ca Thầy bằng mấy dòng thơ:

Một thời đầy những nghi vấn
tôi tìm về lời Đức Phật,
Thầy Tuệ Sỹ như trăng sáng
hiển lộ lời rất ẩn mật.

Nguyên Giác

BẬC THẦY CỦA NHỮNG VỊ THẦY

Nguyễn Minh Tiến

Cách đây hơn hai mươi năm, vào khoảng cuối thiên niên kỷ trước, tôi có dịp gặp và trò chuyện với thầy Tuệ Sỹ lần đầu tiên. Tôi cùng đi với Đỗ Quốc Bảo, đến thăm thầy khi ấy đang ở trên một căn gác trong khuôn viên chùa Quảng Hương Già Lam. Lúc ấy thầy vẫn là nhân vật quan trọng được nhiều sự "ưu ái bảo vệ", nên khi vừa đến khu vực cổng chùa chúng tôi đã dễ dàng nhận thấy một số người mặc thường phục nhìn chúng tôi bằng những cặp mắt dò xét hơi khó chịu.

Nói là đến thăm thầy, nhưng thật ra chuyến đi của chúng tôi còn có mục đích khác. Vào thời điểm đó, Đỗ Quốc Bảo đang giúp thầy một số kiến thức trong việc sử dụng Microsoft Word trên máy điện toán. Anh đã thiết lập sẵn một số các mẫu định dạng (style) trong Word, phù hợp với việc trình bày các sách nghiên cứu, vốn thường có nhiều chữ Phạn, chữ Hán. Đỗ Quốc Bảo đã hướng dẫn thầy cách áp dụng các mẫu định dạng này để tạo văn bản có tính nhất quán và phù hợp với các chuẩn mực học thuật. Song song theo đó, Đỗ Quốc Bảo cũng giúp thầy trong việc nhập chữ Hán trên máy điện toán qua phần mềm Song Kiều. Công việc hướng dẫn chưa thực sự hoàn tất và Đỗ Quốc Bảo đang sắp phải rời Việt Nam sang Đức. Vì vậy, anh không yên tâm nên muốn đưa tôi đến gặp thầy để "bàn giao" công việc và nhờ tôi lưu ý giúp thầy nếu có phát sinh bất ổn nào trong lúc vắng mặt anh.

Thầy tiếp chúng tôi trong một gian phòng nhỏ. Chúng tôi trò chuyện về nhiều vấn đề và được mời ở lại dùng cơm trưa. Thời gian tiếp xúc không lâu nhưng thầy đã để lại trong tôi nhiều ấn tượng cũng như những bài học mà mãi đến nay tôi vẫn còn ghi nhớ. Trong lúc trò chuyện, khi nhắc đến một chú thích trong sách cần làm rõ, thầy đứng lên đi thẳng đến kệ sách và lấy ra một quyển, rồi mở ra ngay đúng trang sách đang được đề cập đến. Dáng vẻ thầy ung dung và tự tin cho thấy thầy biết chắc chắn về quyển sách đang nằm ở đó cũng như trang sách nào cần giở ra, không có vẻ gì như người phải tìm kiếm. Về sau này tôi mới biết đó là một trong những khả năng biểu lộ trí nhớ siêu tuyệt của thầy mà rất nhiều người khi làm việc chung với thầy đều biết đến.

Nhưng điều gây ấn tượng nhất đối với tôi là sự cẩn trọng gần như tuyệt đối của thầy, một điều cực kỳ quan trọng ở người làm công việc nghiên cứu. Mặc dù thầy đề cập đến vấn đề đang thảo luận một cách rất chi tiết, chứng tỏ thầy nhớ rất kỹ về sự việc, nhưng thầy vẫn tìm mở ra nguồn tư liệu gốc để kiểm chứng lại một cách chắc chắn nhất, không hoàn toàn dựa vào trí nhớ của mình. Trong hơn hai mươi năm làm công việc biên tập và hiệu đính, tôi nhận ra hầu hết các tác giả, dịch giả đều mắc phải sai lầm do căn bệnh chủ quan khi dựa vào trí nhớ mà không kiểm chứng. Một người uyên bác, thông tuệ như thầy mà còn tuân thủ nguyên tắc cẩn trọng như vậy, quả thật xứng đáng là một tấm gương để chúng ta noi theo. Sự cẩn trọng của tôi trong công việc biên khảo từ nhiều năm qua có một phần chính là nhờ học hỏi được nơi thầy.

Nỗ lực học hỏi về các kỹ thuật mới để sử dụng phần mềm trên máy điện toán của thầy cũng thật đáng kinh ngạc. Rất nhiều người tôi quen biết, khi ở vào độ tuổi của thầy rất ngại học hỏi thêm những điều liên quan đến công nghệ. Họ chấp nhận làm việc với môi trường và những phương tiện quen thuộc cũ, dù biết rằng việc sử dụng công nghệ sẽ giúp cho công việc được nhanh chóng và hiệu quả hơn nhiều. Điều đó

Tác giả và HT Thích Tuệ Sỹ

chỉ đơn giản là vì họ không vượt qua được những khó khăn ban đầu. Thầy Tuệ Sỹ thì rất khác. Thầy nhận thức rất rõ những lợi thế của các phương tiện hiện đại và chấp nhận học hỏi. Và thầy học rất nhanh. Đỗ Quốc Bảo đã quá lo xa khi "giao việc" cho tôi, bởi trong thực tế thầy không cần đến sự hỗ trợ của tôi lần nào cả. Chỉ mãi về sau này, khi giúp thầy xây dựng website Hương Tích Phật Việt thì tôi mới phải đi về vài ba lần để chỉ dẫn cách sử dụng, nhưng lúc đó đã có một vài em sinh viên giúp

thầy công việc này. Trong những lần gặp gỡ hiếm hoi đó, tôi cũng đã có lần nghỉ đêm lại Thư quán Hương Tích để rồi được uống trà cùng thầy buổi sáng. Tất cả đều là những kỷ niệm đẹp mà tôi luôn ghi nhớ.

Năm 2009, sau khi xuất bản bản Việt dịch và chú giải kinh Đại Bát Niết-bàn, tôi gửi biếu Hòa thượng Trí Quang, Hòa thượng Trí Tịnh và thầy Tuệ Sỹ mỗi người một bộ. Phiên bản đầu tiên đó được in đầy đủ cả phần Hán văn và chú âm với độ dày tổng cộng hơn 4.500 trang, được phân chia thành 8 tập. Một thời gian sau, có dịp gặp thầy, tôi không ngờ là thầy đã đọc và ân cần trao đổi với tôi về bản dịch ấy. Thầy bảo tôi, phương pháp anh làm như vậy là tốt lắm. Tôi biết là thầy đang đề cập đến những điều tôi trình bày ở phần Dẫn nhập. Rồi thầy vui vẻ nói thêm: "Anh nên cố gắng học thêm tiếng Phạn. Điều đó sẽ hỗ trợ tốt hơn cho công việc."

Tôi biết lời thầy dạy rất chí lý, nhưng thú thật tôi tự xét mình và biết là không kham nổi. Nếu chỉ học để biết qua loa thì không thành vấn đề, nhưng "học cho ra học" thì tôi biết chắc loại ngôn ngữ "cõi trời" này không thể thông thạo một cách nhanh chóng được. Trong thực tế, anh bạn Đỗ Quốc Bảo của tôi đã phải lăn lộn hết mình trong hai mươi năm qua, đến giờ mới có thể lên bục giảng để giảng dạy ngôn ngữ này. Tôi thì quả thật không đủ "vốn liếng" để theo đuổi như vậy. Vì thế, tuy vẫn không quên lời thầy dạy nhưng với mức độ làm việc đều đặn như những năm qua, tôi cũng đành "hẹn lại kiếp sau" với giấc mơ về Phạn ngữ.

Tôi không có nhiều duyên may gần gũi thầy và những lần thăm viếng, hầu chuyện cùng thầy cũng không nhiều lắm. Tuy nhiên, những bậc đàn anh được thầy quan tâm và có nhiều cơ duyên tiếp xúc làm việc với thầy như các anh Nguyễn Hiền, Văn Công Tuấn, Đỗ Hồng Ngọc... thì với tôi đều thân thiết. Nhờ vậy, tôi được biết thêm rất nhiều về thầy qua chính những vị này. Anh Văn Công Tuấn kể cho tôi nghe nhiều mẩu chuyện về thầy trong suốt những năm anh từng học và làm việc ở Đại học Vạn Hạnh, khi anh hãy còn là "thanh niên Tuấn" và thầy là "chú Sỹ". Khi anh Nguyễn Hiền cất công sưu tập các bài viết của thầy và cả những bài viết về thầy để làm tuyển tập "Tuệ Sỹ - Viên Ngọc Quý" thì chính tôi là người may mắn được đọc sửa bản thảo trước khi in. Hơn thế nữa, tập sách này lại được chính Nhà xuất bản Liên Phật Hội của chúng tôi tại California phát hành qua hệ thống POD toàn cầu. Anh Đỗ Hồng Ngọc thì thỉnh thoảng vẫn gửi bài cho tôi đọc, đôi khi có những bài anh viết về thầy. Và mới đây nhất, anh khoe hình lúc đến thăm thầy, tuy đã lộ rõ vẻ yếu ớt vì bệnh tình nhưng khuôn mặt vẫn tươi cười rạng rỡ và cặp mắt tinh anh vẫn không khác với ngày nào.

Nói đến thầy Tuệ Sỹ, những ai đã được gặp thầy hẳn đều không quên được đôi mắt tinh anh đặc biệt của thầy. Thầy có một thân hình nhỏ nhắn và thậm chí là hơi gầy, khuôn mặt cũng gầy gò, hơi khắc khổ, nhưng đôi mắt thì như vượt ra ngoài những dáng vẻ thông thường đó. Trong hố mắt sâu thẳm là hai đồng tử sáng quắc linh hoạt và như chiếu ra những tia sáng xuyên thấu mọi điều. Mặc dù vậy, tôi chưa bao giờ cảm nhận sự nghiêm khắc trong tia nhìn của thầy, mà ngược lại luôn cảm thấy rất nhiều tình cảm thương yêu, ấm áp. Phải chăng chính từ nơi tuệ giác phi thường và tâm từ bi rộng mở của thầy đã lưu xuất ra một ánh mắt nhìn đặc biệt đến như thế!

Và nói về trí tuệ của thầy thì quả thật khó có người theo kịp. Từ lúc còn là "chú Sỹ" trên giảng đường Đại học Vạn Hạnh - và tất nhiên là vị giáo sư Đại học trẻ tuổi nhất lúc đó - thầy đã có nhiều tác phẩm được lưu hành và nổi tiếng. Và cho đến gần đây là công trình Thanh văn tạng mà Hội Đồng Hoằng Pháp vừa xuất bản, một công trình mang tầm thế kỷ mà chính thầy là "cây cột chống trời" đã làm nên kỳ tích. Tất nhiên chúng ta không phủ nhận những nỗ lực và công sức đóng góp của rất nhiều người để công việc được tốt đẹp như đã thấy, nhưng ý tôi muốn nói ở đây là vai trò chính yếu mang tính quyết định của thầy. Khi sức khỏe thầy suy yếu như hiện nay, dường như có một nỗi lo chung mà anh em chúng tôi mỗi khi trò chuyện cùng nhau đều bàn đến. Đó là không biết rồi đây ai sẽ đủ sức thay thế đảm nhận được những vai trò mà thầy đã từng gánh vác.

Mối nhân duyên gần đây nhất giữa tôi với thầy là khi tôi hoàn tất bản dịch và chú giải sách Tây vực ký, trùng dịch công trình của Hòa thượng Thích Như Điển đã xuất bản từ năm 2004. Mặc dù lúc đó sức khỏe của thầy cũng không tốt lắm, nhưng thầy vẫn cố gắng viết lời giới thiệu cho tập sách này. Anh Văn Công Tuấn kể với tôi là có những đoạn trong bài thầy đã viết ngay trên giường bệnh. Khi nghe anh kể như vậy, tôi đã hết sức cảm động và chợt nhớ lại những phút giây được ở bên thầy. Tôi cảm nhận được dù khi tôi đang ở bên cạnh thầy hay đã đi rất xa thì trong tâm lượng của thầy, sự thương yêu và quan tâm khích lệ đối với hàng hậu học chúng tôi dường như vẫn không bao giờ suy giảm cả.

Cách đây mấy tuần, Đỗ Quốc Bảo từ Đức sang California để thuyết trình tại lễ khai giảng trường Đại học Phật giáo Sakya Buddha University và gặp tôi cũng đến thuyết trình ở đó. Chúng tôi có dịp gặp lại nhau sau gần hai mươi năm và lại có dịp nhắc chuyện về thầy. Tôi bất chợt nhận ra một điều là cho dù không ai nghĩ đến, nhưng sự hiện diện của thầy trong cuộc đời này dường như đã trở thành một chất keo gắn kết anh em chúng tôi, những người cư sĩ thuộc thế hệ đi sau, vẫn đang cố gắng tiếp tục đóng góp cho nền Phật học nước nhà. Đó là vì tất cả chúng tôi không ai bảo ai nhưng đều thật lòng kính phục thầy, đều xem thầy là vị thầy chung, là tấm gương sáng để chúng tôi noi theo trong suốt cuộc đời mình.

Với sự giác ngộ siêu việt thế gian, Đức Phật từng được xưng tán là Bậc thánh của các vị thánh. Ngày nay, với sự thông tuệ và đạo hạnh sáng ngời của thầy, tôi nghĩ sẽ không quá lời khi xưng tán thầy là Bậc thầy của những vị thầy. Và nói thật lòng thì đối với riêng tôi, thầy quả là bậc thầy vượt trên tất cả những vị thầy mà tôi đã từng được biết.

Quế Minh Đường (Westminster), California

Tiết Trung thu Quý Mão - 2023

Nguyễn Minh Tiến

SAU GIẤC TRƯỜNG SƠN

Trần Kiêm Đoàn

Một ngày mùa Thu (16-9-2023) Trần Trung Đạo từ Boston gọi báo tin về sức khỏe của Hòa thượng Thích Tuệ Sỹ ở Việt Nam đang ở vào tình trạng mong manh nhất từ trước tới nay. Dù câu chuyện trao đổi trên điện thoại liên quan thời sự và Phật sự, nhưng mối quan tâm đậm nét vẫn là Thầy Tuệ Sỹ (TTS). Ở chặng tuổi đời 80, tuổi đạo 70, thời gian dù chỉ là bóng câu qua cửa sổ, là chỗ dựa rất tương đối và chủ quan để làm phương tiện đo lường độ lớn, tầm cao và chiều sâu của một nhân vật; nhưng cũng ít nhiều có độ bám trong một khung cảnh lịch sử như Việt Nam qua bao thăng trầm biến động. Trong đó, đạo Phật Việt Nam đã đồng hành với đất nước và dân tộc dù thế sự có thăng trầm đến mức độ nào.

Để tài chính là việc thực hiện cấp tốc một Kỷ Yếu đặc biệt về Thầy Tuệ Sỹ với ước mong Thầy sẽ có dịp đọc qua giữa lúc Thu sang với những cơn gió heo may vô thường đang thấp thỏm đánh thức giấc mơ Trường Sơn…

Viết về Thầy Tuệ Sỹ thật khó bởi mộng mà rất thực, hàn lâm mà chân quê, uyên bác như rừng thẳm mà nhẹ nhàng như giấc mơ trong quán trọ bên đường. Kiến thức và tác phẩm của Thầy có thể chất đầy giá sách trong tàng kinh các; nhưng thơ Thầy trong vắt và miên man phong trần như hồn… du thủ. Người lạ yêu thơ lần đầu đọc thơ Tuệ Sỹ sẽ đắm đuối trong một xứ thơ trùng điệp và phiêu hốt của một gã làm thơ lãng tử đa tình và không hề hay biết thi nhân là một tu sĩ vì không có một câu chữ nào làm dáng mẫn tuệ bằng những danh từ Phật học thời thượng.

Kẻ viết đôi dòng nầy cũng đã gặp khó một lần tương tự khi anh Văn Công Tuấn từ Đức báo cho biết là Thầy Tuệ Sỹ đang chuẩn bị in tác phẩm đậm tính hàn lâm biên khảo, đó là cuốn *Tổng Quan Về Nghiệp*. Thầy muốn có nhận định của ba người ở ba nơi là Đỗ Hồng Ngọc (Việt Nam), Cao Huy Thuần (Pháp) và Trần Kiêm Đoàn (Mỹ) để in vào phần nhận định đầu sách. Tuy với thời gian và số câu chữ giới hạn, người viết cũng làm xong chút việc được giao nhưng đọc lại sau khi sách đã phát hành bỗng thấy mình viết lách "mô phạm" khô khan quá đối với một tác giả với kho chữ nghĩa trùng trùng duyên… dáng như Thầy Tuệ Sỹ!

Lần nầy lòng dặn lòng là phải viết ra một ý tứ gì đó cho thật tươi mát. Ngôn ngữ mang nhiều cảm xúc trực tiếp và nguồn tình cảm đầy biểu tượng nhất là thi ca, là những vần thơ. Nếu cần yếu điệu thục nữ, quân tử hảo cầu hơn 3 nghìn năm trước thì có Kinh Thi. Ôm thơ theo trăng để vào cõi vĩnh hằng có Lý Bạch; và dám trầm mình xuống sông Mịch La vì không can gián nổi quân vương thì có Khuất Nguyên từ hơn 2 nghìn năm trước; và bất chấp thân mình treo trên án tử để bày tỏ cho được tấm lòng bất thối chuyển của mình vì quý Đạo, thương Đời thì có Tuệ Sỹ thời nay.

Nhớ lần đầu gặp Thầy Tuệ Sỹ trước hiên chùa Từ Đàm Huế, tôi còn mường tượng ra hình ảnh "chú Tuệ Sỹ" mặc chiếc áo dài nâu có vá một miếng nhỏ trên vạt áo trước. Dáng Chú nhỏ nhắn đứng khuất trong đám đông người nhưng ôn Châu Lâm vẫn tìm gặp và khen: "Giỏi lắm, thông minh lắm!" Đôi mắt Chú sống động và to như tỏa sáng cả khuôn mặt gầy gò. Ngày ấy, Chú chỉ mới là một học tăng xuất sắc nhưng phải chờ đến khi vào Nam, tiếp cận với thế giới học thuật của Phật giáo ở

các chùa viện và đại học Vạn Hạnh mới phát huy hết khả năng uyên bác và tài hoa sáng tạo về triết học, Phật học cùng văn chương qua nhiều ngôn ngữ. Chú hơn tôi 3 tuổi và tôi chỉ được gặp Chú một lần trực tiếp từ thời trung học, hơn 60 năm trước cho đến hôm nay. Thế nhưng sự vươn lên tri thức dũng mãnh của Chú làm cho thế hệ của chúng tôi phải lặng mình suy gẫm. Cái "tri thức dũng mãnh" của Chú là dám tìm sinh lộ cho đạo và đời bằng tri thức thiên phú đã đành nhưng đáng giá nhất là mạng sống, bất chấp cái án tử hình. Sự dấn thân đáng quý nhất dành cho đời, cho đạo với cả tâm trong và tuệ giác; bằng vô úy thí chấp nhận sự vắt kiệt tinh anh của chính bản thân mình để tưới tẩm cho màu hoa đạo và hương vị tâm linh. Một cuộc hành trình đi tìm lẽ sống như chàng Tất Đạt ngày xưa hiến hoa gấm riêng mình cho hạnh phúc của tha nhân.

Thế hệ Chiến tranh Việt Nam (Những người sinh trong khoảng sinh từ 1930 đến 1960) là một "thế hệ mất hướng" mà ở phương Tây gọi là một "Thế hệ Biến mất" (Lost Generation). Biến mất đối với tâm lý phương Tây là mất đi điệu sống bình thường như nổi loạn, đi lính phục vụ chiến tranh, học hành dang dở, từ chiến trường thương tật trở về hay đối mặt sau cuộc chiến là định kiến, chủ nghĩa, cực đoan... Sự biến mất đau xót nhất là mất hết nghĩa khí, niềm tự hào và ý nghĩa sống của thiên chức nhân sinh mà chỉ còn thân phận làm người. Ý nghĩa mất hướng đối với Việt Nam mà không có một nước châu Á nào gặp phải là cuộc hội ngộ trong chia ly từ đất sống đến tư tưởng, ý thức hệ.

Thực tại mất hướng thì còn chăng là những giấc mơ… trong thơ!

Cả sơn hà đại địa nầy đều chỉ đáng là phù vân quên lãng khi còn một giấc mơ. Có chăng một Giấc Mơ Trường Sơn mà Thầy Tuệ Sỹ [DT1] đang mơ:

Rồi nhắm mắt ta đi vào cõi mộng
Như sương mai, như ánh chớp, mây chiều

Đặc biệt là bên cạnh hơn 60 tác phẩm biên khảo và dịch thuật, một tập thơ duy nhất của Thầy Tuệ Sỹ được xuất bản là *Giấc Mơ Trường Sơn* cũng đủ đưa Thầy vào hàng thi sĩ tài danh trên chiếu hoa cạp điều của nền Thi Ca Việt Nam.

Loanh quanh đại dương rồi cũng trở về sông lạch. Sống muôn năm rồi cũng trở lại canh tàn. Nhắc đến thơ là nhắc đến những niềm vui, nỗi buồn; những số phận vinh quang và cay đắng của thơ. Những quả đời chín mọng của một thuở làm thơ tình và những trái rụng khô khan của một thời làm thơ điếu như có niềm vui trong nỗi buồn, thanh xuân trong tàn úa và nụ cười trong chớp mắt…

Chợt nghĩ đến dòng sinh diệt, chúng tôi có dịp nhắc đến hình thức Sinh Điếu ở Trung Hoa (生前葬), Nhật (Seizensō) và Mỹ (Living Funeral Service). Tuy mang nhiều mục đích và ý nghĩa khác nhau nhưng cùng có một hình thức tương tự là làm lễ "truy niệm" cho một nhân vật đang còn sống để hình dung hình ảnh và cảm tưởng ngày người đó thật sự qua đời. Sinh điếu tuy ít thấy ở Việt Nam nhưng cũng được giới quý tộc và nghệ sĩ thời xưa tổ chức trong bầu không khí vui vầy thân hữu qua hình thức đàn ca ngâm vịnh và xướng họa thơ văn. Giai thoại văn chương Huế còn nhắc lại lễ sinh điếu của cụ Ưng Bình Thúc Giạ Thị (1877 - 1961) năm 75 tuổi và người viết sinh điếu thi (living eulogy poem) là nhà thơ yêu nước mà cũng trào lộng tài hoa Thảo Am Nguyễn Khoa Vy (1891-1968). Hai bạn hiền ngâm thơ "điếu tang" nhau trong tiếng cười rộn rã…

Tưởng người xưa và nhớ người nay, không gì hơn là vui với tâm hồn rộng mở, kính với lòng trân quý sâu xa, trọng với tâm thái an hòa ngưỡng mộ và nhớ với niềm hướng vọng chân thành. Theo dòng thi văn điếu, trong nhiều năm qua tôi đã làm điếu thi và điếu văn cảm niệm nhiều nhân vật thời danh và người yêu kính đã vĩnh viễn ra đi như một nén hương tưởng niệm hương linh Người vừa tạ thế: Huynh trưởng Võ Đình Cường, ca sĩ Hà Thanh, Ôn Mãn Giác, cư sĩ Trần Quang Thuận, Ôn Huyền Quang, thi sĩ Kiêm Thêm, Ôn Trí Quang, Ôn Nhất Hạnh... và nhiều thân hữu vô danh hay thành danh đã để lại niềm tâm cảm sâu xa trong tôi khi nghe tin họ qua đời. Nhưng thi điếu hay văn điếu chỉ có người sống còn ở lại đọc cho nhau nghe, đối tượng của những dòng văn thơ nhắc đến mình chỉ còn mơ hồ là tro thân ngũ uẩn. Tấm thân sinh diệt vô hạn kỳ, đi cũng là về, nên khái niệm lạc tịnh trong thú vui sinh điếu tưởng cũng nên nhắc lại với đương lai và thế hệ kế thừa.

Hôm nay tôi theo bóng nhà thơ Thảo Am Nguyễn Khoa Vy – đã làm Sinh Điếu Thi tặng thi hữu Hương Bình Thúc Giạ Thị lúc sinh thời – để làm sinh điếu thi kính tặng Thầy Thích Tuệ Sỹ. Và biết đâu sẽ có một nụ cười nào đó khiến Thầy vui mà còn ở lại nhiều năm nữa với túi thơ chưa cạn... Sau Giấc Trường Sơn.

SINH ĐIẾU THI VIẾNG THẦY TUỆ SỸ

Nhật nguyệt vương heo may
giữa mùa thu Đông - Tây,
Ngô đồng một lá rụng, trời đất cùng vào thu.
Thu là Xuân khi mỗi lá rơi đẹp như một bông hoa vừa nở...
Người ra đi mùa thu, lá đang rụng là hoa đang trổ:
"Lời tiễn biệt nói gì sau tiếng hát,
Hỏi phương nào cho nguyện ước Trường Sơn."

Nhớ hương xưa...

Thầy đã đến và đã ra đi từ vạn cổ,
Mỗi kiếp đời là một bước uyên nguyên:
Tiểu kiếp kia mặc áo hồ cừu,
Tiểu kiếp nầy mặc áo cà sa,
Tiểu kiếp nọ mặc hoàng bào…
Muôn tiểu kiếp vạn ta bà thế giới,

Hơn bảy mươi năm trước,
Chú Thương vượt Trường Sơn tìm nẻo Đạo,
Paksé, Nam Lào, Quảng Bình, Lao Bảo…
Núi thẳm, rừng thiêng, truông dữ, mặc đèo cao:
Vĩnh quyết, nhất tâm, thắng duyên nương mình Phật đạo.

Thắng duyên một thuở,
Huế trầm lắng, đơn sơ,
Mà được xem là kinh đô Phật giáo.
Bởi mái chùa và viện chủ là… Ôn:
"Ôn" là Ông mà cũng là ôn nhu, ôn hòa, ôn nhã, ôn hậu, ôn tồn…
Nên đã nhận và đặt pháp danh sa di 7 tuổi đời là Tuệ Sỹ.

Tuệ thông thái mà phát huy danh Sỹ,
Nên uyên thâm tài trí song toàn,
Đại tạng, hàn lâm, nội điển, kinh tàng…
Hán, Phạn, Pháp, Anh, Nhật, Đức… ngữ văn,
Quán thông triệt giữa trường văn thế đạo.

Thích Tuệ Sỹ:
Tuổi đôi mươi (1964) đã tốt nghiệp đại học Phật giáo,

Tuổi thanh xuân (1970) thành giáo sư đại học do những công trình nghiên cứu uyên thâm.

Tuổi trung niên là diệu pháp danh hoa văn đàn thi phú,

Danh bất hư truyền nhiều danh tác Đông Tây kim cổ nhân văn.

Chiên đàn hương hỷ lạc,

Vườn hoa tâm thơm ngát là thơ.

Lời phiêu hốt bi hùng như sóng cả…

Giấc mơ Trường Sơn và những chân trời tuyệt lạ,

"Yêu rừng sâu nên khóe mắt rưng rưng"

Lịch sử sang trang,

Sư về bên cổ tích.

Từ tâm trong thế cuộc can qua,

Sách vở văn chương một thời xa lạ,

Nhân thế trông nhau qua những cặp kính màu.

Một thân thế một tâm hồn bên góc trời miên viễn,

Không ẩn tàng mà xuất xử với năm châu.

Cửa Thiền không khép,

Nhìn cuộc bể dâu

Thời thế, thế thời, thế thái biết về đâu;

Bát Nhã xuất ly; Đại Bi nhập thế,

Cõi tâm hư thao thiết tìm cầu:

Là tu sĩ phải đương đầu,

Là thi nhân càng dậy sóng…

Là học giả tay không nghìn phương trượng,

Quyết dấn mình ngọc bối vớt nông sâu.

Nước trong không sợ bẩn tay,
Cây ngay không sợ chết đứng;
Nên đã trải qua mấy bờ sống chết,
Nắng dọi, Thu về, vĩnh kết vẫn hôm nay!

Ôn Tuệ Sỹ,
Thầy Tuệ Sỹ,
Hòa thượng Tuệ Sỹ,
Nhà thơ Tuệ Sỹ,
Học giả Tuệ Sỹ…
Nhiều tên gọi một phiến đời kẻ sĩ,
Đã trùng trùng nối tiếp bước chân qua.
Nhậm vận thịnh suy – thăng trầm thành bại,
Giữa vàng thau lẫn lộn cõi Ta Bà.

Và cứ thế phiêu linh vời vợi,
Cứ an nhiên như đã về đã tới!
Xuất thì vui hồn nhiên như ngày mới,
Xử thì hoàn không về quán niệm cõi Tây Phương.

Thầy đó…
Nằm im lặng tiếng dương cầm tịch tĩnh,
Mắt nhắm mơ hồ thư pháp rọi kinh xưa.
Có chín phẩm hoa sen như nụ cười phụ mẫu,
Sen nở thấy Phật trọn niềm vui,
Bồ tát viên dung là bạn lành.

Cuộc đời là quán trọ,

Nẻo về là thiên phương.

Nên trong Nẻo Về dặn dò giải thoát:

"Ngược xuôi nhớ nửa cung đàn,

Ai đem quán trọ mà ngăn nẻo về?"

Kính bạch Thầy:

Hôm nay, ngày mai, ít lâu hay lâu lắm về sau:

Sẽ có một ngày Thầy ra đi không về nữa;

Như đời thường hết thảy đã đi qua:

Bởi *"Nhân sinh tự cổ thùy vô tử..."*

Không lại hoàn không nắng xế tà.

Trong diệu lý Khổ, Duyên, Không;

Tam pháp ấn Thế tôn truyền dạy:

Chúng con được cung nghinh

Và tiễn biệt Thầy.

Nam mô Quán niệm Tâm không

Niết bàn Tự tại Bồ tát.

Sacramento, Đêm Trung Thu 2023

Nguyên Thọ Trần Kiêm Đoàn

Ghi chú: Những câu chữ nghiêng và ở trong ngoặc kép là thơ của Thầy Tuệ Sỹ và cổ thi.

Ann Phong, Mây Trắng bay. Acrylic, 12x18, 2023

ÔN TUỆ SỸ, BẬC THẦY LỚN CỦA NHIỀU THẾ HỆ

Như Hùng

Con nhớ vào khoảng năm 1978 nhân dịp Phật học viện Giác Sanh Quận 11, Sài Gòn có tổ chức giới đàn hay lễ lược gì đó, con đi theo Ôn Phước Trí chùa Vạn Phước, Sài Gòn đến. Khi nhìn thấy bóng dáng của một vị Thầy từ xa, Ôn Phước Trí mới bảo "Thầy Tuệ Sỹ đó, đến chào Thầy đi con."

Nghe danh tiếng của Ôn từ trước, nhưng hôm đó mới chính là lần đầu tiên con có dịp diện kiến tôn nhan. Hình ảnh một vị Thầy ốm nhom nhỏ con mặc chiếc áo nhật bình lam đứng bên cây cột, lại là một hình ảnh vô cùng ấn tượng khó quên trong con. Cho đến bây giờ mỗi khi con nghĩ nhớ về Ôn thì nhân dáng ban đầu đó lại xuất hiện trong tiềm thức, và hiện hữu một cách tự nhiên sinh động. Dù chỉ lần đầu gặp gỡ vái chào Ôn thôi nhưng hình ảnh một vị Thầy rất nổi tiếng lại bình dị giản đơn toát lên nét thanh cao thánh thiện, bài học thân giáo của Ôn vẫn mãi khắc ghi trong lòng con.

Những năm đầu của thập niên 80 khi có dịp đến theo học tại Tu viện Quảng Hương Già Lam, nhưng cho đến năm 81 sau khi Ôn ra tù con mới có dịp thọ nhận ơn giáo dưỡng của Ôn. Từ nơi đây con lại có dịp chứng kiến bậc Thầy thông tuệ với những kiến giải về Phật học vô cùng sâu sắc. Từ Phật học cho đến văn học thi ca dịch thuật, tư tưởng ngôn từ của Ôn vẫn mãi đêm ngày tỏa sáng lồng lộng trên bầu trời quê hương Phật Việt.

Con người đó, tư tưởng đó, nhân cách đó là ngọn đuốc soi đường dẫn bước cho bao thế hệ. Trí óc siêu việt của Ôn là cả một kho tàng Kinh Luật Luận sẵn chứa trong đó, suối nguồn tuệ giác cứ thế tuôn trào mở ra muôn lối sáng tỏ cho từng tâm thức. Cuộc đời của Ôn đã cống hiến trọn vẹn cho nền văn hóa giáo dục, đào tạo tăng tài, những sáng tác dịch thuật di sản tâm linh của Ôn trở thành Pháp bảo của Đạo Phật Việt.

Không một ngôn từ bút mực nào có thể diễn tả trọn vẹn công hạnh của Ôn, bậc Thầy cao cả, đã từng che chở vỗ về cho bao thế hệ của chúng con tìm về học hỏi trông cậy và nương nhờ.

Cúi đầu lạy tạ thâm ơn.

Con Như Hùng

THẦY TUỆ SỸ VÀ NGÔN NGỮ

[རྗེ་མེད་འོད་ཤེས། - **Tịnh quang hương**]

Pháp Hiền Cư Sỹ

Khi muốn nêu lên một vấn đề gì có tầm quan trọng cá biệt làm thay đổi đời mình trong lịch trình tồn tại hướng thượng, có thể ta sẽ nhắm đến một bậc thầy nào đó. Tiêu điểm này không phải là một hiện thân mà là một tiến trình chuyển y, như ánh sáng có hương thơm vậy. Và, tất nhiên, ánh sáng ấy là vĩnh cửu.

Trong đất và cuộc lữ của mình, tôi có hai bậc thầy, đó là thầy Nguyên Giác, hiện trụ trì chùa Già-Lam, người dạy tôi Phạn ngữ, và bậc kế đến là thầy Tuệ Sỹ, bậc mà tôi tự cho là người đã cài cho tôi "túi năng lượng" vào đời mình, thúc đẩy và hấp dẫn bằng ngón tay trỏ của và trong ngôn ngữ.

Thật vậy, tôi tìm đến với hai bậc thầy này, như một hạt bụi bám lại dưới gót chân người, khi chuyến xe bão táp băng qua, hoặc thơ mộng hơn như ánh sáng còn sót lại của một tinh cầu đã chết đi từ vô lượng kiếp – nó lang thang một thoáng và rồi cũng biến mất. Nghĩa là, đối với họ, tôi hoàn toàn vô ký cho một hành nguyện mênh mông. Nghĩa là, cái

chức danh học trò cao quý
được trao cho từ các vị, với
tôi vẫn là chưa, và vẫn còn
lâu xa như một kỳ vọng.

Như một học trò siêng năng
vì dốt nát, lẽ ra tôi sẽ tán
tụng các ngài như những gì
có thể, như những gì mà các
học trò khác được học từ các
ngài. Thật là vô ích, khi tôi cho rằng, "hương tịnh quang" ấy, không phải
của riêng mình với những ca tụng thế gian như một chiều lòng trong
những quần thể đang đưa cao hết sức của đôi cánh tay, và rồi mệt mỏi
ngủ vùi trong hối tiếc, lãng quên mau chóng.

Ngôn ngữ, từ độ hữu duyên học hành xa xưa đó, thành tập khí qua bộ
lọc của trầm tư, nó phát triển thành những đám mây, thành những cơn
mưa, hoặc thành những cơn thịnh nộ của bế tắc, để rồi lại là ánh rạng
rỡ của đôi mắt từ bi rọi soi, dẫn đường cho những bước chân lầm lỡ vì
kiêu mạn, sân si.

Ta đâu cần nói đến đức tu của các ngài, đâu cần nói đến những uyên
bác của tuệ giải, tuệ học bao la từ các vị ấy. Ta không đủ sức và chưa
từng đủ sức.

Ta cũng đâu cần nói đến ân đức đến vô lượng mà các ngài đã truyền trao.
Ta chưa đủ sức và chưa từng đủ sức. Cái mà ta cần chính là "hương tịnh
quang" đã thành hoặc đang và sẽ thành tập khí trong ta, được phóng
thích và bay đi và bay theo như những đàn chim câu biệt tích. Cái còn
để lại chính là từ bi và trí tuệ như một Pháp Thân.

Ngôn ngữ, được tung hoa về hướng các thầy, nhất là thầy Tuệ Sỹ, không
phải vì thầy "biết" nhiều ngoại ngữ và là những loại cổ ngữ khó xơi đối
với một vài người thông tuệ hoặc hơn thông tuệ trong chúng ta. Ngôn

ngữ, được rắc hoa về hướng các thầy, nhất là thầy Tuệ Sỹ, không phải là những diệu khéo của thầy khi làm lộ tướng trong những huyền ngôn tịch mặc của chư chân sư, chư dịch sư từ các thời hưng Pháp cũ – biết nhiều ngoại ngữ là một hiện tượng đáng kinh ngạc vào khoảng 50-60 năm về trước – còn bây giờ giá trị của biết, thậm chí thông thạo nhiều ngoại ngữ, như dây cót đang chùng, sắp đến mức zero – mà chính là các thầy mình bằng phương tiện khéo léo dẫn ngôn ngữ đi về hướng tịch tịnh như thế nào, trước khi "ngôn ngữ đạo đoạn."

Ngôn ngữ được trải thảm về hướng các thầy, nhất là thầy Tuệ Sỹ, không phải là các công trình biên dịch vĩ đại của thầy - giữ được hồn ngôn Việt và tinh anh của Thánh ngữ - mà chính là trước khi "tâm hành xứ diệt," và "ngôn ngữ đạo đoạn," chúng đã được thầy hợp nhất như thế nào để tấm Tăng bào cửu trụ nơi thế gian và cả các cõi trời.

Người ta nói đến loài chim thiên di qua sông rộng, không lưu vết tích, còn ta nói đến những ai tiếp cận các thầy, nhất là thầy Tuệ Sỹ, có còn lưu lại chút "tịnh quang hương" hay không?

Người ta nói đến đạo hành của các thầy, nhất là thầy Tuệ Sỹ, nhưng ta phải nói đến trong lòng, mảnh Tăng bào đơn sơ nhưng tràn đầy năng lượng ấy có còn thắm đẫm trong tư duy và hành động của ta hay không?

Tuy nhiên, bóng chim không lưu dấu trong dòng nước bạc, nhưng hương tịnh quang thì mãi tỏa khắp ngàn trùng, vì nó chưa từng đầy vơi lui sụt như ngôn ngữ và hành tướng của đám đông.

Ở đây, tôi muốn nói đến hương tịnh quang, chính là ngôn ngữ của các thầy, nhất là thầy Tuệ Sỹ, như thể nó chưa từng được nói lên, nhưng nó tồn tại mãi trong ta, đến độ Thượng Đế, nếu có, còn phải khóc.

Pháp Hiền cư sỹ, chiều 27/9/2023

CHIẾN BINH TUỆ SỸ

Quảng Diệu Trần Bảo Toàn

Những ràng buộc của thế gian, giữa ngã và ngã sở, khiến chúng sinh vương mắc vào những hệ lụy kinh người, lặn ngụp trong vũng lầy sinh tử. Sanh ra để báo ân "làm thân trâu ngựa, đền nghì trúc mai" hoặc để trả nợ "Nợ tình chưa trả cho ai, khối tình mang xuống tuyền đài chưa tan". Có những người cận kề sinh tử vẫn không an tâm nhắm mắt vì con cháu, vì gia sản, vì những nguyện vọng chưa thành.

Đối với những "chúng sinh giác ngộ" (Bồ tát) thì sanh và tử là một vec-tor đổi chiều, không thể tách rời trong mỗi sát na. Dù biết điều ấy rất rõ, nhưng vì lòng thương tưởng chúng sinh, lắm khi Bồ tát cũng mang nhiều nỗi băn khoăn giữa việc ra đi và ở lại.

Đức Dalai Lama đã nhiều lần nhận đại lễ cầu trường thọ của chúng Tăng và Phật tử Tây Tạng để tiếp tục trụ thế, dù Ngài biết rất tận tường việc ra đi và trở lại nằm trong quy luật "thành, trụ, hoại, không" theo chiều quay của quỹ đạo thời gian, Ngài đã lập lại quy trình này ít nhất 13 lần trong các kiếp cận đại. Thế nhưng, ngày nay ai sẽ lãnh đạo cộng đồng tâm linh Tây Tạng nếu Ngài trở lại vòng tái sanh mới? Chính vì thế Ngài nhận đại lễ cầu trường thọ dù báo thân đã mệt, cơ thể giả tạm đã nhiều phần hư hỏng.

Ở Việt Nam, chúng ta cũng chứng kiến một trường hợp tương tự, đó là trường hợp của Trưởng Lão Hòa Thượng thượng Tuệ hạ Sỹ, vì đại nguyện dẫn dắt chư Tăng, cùng phiên dịch Đại Tạng Kinh ra tiếng Việt cho hàng hậu học về sau, nên thân mang trọng bệnh, tứ đại bất hòa, sinh mệnh chỉ còn mỏng manh như sợi tơ mành, nhưng Ngài vẫn kiên trì chiến đấu với bệnh tật trong suốt năm năm qua để hoàn thành hạnh nguyện.

NHÂN DUYÊN VI DIỆU

Tôi có nhân duyên với Thầy Tuệ Sỹ từ năm 1984, khi Thầy bị bắt và Sư Phụ của Thầy là Hòa Thượng Trí Thủ cũng "vội vã viên tịch". Hòa Thượng Quảng Thạc, trụ trì chùa An Lạc, là Y Chỉ Sư của Thầy Tuệ Sỹ, đến nói chuyện với ông nội tôi về những đại sự kinh hoàng. "Phật Giáo Việt Nam trong hiện tại có hai Thầy xuất chúng, đó là Trí Siêu và Tuệ Sỹ, việc bắt giam hai Thầy ấy là một tổn thất khủng khiếp cho tương lai Phật Giáo cụ ạ". Nghe Hòa Thượng Quảng Thạc nói thế, tôi tò mò chắp tay thưa: "Bạch Ôn, hai Thầy mà Ôn vừa nói xuất chúng ra sao ạ?" "Thầy Trí Siêu đậu ba bằng tiến sĩ tại Mỹ khi mới 26 tuổi. Thầy Tuệ Sỹ là giáo sư cơ hữu Đại học Vạn Hạnh khi mới ngoài hai mươi. Nhưng cả hai người đều làu thông Tam Tạng, cầm kỳ thi họa, triết học Đông Tây Kim Cổ đủ cả". Hòa Thượng Quảng Thạc trả lời tôi với ánh mắt nhìn vào khoảng không vô định trước mặt và giọng nói hơi lạc đi, tiếc thương người tài gặp nạn. "Con cầu mong sẽ được gặp hai Thầy ấy và bái làm sư phụ". Một đứa con nít mười mấy tuổi đầu chả nhớ nghĩ gì mà thốt ra như thế.

Những năm đầu của thập niên 90, khi đang là sinh viên tại Đại Học Fribourg, tôi đã tham gia những lần tập hợp hàng trăm ngàn chữ ký để gửi cho Liên Hiệp Quốc và Ân Xá Quốc Tế (Amnesty International)

Tác giả, con gái và Sư Phụ Tuệ Sỹ

để vận động trả tự do cho hai Thầy.

Ngày 12 tháng 1 năm 2002, tôi chính thức trở thành đệ tử của Thầy Tuệ Sỹ. Thầy quy y, truyền ngũ giới cho tôi tại Thị Ngạn Am, Quảng Hương Già Lam với Pháp danh Quảng Diệu. Ban đầu, tôi không quá vui với Pháp danh ấy, vì hầu như Phật tử nam nào cũng là Quảng, nữ nào cũng là Diệu. Tại sao tôi lại có Pháp danh cả nam lẫn nữ? Tôi bèn hỏi lại Thầy ý nghĩa hai từ "Quảng Diệu" và được giải thích: "Quảng theo kệ phả của dòng thiền Lâm Tế, còn Diệu là vi diệu pháp. Những nhân duyên để anh trở thành đệ tử của tôi là vi diệu, anh sẽ làm nên những điều quảng đại vi diệu."

Tôi nghe vậy thì lại cười thầm, đã "quảng đại" mà lại còn "vi diệu" nữa thì đích thị là "con cua" rồi, càng lớn càng nhỏ. Sau này, có lần hầu chuyện với Thầy, tôi kể Ôn nghe suy nghĩ của tôi hôm đó. Ôn cười lớn mà bảo rằng: "Anh đúng là con cua, ngang như cua!". Tôi bèn chốt hạ Pháp danh Quảng Diệu tốt đẹp mà Sư Phụ đã ban cho mình thành một thứ rất tiếu lâm, đó là "Con Cua Bán Nam Bán Nữ!". Cả hai thầy trò đều cười ngất và Ôn gọi tôi là "Thiên hạ đệ nhất về Tâm Viên Ý Mã".

Vậy rồi nhân duyên đưa đẩy tôi được ở bên Thầy dưới một mái nhà hơn mười năm, mỗi năm ít nhất 3 tháng, nhiều nhất 6 tháng. Trong thời gian này, khi tất bật phiền não ngút ngàn vì công việc hay cuộc sống nổi lên, tôi thường chạy lên phòng Ôn ngồi uống trà để nói chuyện văn

chương, lịch sử, triết học, hoặc đơn giản là chuyện nuôi dạy con cái...
Chỉ cần như thế lòng tôi lại trở nên thanh thản. Quả là:

"Nhân quá trúc viện phùng Tăng thoại

Hựu đắc phù sinh bán nhật nhàn"

(Đăng Sơn của Lý Thiệp đời Đường)

(Ngang qua vườn trúc gặp Sư

Đôi ba câu chuyện đã như được nhàn.)

Sư Phụ Tuệ Sỹ là người có kiến thức uyên thâm đến kinh người. Kiến
thức như biển mênh mông của triết học Phật giáo hoặc các tôn giáo
khác, qua lịch sử nhân loại đến bách gia chư tử, tiểu thuyết Tây phương
đến Đường Thi Trung Hoa nằm gọn trong cái đầu vĩ đại của ông như
Tàng Kinh Các vô biên vô tận. Là người thường được học trò so sánh
với Google về kiến thức, nhưng nếu mang so sánh với ông, kiến thức
của tôi chỉ như là đốm lửa lập lòe của loài đom đóm bên cạnh ánh sáng
của mặt trời vô tận. Có lần ông bảo: "Tôi là người xuất gia thì chỉ nên
ở trong chùa, bên cạnh Tăng đoàn, nay tôi đến lưu lại nhà anh chẳng
phải là tham phú phụ bần, mà muốn anh có được những ngày an ổn
tăng trưởng tín tâm, quay đầu tu học để dành phước huệ cho những
kiếp lai sinh". Thế nhưng phiền não cũng không buông tha cho gã học
trò có người Thầy vĩ đại luôn nhắc nhở kèm cặp bên cạnh. Mỗi lần như
vậy, Ôn lại ôn tồn khuyên nhủ: "Cọp, beo, sư tử mới phải tu; thằn lằn,
rắn mối có tâm làm ác cũng chẳng hại được ai anh ạ".

CHIẾN BINH BỒ TÁT

Cách đây 8 năm, pháp thể của Ôn có những biểu hiện không được
khinh an, tôi thiết tha cầu mong ông ngài nhập viện kiểm tra kỹ lưỡng,
nhưng Ôn luôn từ chối. Tôi chỉ có thể xin thân phụ tôi cắt thuốc Bắc để
điều chỉnh những khó khăn Ôn gặp phải. Ba năm sau, một buổi sáng

sớm tôi nhận điện thoại từ một Phật tử thân tín của Ôn, cô Diệu Liên, báo rằng Ôn đã phải nhập bệnh viện Nhân dân Gia Định với những cơn đau dữ dội. Tôi kinh ngạc vì Ôn mới rời nhà tôi cách đây một tuần để về chùa trong trạng thái bình thường. Tôi vội vã vào bệnh viện gặp bác sĩ Lê Việt Hùng, người trực tiếp điều trị cho Ôn, để nắm bắt bệnh tình. Bác sĩ Hùng bi quan nói rằng Ôn đã bị ung thư tiền liệt tuyến, di căn qua xương, đã vào giai đoạn cuối, giai đoạn không thể giải phẫu, không thể xạ trị và cũng không còn kịp để hóa trị. Tôi hỏi về phác đồ điều trị, bác sĩ Hùng bảo chỉ có thể dùng thuốc điều chỉnh học môn, thuốc ngăn PSA tăng cao, thuốc chống gẫy xương, thuốc giảm đau, thuốc bổ gan do tác dụng phụ của các loại thuốc khác gây ra. Có một liệu trình bá đạo nữa là giải phẫu loại bỏ tận gốc của Testosteron, nhưng cả Ôn lẫn tôi đều không đồng ý giải pháp này.

Bác sĩ Lê Việt Hùng - học trò đắc ý nhất của Giáo sư Ngô Gia Hy, chuyên gia hàng đầu thế giới về niệu học - là một bác sĩ tận tụy. Ông đã giúp cho Ôn giảm được những cơn đau, giảm được chỉ số PSA từ 75 xuống còn 6.3, mức gần như bình thường trong vòng một năm thì vấn đề nảy sinh vì kháng thuốc. Loại thuốc chủ chốt là Casodex không còn tác dụng, chỉ số PSA tăng trở lại một cách nhanh chóng. Bác sĩ Việt Hùng gặp tôi và nói đành thúc thủ (bó tay). Ông tiên đoán Ôn chỉ còn từ 3 đến 6 tháng nếu không đưa Ôn qua Nhật hoặc Trung Quốc để điều trị bằng tế bào gốc.

Tôi có quen một bác sĩ cực kỳ tài giỏi về điều trị ung thư bằng tế bào gốc, người Hồng Kông. Hiện tại ông mở một bệnh viện lớn tại Bắc Kinh, chuyên điều trị cho các quan chức cao cấp và tỷ phú Trung Quốc. Một liệu trình của ông ít nhất là hai triệu USD. Tôi gọi cho ông trình bày bệnh án của Ôn, ông bảo chữa được và vì ông cũng là Phật tử nên xin điều trị miễn phí cho Ôn. Ông bảo đưa Ôn qua Bắc Kinh, ông cho nhập viện và điều trị ngay. Tôi vô cùng mừng rỡ, chạy ngay đến trình Ôn. Niềm vui chợt tắt khi Ôn không đồng ý qua Bắc Kinh chữa bệnh.

Tôi tìm cách liên hệ với bệnh viện ở Nhật, từ Tokyo đến Osaka và cuối cùng chọn được bệnh viện Đại học Y tế Fujita ở Nagoya. Bác sĩ Kiyoshi Takahara là người chịu trách nhiệm điều trị cho Ôn. Đó là bệnh viện đẹp nhất mà tôi từng biết, phòng trong bệnh viện sang như President Suite của Four Seasons, Ritz-Carlton. Về dịch vụ y tế thì không có gì để phàn nàn, họ chỉn chu tới từng milimet.

Ngày 12 tháng 12 năm 2019, Ôn nhập viện. Sau khi nghiên cứu hồ sơ y tế từ bệnh viện Gia Định và tiến hành xét nghiệm lại, bác sĩ Takahara kết luận: "Bệnh nhân Phạm Văn Thương, 76 tuổi, nghề nghiệp Tu sĩ Phật Giáo, bị ung thư tiền liệt tuyến giai đoạn cuối, di căn qua xương toàn thân, điều trị phác đồ học môn chuẩn nhằm giảm PSA bằng Casodex và Dupreline 3.5mg, do kháng Casodex, PSA tăng trở lại đến 54. Bệnh nhân gầy yếu, chỉ định dùng thử Docetaxel, Cabazitaxel trong hai tuần nội trú trong bệnh viện, hoặc điều trị bằng tân dược Abiraterone có thể ngoại trú, tái khám mỗi tháng một lần."

Để nằm nội trú trong bệnh viện, ngoài chi phí chữa bệnh, phòng nội trú tính thêm năm ngàn USD/ngày. Có lẽ Ôn sợ chi phí hơi nhiều cho đệ tử nên Ôn đã chọn phương án điều trị ngoại trú và dùng tân dược Abiraterone từ ngày 14/12/2019. Ôn đến ở tại tùng lâm Đức Lâm, một ngôi chùa lớn, có Hòa Thượng trụ trì người Nhật cực kỳ yêu quý người Việt Nam, luôn đỡ đầu cho các quý thầy cô qua tu học tại Nhật Bản. Nghe thầy Thánh Duyên kể về Ôn, Hòa Thượng trụ trì y áo chỉnh tề đến bệnh viện đón Ôn về bổn tự.

Trước khi Ôn chịu đồng ý qua Nhật chữa bệnh, là cả một quá trình đấu tranh kịch liệt trong nội tâm của Ôn, một cao tăng tri sanh liễu tử, cũng như giữa Ôn và đệ tử. Ôn hiểu rằng có sanh tất có tử, có lão thời có bệnh, có bệnh thì mới chết, có chết mới lại sanh cho đến khi bước vào niết bàn tịch tĩnh. Ôn cũng hiểu rằng sở tri và sở học của Ôn còn rất cần thiết cho công trình phiên dịch Đại Tạng, nếu vắng Ôn có thể công trình nghiên cứu có lợi cho tương lai ngàn năm về sau của Phật Giáo Việt Nam bị gián đoạn.

Trọn một đời trau dồi Kinh Điển, hiểu rõ uyên nguyên giáo nghĩa, thông thạo ít nhất 12 ngôn ngữ, trong đó có nhiều ngôn ngữ thuộc tử ngữ, chỉ dùng để nghiên cứu, Ôn có cách làm nghiên cứu, biên soạn vô cùng khoa học. Mỗi đoạn Kinh văn Ôn dịch đều có cước chú, giải thích so sánh chéo giữa các bản Kinh văn bằng Phạn ngữ, Hán ngữ, Tạng ngữ hay Nhật ngữ, qua đó Ôn hiệu đính lại những chỗ thiếu sót của chư vị dịch giả qua Hán văn như bản dịch của ngài Cưu Ma La Thập (Kumarajiva) hoặc của ngài Huyền Trang đời Đường. Các Kinh Điển được Ôn biên dịch, vì thế luôn tránh được những lỗi thông thường như tam sao thất bổn, sai lầm vì dựa trên sai lầm của người khác, ví dụ người Hoa không phát âm được chữa R, nên đọc Paris thành *Bālí*, người Việt chúng ta dịch thành Ba Lê, thành ra ta nói ngọng vì người khác nói ngọng. Công trình phiên dịch thiên niên kỷ này chưa hoàn tất và vì những biến thiên của thời đại mà người thừa kế chưa thể có được sở học như Ôn, nên Ôn cần giữ thêm thọ mạng để tiếp tục công việc và ráo riết đào tạo được thêm học trò đủ khả năng kế tục mình. Ôn thường nói rằng trong các học trò của Ôn, cư sĩ Tâm Huy Huỳnh Kim Quang là học trò số một, vì thời cuộc nên không thể được Ôn trao truyền y bát trọn vẹn, thật là đáng tiếc.

Không phải đệ tử nào cũng hiểu việc trụ thế của Ôn quan trọng thế nào với Phật Giáo Việt Nam trong hiện tại và lâu mãi về sau, nhưng mọi người đều không thể chịu được khi nhìn hình ảnh vị chân sư khả kính, song gầy yếu của mình bị những cơn đau như sóng biển vùi dập. Nghị lực thiền định của Ôn rất lớn, nhưng những biểu hiện run bần bật, toát mồ hôi lạnh trên gương mặt của Ngài khiến nhiều người bật khóc. Mọi người đồng lòng cầu khẩn Ôn đi chữa bệnh, bị ép quá có lần Ôn đã vẫy taxi rồi bỏ đi suốt một ngày. Những người biết chuyện đổ xô đi tìm, song Sài Gòn rộng lớn, 15 triệu con người chen chúc, biết tìm Ôn nơi nào? Đến tối muộn Ôn về và đồng ý đi chữa bệnh. Ôn nói: "Nếu bây giờ tôi buông xuôi không chữa bệnh, thì đã phụ lòng mọi người lo lắng, chăm sóc cho tôi suốt thời gian qua, thêm nữa nhân duyên với cõi này chưa dứt, thành ra tôi đồng ý kéo dài thêm thọ mệnh để làm nốt những việc cần làm".

Ngày mùng 6/2/2020, bác sĩ Takahara tái khám cho Ôn, kết quả hết sức khả quan, PSA đã giảm từ 54 (ngày 14/12/2019) xuống còn 13,7. Ngoài Abiraterone 250mg điều trị ung thư, bác sĩ còn dùng Ranmark để chống gãy xương và Duphereline (Androgens) để điều chỉnh học môn. Nhận được kết quả tốt đẹp như thế, ai cũng rất vui mừng, nghĩ rằng có thể chữa khỏi cho Ôn, tuy nhiên chỉ số men gan của Ôn tăng cao do tác dụng phụ của Abiraterone. Ngoài việc duy trì Abiraterone 250mg, bác sĩ phải tăng cường thuốc bảo vệ gan.

Phác đồ điều trị của bệnh viện Fujita mỗi tháng đều cho kết quả tốt hơn về chỉ số ung thư tiền liệt tuyến PSA, đến tháng 5 năm 2020, giữa đỉnh dịch tại Nhật Bản, chỉ số này giảm còn 8,14. Tuy nhiên, tác dụng phụ của Abiraterone khiến gan của Ôn bị ảnh hưởng trầm trọng, các loại thuốc trợ gan của Nhật không cải thiện được tình hình, hiện tượng dị ứng da, nổi mụn nước trên tay chân bắt đầu xuất hiện, tiêu hóa kém hẳn, mệt mỏi kéo dài. Bác sĩ Takahara phải đổi sang dùng loại tân dược khác là Xtandi (80mg + 40mg), loại thuốc này hòa hoãn hơn nhưng hiệu quả không tốt như Abiraterone. Tháng 7 năm 2020, bác sĩ Taka-hara quyết định tăng liều dùng lên 160mg/ngày. PSA chỉ đứng yên một tháng rồi bắt đầu tăng lên 13,129. Bác sĩ Takahara rất buồn khi gọi báo tin cho tôi rằng cả hai loại tân dược mới nhất trên thế giới, mắc tiền nhất trên thế giới để chữa trị ung thư tiền liệt tuyến đều đã chịu thua bệnh tình của Ôn. Tôi hỏi có phác đồ điều trị nào khác không, bác sĩ Takahara trả lời chỉ còn hóa trị, nhưng sức khỏe của Ôn không thể chịu nổi những hóa chất cực mạnh đưa vào cơ thể. Ông khuyên tôi là nên đưa Ôn về Việt Nam sau 10 tháng điều trị tại Nhật Bản, vì có thể Ôn sống thêm được không quá 6 tháng nữa. Nghe giọng tôi buồn thảm vì thất bại của bệnh viện Fujita cũng gần như là không còn cách nào khác, bác sĩ Takahara khuyên tôi nên thử tất cả mọi loại thuốc truyền thống, thuốc Đông y, biết đâu có hiệu nghiệm và có thể Ôn sẽ sống đến khi người ta kiếm ra loại thuốc mới hiệu quả hơn.

Ôn đến tái khám lần cuối cùng tại bệnh viện Fujita vào ngày 12/10/2020, tôi chuẩn bị để Ôn trở về Việt Nam trong một chuyến bay đặc biệt, phải cách ly 2 tuần tại bệnh viện FV (Pháp Việt) tại quận 7 Sài Gòn. Tôi đón Ôn về nhà vào ngày 05/11/2020. Tôi đã nhờ tất cả mọi người để liên lạc với các bác sĩ giỏi nhất Việt Nam về tiết niệu, về ung thư, về dinh dưỡng, về nội khoa… để tiếp tục điều trị, nhưng các bác sĩ đều không tự tin mình giỏi hơn bác sĩ Nhật. Chẳng còn cách nào khác, tôi đành nói Ôn dùng lại các loại thuốc cũ bắt đầu từ Casodex, nhưng tăng liều lên. Tuy vậy, Casodex bị các tế bào ung thư đánh cho thảm hại, sau một tháng dùng lại gấp đôi liều Casodex, chỉ số PSA tăng từ 13,129 lên 25. Tôi lại thưa Ôn dùng thử 320mg Xtandi mỗi ngày, Ôn cũng làm theo, như than ôi thuốc quá nặng khiến Ôn không còn ngồi dậy nổi, người luôn lử đử và muốn sốt. Sau một tháng, PSA không tăng lên, mà còn giảm được xuống 24.9. Thầy trò đều mừng nói là chắc nó đang lấy đà để xuống, mong Ôn uống tiếp, song giảm xuống còn 240mg cho đỡ mệt. Sau hai tháng nữa, bệnh viện FV gọi cho tôi báo kết quả thử máu, tôi hỏi ngay PSA là bao nhiêu: 29! Tôi ôm đầu chán nản, nhất là khi nhìn hình ảnh Sư Phụ chịu khổ. Những cơn đau lại trổi dậy, để giảm đau, thay vì 6 tháng truyền một liều, liều lượng sử dụng thuốc tráng xương Zometa giờ chỉ còn 4 tuần một liều. Mỗi lần truyền xong, Ôn lại cần ít nhất ba ngày để có thể ngồi dậy.

Đọc lại toàn bộ báo cáo y học của Ôn từ khi phát hiện di căn, bác sĩ Nguyễn Ngọc Lễ, Phó trưởng khoa tiết niệu của bệnh viện Nhân dân Gia Định quyết định cho Ôn sử dụng liều thuốc mạnh Zytiga [tên khác của Abiraterone (4 x 250mg) = 1000 mg/ngày]. Theo bác sĩ Lễ thì thuốc này sẽ phát huy tác dụng, chưa bị kháng, tuy nhiên vì quá tổn hại gan nên bác sĩ Takahara đã phải cho ngưng. Suy nghĩ của bác sĩ Lễ là có cơ sở, nhưng với 250 mg/ngày, Ôn đã chịu không nổi, bây giờ dùng đến 1000mg, không biết làm sao cứu nổi buồng gan của Ôn. Tôi đã có những đối thoại gay gắt với bác sĩ Lễ về liều lượng thuốc dùng đến mức ấy. Bác sĩ Lễ nhất định giữ nguyên chủ ý của mình, cuối cùng để bảo vệ gan cho Ôn, tôi đã nhờ người nấu cao nhụy hoa Atiso thuần túy của Đà Lạt, mỗi ngày Ôn uống 2 muỗng canh cao đắng ngắt này, nên có uống đến 1000 mg Zytiga chỉ số gan của Ôn vẫn rất ổn định. (Lưu ý trên thị trường có bán nhiều cao Atiso nấu sẵn, nhưng cao ấy nên cẩn thận khi sử dụng, vì có người nhổ cả cây, nấu tuốt thân gốc rễ và cho thêm thuốc ngủ vào cho có hiệu nghiệm để bán ra thị trường. Ta cần khoảng 100 kg nhụy hoa Atiso để có thể nấu ra một kg cao đặc dùng cho Ôn như tôi đã trình bày ở trên). Sau 2 tháng dùng 1000mg Zytiga/ngày, kết hợp cao Atiso, tình trạng của Ôn lại tiến triển tốt, chỉ số PSA xuống còn 21, gan ổn định, ngủ ngon. Tuy nhiên, các cơn đau trong xương đùi có vẻ dồn dập hơn trước, Ôn bị sốt thường xuyên hơn. Sau 8 tháng cầm cự với Zytiga liều cao, chỉ số PSA tăng lại, Zytiga chính thức bị kháng.

Có một việc tôi cũng cần nhắc đến là trong suốt những năm tháng lâm trọng bệnh, Ôn càng ráo riết làm việc chăm chỉ hơn, Ôn làm việc xen giữa các cơn đau, cơn sốt. Ôn dạy học, Ôn dịch Kinh, Ôn viết những thông điệp gửi cho tứ chúng và Ôn cũng giành thời gian chỉ dạy các con tôi. Ôn luôn nói rằng thời gian của Ôn không còn nhiều, vậy nên Ôn phải gấp rút làm những việc cần làm trước khi về với Phật. Vì xót Ôn, xót cho sức khỏe mòn mỏi của Ôn, nên tôi đã nhiều lần tranh luận quyết liệt việc Ôn muốn trở về chùa dạy chúng. Thậm chí có lúc hai thầy trò giận nhau vì tôi không cho Ôn đi gặp Thầy Trí Siêu Lê Mạnh Thát ở Gò Xoài, mà đã tự ý mời Thầy quá bộ ghé thăm Ôn. Nhưng rồi mọi việc đều qua đi, Ôn vẫn thương quý tôi như người con trai vất vả của mình.

Tôi nói chuyện với bác sĩ Lê Trọng Phát, Chủ tịch Hội đồng Y khoa FV, người thừa hưởng tất cả tinh hoa của y học Tây Phương từ ngoại khoa đến nội khoa. Ông sống, học tập, nghiên cứu và chữa bệnh tổng cộng 46 năm ở Cộng Hòa Liên Bang Đức. Bác sĩ Phát cho rằng phải thay đổi chiến thuật trị bệnh cho Ôn, chúng ta phải đổi từ điều trị nguyên nhân, qua điều trị triệu chứng. PSA tăng cao là chỉ số nguyên nhân sinh ra ung thư tiền liệt tuyến, trước đến giờ chúng ta chuyên dùng đủ mọi cách để hạ PSA. Nay tất cả các loại thuốc chữa ung thư tiền liệt tuyến đều đã bị kháng, ta phải đổi qua chữa triệu chứng đau nhức, triệu chứng gây sốt, triệu chứng gây ra gẫy xương. Chính vì vậy, bác sĩ Phát chỉ định cho Ôn xạ trị khu trú (located radioactive treatment) ở xương đùi bên phải, rồi 6 tháng sau xạ trị xương đùi bên trái. Bác sĩ Phát cũng gợi ý để tôi gửi mua nọc Bồ cạp xanh của Cuba mang về bào chế với nọc rắn xanh cực độc để điều trị ung thu xương (di căn). Chiến thuật điều trị triệu chứng mang lại những kết quả như ý, những cơn đau thưa dần rồi bớt hẳn. Bộ xương của Ôn trở nên cứng cáp hơn, các bác sĩ đều đồng thuận là Ôn không còn nguy cơ gẫy xương gây ra tử vong nữa. Ôn có thể làm việc được nhiều hơn và chất lượng cuộc sống qua đó được nâng cao.

Đã năm năm, trải qua muôn vàn khó khăn vất vả, đau đớn chịu đựng, nhờ nghị lực phi thường của Chiến Binh Tuệ Sỹ, Ôn đã hoàn thành được khá nhiều những công việc cần làm. Đỉnh cao nhất trong thời gian qua là xuất bản được 29 cuốn Thanh Văn Tạng và rất nhiều cuốn sách khác sắp sửa được phát hành. Không ai có thể phủ nhận được những nhân duyên thù thắng trong quá trình tìm kiếm thuốc men, sự nhiệt tình của các bác sĩ tài ba tại Việt Nam và Nhật Bản, sự chăm sóc tận tụy của quý thầy thị giả như thầy Nguyên An, thầy Quảng Ngộ, cũng như Ni sư Thông Thắng, thầy Thánh Duyên. Không ai có thể ngờ rằng Ôn Tuệ Sỹ đã dùng ý chí kiên định, quật cường của mình mà trụ lại thế gian thêm năm năm vừa qua.

Bài viết này hình thành khi tôi đã đưa gia đình trở về Thụy Sĩ định cư, thời gian tôi rời Việt Nam cũng rơi vào thời gian an cư kiết hạ của quý thầy. Một người nghiêm cẩn giới luật như Ôn luôn khiến tôi lo âu vì lỡ trong thời gian an cư lại xảy ra sự cố về sức khỏe mà Ôn nhất định không chịu nhập viện để điều trị. Nỗi lo của tôi đã thành sự thật, khi xuất hạ, lượng hồng huyết cầu của Ôn giảm xuống dưới 50% và bị viêm phổi nặng. Trở về nhìn Sư Phụ tiều tụy xanh xao, tôi van nài Ôn nhập viện ngay. Cuộc chiến cam go ngộp thở, tranh giành sự sống hàng ngày lại tiếp diễn.

Tôi cầu chư Phật, chư Bồ Tát, chư Hộ Pháp, chư Thiên từ bi gia hộ cho Hòa Thượng thượng Tuệ hạ Sỹ pháp thể được khinh an, tứ đại điều hòa trở lại.

Thụy Sĩ, Trung thu 2023
Quảng Diệu Trần Bảo Toàn | Edited by **Quảng Vân**

THỊ NGẠN AM (BẢO LỘC)

Nguyễn Thanh Bình

Một ngày mùa thu, năm 2015, Ôn Tuệ Sỹ nhắn tôi lên Thị Ngạn am (Bảo Lộc). Hôm đó, cùng đi có chị Huỳnh Nga và chị Chim Hải... lòng rất vui, cứ ngỡ đơn giản là lên thăm Ôn nơi tịch am.

Thị Ngạn Am nằm trên một triền đồi cao, cây cối xanh um, không khí trong lành, quang cảnh tịch mịch, một nơi tu tập lý tưởng.

Sau một hồi ngồi chơi, uống trà và thơ thẩn thăm vườn, thầy Hạnh Viên dẫn tôi, chị Chim Hải lên cái thất trên cao. Tới lúc đó mới biết...

Ôn và Thầy Hạnh Viên đắp y vàng, tôi và chị Chim Hải quỳ dưới điện thờ, mộc mạc nhưng vô cùng trang nghiêm. Ôn truyền giới cho hai đệ tử và ban pháp danh: Quảng Hy và Quảng Hạnh.

Hôm đó trùng vào sinh nhật của tôi: 25 tháng 9!

Hôm đó, Ôn dạy một điều tuy đơn giản, nhưng suốt đời không thể quên: "...vì mình vẫn đang đi giữa thế tục, vẫn còn bươn chải với đời, nên khó tránh khỏi gặp chuyện này chuyện kia, nhưng đừng bao giờ quên mình là Phật tử...!"

Rất khó diễn tả cảm xúc lúc đó, vừa sung sướng, hãnh diện vừa hơi e ngại. Sung sướng, hãnh diện vì điều mới nhận lãnh, nhưng e ngại vì không biết mình có xứng với lòng tin của bậc cao tăng thạc đức?! Tôi chỉ là một kẻ sơ cơ, mỏng duyên, kinh kệ chẳng thuộc, lễ bái khi nhớ khi quên... Nhưng chính giây phút đó, những kỷ niệm của quá khứ đầy màu sắc ùa về để bừng ngộ: Rõ ràng, Đức Phật và chư thiên đã dẫn mình đi qua tất cả các cảnh giới, để hôm nay các vị thị hiện... đưa mình về đúng chỗ!

Quảng Hy Nguyễn Thanh Bình - *2023*

NGẮM VÀI CHIẾC LÁ
TRONG RỪNG TƯ TƯỞNG
CỦA THẦY TUỆ SỸ

Tâm Huy Huỳnh Kim Quang

Không biết vì sao tôi có cái máu thích tư tưởng triết lý từ hồi còn trẻ. Do vậy, tôi rất mê đọc sách triết, sách tư tưởng, và dĩ nhiên sách Phật. Cũng vì cái "nghiệp dĩ" ấy mà khi lần đầu tiên được theo Ôn Từ Quang (tức Trưởng Lão Hòa Thượng Thích Phúc Hộ) vào tùng chúng an cư tại Viện Hải Đức, Nha Trang, vào mùa hè năm 1976, tôi thường vào thư viện để kiếm sách đọc.

Một hôm, khi thấy cuốn "Hữu Thể và Thời Gian" (Sein und zeit - Being and time) của Martin Heidegger do Trần Công Tiến dịch và GS Lê Tôn Nghiêm giới thiệu trên kệ sách trong Thư Viện Hải Đức, tôi lấy mang qua phòng của Thầy Tuệ Sỹ, nằm sát cạnh Thư Viện, để xin Thầy cho mượn đọc. Thầy nhìn cuốn sách rồi hỏi:

"Có hiểu gì không mà lấy?"

"Bạch Thầy, chút chút."

Tôi trả lời, với một chút "mắc cỡ" vì cảm thấy dường như Thầy đã nhìn thấu tim gan của mình. Thầy chỉ cười và bảo tôi lấy đi.

Thật tình mà nói, ở cái tuổi chưa tới hai mươi, đầu óc còn non nớt, tôi không đủ kiến thức và suy tư sâu sắc để có thể hiểu được hết những tư duy triết học cao thâm trong cuốn "Hữu Thể và Thời Gian" của triết gia hàng đầu của thế kỷ hai mươi Martin Heidegger. Nhưng cũng vì thích đọc sách triết nên khi đã thấy nó thì khó lòng bỏ qua.

Đó là lần đầu tiên tôi trực tiếp được hầu chuyện với Thầy, dù trước đó rất lâu tôi đã được nghe về Thầy và cũng đã đọc một số bài viết của Thầy trên Tạp Chí Tư Tưởng của Đại Học Vạn Hạnh.

Bốn năm sau, tôi lại có được phước duyên hy hữu trong đời để gặp lại Thầy và thọ nhận sự giáo dục của Thầy trong khóa đào tạo đặc biệt bốn năm (1980-1984) tại Tu Viện Quảng Hương Già Lam, Sài Gòn.

Bên ngoài Thầy rất bình dị và lân mẫn với Tăng sinh trẻ của chúng tôi, nhưng khi vào lớp học thì Thầy rất nghiêm. Tuy nhiên, nhờ Thầy "nghiêm" như vậy nên anh em học Tăng bắt buộc phải học hành nghiêm túc và chăm chỉ, không thể "lơ tơ mơ" được. "Giáo bất nghiêm, sư chi đọa" là vậy đó, như người xưa đã nói.

Một phương cách giáo dục đặc biệt khác nữa là Thầy không dạy theo kiểu từ chương hay nhồi sọ như cách giáo dục truyền thống ở Việt Nam lúc bấy giờ, mà Thầy chủ yếu dạy cách đọc văn bản, cách dịch, cách tra cứu và cách đào sâu và nội dung văn bản để học trò có thể tự phát huy khả năng tư duy độc lập và sáng tạo. Sau này qua Mỹ tôi mới nhận ra là cách giáo dục của Thầy phù hợp với cách giáo dục ở Hoa Kỳ, nghĩa là thầy giáo phải làm sao cho học trò phát triển khả năng tư duy và sáng tạo độc lập.

Nói đến điều này, tôi nhớ một kỷ niệm khó quên với Thầy Tuệ Sỹ lúc còn học ở Quảng Hương Già Lam. Đó là một hôm trong kỳ thi mãn niên khóa của lớp học Luận Câu-xá, Thầy đi thẳng vào lớp và lấy phấn viết lên bảng: Nguyên nhân và hậu quả của nghiệp. Rồi Thầy xoay lại nói với lớp học:

"Đó là đề thi. Làm đi."

Cả lớp nhìn nhau ngơ ngác! Ngay lúc đó có lẽ ai nấy đều có cùng một cảm nghĩ là phân vân không biết phải viết thế nào, dù cuối cùng với thời lượng giờ thi hai tiếng đồng hồ cũng qua và bài thi cũng được nạp lên cho Thầy.

HT Thích Tuệ Sỹ dạy Luận Câu-xá
tại Quảng Hương Già Lam

Câu chuyện này nói lên được phương thức giáo dục đặc biệt của Thầy, rằng vị Thầy phải có đủ sức mạnh trí tuệ và từ bi để đẩy học trò của mình vào cái thế bắt buộc phải tự mình đứng lên và đi tới bằng chính tư duy và sáng tạo của mình, mà không thể cứ mãi nương tựa hay bám víu vào Thầy.

Hơn bốn thập niên qua, dù sống xa quê hương và xa Thầy, cái nghiệp dĩ thích đọc sách tư tưởng triết lý vẫn bám theo tôi, đặc biệt là các tác phẩm của Thầy, từ thi ca, triết lý tư tưởng cho đến Phật học. Càng đọc Thầy tôi càng thấy rằng tư tưởng của Thầy là một khu rừng già mênh mông bát ngát.

Đọc những bộ Kinh và Luận Thầy dịch và chú thích như 4 bộ A-hàm, Kinh Duy Ma Cật Sở Thuyết, Câu-xá Luận, Thành Duy Thức Luận, hay những tác phẩm do Thầy viết như Toát Yếu Các Kinh A-hàm, Thắng Man Giảng Luận, Huyền Thoại Duy Ma Cật, Dẫn Vào Tâm Kinh Bát Nhã, Kinh Hoa Nghiêm: Lý Tưởng Bồ Tát và Phật, Triết Học Về Tánh Không, Mười Huyền Môn: Trật Tự Của Thế Giới Trong Tương Quan Vô Tận, Tổng Quan Về Nghiệp, Thiền Định Phật Giáo, tôi thật sự choáng ngợp và kính phục tận đáy lòng trí tuệ uyên bác của Thầy đối với Tam Tạng Thánh Điển Phật Giáo và các giáo nghĩa cao thâm vi diệu của các Bộ Phái và Đại Thừa.

Đọc những tác phẩm văn học của Thầy như Tô Đông Pha - Những Phương Trời Viễn Mộng, Ngục Trung Mỵ Ngữ, Giấc Mơ Trường Sơn, Những Điệp Khúc Cho Dương Cầm, Thiên Lý Độc Hành, Piano Sonata 14, Dẫn Vào Thế Giới Văn Học Phật Giáo, tôi cảm phục Thầy có tâm hồn nghệ sĩ nhưng siêu thoát, có sự sáng tạo độc đáo của riêng Thầy. Còn nữa, trong thơ văn của Thầy luôn luôn hàm chứa một thứ triết lý thâm diệu nằm giữa những hàng chữ rất ư thi vị.

Mở đầu cuốn "Triết Học Về Tánh Không" được xuất bản trước năm 1975 tại Sài Gòn, Thầy đã nêu ra một tra vấn cốt lõi cho toàn bộ cuốn sách: "Tánh không luận là gì?" Và Thầy đã trích mấy câu bằng tiếng Đức trong tác phẩm "Aus der Erfahrung des Denkens" của triết gia Martin Heidegger, với lời dịch Việt đầy thơ mộng của Thầy: *"Khi con bướm mùa hè dừng lại trên đóa hoa, khép lại đôi cánh, và đong đưa theo cơn gió của cỏ nội hoa ngàn..."*

Cái thơ mộng trong mấy câu này không đơn giản chỉ là hình thái mỹ học của văn chương. Nó phô diễn một thực tại phi ngôn thuyết với hình ảnh kỳ diệu chỉ xảy ra ở một khoảnh khắc bất ngờ nào đó: cơn gió của đồng nội lay động đóa hoa với con bướm đang nằm yên để tận hưởng giây phút ngọt ngào nhất của nó.

Đó phải chăng là một cách đặc dị để một cách nào đó trả lời cho tra vấn "Tánh không luận là gì" mà không cần phải sử dụng đến ngôn ngữ, một thứ phương tiện rất dễ bị hiểu lầm bởi tâm thức phân biệt vọng chấp?

Trong một chương khác của "Triết Học Về Tánh Không," Thầy đã minh giải về vấn đề này:

"Tánh Không không phải là một định nghĩa về thực tại, mặc dù trong đó như có hàm ngụ ý nghĩa bản tánh của Thực tại là Không. Thực tại tuyệt đối không thể định nghĩa, mà điều cần thiết là phải nhận thấy rõ những uẩn khúc của ngôn ngữ và vai trò của nó."

Rồi Thầy giải thích thêm về "những uẩn khúc của ngôn ngữ":

"Ngay chính trong trường hợp của thuyết tánh Không cũng thế, tánh Không có thể đã là nạn nhân của đà quá trớn này của ngôn ngữ. Bởi vì, khi nghe nhà Trung quán, đưa tất cả mọi hiện thực vào tánh Không để phê bình, ta có thể dễ dàng đi đến kết luận rằng bản chất hiện thực là Không. Nói khác đi, ta hiểu rằng hiện thực được qui định, hay đúng hơn là được định nghĩa, bằng tánh Không. Hiểu như thế, không những ta đã làm cho tư tưởng của mình trở nên nghèo đói, mà còn chận đứng luôn cả con đường tiến về Tuyệt đối, tức là cảnh giới tự chứng của Phật đà."

"Triết Học Về Tánh Không" là tác phẩm của Thầy viết về giáo nghĩa Tánh Không của Ngài Long Thọ trên bình diện triết lý cao và sâu nhất mà tôi đã từng đọc trong kho tàng sách tiếng Việt của Phật Giáo Việt Nam thuộc thể loại này.

Gần đây, chính xác là vào năm 2021, tôi lại có thiện duyên đọc được cuốn "Tổng Quan Về Nghiệp" của Thầy viết và do Hội Đồng Hoằng Pháp ấn hành.

Đây cũng là tác phẩm chứa đựng công trình nghiên cứu công phu và đồ sộ nhất về giáo nghĩa Nghiệp bằng tiếng Việt. Có lẽ không phải chỉ riêng tôi mà những ai có dịp đọc tác phẩm "Tổng Quan Về Nghiệp" của Thầy đều có cảm nhận là đang bước vào một tòa lâu đài nguy nga tráng lệ của kho tàng kiến thức phong phú và đa dạng của nhiều luồng tư tưởng Đông và Tây, nhiều học thuyết và triết thuyết cổ kim liên quan đến vấn đề Nghiệp. Trong đó Thầy đã bàn đến tư tưởng của Vệ Đà, Áo Nghĩa Thư, Vedanta-Bhagavad Gita, sáu phái triết học ngoại đạo thời Đức Phật, đến các lý thuyết vật lý, cơ học lượng tử, tâm phân học và khoa học não, với những chú thích và tham khảo công phu các tài liệu. Thầy cũng trình bày một cách chi tiết các giáo nghĩa về Nghiệp trong Phật Giáo, A-hàm, Nikaya, các Bộ Phái, bao gồm những luận thuyết của A-tỳ-đạt-ma. Thầy còn dịch cả bộ Đại Thừa Thành Nghiệp Luận của Ngài Thế Thân để làm tài liệu cho độc giả tham khảo và nghiên cứu.

Vấn đề mà tôi muốn nhấn mạnh ở đây là tác phẩm "Tổng Quan Về Nghiệp" cho chúng ta thấy tầm vóc tư tưởng kỳ vĩ của Thầy, không phải chỉ trong lãnh vực Phật học mà còn cả trong lãnh vực tư tưởng triết lý và tôn giáo trên thế giới. Điều này được thấy rõ trong "Tổng Quan Về Nghiệp," Thầy đã kết hợp các kiến thức của Đông và Tây, từ khoa học đến Phật học để giải đáp thỏa đáng câu hỏi quan trọng nhất liên quan đến Nghiệp: Nếu tất cả các pháp là vô ngã như Đức Phật dạy thì ai tạo nghiệp nhân, cái gì duy trì nghiệp từ nhân đến quả, và ai thọ quả báo của nghiệp? Câu trả lời của Thầy trong "Tổng Quan Về Nghiệp" làm cho tôi không những vô cùng thích thú mà còn mãn nguyện vì đây cũng là vấn đề tư duy trăn trở của tôi. Thầy viết:

"Nghiệp được tích lũy gọi là tâm. Tồn tại của nó y trên sắc của thân đời này. Khi sắc này rã, nó lập tức xuất hiện nơi sắc khác thích hợp làm sở y để tồn tại. Cũng như hai hóa chất khi kết hợp với nhau thì biến thành chất thứ ba; cũng vậy, nghiệp quá khứ tức tâm tích lũy khi kết hợp với sắc hiện tại, ta nói là gene, cả hai sắc và tâm cùng biến đổi thành một sự sống mới. Trong đời sống này, nơi nào hội đủ điều kiện, nơi đó thức xuất hiện với hình thái thích hợp: từ thức con mắt cho đến ý thức. Như vậy, không hề có sự tồn tại của thân, gồm cả não, như là khối vật chất đơn thuần. Cũng không tồn tại tâm hay thức như là thực thể riêng biệt ngoài thân. Cho nên không có vấn đề nhất nguyên hay nhị nguyên tâm-vật ở đây.

"Ý thức có khi xuất hiện có khi không, nhưng thức thể như là nghiệp tích lũy thành tâm tích tập thường trực có mặt trong sự kết hợp với sắc thành

nhất thể. Tâm thức như vậy không phải là tự ngã. Trong tồn tại cũng như trong các hoạt động của nó không tồn tại một thực thể khả dĩ nói là tự ngã hay linh hồn. Đây có thể là cách lý giải lời Phật nói: Có tác nghiệp và quả dị thục của nghiệp nhưng không có tác giả và thọ giả."

Tư tưởng triết lý của Thầy không phải chỉ có trong những tác phẩm triết học như "Triết Học Về Tánh Không," mà còn bàng bạc trong thơ của Thầy nữa. Đó chính là sự hấp dẫn làm cho tôi không thể nào cưỡng nổi. Ngay từ những năm 1980 tại Sài Gòn, các Tăng sĩ trẻ của chúng tôi thường chia sẻ với nhau những bài thơ của Thầy mỗi khi tìm thấy đâu đó. Cho đến bây giờ cũng thế, tôi vẫn say mê đọc thơ của Thầy. Thử hỏi những câu thơ dưới đây trong tập thơ "Thiên Lý Độc Hành" của Thầy làm sao mà không lôi cuốn được người đọc như tôi:

"Bên đèo khuất miễu cô hồn

Lưng trời ảo ảnh chập chờn hoa đăng

Cây già bóng tối bò lan

Ta ôm cỏ dại mơ màng chiêm bao"

Còn có hình ảnh cô độc và thơ mộng nào hơn để diễn tả một lữ thứ độc hành trong đêm tối vào nghỉ trọ trong cái miễu cô hồn cô quạnh ở bên đèo, và nằm co ro trên đám cỏ dại trong rừng già để đánh giấc qua đêm! Bài thơ chuyên chở triết lý dung thông vô ngại giữa mộng và thực, giữa xưa và nay, giữa người và vũ trụ, giữa tâm và cảnh.

Cái độc đáo trong thơ của Thầy là ở chỗ đó, rằng giữa những hàng chữ có cửa "không cửa," (vô môn quan) để bước vào thế giới kỳ bí của nguyên ngôn. Rất tiếc, thị lực tôi rất kém nên mới chỉ thấy lờ mờ mà chưa thực sự thấy cửa ở đâu để vào, nên dù thích đọc thơ Thầy mà dường như cả đời vẫn còn chạy lòng vòng ở ngoài cửa!

Khả năng kiến thức sơ sài của tôi không thể nào hiểu và nói hết những chỗ cao sâu uyên áo trong tư tưởng triết lý của Thầy. Vì thế, những gì

Tranh Lê Thiết Cương

được viết ra ở đây chỉ là một vài chiếc lá nhặt được từ khu rừng già tư tưởng triết lý thâm viễn của Thầy.

Lời cuối, con xin đê đầu đảnh lễ tri ân công ơn giáo dục của Thầy. Con thành tâm cầu nguyện cho Thầy việc điều trị bệnh được thành tựu để Thầy có thể hoàn tất những Phật sự trọng đại cho Phật Giáo Việt Nam.

Khể thủ,

Học trò của Thầy,

Tâm Huy Huỳnh Kim Quang

SƯ PHỤ CỦA TÔI

Tâm Minh – Vương Thúy Nga

Người sư phụ truyền Tam quy ngũ giới cho tôi và đặt cho tôi pháp danh Tâm Minh là Sư Bà Diệu Không. Sư Bà rất quan tâm đến đám đệ tử trong đoàn Thiếu nữ kiểu mẫu của Ban Hướng Dẫn Gia Đình Phật Tử (GĐPT) Thừa Thiên này. Sư Bà giảng nghĩa từng pháp danh mà Sư Bà đặt cho mỗi chúng tôi. Phần tôi, Sư Bà giảng cho tôi ý nghĩa pháp danh rồi còn ân cần dặn dò: "Lớn lên con ráng làm một pháp khí nghe!" - lúc quy y tôi mới 15 tuổi nên chưa hiểu gì lắm...

Khi Sư Bà bổn sư viên tịch, tôi xin sư cô Trí Hải làm Y chỉ sư và khi Sư cô (sau này đã là Ni trưởng) viên tịch, tôi lại xin bái Thầy Tuệ Sỹ làm Y chỉ sư. Thầy cho tôi cái tên Trí Như, và như vậy tôi gọi ngài là Sư Phụ nhưng trong thực tế, chuyện trò, học tập kinh sách v.v... tôi luôn gọi Người là Thầy. Về đời, Thầy trẻ hơn tôi 6 tuổi (vì Thầy sinh năm 1945 – tuổi Ất Dậu) nhưng trí tuệ của Thầy đối với tôi là như mặt trời đối với hoa hướng dương, như biển lớn đối với ao hồ, như dãy Trường Sơn đối với mô đất nhỏ trong vườn... vậy đó.

Và 3 chữ "Thầy Tuệ Sỹ" luôn gợi lên trong lòng tôi bao điều đáng ghi nhớ.

Học với Thầy không chỉ trong lớp, có sách có bảng, có laptop, có ghi danh... mà học ở mọi nơi mọi lúc. Thầy nói chuyện, Thầy kể những mẩu chuyện Thầy gặp hồi sáng, hồi chiều v.v... đều kèm theo những câu những chữ mà nếu anh/chị/em (ACE) không ghi lại thì thật là thiếu sót... và đáng tiếc!

Thực ra tôi được nghe tên Thầy từ khi đang dạy trường Đồng Khánh, Huế. Hồi đó Thầy còn rất trẻ - người ta gọi Thầy là "chú Sỹ." Tôi không được hân hạnh quen Thầy giai đoạn đó nên chưa bao giờ gọi Thầy là Chú cả! Mặc dù chưa được gặp Thầy nhưng vào những năm thập niên 1960, 1970 Thầy dạy Đại học Vạn Hạnh... tôi đã được đọc Thầy nhiều qua các sách, báo, tạp chí Tư Tưởng v.v...; hồi đó chư Tăng lớn xem Thầy và Thầy Mạnh Thát như những thần đồng, những vì sao sáng trên bầu trời Phật giáo Việt Nam.

Năm 1984 tôi mới chuyển vào Sài-gòn sống, sinh hoạt với BHD GĐPT Gia Định v.v... ở chùa Già Lam. Lúc đó mới được vinh dự chính thức gặp Thầy qua anh Như Tâm Nguyễn Khắc Từ. Gặp Thầy được vài lần thì Thầy bị bắt. Tôi coi như Thầy đi du lịch dài ngày vì tôi hình dung được cái kiểu an nhiên tự tại của Thầy — Thầy nói một câu với anh chị em chúng tôi mà tôi nhớ hoài: "Anh chị hãy nhớ 'chơi với hơi thở' trong mọi lúc, mọi nơi... thì mình có chánh niệm... Mình biết chơi với hơi thở thì mình luôn được tự do, không ngại hoàn cảnh sống như thế nào..."

Ngày Thầy ra tù tôi đã ở Mỹ (gia đình tôi được đi định cư theo chương trình ODP và HO). Đến năm 1999 về chịu tang Mạ, tôi lại được gặp thăm Thầy ở Chùa Già Lam.

Mấy chục năm mới được gặp lại nhưng sao thấy giữa Thầy trò không có gì ngăn cách. Thầy vẫn còn nhớ mặt tôi, cũng như tôi nhận ra Thầy liền từ xa... Thầy vẫn gầy nhưng cặp mắt to sáng quắc không bao giờ thay đổi!! Thầy in tập *Giấc Mơ Trường Sơn* từ trong máy computer của Thầy ra cho tôi. Bắt đầu từ đó, tôi liên lạc với Thầy gần như hằng ngày qua email, có khi qua phone... Thầy bảo tôi gởi thư cho các vị cư sĩ ở

Tác giả đứng sau HT Thích Quảng Độ, HT Thích Huyền Quang,
và HT Thích Tuệ Sỹ
(Hình chụp tại Tu Viện Nguyên Thiều, Bình Định năm 2007)

hải ngoại, như Giáo sư Nguyễn Văn Hai, Tiến sĩ Toán, cũng kêu Thầy bằng Sư Phụ, Thầy cũng kêu Giáo sư Hai bằng Thầy. Hai người cũng trao đổi Phật Pháp qua email của tôi; sau này Giáo sư Hai mới liên lạc thẳng với Thầy.

Thầy kể 5 năm tù ở ngoài Bắc, mùa đông có khi lạnh đến 6 độ C nhưng Thầy vẫn dậy và tắm nước lạnh lúc 5 giờ sáng... Thầy nói mấy ông cán bộ bảo rằng: chúng tôi ở ngoài này bận mấy lớp áo vẫn thấy lạnh mà sao anh ăn mặc như thế (thầy mặc áo may-ô). Thầy còn nói với tôi: "Về sau thì chưa biết, có lẽ định lực càng lúc càng xuống thì mình không chống nổi cái lạnh của trời. Cái lạnh của trời dễ chống nhưng cái lạnh của đời, của tình người, thì định lực ấy không ăn thua gì, phải bằng trí tuệ vô lậu mới thắng được..." (Quý vị thấy Thầy cũng "chua chát" ghê chưa!)

Qua email, Thầy bảo chúng tôi thành lập một trang nhà GĐPTVN tại Hải ngoại, và diễn đàn GĐAL (Gia đình Áo Lam) có chương trình hẳn hoi cho hằng tuần; ví dụ thứ Hai có Câu Chuyện Đầu Tuần, thứ Năm có Câu Chuyện Phật Pháp, thứ Bảy có tin tức đặc biệt của các GĐPT tại hải ngoại (châu Âu, Úc Đại lợi, Hoa Kỳ, v.v...), rồi có văn nghệ v.v... Câu chuyện Phật Pháp thỉnh thoảng Thầy sẽ gởi cho. Trang GĐAL quả thật đã kết nối được ACE Áo Lam khắp nơi, thư từ qua lại rất vui nhộn.

Về công tác này có nhiều ACE đóng góp nhưng nhân vật chính là Tri. Tri còn lo một buổi phỏng vấn Thầy trên đài BBC. Tri nói với tôi: "Chị có nghe đài BBC 'thẩm vấn' Thầy hay không?" Kể Thầy nghe, Thầy cười quá chừng, nhưng nhờ vậy Thầy biết được trình độ Việt ngữ của ACE huynh trưởng trẻ của mình (Hồi đó là những năm 2000, chứ bây giờ huynh trưởng trẻ 18/20 tuổi, sinh ra và lớn lên ở đây nói tiếng Việt "không có dấu" còn có nhiều cái dễ tức cười hơn nữa... và thua xa đàn anh!).

Thầy quan tâm đến GĐPT ở hải ngoại một cách âm thầm nhưng sâu sát...

Hồi đó, Ban Hướng Dẫn GĐPTVN tại Hải ngoại do anh Cao Chánh Hựu làm Trưởng Ban; anh thường hỏi ý kiến Sư Phụ (SP) mỗi khi gặp trục trặc (trong GĐPT) nhưng không bao giờ chịu thưa chuyện thẳng với SP, cứ gọi phone cho tôi, nói/kể chuyện rồi bảo tôi thưa lại với SP. Có lẽ nhờ vậy mà khả năng tập nghe hiểu và tóm lược của tôi ngày càng tiến bộ!

Sau đó là sự kiện GĐPTVN Trên Thế Giới. Nói đúng hơn là thành lập BHD GĐPTVN Trên Thế Giới. Việc này thành công là nhờ SP, Thầy Như Điển, anh Hựu, anh Châu (Đà Lạt, VN), và tất cả ACE huynh trưởng GĐPT Hải ngoại đồng tâm quyết chí nên Đại Hội Huynh Trưởng GĐPTVN Hải Ngoại thành công viên mãn. Phone từ Ấn Độ về VN hồi đó rất khó khăn vậy mà các anh dám gọi để họp thống nhất ý kiến thành lập BHD GĐPTVN Trên Thế Giới. Phải nói đó là một kỳ công và là một "phép lạ" (nếu không có Thầy Như Điển và SP trong ứng ngoại hợp thì không biết bao giờ mới có BHD GĐPTVN Trên Thế Giới.

Bây giờ ngồi giở lại những trang thư email mà tôi đóng lại thành 10 tập từ năm 1999 đến năm 2010... bao nhiêu kỷ niệm của SP - người công dân VN độc nhất không có thẻ công dân - chứng minh nhân dân.

SP kể chuyện vui cười cũng rất hay và vui nhất là SP luôn nhắc ACE nhớ rằng Tu Phật là để làm Phật, như ngài Huệ Năng nói – chứ không phải tu để thành Ông Trời hay con ông Trời (Thiên tử) hay ông Vua, ông Tổng thống... gì cả!

Bây giờ SP vẫn tận tâm lo việc phiên dịch và chú giải Đại Tạng Kinh mặc dù sức khỏe càng xuống, không bồi dưỡng gì được cả.

Cho nên nhớ SP thì tôi chỉ biết luôn tinh tấn: tinh tấn học kinh, đọc kinh, tụng kinh... cho trí óc minh mẫn, trí tuệ tăng trưởng... định lực cũng được nâng lên chút chút...

Nghĩ đến sức khoẻ SP thì con không muốn viết gì nữa... Thầy ơi! Thầy hãy mau khỏe lên đi nghe Thầy! Mọi người đang trông chờ Thầy khỏe.

Nam Mô Tiêu Tai Diên Thọ Dược Sư Lưu Ly Quang Vương Phật.

Tâm Minh – Vương Thúy Nga

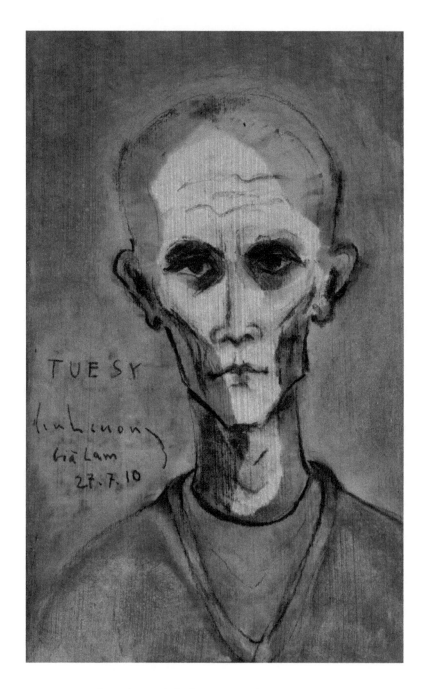

Chân dung Thầy (Họa sĩ Đinh Cường - 2010)

Phần II

VĂN

HỌC

66

Viết về Thầy Tuệ Sỹ thật khó bởi mộng mà rất thực, hàn lâm mà chân quê, uyên bác như rừng thẳm mà nhẹ nhàng như giấc mơ trong quán trọ bên đường. Kiến thức và tác phẩm của Thầy có thể chất đầy giá sách trong tàng kinh các; nhưng thơ Thầy trong vắt và miên man phong trần như hồn... du thủ. Người lạ yêu thơ lần đầu đọc thơ Tuệ Sỹ sẽ đắm đuối trong một xứ thơ trùng điệp và phiêu hốt của một gã làm thơ lãng tử đa tình và không hề hay biết thi nhân là một tu sĩ vì không có một câu chữ nào làm dáng mẫn tuệ bằng những danh từ Phật học thời thượng.

- Trần Kiêm Đoàn -

THÍCH TUỆ SỸ,
KHUÔN MẶT TIÊU BIỂU
CỦA VĂN HÓA VIỆT NAM

Trần Hữu Thục

Tôi quen với Thầy Tuệ Sỹ tại Huế, năm 1965. Lúc đó, cả hai chúng tôi đều ở lứa tuổi 20.

"Tôi thú vị nhìn người bạn mới quen trong bộ áo quần nhà tu bạc màu, cũ kỹ. Giọng nói nhỏ nhẹ. Dáng bước thong dong. Chiếc áo nâu lất phất. Một nhà tu. Như thực như giả. Như có như không. (…) Hình ảnh một chú tiểu, vừa có cái nét lãng đãng của một người nghệ sĩ, lại không thiếu vẻ siêu thoát của một nhà tu. Nhìn Thầy, tôi có cảm giác như mọi ràng buộc, mọi quy lệ, mọi giáo điều đều vỡ vụn. Thầy đi, Thầy sống y như thể không có ai, không có gì, không từ đâu và đến đâu cả."[1]

Sau này, gặp lại nhau nhiều lần ở Đại Học Vạn Hạnh, thập niên 1970, Thầy vẫn thế:

---

[1] Trần Doãn Nho, *"Thầy, trong trí tưởng"*,
     Trích từ "Căn phòng thao thức" (Tập truyện), Văn Mới, California, 1997

"Thầy sống, vui chơi, học đạo và làm việc một cách bình thường, đơn giản, không màu mè, khách sáo. Vẫn bộ nâu sồng. Vẫn thân hình mảnh dẻ. Vẫn ánh mắt tươi vui. Vẫn nụ cười dung dị, bình thản. Như độ nào. Một nhà tu. Một nhà trí thức. Một nghệ sĩ. Một người bạn. Một con người. Thầy nhìn mọi sự kiện, mọi vấn đề dưới con mắt thản nhiên, không mấy băn khoăn, ray rứt. Thỉnh thoảng, Thầy đưa ra vài nhận xét dí dỏm, tinh nghịch. Tất cả quyện làm một trong Thầy, gọn gàng, sinh động."[2]

Mùa hè năm 1983, tôi ghé thăm Thầy ở chùa Già Lam.

"Thầy nằm đó, thân hình ép sát xuống tấm phản gỗ lớn. Người như chẳng còn gì, ngoài xương và da. Ốm o, mảnh dẻ. Chỉ có khuôn mặt là vẫn vậy, như xưa, chỉ có khác là xương xẩu hơn, làm nổi bật thêm đôi mắt to và chân mày đậm. Tôi nhìn chăm Thầy, cảm động nói:

Thầy không khác...

Thầy nhổm dậy, nhìn tôi, hỏi:

Thế nào, ông ở tù chứ?

Sáu năm. Ra tù năm 1981.

Ta cũng ra tù năm 1981.

Thầy làm gì mà ở tù?

Lý do chính thì ta không biết. Nhưng lý do phụ là cư trú bất hợp pháp, không có hộ khẩu. Ta bây giờ chẳng còn là ta nữa. Không hộ khẩu. Không giấy tờ. Không công dân. Không quê hương. Không gì hết!"[3]

Tháng 4/1984, tôi ghé lại chùa Già Lam, thì nghe tin Thầy đã bị bắt trước đó mấy hôm. Từ đó cho đến giờ, tôi không hề gặp lại Thầy. Không gặp, nhưng Thầy vẫn đâu đó bên tôi.

---

[2] TDN, bđd
[3] TDN, bđd

*

Cuộc đời, hành trạng và sự nghiệp văn hóa lớn lao, độc sáng của Thầy đã được đề cập đến một cách cụ thể và đầy đủ qua các bậc thức giả như Văn Công Tuấn, Thích Phước An, Vĩnh Hảo, Tâm Thường Định, Phạm Công Thiện, Tuệ Hạnh, Nguyên Siêu, Lê Mộng Nguyên... và nhất là thầy Thích Nguyên Siêu, mà bài viết "Hòa Thượng Tuệ Sỹ, Trí Siêu, những thiên tài lỗi lạc" của Thầy đã cung cấp nhiều tài liệu và chi tiết khả tín, rất có ích cho những ai muốn nghiên cứu sau này.

Với tư cách là một người ngưỡng mộ và cũng là một người bạn thời tuổi trẻ, tôi xin chia sẻ cùng quý độc giả một vài điều suy ngẫm riêng của mình về một số các sáng tác (thơ, văn), các bài chính luận cũng như các công trình biên khảo của Thầy mà tôi đã có dịp được đọc qua.

Tuệ Sỹ, nhà thơ

Tuệ Sỹ là một nhà thơ, theo nghĩa chính xác nhất của từ ngữ này. Không những sáng tác thơ, Tuệ Sỹ còn bình thơ: Tô Đông Pha, Quách Tấn, Bùi Giáng, Viên Linh, Nguyễn Đức Sơn, Hoài Khanh... Thơ Thầy khá nhiều, về đủ đề tài, kể cả tình yêu. Trừ những bài chính luận hay biên khảo về Phật Pháp đòi hỏi phải sử dụng thứ ngôn ngữ mực thước để tránh hiểu lầm, tôi nhận thấy, hễ bình thơ hay viết bất cứ gì thuộc về cuộc nhân sinh, ngôn ngữ của Tuệ Sỹ luôn luôn hàm chứa chất phóng túng, tự do và phơi mở. Chính điều này đã khiến cho Thầy, dù là một nhà tu đức cao vọng trọng, lại vẫn rất gần gũi với mọi người.

Bàn về thơ Tô Đông Pha, Tuệ Sỹ viết:

"Từ tâm tình đến cuộc tình, từ cuộc tình đến cuộc chơi, rồi từ cuộc chơi đến cuộc hẹn; thế là, đang lân la, bỗng đột ngột phát hiện một phương trời viễn mộng, xa xôi. Trong cõi đó, lũ khách bao giờ cũng thấy mình đang bươn bả ra đi, đi biền biệt, đi triền miên, tưởng như không bao giờ có bến bờ để đỗ lại; nhưng, đi và đi mất, trong từng khoảnh khắc, cái đến và

nơi đến, đã đến tự bao giờ. Cuộc tình chia phôi từ độ đó.” (…) “Đó là tình thơ trong cuộc thơ và cõi thơ; không quyết là của Đông Pha hay không là của Đông Pha. Nhưng người chơi thơ, mở cuộc giao tình với cuộc thơ, ban đầu chỉ như đi tìm một cõi mộng đơn sơ; rồi đột ngột, và sững sờ, cảm khái như một mối sầu cô lữ, thấy mình lưu lạc ở một phương trời đọa đày viễn mộng.”[4]

Tuệ Sỹ là như thế! Thích thú với cung cách độ lượng đó, tôi luôn đọc thơ Tuệ Sỹ như Tuệ Sỹ, một nghệ sĩ, không như một nhà tu. Thơ Tuệ Sỹ, trước hết và trên hết, là thơ của một con người sống giữa trần gian với tất cả những thuộc tính rất trần gian: hỷ, nộ, ái, ố, ai, lạc, dục. Thầy viết về phận người, về tình yêu, về thế sự, về tù đày, về tuyệt vọng, về đau khổ, tiếc nuối, nhớ nhung, mơ ước, hy vọng. Chỉ nói riêng về mặt từ ngữ thôi, ta cũng đã thấy thơ Thầy nhuốm đầy mùi vị nhân sinh: *du thủ, mỏi mòn, ân tình, tàn thu, tóc huyền, tóc rối, tóc em rung sương chiều, gót chân em nắng vàng, môi hôn, mắt biếc, gầy hao, trơ vơ…*

Về điểm này, quan điểm Thầy rất rõ ràng. Theo Thầy, “*…một tác phẩm xứng đáng với một kích thước rộng lớn, nó phải khởi lên từ cảm hứng của thực tại; vì rằng, ngay qua đó, người ta sẽ thấy một cách như thực đâu là tiếng nói của thực tại và đâu là tiếng nói của lòng người: thực tại tức là lòng người. Và cũng từ đó, người ta sẽ tìm thấy đâu là khát vọng sâu xa đang ẩn kín trong lòng người. Một tác phẩm mà không đủ sức chấn động lòng người để mở ra một thế giới như vậy không thể xứng*

---

[4] *Tô Đông Pha, những phương trời viễn mộng*, tr. 235, tập 3

danh là một tác phẩm văn học." Do đó, "một tác phẩm văn học phải đặt hết tâm tình và cảm xúc ngay ở hình thức phô diễn." Không phân biệt giữa nội dung và hình thức, tính cách phô diễn là "cả một thế giới sống thực triền miên."[5]

Tiễn một người bạn là tiễn một người bạn:

> - Một bước đường thôi nhưng núi cao
> Trời ơi mây trắng đọng phương nào
> Đò ngang neo bến đầy sương sớm
> Cạn hết ân tình, nước lạnh sao? (Tống biệt hành)

Đã nói "Em" thì là em, không thể ai khác:

> Lời em ca phong kín nhụy hoa hờn
> Anh trĩu nặng núi rừng trong đáy mắt
> Mờ phố thị những chiều hôn suối tóc
> Bóng ai ngồi so phím lụa đàn xưa. (Nhớ dương cầm)

> - Tóc em tung bay sương chiều khói biếc
> Dệt tơ trời thành khúc hát bâng khuâng
> Tình hay mộng khi Trường sơn xa hút
> Đến bao giờ mây trắng gởi tin sang
> (Nhớ con đường thơm ngọt môi em)

Đã là uất ức (của một tù nhân) thì là uất ức (của tù nhân):

> Tiếng ai khóc trong đêm trường uất hận
> Lời ai ru trào máu lệ bi thương

---

[5] *Dẫn vào thế giới văn học Phật Giáo*, tr. 97, tập 2

Hồn ai đó đôi tay gầy sờ soạng

Là hồn tôi tìm dấu cũ quê hương (Dạ khúc)

Uất ức nhưng vẫn mơ mộng:

Rồi trước mắt ngục tù thân bé bỏng

Ngón tay nào gõ nhịp xuống tường rêu

Rồi nhắm mắt ta đi vào cõi mộng

Như sương mai, như ánh chớp, mây chiều. (Tôi vẫn đợi)

Phân tích bài thơ này, nhà văn Nguyễn Mộng Giác nhận định, "*Bài thơ không hề là một lời tố cáo đầy phẫn nộ, lại không phải là một bài hịch. Không phải là một tiếng sấm. Ngược lại, như tôi đã so sánh ở trên, đây là những lời ru hiền hòa, lời vỗ về của mẹ, lời thì thầm của lá, của hoa, của cây cỏ. Không phải là mũi nhọn công phá vào vách khám mà là một làn hương tỏa lên trên, len qua kẽ ngục và tỏa rộng lên trời cao.*"[6]

Tôi đồng ý với Nguyễn Mộng Giác.

Nếu lưu ý, ta sẽ nhận thấy Tuệ Sỹ rất hiếm những bài "thơ (tải) đạo": quảng bá giáo lý hay răn dạy đạo đức. Do đó, thơ Thầy ít thuật ngữ và ý niệm tôn giáo, không có cái "chay" (tịnh) của một nhà tu, trái lại, "mặn" (mà) nhân tình thế thái:

Trong ta là núi là rừng

Là trăm tiếng hát đã dừng trên môi (Thân phận/trong Tô Đông Pha)

Ngược xuôi nhớ nửa cung đàn

Ai đem quán trọ mà ngăn nẻo về (Lô Sơn/trong Tô Đông Pha)

---

[6]   Nguyễn Mộng Giác, Đọc lại thơ Tuệ Sỹ, tr. 73, tập 1

Ngay cả khi diễn tả một vị sư xuống núi, "Hạ sơn", ta cũng thấy toàn mùi vị trần gian: sờn, mòn, hờn, đường cùng, bóng tối, rưng rưng, trầm, ho, ác mộng.

> *Ngày mai sư xuống núi*
> *Áo mỏng sờn đôi vai*
> *Chuỗi hạt mòn năm tháng*
> *Hương trầm lỡ cuộc say*
> *Bình minh sư xuống núi*
> *Tóc trắng hờn sơn nhai*
> *Phương đông mặt trời đỏ*
> *Mùa hạ không mây bay*
> *Ngày mai sư xuống núi*
> *Phố thị bước đường cùng*
> *Sư ho trong bóng tối*
> *Điện Phật trầm mông lung*
> *Bình minh sư xuống núi*
> *Khóe mắt còn rưng rưng*
> *Vì sư yêu bóng tối*
> *Ác mộng giữa đường rừng*

Nói như thế không có nghĩa là Tuệ Sỹ không có thơ đạo, thơ thiền. Nhưng thay vì nặng về từ ngữ, Tuệ Sỹ sử dụng một bút pháp khác, có tính cách "thơ" hơn, chứa đựng nhiều hình ảnh hơn, do đó, sống động và cụ thể hơn:

> *Thời gian đi khấp khiểng*
> *Để rụng phấn rơi hồng*
> *Tơ nắng dài tâm sự*

Bồi hồi mộng vẫn không

Chỉ có 20 chữ, nhưng chúng trộn lẫn màu sắc, tâm tình, ý thức và cảm xúc vào nhau, tạo nên một mùi vị lạ, có vẻ "thoát tục", "thiền"; mùi này đậm hay nhạt, tùy theo cách cảm nghiệm của mỗi người.

Đó là nét rất riêng của Tuệ Sỹ. Nhưng "thiền" nhất, theo tôi, nằm trong bài thơ dài 13 khổ, *Thiên Lý độc hành*.[7] Đa phần các khổ thơ được làm theo lối tứ tuyệt (bốn câu), diễn tả bước du hành của một người lữ khách cô độc, khởi đầu ở chỗ:

Ta về một cõi tâm không
Vẫn nghe quá khứ ngập trong nắng tàn

Một mình và tâm không, lữ khách đi, hết ngày đến đêm, hết mưa đến nắng, hết mùa đến mùa, qua đèo, qua rừng, qua suối, qua triền đá, bờ lau, nếm trải đủ thứ mùi đời, với một dấu hỏi không nguôi ném vào cuộc nhân sinh: ta là ai? chờ ai? đợi ai? từ đâu? về đâu?

- Đã mấy nghìn năm đợi mỏi mòn
Bóng người cô độc dẫm hoàng hôn
Bởi ta hồn đá phơi màu nắng
Ôm trọn bờ lau kín nỗi buồn

- Từ thuở hồng hoang ta ở đâu
Quanh ta cây lá đã thay màu
Chợt nghe xao xuyến từng hơi thở
Thấp thoáng hồn ai trong khóm lau

Bài thơ kết thúc bằng một lời nhắc nhở bất ngờ:

---

[7] *Thiên Lý Độc Hành*, tr. 357, tập 1

Khi về anh nhớ cài quai nón

Mưa lạnh đèo cao không cõi người

Đọc xong, tôi cảm thấy thấm thía, nhưng không rõ thấm thía cái gì! Vì phải "cài quai nón" hay vì cái cảnh "mưa lạnh đèo cao" lại "không cõi người"? Hiệu ứng thơ thường mông lung như vậy.

Nhưng đặc biệt hơn hết, Tuệ Sỹ... yêu. Yêu, nên làm thơ tình. Một nhà tu làm thơ tình, quả là điều xưa nay hiếm! Tuy số lượng không nhiều, nhưng những bài thơ tình của Tuệ Sỹ rất... tình: thắm thiết, da diết, nồng nàn.

Mắt em nhỏ ngại ngùng song cửa

Nghe tình ca trên giọt sương tan

Bóng tôi xa đêm dài phố thị

Nhớ con đường thơm ngọt môi em

Hai câu thơ và cả tựa đề của nó, "Nhớ con đường thơm ngọt môi em", nghe phảng phất Nguyên Sa. Thơ tình Tuệ Sỹ có thể là về một người mà mình yêu, có thể là về một bóng hình, một nhân dáng nào đó, cũng có thể là nỗi nhớ vu vơ về một "Em nhỏ":

Ôi nhớ làm sao, Em nhỏ ơi!

Từng đêm ngục tối mộng Em cười

Ta hôn tay áo thay làn tóc

Nghe đắng môi hồng lạnh tím người!

(…)

Cho ta chút nắng bên song cửa

Để vẽ hình Em theo bóng mây. (Cho ta chép nốt bài thơ ấy)

Đôi khi chỉ là một gặp gỡ tình cờ:

> *Mắt em quán trọ của ngàn sao*
>
> *Ngọt ngất hoang sơ ánh rượu đào* (Quán trọ của ngàn sao)

Cũng có thể chỉ là một ấn tượng thoáng chốc:

> *Em mắt biếc ngây thơ ngày hội lớn*
>
> *Khoé môi cười nắng quái cũng gầy hao*
>
> *Như cò trắng giữa đồng xanh bát ngát*
>
> *Ta yêu người vì khoảnh khắc chiêm bao.* (Thoáng chốc)

Nhưng có lúc lại là một nỗi nhớ vô cùng sâu sắc:

> *Công Nương bỏ quên chút hờn trên dấu lặng*
>
> *Chuỗi cadence ray rứt ngón tay*
>
> *Ấn sâu xuống ưu phiền trên phím trắng*
>
> *Nửa phím cung chỏi nhịp lưu đày* (Những điệp khúc cho dương cầm)

Thắm thiết đến thế thì thôi!

Dẫu vậy, như ta biết, trong đời sống, Tuệ Sỹ không hề vướng vào con đường tục lụy. Lời thơ, tuy rất tình, nhưng nếu đọc kỹ, chúng chẳng hề mang mùi tục lụy. "Em", "tóc rối", "môi em" hay "nụ hôn" chứa đựng vẻ tinh khôi của một thứ tình cảm lý tưởng. "Yêu" mà không "lụy". "Tình" nhưng không "dục". Đó là "tình yêu thuần khiết" (amour platonique), thứ tình cảm trai gái hoàn toàn không dính líu đến quan hệ thân xác hay những hình thức lãng mạn khác (hẹn hò, quà tặng...). Điều này không phải là hiếm hoi đối với những người hiến mình cho con đường tu tập, dù thuộc bất cứ tôn giáo nào. Một tình yêu như thế thường xuất phát từ sự tự chế hay từ sự "thăng hoa" (sublimation), hiểu theo nghĩa phân tâm học. Yêu một người mà như yêu mọi người!

Mặt khác, về phương diện sáng tác nói chung, thơ Tuệ Sỹ có những tứ thơ khác lạ, rất "tuệ sĩ", hiếm thấy ở những nhà thơ khác. Điều này không có gì đáng ngạc nhiên. Mỗi một tài năng thi ca luôn luôn biểu lộ một cái "riêng" nào đó rất riêng, không ai giống ai. Chẳng hạn ở khổ thơ này:

Ta làm kẻ rong chơi từ hỗn độn

Treo gót hài trên mái tóc vào thu

Ngồi đếm mộng đi qua từng đọt lá

Rũ mi dài trên bến cỏ sương khô (Mười năm trong cuộc lữ)

Bốn câu thơ hoàn toàn không có gì lạ về mặt từ ngữ, nhưng cách kết hợp chữ, hình ảnh và ý nghĩa tạo ra nét lạ: *rong chơi từ hỗn độn, đếm mộng trên từng đọt lá, rũ mi dài, bến cỏ sương khô*. Đọc lên những nhóm chữ này, ta cảm thấy bỡ ngỡ y như thể chúng trừu tượng hay có vẻ bí hiểm; nhưng đồng thời, ta lại vẫn hiểu ngay được ý nghĩa của chúng, mặc dầu không thể kiến giải một cách rõ ràng. Những tứ thơ như thế có thể tìm thấy rải rác ở nhiều bài thơ khác. Hoặc đó là những nhóm chữ: *khung trời hội cũ, trăng đã gầy vĩnh viễn, những chiều pha tóc trắng, kể chuyện trăng tàn, nông nổi vết sa cơ, điêu tàn vỡ vĩnh…*; Hoặc đó là nguyên cả một câu thơ: *Một lần định như sao ngàn đã định, Đôi mắt ướt tuổi vàng cung trời hội cũ, Trời không ngưng gió chờ sương đọng…*

Những tứ thơ như thế đôi khi được hình thành một cách xuất thần:

Khi nắng sớm hôn nồng lên nụ nhỏ (Bình minh)

Chỉ bảy chữ thôi, nhưng câu thơ vẽ ra một bức tranh đẹp. Mặn mà nhất có lẽ nằm ở mấy chữ "hôn nồng" và "nụ nhỏ".

Về điểm này, nhà phê bình Đặng Tiến có một nhận định, theo tôi, là hoàn toàn chính xác: "…ở Tuệ Sỹ đời sống hằng ngày, ý thức và vô thức *dường như đã thăng hoa, thành một siêu thức. Ngôn ngữ do đó cũng siêu thoát, khó bề lý giải chân phương và đơn phương.*"[8]

Ở nhiều bài thơ, sự vật và sự kiện cũng như ngôn ngữ rất bình thường nhưng được nhà thơ "cột" chúng lại trong một kết cấu lạ, bất ngờ, đẩy ý nghĩa khiến chúng bay thoát hẳn ra khỏi nội hàm của chúng. Chẳng hạn hình ảnh đối sánh giữa cây trúc và con nhện dưới đây:

Trúc biếc che ngày nắng

Hương chiều đuổi mộng xa

Phương trời nhuộm ráng đỏ

Tóc trắng nhện tơ lòa (Trúc và nhện)

"*Trúc biếc che ngày nắng*" gợi nên một trạng thái tâm lý bất thường, đó là "*hương chiều đuổi mộng xa*"; trong lúc đó, "*Phương trời nhuộm ráng đỏ*" lại cho ta một hình ảnh khác, hoàn toàn có tính cách vật lý, một kết hợp màu sắc rất đẹp: "*tóc trắng nhện tơ lòa*". Cả hai tứ thơ đều bất ngờ và độc đáo.

Riêng tôi, một trong những bài thơ mà tôi thích nhất là trường ca "Tĩnh thất".[9] Bài thơ gồm 32 khổ mà cũng là 32 bài, tùy cách đọc và cách cảm nhận. Đó là một kết hợp của nhiều thể loại thơ khác nhau: nhị ngôn, tam ngôn, tứ ngôn, ngũ ngôn, lục bát, thất ngôn, bát ngôn, tự do hay hỗn hợp, chứa đựng cả tình yêu, tình nhân thế, tình đời, tình đạo. Nhiều bài ngắn, gọn gàng, hàm súc, tựa tựa như lối thơ "hài cú" của Nhật Bản. Ít chữ, nhiều nghĩa, qua đó, cách nắm bắt và diễn tả hiện thực, cách sử dụng ngôn ngữ, cách nén, ép ý nghĩa và ý tưởng của nhà thơ đạt đến mức thượng thừa, theo tôi. Xin trích vài đoạn:

---

[8] Đặng Tiến, *Âm trầm Tuệ Sỹ*, tr. 46, tập 3

[9] *Tĩnh thất*, xem ở Thi Viện: https://www.thivien.net/Tu%E1%BB%87-S%E1%BB%B9/T%C4%A9nh-th%E1%BA%A5t/poem-mhbvNRVASQx-wBEWwdO7jAA

Rất hoang vu:

> *Hoang vu*
>
> *Cồn cát cháy*
>
> *Trăng mù*
>
> *Hoang vu*
>
> *Cồn cát*
>
> *Trăng mù*
>
> *Cỏ cây*
>
> *mộng mị*
>
> *Cơ đồ*
>
> *nước non.*

Rất nghịch lý:

> *Bứt cọng cỏ*
>
> *Đo bóng thời gian*
>
> *Dài mênh mang*
>
> *(Lấy ngắn đo dài)*

Rất lãng đãng:

> *Trời cuối thu se lạnh*
>
> *Chó giỡn nắng bên hè*
>
> *Nắng chợt tắt*
>
> *Buồn lê thê.*

Rất khốn khổ:

> *Lão già trên góc phố*
>
> *Quằn quại trời mưa dông*
>
> *Áo lụa gầy hoa đỏ*

Phù du rụng xuống dòng

Rất hiện thực và trần tục:

- Lon sữa bò nằm im bên chợ;
Con chó lạc
đến vỗ nhịp
trời mưa.
Tôi lang thang
đi tìm cọng cỏ
Nó nhìn tôi
vô tư.

- Lời rao trong ngõ hẻm:
Đồng hồ điện!
Cầu dao!
Công tắc!
Những lời rao chợt đến chợt đi.
Một trăm năm mưa nắng ra gì,
Cánh phượng đỏ đầu hè, ai nhặt?

Trong hai bài thơ trên, nội dung hoàn toàn hiện thực, những câu kết (in đậm) rớt vào khổ thơ như một ngẫu nhiên, một vật lạ từ trên trời rơi xuống khiến toàn bài thơ hoàn chỉnh một cách thần tình, nằm ngoài mọi dự đoán.

Thơ Tuệ Sỹ mang phong cách phóng túng của Tô Đông Pha, nhà thơ mà Thầy đặt cho cái biệt danh "những phương trời viễn mộng":

"Muốn cho lời thơ tuyệt diệu, thì phải là đừng gò ép, vừa Không và vừa Tĩnh. Tĩnh cho nên thâu tóm hết mọi vọng động. Không cho nên bao

hàm vạn cảnh. Ngắm nhìn sự đời, bôn ba giữa đời, mà thấy mình như nằm trên chóp đỉnh mây cao. Đủ hết các thứ mặn nồng, chua chát; trong đó có cái hương vị tuyệt vời.

Thơ và Pháp (Đạo) không chống trái nhau, không hại nhau."[10]

Tuệ Sỹ, nhà văn

Về văn, Tuệ Sỹ không viết nhiều. Nhưng ba truyện ngắn mà tôi được đọc, "Piano Sonata 14", "Gốc tùng" và "Sư Thiện Chiếu"[11] đều là những sáng tác hay, kết hợp cả lối viết truyền thống lẫn hiện đại. Cũng như thơ, văn Tuệ Sỹ, trước hết, là văn chương của con người, về con người và về cuộc đời. Cả ba truyện đều có nhân vật, cốt truyện, đối thoại, độc thoại; đặc biệt, cả ba đều có cấu trúc lỏng lẻo với kết thúc mở. Đọc xong truyện rồi, độc giả vẫn còn bâng khuâng, không tìm thấy ngay câu trả lời.

Đoạn kết trong "Gốc tùng":

"Khi đến gần ông cụ, cậu đứng thẳng người, khẽ cúi đầu.

- Dạ, thưa ông, cháu đi.

Lại một lần nữa. Ngày mai, trời sẽ có mưa hay gió gì đây. Vào mùa này, Huế thường có sương mù mỗi sáng. Lúc xe ngang qua cầu Trường Tiền, phía dưới kia dòng nước cồn nhỏ thấp thoáng như một hải đảo xa xôi nào đó."

Đoạn kết trong "Sư Thiện Chiếu":

---

[10] *Tô Đông Pha, những phương trời viễn mộng*, tập 3, tr. 278

[11] *Piano Sonata 14*, tr. 238, *Sư Thiện Chiếu*, tr. 247, *Gốc tùng*, tr. 251, tập 1

"Sau buổi cơm trưa, chúng tôi cố cầm ông bạn cố tri này ở chơi ít hôm. Nhưng ông nhất quyết từ chối. Hỏi thăm nơi trú ngụ, cũng không nói. Đến nay, cũng đã mấy năm rồi, tôi không biết hỏi thăm ai về sư Thiện Chiếu ngày xưa hay cụ đồ viết mướn ngày nay nữa."

Kết thúc nào cũng lửng lửng lơ lơ, thả lỏng cho trí tưởng tượng của độc giả.

"Gốc tùng" có văn phong trong sáng, mới mẻ, hiện đại. Đặc biệt, tác giả áp dụng ý nghĩa của cây tùng trong văn chương cổ điển vào quan hệ gia đình thời nay. Có chút gì hơi chói ở cách ví von này, nhưng hình như tác giả Tuệ Sỹ muốn gài vào đó một ẩn ý riêng. Đoạn vào đầu truyện đã nghe khang khác, ngồ ngộ:

"Những năm trước, hai gốc tùng trước sân như hai đứa trẻ, dáng điệu miệt mài trong cơn gió hiu hắt của mùa thu. Quanh năm suốt tháng, không một lời qua lại, không trao đổi nhau đến cả một chiếc lá đã qua mùa. Vào năm mưa bão nhiều, đôi khi nước dâng cao, từ xa vọng lại như một bãi tuyết trắng ngập nửa thân hình. Thỉnh thoảng vài cánh bướm ghé xuống, không hương sắc của phấn nhụy để bày tỏ một chút tình nồng nhiệt. Cánh bướm lại bay đi, vẫn không một cử chỉ xao động hứa hẹn nào."

Hai nhân vật người ông và đứa cháu nội được xây dựng một cách đơn giản, có tính cách điển hình, nhưng không quá tròn trịa và khuôn mẫu. Thỉnh thoảng, ở vài chỗ, tác giả cố tình để lửng một chi tiết nào đó khiến người đọc cảm thấy như mất dấu. Có lẽ vì thế, khung cảnh và nhân vật tuy hoàn toàn hiện thực, nhưng lại thấp thoáng nét hư ảo như ta thường tìm thấy trong các truyện truyền kỳ hay trong các công án thiền.

"Một mùa Xuân nào đó; nước đẫm ướt đầu mấy con vịt, như nhuộm trắng; một cụ già chống gậy tiếp khách. Khách mang theo cả một thời quá khứ của cụ, trong từng bước. Khách hẹn sẽ có ngày ghé thăm lại. Hòn núi

*trơ trọi trong buổi chiều, y ước đứng mãi đấy để đếm từng buổi nắng quái
đi qua (…) Những ánh nắng của buổi chiều lây lất và một mái tóc bạc
đứng đợi cái gì đã đi qua và đi mất."*

Cuối cùng, "Piano Sonata 14", theo tôi, là một truyện ngắn hoàn hảo,
cả về kỹ thuật, cấu trúc, nội dung lẫn nhân vật. Nhân vật chính là một
chú tiểu. Trước hết, hãy khoan nói chuyện hư cấu, mà nói về hình ảnh
cụ thể về một chú tiểu có thật ở ngoài đời. Hồi nhỏ, tôi hay theo mẹ đi
nhiều chùa ở Huế, do đó, quen với khá nhiều chú tiểu cùng lứa tuổi,
có chú đã từng là bạn học ở trong trường. Một chú, sau này là đại đức
Thích Thanh Tuệ, để lại trong tôi một dấu ấn không thể phai mờ: chú
đã tự thiêu tại chùa Phước Duyên vào tháng 8/1963 để phản đối chính
quyền Ngô Đình Diệm. Nói chung, tôi rất thương các chú, vì trong lúc
ở độ tuổi 6, 8, 9, 10, bọn trẻ con chúng tôi được ăn thịt, ăn cá, đánh bi,
đánh đáo, câu cá bắn chim thỏa thích, thì các chú phải khép mình vào
khuôn khổ, mặc áo nâu sồng, thức khuya dậy sớm, ăn chay, tụng kinh
gõ mõ. Bởi vậy, mỗi khi đi chùa, tôi thường mang theo ít kẹo, có khi
là đồ ăn mặn, dấm dúi vào trong túi áo mấy chú hay lợi dụng lúc mấy
"ôn" bận bịu, rủ mấy chú ra vườn sau chạy nhảy, hái hoa, đuổi bướm.
Các chú vừa thích vừa sợ. Riêng tôi, mỗi lần nhìn mấy chú, tôi cứ băn
khoăn trong lòng không hiểu thực sự, trong thâm tâm, mấy chú nghĩ
gì, mơ ước gì.

Chính vì thế, đưa nhân vật chú tiểu vào truyện là một điều không đơn
giản. Nếu "đạo" quá, truyện sẽ khô, cứng; nếu "đời" quá, rất dễ đi quá
đà, phóng túng. Ấy thế mà, qua "Piano Sonata 14", Tuệ Sỹ xây dựng một
chú tiểu hết sức sống động, vừa có nét hồn nhiên của một chú bé lên
12 vừa có phong thái nề nếp của một chú tiểu nằm trong khuôn phép.
Đồng thời, nếu tinh ý, ta sẽ thấy tác giả khôn khéo rắc vào một chút gia
vị thế tục, tuy rất nhẹ nhàng, nhưng thấm thía.

Chú tiểu tên Nghi, 12 tuổi đang học lớp đệ lục trường công lập. Mẹ chú,
không rõ vì lý do gì, mang chú lên giao cho chùa rồi đi mất; về sau, bà
chết, được tu viện lập bàn thờ thờ trong chùa. Chú chăm chỉ làm việc

chùa, "*châm trà, lau bàn ghế và quét dọn trong phòng của sư trưởng. Không ai biết tuổi thơ trôi qua như vậy đang ấp ủ sự gì. Sự thành kính khi bưng ấm trà để vào khay.*" Hằng ngày, chú lại phải học về "*ý nghĩa của sự vô thường, khổ đau và giả tạo đang đè nặng kiếp người.*" Ấy thế mà chú tiểu cũng là một cậu bé nghịch ngợm: thường xuyên trốn chùa ra ngoài đi chơi, qua cổng chính, bằng cách "*làm cho một chấn song cửa sắt gẫy hết một đầu, chỉ cần kéo nhẹ qua là lách mình vào lọt. Rồi sau đó nắn lại*", mà sư trưởng tu viện không hề biết. Ghét cái miếu thờ bà ở trong khuôn viên chùa, có lúc, chú hứng thú "*leo lên đống ngói đứng đái, xoay người tứ phía y hệt như tưới rau.*" Hay "*Ăn cắp chuối trên bàn Phật, hay lên qua vườn rau nhổ bậy vài bụi cải cho những cuộc kiết tập kín đáo, với bánh tráng mỏng và nước tương dầm ớt thiệt cay.*"

Một hôm, ra vườn sau, chú khám phá ra một điều mới mẻ: ban đêm, giữa "*luồng trăng bạc như sương khuya lấp lánh đang nhảy múa chập chờn trên các luống cải,*" chú bỗng nghe một thứ âm thanh "*ngọt ngào và quyến rũ*" vọng lại từ bên kia con đường. Tò mò, chú không ngần ngại "*chui qua hàng rào kẽm gai, băng qua vườn, sang tuốt con đường đất*", tìm đến "*một ngôi nhà ẩn sau nhiều bóng cây rậm rạp*", nơi "*đang có người chơi đàn.*" Ở đó, "*Xuyên qua khung cửa sổ, chú thấy một mái tóc chảy dài, nghiêng nghiêng theo âm điệu to nhỏ và tiết điệu buông lơi của tiếng đàn.*" À, người đánh đàn là một cô người Huế. Cô mở cửa cho chú điệu vào. Dưới cái nhìn của cô, chú điệu với "*Chỏm tóc lệch qua một bên, phủ mép trán. Đôi mắt sáng ngây thơ dưới hàng mi dài và cong.*" Khi cười, chú "*chớp hai hàng mi tinh nghịch. Nụ cười của trẻ thơ, trong trắng và hồn nhiên, nhưng quá nhỏ nhoi và khiêm tốn giữa một thế giới đòi hỏi quá nhiều sự trang nghiêm và kính cẩn. Tuổi thơ hiếm hoi cho một tâm hồn tập sự săn đuổi những ước mơ ngoài tầm với bắt của con người.*" Cô mời chú vào. Và lần đầu tiên chú thích thú nhìn thấy "*cây đàn kê sát vách tường nhìn nghiêng ra khung cửa sổ.*" Chú đi thẳng lại đó, níu hai tay lên thùng đàn, đôi mắt thích thú cúi nhìn chăm chú những phím đen trắng chen nhau sắp thành một hàng thẳng. Được chủ nhân cho phép, chú "*đặt cả bàn tay lên phím đàn và ấn xuống. Âm thanh so le nhau cùng tấu lên. Khi cất tay, chú nghe chúng ngân dài, lẫn vào thùng đàn như đang chìm sâu vào trong bóng tối hun hút phía sau."*

Thấy chú thích đàn, cô gái hứa sẽ dạy cho chú học. Chú tiểu hoàn toàn là một đứa trẻ vô tư hồn nhiên, thấy lạ thì thích. Thay vì đợi cô gái chỉ dẫn, chú đập tay lên các phím đàn, bị cô gái la, nhưng rồi chú cũng lại đập tay lên các phím đàn một lần nữa. Cái hồn nhiên, tinh nghịch của một chú bé đi tu tạo nên trong lòng cô gái, Như Khuê, những cảm giác lạ, phức tạp:

"Nghĩ lúc nào cũng cao hứng, Như Khuê tự nhiên thấy mình đã thân thiết với chú vô cùng. Cô muốn hôn lên đôi mắt thần tiên của chú. Cửa chùa không biết có vĩnh viễn khép kín nổi con người có cái phong vận như thế. Nhưng chắc cũng có mấy ai có thể nhìn suốt qua đôi mắt kia mà thấy được bóng dáng của huyễn mộng phù sinh. Cô đâu biết, và chưa bao giờ thấy sự thành kính của chú và đôi mắt mông lung như khói trầm. Dù vậy, ngay lúc này, cô thấy rõ hơn ai hết, có lẽ vậy, sự nóng cháy đam mê trong đôi mắt thần tiên đó. Thế mà cô cũng chưa bao giờ thấy được sự nóng cháy của một ngọn nến lẻ loi giữa đêm khuya tịch mịch. Cô bỗng thấy trong thâm tâm mình bây giờ y hệt như một họa sĩ vẽ trúc đã mọc đầy trúc trong bụng. Cô mong cho sự nóng cháy kia không sớm bị dập tắt dưới những kỷ luật lạnh lùng nơi tu viện. Cô có cảm giác mười đầu ngón tay của mình đang vuốt nhẹ lên mặt hồ với những lượn sóng nhỏ." (…) *"Như Khuê nghe cánh tay chú đụng vào người. Cô nhìn lại. Chú đang kéo chỏm tóc sang một bên."*[12]

Cảm giác đó khiến cô gái đâm ra bồn chồn. Tâm trạng này chỉ được phác qua vài nét lửng lơ, nhưng bao hàm nhiều gợi ý:

---

[12] *Piano Sonata 14*, tr. 244, 245

"Cô thích được nắm chỏm tóc của chú mà vuốt dài xuống. Cô đứng tựa mình lên khung cửa và nhìn lên bầu trời. Trăng khuya, lác đác vài ngôi sao. Một ngôi sao... xa quá...

Khi chú đi rồi, *"Như Khuê đứng nhìn bóng trắng khuất ngoài hàng rào bông bụp."*

Trong phần kết thúc, truyện bỗng dưng chuyển sang vị sư trưởng:

"Ngang qua thiền thất, Nghi thấy sư trưởng bắc ghế ngồi nhìn ra phía trước cổng. Cổng sắt đã khép kín. Con đường kéo dài bất tận. Tiếng đàn buông lơi và chạy suốt, mất hút ngoài kia. Nghi lén nhìn sau lưng sư trưởng và sư trưởng thì nhìn vào bóng tối của con đường vì sư biết đó là Piano Sonata 14 với tiến nhịp của sustenuto, chậm nhưng vĩnh viễn chìm sâu trong bóng tối như những làn sóng nhỏ ôm bóng trăng mà ngủ vùi trên bến cát."[13]

Lúc đầu, truyện tập trung vào nhân vật chú tiểu Nghi, rồi đột ngột chuyển qua nhân vật Như Khuê, và cuối cùng, đột ngột chuyển một lần nữa qua vị sư trưởng. Dù chỉ bằng một dòng ngắn ngủi ở cuối truyện, vị sư trưởng trở thành một phần "chưa nói ra hết" của câu chuyện. Chả là vì, hàng đêm, khi tiếng đàn dương cầm vang lên tấu khúc "Khúc Nhạc Dưới Trăng" (Piano Sonata 14 hay Moonlight Sonata) của Ludwig van Beethoven chỉ gợi trí tò mò của chú tiểu thì lại lắng đọng sâu xa trong tâm hồn vị sư trưởng đang chịu trách nhiệm dìu dắt cả một lứa đệ tử tóc đang còn để chỏm, nhưng là tương lai của Giáo Hội sau này.

Hai nhân vật cô gái và vị sư trưởng thì tôi không rõ, nhưng có lẽ có một phần của chú tiểu Nghi trong Tuệ Sỹ!

---

[13] *Piano Sonata 14*, tr. 246

Tôi được nghe Tuệ Sỹ chơi tấu khúc "Piano Sonata 14" nhiều lần ở trong phòng của Thầy tại Đại Học Vạn Hạnh cùng với nhiều ca khúc thời thượng khác thuở đó: "Diễm xưa", "Gọi tên bốn mùa", "Nắng thủy tinh", "Mùa thu chết"…Thầy đàn rất hay, nhuần nhuyễn và đam mê. Những ngón tay dài, nhỏ nhắn của Thầy chạy thoăn thoắt trên phím đàn piano trông rất điệu nghệ, đến nỗi Quỳnh Thu, một cô bạn gái của tôi, sinh viên Vạn Hạnh, thỉnh thoảng lại nài nỉ tôi dẫn cô đến phòng để nghe Thầy đánh đàn. Thầy bảo, Quỳnh Thu có đôi mắt rất đẹp. Một cô bạn khác, Phương Huệ, nữ tu xuất Công giáo, bạn cùng lớp với tôi, cũng thế, lâu lâu lại ghé đến, yêu cầu Thầy đàn. Phương Huệ khen hai bàn tay Thầy xinh xắn, dễ thương.

Tuệ Sỹ, nhà chính luận

Là một nhà giáo, dạy ở tu viện cũng như ngoài đời, lại có lúc đảm nhận trọng trách của một vị lãnh đạo cao cấp của Giáo Hội Phật Giáo Thống Nhất, nên ngoài chuyện nghiên cứu kinh sách Phật Giáo, Tuệ Sỹ rất quan tâm đến những vấn đề vừa đạo vừa đời. Thầy viết khá nhiều tham luận về văn hóa, giáo dục, xã hội và tư tưởng, thẳng thắn phê phán những sai trái, tiêu cực và đưa ra những giải pháp cho các vấn để nêu ra: *"Văn minh tiểu phẩm"*, *"Thư gửi các Tăng sinh Thừa Thiên-Huế"*, *"Trí thức phải nói"*, *"Đạo Phật với thanh niên"*, *"Suy nghĩ về hướng giáo dục cho tuổi trẻ"*, *"Tuổi trẻ lên đường"*, *"Thi ca và tư tưởng"*, *"Giữa thời đại và nhân sinh"*, *"Tư tưởng là gì"*, *"Sự hủy diệt của một trào lưu tư tưởng"*, *"Dẫn vào thế giới văn học Phật Giáo"*…

Tôi ghi nhận một số điểm sau:

1. Một trong những vấn đề tâm huyết của Thầy là vai trò tuổi trẻ đối với đất nước và đạo pháp. Sau khi đã nêu lên và phân tích những khó khăn của Phật Giáo dưới chế độ toàn trị, Thầy để nghị một số giải pháp cụ thể và tích cực:

Đối với những người tuổi trẻ đi theo đường đạo, các tăng sinh phải chọn thái độ dứt khoát:

- một là, "không buông mình chiều theo mọi giá trị hư dối của thế gian, không cúi đầu khuất phục trước mọi cường quyền bạo lực";

- hai là, "Chớ khoa trương bảo vệ Chánh pháp, mà thực tế chỉ là ôm giữ chùa tháp làm chỗ ẩn núp cho Ma vương, là nơi tụ hội của cặn bã xã hội";

- và ba là, "Chớ hô hào truyền pháp giảng kinh, thực chất là mượn lời Phật để xu nịnh vua quan, cầu xin một chút ân huệ dư thừa của thế tục, mua danh bán chức."[14]

Đối với các bạn trẻ theo đường đời, "Các bạn trẻ ấy tự tìm thấy hình thái đạo Phật thích hợp với mình," không nên rập theo "khuôn mẫu do bởi các Anh Chị trưởng, do các Đại đức, Thượng tọa, hay do các nhà nghiên cứu uyên bác." Thay vào đó, tuổi trẻ "hãy đi con đường do chính ta lựa chọn, không cần gì phải lắt nhắt theo dấu vết của Như Lai." Vì sao? Thầy khẳng định: "Không có đạo Phật chung chung cho đồng loạt tuổi trẻ. Mỗi cá nhân tuổi trẻ là biểu hiện của mỗi hình thái đạo Phật sinh động."[15]

Theo tôi, đó là những lời khuyên thẳng thắn, can đảm, phù hợp với điều kiện và nhu cầu của thời đại.

Trong "Văn minh tiểu phẩm",[16] tham luận độc đáo nhất của Thầy, Tuệ Sỹ lên tiếng phê phán quan niệm cho rằng:

---

[14] *Thư gửi các tăng sinh Thừa Thiên - Huế*, tr. 88, tập 2.
[15] *Đạo Phật với thanh niên*, các tr 126-133, tập 2.
[16] *Văn minh tiểu phẩm*, trang nhà Phật Việt. Xem: https://thuvienphatviet.com/thich-tue-sy-van-minh-tieu-pham/

Việt Nam chỉ có văn học từ khi có chữ quốc ngữ.

Không có một nền văn học gọi là văn học Phật giáo; nếu có, thì đó không phải là văn học Việt Nam.

Theo Thầy, quan niệm hoàn toàn sai lầm này xuất phát từ hai yếu tố:

Hạn chế về mặt ngôn ngữ: Tất cả các tác phẩm văn học đều viết bằng chữ Hán hay chữ Nôm. Các thế hệ sau chỉ biết chữ quốc ngữ qua ký tự La-tinh, nên không đọc và hiểu được chữ Hán và chữ Nôm.

Tác động chính trị bên ngoài: sự thống trị của thực dân và sự truyền bá Thiên Chúa giáo.

Tuệ Sỹ quả quyết, "Chính hai yếu tố tác động này đã khiến cho nhiều trí thức Việt Nam bị bứt khỏi gốc rễ truyền thống."

Thầy không phủ nhận giá trị của ký tự La-tinh. Tuy nhiên, theo Thầy, đó "không phải là loại hình ký tự duy nhất để tiếp cận khoa học." Có rất nhiều "khái niệm cũng như nhiều định lý toán học được khám phá không phải do các tư duy và các thuật toán được thực hiện thông qua ký tự La-tinh." Mặt khác, dù có ký tự La-tinh, nhưng cho đến nay, Việt Nam chẳng hề chứng tỏ được đất nước "tiến bộ hơn Nhật Bản, Đài Loan, Hàn Quốc hay Thái Lan" là những quốc gia chỉ sử dụng thứ ký tự mà tổ tiên họ đã truyền lại từ cả ngàn năm nay. Không những thế, Việt Nam còn đi chậm hơn họ cả hàng chục năm. Điều đó chứng tỏ, ký tự chẳng phải là "yếu tố quyết định cho tiến bộ văn minh."

Tuệ Sỹ khẳng định: "*Chữ viết mà chức năng là ký hiệu truyền đạt, và là biểu tượng của tư duy, tự bản chất, phản ảnh phong thái sinh tồn của một dân tộc trong ý thức cá biệt của nó, đồng thời cũng phản ảnh lối quan hệ và ảnh hưởng hỗ tương giữa các dân tộc. Không thể nói loại hình nào ưu việt hay tiện lợi hơn loại hình nào. Người học chữ Hán cho đến một trình độ nào đó sẽ thấy rằng chữ 'Uất' gồm 29 nét không phải là khó nhớ hơn chữ 'Nhất' một nét. Nói rằng chữ Nôm phức tạp cho nên không tiện lợi để phổ biến cho bằng chữ La-tinh, điều này chỉ đúng cho những người mà não trạng đã quen với tập tính lười biếng."*

Mặt khác, cũng trong bài viết này, Tuệ Sỹ thẳng thắn chỉ trích chính sách đối với Phật Giáo của nhà cầm quyền cộng sản. Theo Tuệ Sỹ, *"Sự xuất hiện sau năm 1982 của một tổ chức được mệnh danh là Giáo Hội, mà thực chất là một tổ chức chính trị nằm trong Mặt Trận Tổ Quốc Việt Nam do cán bộ Cộng Sản lãnh đạo, cho thấy trước sau như một, đảng Cộng Sản Việt Nam đã vận dụng các biện pháp kinh điển xã hội chủ nghĩa được thi hành tại Liên Xô cũng như tại Trung Quốc và trong tất cả các nước xã hội chủ nghĩa khác."* Hậu quả là, *"Một thứ Phật giáo theo định hướng xã hội chủ nghĩa còn quái dị hơn một nền kinh tế thị trường theo định hướng xã hội chủ nghĩa mà nhiều phê bình gia kinh tế nhận xét."* Thầy ví von một cách chua chát, *"Sự gán ghép đạo pháp vào chủ nghĩa xã hội chẳng khác nào buộc con chó nhà và chó sói vào một sợi dây, để khi có sự biến, một con tìm cách chui xuống gầm giường, một con cố gắng phóng mình trở lại rừng. Hai con thú giằng co nhau bởi một sợi dây oan nghiệt."*

Nhận thức đó khiến Thầy luôn luôn giữ thái độ của một kẻ sĩ, "Phú quý bất năng dâm, bần tiện bất năng di, uy vũ bất năng khuất", ngay cả khi đứng trước mặt cán bộ nhà nước:

"Hôm trước ở bên Châu Lâm ông Ngọc có lên thăm và nói chuyện, tôi cũng có nói vấn đề này: Vấn đề Giáo hội nằm trong Mặt trận, tôi không chấp nhận. Còn vấn đề liên hiệp giữa hai giáo hội, Tôi nói lập trường của chúng tôi là không có vấn đề liên hiệp. GHPGVN là thành viên của MTTQ, đó là một tổ chức chính trị; chúng tôi không làm chính trị, không liên hiệp với bất cứ tổ chức chính trị nào. Rồi người ta có nói rằng trong qui chế, trong hiến pháp mình thì đảng lãnh đạo tất cả. Tôi nói tôi biết điểm đó. Tôi còn biết Lenin đã nói "đảng phải thông qua tôn giáo để tập họp quần chúng". Lenin nói, cán bộ cộng sản nào mà đàn áp tôn giáo là phản động. Lenin không chấp nhận chuyện đàn áp tôn giáo; trong cộng sản

không có chuyện đàn áp tôn giáo, đó là Lenin đã chỉ thị. "Đảng phải thông qua tôn giáo để tập họp quần chúng" có nghĩa là tôn giáo là một công cụ chính trị của đảng. Vì đảng không đủ khả năng tập họp, phải mượn tay tôn giáo tập họp giùm. Mà tôi không bao giờ để cho Phật giáo làm công cụ cho bất cứ đảng phái chính trị nào. Như Liên Xô, một đảng phái chính trị, 70 năm thì sụp. Cứ cho là đảng CSVN tồn tại 1000 năm nữa đi, tôi cũng không bao giờ đem 2500 năm lịch sử truyền thừa Phật giáo ra làm

công cụ cho bất cứ đảng phái nào. Tôi còn nói: "Nếu mà lời nói này của tôi là tự đào hố chôn mình, tôi vẫn sẵn sàng tự chôn mình, chứ không thể chấp nhận chuyện đó. Còn nếu nói là luật pháp, đúng, tôi tôn trọng luật pháp, nhưng luật pháp mà xâm phạm lý tưởng của tôi, tôi không chấp nhận cái luật pháp đó, chứ đừng có dùng chữ luật pháp với tôi". Đúng là ở trong đất nước nào thì phải tôn trọng luật pháp đó, nhưng nếu tự mình đặt ra luật pháp để dùng luật pháp đó xâm phạm tới giá trị, xâm phạm lý tưởng của người khác thì tôi không chấp nhận luật pháp đó, tôi sẵn sàng chịu chết. Tôi đã từng đứng trước bản án tử hình rồi, tôi không sợ, tôi chấp nhận nó. Đây không phải tôi thách thức, mà là vấn đề lý tưởng của mình..."[17]

---

[17] *Thượng Tọa Thích Tuệ Sỹ kể lại một vài chi tiết về giai đoạn thành lập GHP-GVN và Hòa Thượng Thích Trí Thủ. Tr.* Xem: Trang nhà "Thư viện Hoa Sen": https://thuvienhoasen.org/a8191/thuong-toa-thich-tue-sy-ke-lai-mot-vai-chi-tiet-ve-giai-doan-thanh-lap-ghpgvn-va-ht-thich-tri-thu

Đánh giá về xã hội Việt Nam hiện nay dưới chế độ Cộng Sản qua bài "Trí thức phải nói!", Thầy thừa nhận, Việt Nam có *"những đổi thay từ trên thượng tầng, thấy được sự giầu sang của đất nước qua những tiện nghi vật chất từ các khách sạn năm sao dành cho cán bộ cao cấp và khách nước ngoài."* Nhưng thực ra, đàng sau cái xã hội tiêu thụ hào nhoáng ở sân trước là những *"rác rưởi phế thải được dồn ra sân sau."* Thầy quả quyết, Việt Nam đang là *"một đống rác khổng lồ"*, là *"kho chứa tất cả những gì xấu xa nhất của nhân loại văn minh."* (…) *"Đất nước đã thấm bao nhiêu xương máu của bao nhiêu thế hệ ông cha và bè bạn để dồn lại thành những đống rác như thế, những đống rác càng ngày càng to phình lên một cách khủng khiếp."*[18]

Nhìn lại hiện tình đất nước mấy chục năm qua và ngay cả hiện nay, quả là Thầy không hề quá lời!

Một luận điểm quan trọng khác, tương quan giữa văn học và Phật giáo, được Thầy soi sáng trong bài "Dẫn vào thế giới văn học Phật Giáo".

Nghiên cứu tương quan giữa văn học và tôn giáo, Thầy nhận thấy có một sự nghịch chiều (mà Thầy gọi là "song quan luận") giữa hai lãnh vực:

"Người ta sẽ không đòi hỏi tác giả phải có một phong cách độc đáo trong đường lối phô diễn; y khỏi phải nỗ lực vận dụng mọi khả năng sáng tạo đến mức tuyệt động, vốn là giá trị đặc sắc của một tác giả văn học - thuần túy. Như vậy, một khi nội dung của kinh nghiệm tôn giáo càng được nới rộng, thể tài văn học càng bị thu hẹp lại. Cho đến một lúc nào đó, lúc mà kinh nghiệm tôn giáo được mở rộng đến vô hạn và tận cùng trong tuyệt đối bất khả tri, người ta bị bắt buộc phải khước từ mọi phương tiện diễn đạt qua các thể tài văn học. Đây là một song quan luận của phương tiện (văn học) và cứu cánh (tôn giáo)." Vì thế, theo Thầy, nếu *"khai triển phương tiện đến tận cùng thì cứu cánh sẽ*

---

[18] *Trí thức phải nói*, tr. 90-94, tập 2.

vắng bặt. Ngược lại, nếu tiến đến chỗ tuyệt đối cứu cánh, phương tiện sẽ hết còn là phương tiện. Nói cách khác, hình như cứu cánh tôn giáo, với những chân lý thành kiến của nó, lúc nào cũng sẵn sàng phản bội mọi tính cách sáng tạo của văn học. Văn học không phải là phương tiện của bất cứ một chân lý cứu cánh nào, thành kiến hay không thành kiến, dù là chân lý về sự sống và cuộc đời; vấn đề sẽ mở sang một chiều hướng khác: đâu là phương tiện và đâu là cứu cánh của văn học?" [19]

Thầy đề nghị giải quyết vấn đề nêu trên bằng ba giải pháp sau:

1. Sơ khởi văn học Phật giáo không từ chối vai trò "truyền đạo" của nó. Tức là, chân lý của tôn giáo này, tùy trường hợp, được phô diễn tự do trong mọi thể tài văn học, và coi văn học chỉ như một phương tiện, thứ yếu, không quan trọng cho bằng nội dung.

2. Nhưng, chân lý ở đây mang tính cách nội tại và cá biệt nơi mỗi người, do đó, sự phô diễn của nó cũng bắt đầu như sự bắt đầu của một tác phẩm văn học, nghĩa là, khởi đi từ cảm hứng bộc phát trước một thế giới của kinh nghiệm tâm linh.

3. Trên khía cạnh tôn giáo, chân lý được chứng ngộ là phản ảnh của một thế giới sống động. Trên phương diện diễn đạt của văn học là cảm hứng tự phát của một tình tự cá biệt. Do đó, lấy tánh Không làm chất, lấy thế giới trùng trùng vô tận làm văn. Văn và chất phản chiếu lẫn nhau tạo thành thế giới toàn diện của văn học Phật giáo. [20]

Cách lý luận có tính cách hàn lâm của Thầy về hai lãnh vực văn học và tôn giáo, nói cho đơn giản một chút, thực ra, chính là vấn đề "đạo" và "đời". Theo tôi, thực không dễ gì tìm ra một giải pháp dứt khoát cho vấn đề. Chọn giải pháp nào là tùy cá nhân và cũng "tùy duyên". Riêng Thầy,

---

[19] *Dẫn vào thế giới văn học Phật Giáo*, tr. 96, tập 2
[20] *Dẫn vào thế giới văn học Phật Giáo*, tr. 98, tập 2

nếu đọc lại thật kỹ các sáng tác thơ, văn của Thầy, thì rõ ràng là Thầy đã chọn thực hành, và thực hành một cách nghiêm túc và sống động, giải pháp thứ ba: *"lấy tánh Không làm chất, lấy thế giới trùng trùng vô tận làm văn. Văn và chất phản chiếu lẫn nhau tạo thành thế giới toàn diện của văn học Phật giáo."*

Tuệ Sỹ, nhà nghiên cứu Phật Giáo

Thầy là một học giả đa tài, đa năng. Công trình của Thầy để lại nhiều, mênh mông và đa dạng. Thầy dành trọn cả cuộc đời để viết, hết tiểu luận đến biên khảo, hết biên khảo đến dịch thuật, về những vấn đề Phật giáo và kinh sách Phật Giáo: Nghiệp, Trung Quán, Tánh Không, Bồ Tát Hạnh, Kinh Hoa Nghiêm, Tạp A Hàm, Duy-Ma-Cật, Thiền, tìm hiểu về ngã, về tâm ý thức… Dù Thầy không theo học một trường học nào ở ngoài đời, nhưng với vốn liếng ngoại ngữ tự học, Thầy có thể tự mình đi sâu vào tư tưởng triết học của nhiều triết gia Tây phương quan trọng, vừa của cả cổ truyền lẫn hiện đại, do đó, Thầy nắm rất vững những khái niệm triết học căn bản của họ như: tồn tại, hữu thể, hư vô, bản thể, thường nghiệm, siêu nghiệm… Hãy thử đọc một trích đoạn Thầy bàn về bản chất của tư tưởng viết theo lối văn hàn lâm thường tìm thấy trong các giáo trình triết học Tây phương ở đại học:

"Chúng ta không tư tưởng, không phải vì chúng ta không có cái tư tưởng để mà tư tưởng, nhưng vì cái đó lẩn tránh chúng ta. Bởi vì cái tư tưởng đích thực thì ẩn giấu, lẩn khuất, không biểu lộ; cái biểu lộ chỉ là tác dụng công dụng của nó. Chúng ta đặt lại vấn đề; và chủ đích được nhắm đến là hiệu quả của cung cách đặt lại vấn đề sẽ xảy ra như thế nào. Mọi cái xuất hiện cho ta chỉ có ý nghĩa ở cái công dụng của nó, nghĩa là chúng xuất hiện với tư cách là Dụng tính (Zuhandensein) chứ không như là Thể tính. Chúng ta tư tưởng, nói thế cũng có nghĩa là chúng ta cứu mang Dụng

tính, nghĩa là cưu mang tính cách ích dụng mà một sự thể, một vật hay một người, có thể mang lại cho ta."[21]

Về tư tưởng Phật giáo, ngoài thế mạnh của một người tu học, Thầy lại thông hiểu cả sinh ngữ (Anh, Pháp, Đức) lẫn cổ ngữ (Hán, Phạn, Pali), nên Thầy có thẩm quyền hơn bất cứ ai khác khi biên soạn, thảo luận, đối chiếu và đánh giá lại những vấn đề căn bản trong tư tưởng Phật Giáo. Mặt khác, do thấm nhuần phương pháp lý luận triết học của phương Tây và do tiếp cận và thấu hiểu tinh thần của những bản kinh văn cổ, điều mà các học giả Tây phương thiếu sót, nên cách trình bày tư tưởng Phật Giáo của Thầy trong các công trình biên khảo lúc nào cũng rõ ràng, sâu sắc và thuyết phục, không bị thiên kiến tư tưởng Đông hay Tây chi phối. Theo tu sĩ Thích Nguyên Siêu, *"Thầy đã đơn đao độc kích phá tung nền triết học Tánh Không, khai quật và trình bày giá trị sâu thẳm tận cùng tư tưởng Trung Quán, phiên dịch giảng giải Trí Độ luận, để từ đó, hình ảnh chư Tổ Đức, luận sư nổi tiếng, vang danh oai đức như Tổ Long Thọ, người bấy giờ tôn xưng là Đệ nhị Thích Ca, Đề Bà, Vô Trước, Thế Thân, Mã Minh, Huyền Trang, La Thập, Tăng Duệ, Tăng Triệu... dường như quá gần gũi, quen thân với Thầy. Vì tất cả các tác phẩm trước tác, dịch thuật của chư Tổ, như là sách gối đầu giường của Thầy, còn Tam Tạng kinh điển, bộ Đại Tạng, chẳng bộ nào mà Thầy không giở đọc. Người viết đã học với Thầy, sau đó cùng Thầy làm việc dịch thuật Trung A Hàm, Kinh Pháp Cú, tuyển tập Nikàya A Hàm... qua những năm 75-77 tại Viện Cao đẳng Hải Đức Nha Trang và 80-84 tại Tu viện Quảng Hương Già Lam cũng là nơi thư viện Vạn Hạnh (Võ Di Nguy, Phú Nhuận) mới thấy được khả năng, trí nhớ trác tuyệt của Thầy. Kinh, luật, luận, Tam Tạng giáo điển, hầu như Thầy nằm lòng tự kiếp nào."*[22]

---

[21] *Tư tưởng là gì?*, tr. 136, tập 1

[22] Thích Nguyên Siêu, *Hòa thượng Tuệ Sỹ, Trí Siêu, những thiên tài lỗi lạc*, tr. 27, 28, tập 1.

Riêng tôi, là một người thích nghiên cứu về phân tâm học, đặc biệt là vấn đề tâm thức và bản ngã, tôi hết sức thú vị khi đọc hai bài tham luận của Thầy, một là "Truy tìm bản ngã" và hai, "Tâm ý thức".

Nếu trong phân tâm học Freud, cái "ngã" (the ego) là một thực thể tâm lý bị chi phối bởi cái "ấy" (Id) tức là bản năng và cái "siêu ngã" (super-ego) đóng vai trò kiểm soát, thì trong Phật Giáo, cái "ngã" là một ảo tưởng, nghĩa là không có thực, cần phải được phá bỏ (phá chấp) trên con đường giải thoát. Do đó, vô ngã là quan điểm cốt lõi của Phật Giáo. Nói thì đơn giản như thế, nhưng càng đi sâu vào tư tưởng vô ngã, người học Phật càng thấy rối rắm, phức tạp, không dễ gì nắm vững. Để hiểu vô ngã thì trước hết phải hiểu bản ngã.

Giải thích về sự hình thành của bản ngã, Thầy sử dụng một ví dụ rất cụ thể:

"Có một người mới mua về một con chó, đặt tên cho nó Lucky. Ban đầu, gọi Lucky, nó dửng dưng, vô cảm. Dần dần, nghe hai tiếng Lucky, nó mừng rỡ, ngoắt đuôi. Nó đã hiểu Lucky là cái gì, và như vậy nó cũng hiểu nó là cái gì. Nó hình thành một cái vỏ tự ngã mới qua một cái tên gọi mới. Trước khi có một tên gọi, nó vẫn tồn tại, và tự bảo vệ sự tồn tại ấy. Nó tìm thức ăn, tìm chỗ ngủ, và cắn bất cứ ai đến gần như muốn đe dọa, uy hiếp nó. Khi được đặt tên, toàn thể sự tồn tại ấy bây giờ tồn tại dưới một cái tên Lucky. Dù vậy, nếu có ai xúc phạm đến cái tên Lucky, nó không có phản ứng gì. Nhưng với một con người, khi cái tên gọi, một cái danh gì đó, mà bị xúc phạm, thì hãy coi chừng. Tất nhiên, con người cho đến một tuổi nào đó mới biết nó tên gì, cũng như con Lucky vậy. Rõ ràng cái danh mang nội hàm tự ngã ấy chỉ là hư danh, nhưng con người cũng như vậy đau khổ hay hạnh phúc bởi chính cái hư danh đó. Một ông thầy giáo có cái ngã là thầy giáo. Ai xúc phạm đến danh từ thầy giáo, chức nghiệp nhà giáo, người ấy phải bị khiển trách. Nó là ông vua, nhưng ban đêm lén ra ngoài thành chơi. Dân nào không biết mà đối xử vô lễ như với dân thường, hãy coi chừng. Tự ngã chỉ là cái danh, và đó là giả danh do nghề nghiệp, hay do chỗ ngồi, chỗ đứng giữa mọi người mà đạt thành. Cái giả

danh chỉ mới hình thành trong một đời người thôi, mà đã khó quên, khó trừ như vậy; nếu là cái ngã được tích lũy trong nhiều đời, tất không dễ gì trừ bỏ. Cái ngã của ông xã trưởng chỉ to bằng cái xã của ông. Cái ngã của một quốc vương to bằng cái vương quốc của ông. Cái ngã của một nhà thông kim bác cổ thì dài bằng thời gian kim cổ, rộng bằng không gian đông tây. Cái ngã của một chúng sinh luân hồi trong tam giới, tất cũng lớn bằng cả tam giới. Cái ngã ấy không phải dễ nhận ra. Không nhận ra nó, để thấy nó là thật hay giả, thì cũng không thể tận cùng biên giới đau khổ."[23]

Thay vì sử dụng các thuật ngữ triết học để biến những điều đơn giản và dễ hiểu thành những điều khó hiểu (như cách khoe chữ của một số nhà trí thức), trong trích đoạn trên, Thầy đã cố gắng biến những ý niệm khó hiểu thành những điều mà ai cũng có thể hiểu ngay, khiến cho nó dễ dàng đến với những người bình thường, không đòi hỏi một trình độ học vấn chuyên môn nào.

Nhưng khi bàn về "Tâm ý thức", do tính cách tương đối phức tạp của nó, Thầy buộc phải sử dụng cách viết hàn lâm, nhưng vẫn cố gắng không biến thành những điều bí hiểm. Trong lúc ở chữ Hán, tâm đơn giản chỉ có nghĩa là trái tim, tấm lòng hay sự suy nghĩ, thì ở trong tiếng Phạn, tâm được hiểu một cách sâu xa hơn.

"Theo tiếng Phạn, tâm (citta) có nghĩa là tích tập. Định nghĩa này được thấy trong kinh Hoa Nghiêm, bản dịch chữ Hán của Bát-nhã (quyển 6): tích tập danh tâm 積集名　心. Nó do gốc động từ là CI (cinoti): tích chứa, tích lũy, tăng trưởng và cũng có nghĩa là quán sát, tri nhận, cảm nhận. Đây là định nghĩa đặc biệt trong thuật ngữ Phật giáo, đặc biệt là Đại thừa. Nghĩa thông thường của nó, được nói là do gốc động từ cit hay cint (cintayati): tư duy, suy tưởng. Tâm là cái tư duy. Nói tâm là cái tích tập: tích tập gì? Một cách tổng quát, đó là kinh nghiệm hay nhận thức

---

được tích lũy. Vậy tâm là kinh nghiệm đời sống; tất cả những gì đã từng trải, bằng hành động và nhận thức, tích lũy lại thành tâm. Nếu diễn tả ra trong cuộc đời con người, từ khi bắt đầu biết suy nghĩ, biết hành động và có ghi nhớ, cho đến khi chết; tất cả những ghi nhớ trong óc não còn lại đó gọi là tâm.”[24]

(…) *“Tóm lại, có mấy vấn đề, chúng ta đi từ từ: tâm là sự tích tập, tích lũy kinh nghiệm. Mà kinh nghiệm là hoạt động của nghiệp, nghiệp tạo ra thế gian, nhưng cái tâm thì chúng ta không thể hiểu được, không thể biết được, vì không thấy được mà phải nhìn qua những hiệu quả của nó, tức là những công dụng, tác dụng mà nó gây ra trên mọi thứ tồn tại trong đời. Tác dụng của nó là duy trì sự tồn tại, duy trì mối quan hệ của các sự vật, tồn tại của các pháp.”*[25]

Để dễ hiểu hơn, Thầy ví von cái tâm trừu tượng đó với một vật cụ thể và hiện đại: máy vi tính.

“Con bò ráp nối dữ liệu tích lũy theo kiểu nó; con chuột ráp nối cảnh theo cách của nó, để nó nhìn và hiểu thực tại theo cái cách khác nhau của mỗi loài; mặc dù mắt tai mũi lưỡi giống nhau nhưng sự ráp nối khác nhau. Ta hãy lấy thí dụ về máy vi tính. Các dữ liệu được nhập thông qua bàn phím và con chuột [mouse] là sáu thức. Chúng được lưu trữ như là các chủng tử được tích chứa trong kho chứa thức thứ tám (thức a-lại-da). Tại đó, chúng được đưa vào trung tâm xử lý để chờ xuất. Trung tâm xử lý dữ liệu đó là thức thứ bảy.”[26]

(…) *Tự bản chất, chúng là những dạng xung điện có và không, 1 và 0, nhưng do kết cấu của hệ thống vi mạch để nhận xung điện; rồi tùy theo lập trình mà chúng được đưa vào bộ vi xử lý để xử lý, cho ra kết quả với*

---

[24] *Tâm ý thức*, tr. 327, 328 tập 1
[25] *Tâm ý thức*, tr. 330, tập 1
[26] *Tâm ý thức*, tr. 331, tập 1

nhiều hình thái khác nhau trên màn hình: núi, sông, nhân vật; khóc, cười, yêu, ghét... đủ mọi cảnh đời. Tất cả đều là do sự ghép nối. Thuật ngữ Phật học gọi sự ghép nối ấy là phân biệt. Đôi khi nói thêm là phân biệt vọng tưởng. Phân biệt, nghĩa là cấu trúc lại thực tại."[27]

Dẫn lại vài trích đoạn trên, tôi không cố ý muốn làm rối trí thêm độc giả về một vấn đề hết sức khúc mắc và tinh tế của Phật Giáo, đòi hỏi phải học hỏi và nghiền ngẫm lâu dài. Tôi chỉ muốn mọi người thấy rõ phương cách làm việc và tấm lòng cao cả của Thầy: tìm cách chuyển tải những vấn đề căn bản của Phật giáo đến đại chúng thuộc mọi trình độ khác nhau bằng cách sử dụng một văn phong và lập luận rõ ràng, cụ thể.

*

Hòa Thượng Thích Tuệ Sỹ là một tu sĩ Phật Giáo, nhưng những gì Thầy để lại cho hậu thế không chỉ là để truyền bá đạo Phật và dành cho những người Phật tử, mà là một sự nghiệp văn hóa đa dạng, liên quan mật thiết đến cuộc nhân sinh, đến tư tưởng, đến nghệ thuật và những vấn đề nóng bỏng khác của dân tộc trong quá khứ cũng như trong thời hiện đại. Hòa Thượng xứng đáng được vinh danh là một trong những khuôn mặt văn hóa tiêu biểu của Việt Nam.

Nguyện cầu Thầy thân tâm thường an lạc!

Trần Hữu Thục

Dallas, 9/2023

---

[27] *Tâm ý thức*, tr. 333, tập 1

Ghi chú:

Hầu hết những tài liệu trích dẫn trong bài viết đều được lấy từ nguồn "TUỆ SỸ - NHỮNG PHƯƠNG TRỜI VIỄN MỘNG" tập 1, tập 2 và tập 3 do Nguyễn Hiền Đức (Santa Ana, California, Hoa Kỳ) thực hiện (2016).

Tập 1: https://thuvienhoasen.org/images/file/MPQX8XyQ1AgQAFUK/tue-sy-nhung-phuong-troi-vien-mong-tap1.pdf

Tập 2: https://thuvienhoasen.org/images/file/t8qYfIKQ1AgQAC0M/tue-sy-nhung-phuong-troi-vien-mong-tap2.pdf

Tập 3: https://thuvienhoasen.org/a27659/tue-sy-nhung-phuong-troi-vien-mong-tap-3

Những bài viết nào của Tuệ Sỹ, các ghi chú liên hệ kèm theo chỉ ghi tên bài viết và số trang cùng số tập, mà không ghi tên tác giả.

Nếu trích dẫn từ bài của một tác giả khác, các ghi chú ghi tên tác giả đó, cùng với số trang và số tập.

Nếu bài viết lấy từ trang mạng khác, các ghi chú sẽ ghi rõ tên và đường nối dẫn đến địa chỉ trang mạng đó.

NHỮNG GIỌT TRĂNG ĐÊM ĐÓ

Nguyên Bảo Trần Quang Phước

Duyên lành tôi được gặp Thầy bất ngờ, một đêm trăng tỏ sau tháng Tư, 1975, không lâu. Từ đồi Trại Thủy, Nha trang, Thầy đã lần dò bước xuống những con dốc hẹp gập ghềnh để tìm tôi. Lần đầu tiên gặp vị Thầy nổi danh đúng là một đại hạnh ngộ.

Chỗ tôi ở, trống trải, cửa sân chẳng có, cửa nhà mở toang. Thầy bước qua sân đến trước chái hiên và hỏi vọng tên tôi, tôi vội chạy ra và lắp bắp: *"Mô Phật, con kính chào Thầy"*. Nghi thức chào hỏi đơn giản, rồi xong.

Tôi bắt ghế dựa, mời Thầy và cả hai ngồi cạnh nhau dưới mái hiên. Ánh trăng xuyên qua cành lá, rót những đốm sáng lỗ chỗ lên người Thầy, ốm gầy trong bộ áo quần vạt hò xám nhạt... Nơi đây, bỏ qua những chuyện văn, xin nói về những chuyện Thầy trò đối đáp cứ mãi gây nhiều ấn tượng cho tôi, thường dậy lên trong trí tưởng tôi nhiều thao thức dai dẳng.

1

Lúc đó...

Gió mát thỉnh thoảng lay nhẹ cây lá quanh sân. Những đốm trăng di động trên khuôn mặt Thầy. Thầy nghiêm lại, nói vào chính đề.

"Chắc Phật giáo Miền Nam mình sống không yên với chế độ mới đâu. Mình phải chuẩn bị ứng phó thôi!"

"Ứng phó bằng gì, thưa Thầy?"

"Với Pháp kiếm."

Thầy đáp gọn lỏn, dứt khoát.

Và quả thật, từ đó cho đến nay, Thầy, tay không tấc sắt, chịu mọi nhục hình tù ngục, chịu bao bức bách tâm trí, vẫn:

> *Nhất triều cước lạc huyền nhai hạ*
> *Thủy bả Chân Không đối tịch hồng*
>
> *(Một sớm bước chân sa xuống vách núi cheo leo*
> *Mới lấy Chân Không đối trị lại đêm hồng).*

Với tôi, từ ngôn, hình ảnh Thầy lồng vào bài thơ "Tự Thuật" có hai câu kết trên, thật siêu việt, có thể hiểu theo hướng Đạo đế lẫn Tục đế. Hành trạng, nhân thân, thơ văn, bút tự của Thầy, đến nay đã được quảng diễn dưới nhiều góc cạnh tinh tế, thâm thúy bởi các huynh lữ, triết gia, văn thi sĩ, tăng nhân lẫn Cư sĩ thiện tri thức từng sống gần gũi Thầy hay tri ngộ Thầy qua các tác văn chữ nghĩa của Thầy. Nhưng tựu trung mọi quảng diễn vẫn không ngoài hai hướng trong Nhị đế của Phật đạo.

Lời nói ngắn gọn của Thầy bên hiên trăng năm nào vẫn là ký ức để đời, khiến tôi nghĩ rằng hai câu thơ trên như một thông điệp gửi lại cho người đương thời và về sau, rằng đất nước (có cả Thầy) đã từng kinh qua bao thăng trầm thống khổ, giờ cũng đang bước vào bước ngoặt lịch sử tai ách. Chỉ còn cách lấy Phật đạo để cứu nguy, ứng phó với chủ nghĩa, chính sách "đỏ" vô minh, tăm tối. "Tịch" là ban đêm, tức tối tăm, u ám, cũng là vô minh phủ trùm, vây bủa. "Hồng" là màu đỏ, màu của hận thù, của máu đổ xương rơi, của bạo tàn, oan khốc, cũng là màu của một lá cờ. Qua bài thơ "Tự Thuật" cùng nhiều bài thơ khác của Thầy, nhiều thức giả nhìn Thầy ở nhân cách Đạo Sư, Thiền Sư, Du Tăng... Riêng tôi, Thầy là một Tăng Nhân Nhập Thế, một Kẻ Sĩ, một Nhà Đấu Tranh, một Chiến Sĩ Bất Bạo Động, đã luôn tin tưởng và y cứ vào uy lực bi-trí-dũng, nêu cao tâm chí bất thối, vô úy của Phật đạo nói chung, của Phật Việt nói riêng để "tịch tà cự bí". Uy lực đó Thầy bảo tôi là PHÁP KIẾM. Pháp Kiếm đó không phải bây giờ được Thầy Tuệ Sỹ nhắc tới, mà đã được biết bao Tăng Tổ tiền nhân lẫn cận-đương đại "thủy bả" để đối trị với các thế lực nhân sự, vật chất bạo tàn, lẫn các trào lưu tinh thần, triết hệ hung hiểm mà Hòa thượng Thích Đức Nhuận có lần gọi là Tuệ Kiếm.

Ông Nguyễn Minh Cần, nhà hoạt động chính trị, nhà báo, khi nhận định về nội dung bài thơ "Tự Thuật", đã giải thích hai câu thơ cuối nói trên thế này:

"Dù chưa một lần gặp, nhưng trong tâm tôi hiển hiện dáng dấp của một vị Thầy lớn, một bậc Đại Sư, đứng cao vượt lên trên tất cả những nhỏ nhen hèn hạ, ác độc của những kẻ tiểu nhân đang đầy đọa Thầy... Rồi một sớm sẩy chân rơi xuống vách núi cheo leo, Thầy mới lấy cái Chân Không để mà đối trị lại cái đêm tối đó. Đây mới là chặng đường gian lao, ác liệt nhất trong đời của Thầy, khi sẩy chân rơi xuống vực thẳm địa ngục của các thế lực tà ma ác quỷ, Thầy chỉ còn biết đem cái trí tuệ Bát Nhã sáng láng mà đối chọi với cái đêm tối đầy máu lửa mà thôi".

...

"Càng nghĩ đến Thầy, tôi càng thấy xót xa, càng kính phục đức độ cao quý của Thầy. Nhưng thiết tưởng: chẳng riêng gì Thầy Tuệ Sỹ, mà nhiều vị tăng sĩ khác của nước nhà, khi đứng trước cường quyền, cũng như khi bị đày đọa trong tù ngục, đều đã nêu cao cái tâm đại từ, đại bi, đại hùng, đại lực sáng chói, Cái tâm đó đã hoàn toàn đè bẹp vô minh, độc ác và đê tiện của cường quyền, nêu cao chính nghĩa rực rỡ và chân lý sáng ngời của đạo pháp. Và đó chính là niềm tự hào lớn lao cho các bậc tu hành trong Giáo Hội Phật Giáo truyền thống của dân tộc Việt Nam."

Với tôi, qua "Tự Thuật", Thầy mô tả thân phận, hiện cảnh của mình nhưng cũng để nói lên số phận, hiện tình của cả cộng đồng dân tộc Việt. Văn thơ của Thầy đã biểu hiện rõ đặc tính "một là tất cả, tất cả là một" như thế.

Mới đây, khi viết lời giới thiệu tập thơ "Thơ và Đá" của nhà thơ Nguyễn Đức Sơn, Thầy mô tả về cuộc đời "tự quyết cách sống" rất mực ly kỳ của nhà thơ Sơn Núi, không những nói về phận người -như một tra vấn, thao thức muôn đời của nhân loại về kiếp nhân sinh- nhưng cũng để nói lên sự khước từ khốc liệt, cương quyết thoát ly khỏi xã hội ngục tù, bức bách, bất nhân. Thầy viết:

"...Tôi đã cách điệu hóa chuỗi tương tục sử tính từ thơ của Sơn ...

Từ buổi bình minh của nhân loại, thơ là bản tình ca trong cuộc hôn phối chư thiên và nhân loại, từ những nhớ nhung trằn trọc bởi yếu điệu thục nữ, quân tử hảo cầu. Tôi cũng đã đọc thơ Sơn từ những buổi đầu như vậy. Nhưng rồi những bước leo thang của chiến tranh tàn bạo; những ngôi sao trên bầu trời thanh bình bỗng chuyển mình thành những cụm hỏa châu, soi sáng hố hầm bom đạn dẫy đầy xác chết. Làm thơ, là làm gì? Trong ánh hỏa châu, trong tiếng khóc của bà mẹ mất con, của người vợ mất chồng?

...

Anh chạy trốn chiến tranh, trong những hũ gạo, trong những vách tường hai lớp. Bị tống vào quân lao, bị đẩy ra chiến trường làm lao công tải đạn, có thể bị giết chết như một con chó lạc loài. Rồi với sự giúp đỡ của những người đồng cảm, những người hầu như chưa hề biết đến một câu thơ của anh, anh được ngụy trang trong chiếc áo thầy tu, trốn khỏi chiến trường chết chóc, và tiếp tục sống tạm bợ di chuyển từ chùa này sang chùa khác, để tránh những trận càn quét quân dịch.

Cho đến khi hòa bình được tuyên bố, anh lại lẩn trốn xã hội và tiếp tục nguyền rủa xã hội trong một thứ chủ nghĩa xã hội không có con người, nói như Trần Đức Thảo sau 20 năm im lặng. Cả gia đình anh sống ngoài xã hội như một bộ lạc tiền sử".

Thầy nói chừng đó, không đủ mô tả chân diện "tịch hồng" sao?

"Tịch hồng" đó còn xuất hiện trong nhiều bài thơ của Thầy:

Máu người pha đỏ sắc cờ
Phương trời xẻ nửa giấc mơ dị thường

Nghiêng vai hờn tuổi trẻ
Máu đỏ rợn bên trời.

Tuổi Thầy trông cánh hạc
Cánh hạc vẫn chốc mồng

Mắt con mờ ráng đỏ

Ráng đỏ lệ lưng tròng.

Có phải khi thấu đạt "tiếng ai khóc trong đêm trường uất hận, lời ai ru trào máu lệ bi thương", Thầy không sao cầm lòng để ngăn những dòng lệ tưởng như lệ máu vì phủ một màu ráng đỏ "tang tóc, điêu tàn, hận tủi"?

Đến nỗi khi Thầy về tĩnh thất, màu đỏ máu vẫn ám ảnh, theo đuổi Thầy.

Ơ kìa, nắng đỏ hiên chùa

Trăng non rỏ máu qua mùa mãn tang.

Cảnh *huyết lệ* của trận đồ tương tàn trong dòng sử lịch đã khiến Thầy nhiều phen đổ *lệ huyết* buồn đau.

Chiều khói nhạt như hồn ai còn hận tủi

Từng con sông từng huyết lệ lan tràn.

Thơ của Thầy tràn ngập màu đỏ như một ám ảnh khó nguây nguôi. Cái "tịch hồng" cũng vương vất thê thiết.

Mười năm sau anh băng rừng vượt núi

Tìm quê hương trên vết máu đồng hoang.

Máu người pha đỏ sắc cờ

Phương trời xé nửa giấc mơ dị thường.

Nghiêng vai hờn tuổi trẻ

Màu đỏ rợn bên trời.

Lại ác mộng bởi rừng khuya tàn bạo ấy

Thịt xương người vung vãi lối anh đi
Nhưng đáy mắt không căm thù đỏ cháy.

Ta cúi xuống trên chân người bụi đỏ
Để nhìn sâu trong vết tích hoang đường.

Gà xao xác gọi hồn ta từ quá khứ
Về nơi đây cùng khốn với điêu linh
Hương trái đắng mùa thu buồn bụi đỏ
Ôi ngọt ngào đâu mái tóc em xinh.

Đây khúc nhạc đưa hồn lên máu đỏ
Bước luân hồi chen chúc cọng lau xanh
Xô đẩy mãi sóng vàng không bến đỗ
Trôi lênh đênh ma quỷ rắc tro tàn.

Em đốt tình yêu bằng hận thù
Cháy đỏ mùa đông ta vẫn lạnh.

Và trong u tịch của đêm đen tối ám trên quê hương suốt dòng sử lịch, là thời khắc lộng hành của lang sói, quỷ dữ, ma tinh. Một thứ yêu quái hiện tiền đội lốt người gieo rắc đau khổ oan khốc, lộng hành sách nhiễu lương dân, bắt bớ tù đày con đỏ, vung rải văn hóa đồi trụy, tung tác tham nhũng cùng khắp, bán đất bán biển cho giặc, sát phạt nhau tranh chức giành quyền... không sao kể xiết.

Tôi ngồi giữa tha ma mộ địa
Lạnh trăng tà lụa trắng trải rừng cây
Khuya rờn rợn gió vèo tan bóng quỷ
(...) Để hồn ta theo đốm lửa ma trơi.

Vào buổi sáng sao mai mờ khói hận
Nghe quanh mình lang sói gọi bình minh.

Gọi quỷ sứ từ âm ty kéo dậy
Ngập rừng xanh lấp lánh ánh ma trơi.

Đọc nhiều bài thơ của Thầy, nhiều người bảo rằng thơ mơ hồ vương vất
nỗi buồn vô hạn, xót xa, cay đắng trong lòng, có gì bi lụy, chán chường,
nhiều khi như muốn buông bỏ tất cả.

Đếm tóc bạc tuổi đời chưa đủ
Bụi đường dài gót mỏi đi quanh.

Tay anh với trời cao chim chiều rủ rỉ
Đời lênh đênh thu cánh nhỏ bên đường.

Tơ trắng dài tâm sự
Bồi hồi mộng vẫn không.

Xót xa đời lữ khách
Mệnh yếu thế mà hay.

Tình chung không trả thù người
Khuất thân cho trọn một đời luân lưu.

Không, không phải thế. Thầy vẫn vững lòng, như nhất lời hứa, quyết
trọn lời thề, chỉ khi gục ngã, tắt hơi mới thôi.

Tôi đi chấn chỉnh sơn hà
Hồng rơi vách đá mù sa thị thành.

Đêm mông mênh để lạc lối phù sinh
...Ngày mai đi ta vẽ lại bình minh.

Ôi nỗi buồn từ ngày ta lạc bước

Cố quên mình là thân phận thần tiên

(...) Ta đi xuống quậy trần hoàn nổi sóng

Đốt mặt trời vô hạn cô liêu.

Không, Thầy không hề bi lụy. Viết nhiều thơ văn phản kháng, đối đầu trực diện, chịu lần tù ngục vô lý, xem nhẹ án tử hình (chẳng thèm ký giấy xin tha, thà tuyệt thực mà chết), coi thường mọi vây tỏa thiền môn, bị xua đuổi khỏi nơi cư trú thì chấp nhận làm du tăng, tự vác cuốc bỏ chùa lên ven rừng dựng lều xới đất trồng bí, vun cà... không phải là dũng khí, hùng tâm của Thầy ư? Không phải là đại trương phu, uy vũ bất năng khuất (Mạnh Tử) ư?

Nhưng sục tìm những làn Pháp Kiếm của Thầy trong thơ làm gì. Thơ có công năng sáng tạo nhịp hai, ba, bốn,...; từ tác giả đến người đọc là cuộc lãng du phiêu bồng, bất định. Thi sĩ Trung Niên Bùi Giáng một lần nhận định về thơ của Thầy, có nói: *"Người thi sĩ xuất chúng xuất thần thường có phong thái khác thường... Họ nói rất ít mà nói rất nhiều. Họ nói rất nhiều mà chung quy hồ như chẳng thấy gì hết. Họ nói cho họ, mà như nói hết cho mọi người. Nói cho mọi người mà cơ hồ chẳng bận tâm tới chuyện thiên hạ nghe hay chẳng nghe. Nỗi vui, nỗi buồn của họ chẳng giống lối vui buồn của chúng ta. Do đó chúng ta trách móc họ một cách lệch lạc hết cả (par manque de justice interne)"*. Và thi sĩ Bùi Giáng chốt một câu: *"Thi sĩ không nói rõ. Ấy là giữ khoảng trống vắng lặng phóng nhiệm cho thơ."*

Nói cho cùng, không ai phủ nhận được nhân cách đa diện, đa tài của Thầy Tuệ Sỹ. Có những nhân diện tưởng chừng như không thể tương hòa. Thầy là một Thiền sư khổ hạnh xem vạn pháp là sắc không, vừa là một Chiến sĩ đấu tranh cho dân tộc với sự sắt son kim cương vô hoại (theo Nguyễn Mạnh Trinh, nhà phê bình văn học). Thầy là một Nghệ sĩ phiêu bồng, một Du sĩ phiêu bạt vừa là một Nhà Sư khắc khổ, ẩn nhẫn, thường xuyên bó chân tịnh mặc, trầm tư chốn tĩnh thất, am mây, lều cỏ vắng lặng. Thầy là một Nhà văn có ngọn bút khi thì mượt mà, nhẹ nhàng, phiêu hốt trong những truyện ngắn truyện dài, tâm thư, khuyên bảo, khi thì "chẻ sợi tóc làm tư", "nặng ký", khó hiểu trong các luận giải triết học, kinh văn. Thầy là Học giả bác lãm nghiền ngẫm nghiên cứu, sớ giải kinh luận khúc mắc cũng là Nhạc sĩ mơ màng, lãng đãng với phím đàn, điệu nhạc. Nhưng một điều không sao chối cãi là Thầy sau *"tam thập niên tiền học khổ không"* (ba mươi năm trước học đạo Khổ Không) thì trước vận nước điêu linh, dân tình khốn khổ, Thầy đã dứt khoát *"thủy bả chân không đối tịch hồng"* (nắm giữ Phật đạo đối lại đêm hồng) vừa thực hiện sứ mạng của một tăng nhân, lấy hạnh nguyện Bồ Tát cứu đời, vừa làm sứ mạng của một con dân uy dũng, kiên cường trong vai Chiến sĩ vô úy, Kẻ sĩ chân chánh. Thủy bả chân không đúng là Pháp Kiếm mà Thầy đã tâm sự với tôi đêm nào dưới chái hiên trăng tỏ.

Thầy lấy Pháp Kiếm là để khai ngộ kẻ mê lầm, lạc nẻo vào chập chùng tà vạy, thành quỷ hung, ma dữ. Nhưng chắc chắn Thầy cũng tin rằng tứ chúng khắp nơi đều có Pháp Kiếm vừa hộ thân vừa trừ ác để cùng Thầy gánh vác chuyện non sông. Nỗi buồn cô đơn, thiên lý độc hành, quạnh vắng trong thơ của Thầy không phải là bi lụy, mà lời tâm sự thâm thiết, muốn nhắn gửi về muôn phương, vạn nẻo hãy tâm huyết cùng Thầy đồng chung vung kiếm. Những bài viết *"Thư gửi các Tăng sinh Thừa Thiên Huế"*, *"Đạo Phật với Thanh niên"*, *"Trí thức phải nói"*, *"Tuổi trẻ lên đường* (nói về Thiện Tài Đồng Tử)",... là những khai ngộ, sách tấn đầy đạo tình, chân thiết. Những *"Kháng Thư"*, *"Giác Thư"*, *"Một khía cạnh của vấn đề nhân quyền tại Việt Nam, Tham nhũng một quốc nạn"*, *"Sự biến Lương Sơn"*, *"Văn minh tiểu phẩm"*, *"Phật giáo-Đạo pháp-Chủ nghĩa xã hội: Biến thái của Phật giáo Việt Nam hiện tại"*,... là những lời phản biện, tố cáo hùng hồn, nói thẳng thắn, nói trực diện với tà quyền và quốc dân, cũng là pháp dược giải ngộ. Và đâu đó trong *"Thắng Man giảng luận"*, *"Huyền Thoại Duy-Ma-Cật"* như hàm tàng một thông điệp của Thầy vọng tới mọi tăng sĩ trẻ, mọi cư sĩ, Phật tử nữ nam tràn đầy nhiệt huyết, hãy cùng hòa hội vung lên Pháp Kiếm, những làn Pháp Kiếm mà Thầy tin tưởng có khi còn sắc bén không thua gì hay qua mặt cả Pháp Kiếm của giới Sứ Giả Như Lai.

2

Lúc đó...

Những giọt trăng nhỏ vào đôi mắt Thầy. Đôi mắt lung linh, sáng lên mà sâu thẳm.

"Thưa Thầy, muốn ứng phó mình phải có lực lượng nhân sự. Kinh nghiệm xưa nay, tứ chúng Việt Nam không có an toàn khu khi đấu tranh với các thế lực cầm quyền. Nơi xuất phát và nơi trở về vẫn là mái chùa, vì thế mình bị tan hàng hay tự tan hàng rất nhanh".

"Không, có Trường Sơn. Người ta đã xuống núi, bỏ đi. Nay mình lấy lại".

Cũng lối đáp nhanh, gọn.

Thật sự lúc đó, tôi vẫn bán tính bán nghi lời Thầy. Nhưng càng về sau, đọc nhiều thơ văn của Thầy, mới hay *giấc mơ Trường Sơn* của Thầy không phải là điều phù phiếm. Rõ ràng, với chủ trương lấy Pháp Kiếm để *đối tịch hồng*, Thầy chẳng hề đoái hoài chuyện đấu tranh bạo lực, mà chỉ là lối đấu tranh ròng ý thức hệ, sức mạnh mềm, nói theo lối thời thượng bây giờ. Và xưa nay, cái mà người đời gán gượng là "Phật giáo đấu tranh", thực chất chỉ là hành động của những người giác ngộ tình thế, tự nguyện tụ tập và tan hàng theo thể điệu "vân tập".Vậy thì Thầy cần gì lấy Trường Sơn làm an toàn khu, như tôi vội hiểu non nớt lúc đó, cần chi chỗ tập trung tối cần cho một nhóm người đấu tranh an trú để bảo toàn thân mạng, nghỉ dưỡng, học tập, bàn kế hoạch, v.v... Vậy thì *"lấy lại Trường Sơn"* như Thầy đã nói là lấy ra sao?

Pháp Kiếm vốn gắn bó, sắt son, nội tại, vững trú trong tâm thức những người con Phật, và họ, người thủ pháp, đã và đang "vân tập", lan tỏa nơi nơi trong và ngoài quê tổ. Vậy cần chi một Trường Sơn sắc tướng làm cõi trú an toàn nhân mạng, khí tài! Cần chi hang kín khe sâu, đá che đất chắn, để có nơi ăn ở an toàn, gió mưa không hại. Lấy lại Trường Sơn

là lấy Linh Khí, Hồn Thiêng Sông Núi. Lấy lại tinh anh, khí vượng của sừng sững đất trời, của vững bền đá dựng.

Trường Sơn, cột sống của mảnh đất Việt Nam, là cốt lõi, tinh hoa, sức mạnh hùng tráng của cả một dân tộc. Nhưng hỡi ôi, Trường Sơn đã bao lần bị làm cho ô uế bởi hận thù, tham tàn, đẩy con dân vào cuộc nội chiến huynh đệ tương tàn, bom rơi đạn xả, máu chảy thịt tan, đưa phe ta phe địch vào cuộc tử sinh tang tóc. Và cả khi hòa bình rồi mà *"xã hội vẫn còn là xã hội chủ nghĩa không có con người"*. Giấc mơ Trường Sơn của Thầy Tuệ Sỹ là nguyện ước *tịnh hóa* lại nơi chốn uy linh của bao đời tổ tiên Việt tộc dựng xây, bồi đắp, gìn giữ khởi từ thời mở nước, sau khi Thầy đã *"nhìn hun hút cho dài thêm lịch sử, dài con sông tràn máu lệ quê cha"*. Xin lập lại: Trường Sơn là biểu tượng của hồn thiêng dân tộc, là linh khí giống nòi, là long mạch Rồng Tiên. Trường Sơn từng là vạn lý trường thành để Việt tộc dựa lưng vững chãi, làm lá chắn an toàn, chận đứng mọi mưu đồ ngoại xâm từ sườn tây. Một vạn lý trường thành thiên nhiên tự tạo, không hề dựng lên bằng máu lệ, thịt xương của bao lớp dân đen bị xua đi nô dịch như thời vua Tần. Và ngày nay, hãy giải oan Trường Sơn, nơi chôn vùi bao thế hệ thanh niên thiếu nữ cho những chiến trận điên rồ, phi lý. Hãy ngày đêm vọng về Trường Sơn mà thống hối cho những cuộc tình dang dở lứa đôi, những chia ly bất trắc giữa vợ với chồng, giữa cha mẹ với con ngoan, giữa anh chị với em hiền, giữa những người xóm giềng thân thiết. Hãy tụ nhau thắp lửa, châm hương tưởng niệm dưới chân Trường Sơn mà nguyện hứa phải trả lá lại cho cành, trả cây lại cho gốc, trả nước trong cho suối, trả nước sạch cho thác, bồi đất tươi lại cho rừng. Hãy tài bồi lại những nơi Trường Sơn bị đạn bom cày nát, bị đào làm hầm trú, bẫy chông, bị phanh thây phá núi xẻ đường, đặt mìn, lắp súng. Hãy dặn con cháu luôn giữ cho rừng núi Trường Sơn mãi mãi xanh tươi, thanh sạch môi sinh, bảo vệ sinh thái, làm dịu bớt sự nóng rát của những cơn gió Lào hung hiểm. Hãy dặn con cháu luôn giữ nước thượng nguồn Trường Sơn mãi mãi tinh khiết, đã bao đời chảy xuôi về tưới tẩm rẫy nương, đổ đầy ao cá, ngập mát hồ tôm, và góp mặn mà, xanh thắm cho biển Thái Bình bát ngát, bao la.

Thầy Tuệ Sỹ đã nhìn Trường Sơn bằng tâm thức dị thường, vừa xót xa vừa hoài vọng, vừa mặc niệm vừa hô tán như một tín đồ trước linh tự u huyền, chiêu cảm.

Quê người trên đỉnh Trường Sơn
Cho ta gởi một nỗi hờn thiên thu.

Mây không trôi về Bắc
Người mơ về Trường Sơn.

Lời tiễn biệt nói gì sau tiếng hát
Hỏi phương nào cho nguyện ước Trường Sơn.

Mười năm nữa anh vẫn lầm lì phố thị
Yêu rừng sâu nên khóe mắt rưng rưng.

Còn đây góc núi trơ vơ
Nghìn năm ta mãi đứng chờ đỉnh cao.

Nhưng thơ của Thầy, không chỉ vọng về Trường Sơn phong phú tài nguyên, mà còn kết hợp Trường Sơn với biển Thái Bình giàu sang hải sản, hải lộ quốc tế hòa bình, mở lòng bát ngát ôm lấy quê hương phía đông.

Nhìn quê hương qua chứng tích điêu tàn
Triều Đông hải vẫn thì thầm cát trắng
Truyện tình người và nhịp thở Trường Sơn.

Rừng sâu mấy nhịp Trường Sơn
Biển Đông mấy độ triều dâng ráng Hồng.

Tôi vẫn đợi suốt đời quên sóng vỗ
Quên những người xuôi ngược Thái bình dương.

Từ những ngày Thái Bình Dương dậy sóng
Quê hương mình khô quặn máu thù chung.

Nhưng hiểu rặng Trường Sơn, biển Thái Bình theo nghĩa thực thể vật chất như thế, e chẳng trọn vẹn đúng ý Thầy. Nhà thơ kiệt xuất Bùi Giáng đã nhìn ra ý nghĩa thâm sâu trong hai câu thơ của Thầy:

Từ núi lạnh đến biển im muôn thuở
Đỉnh đá này và hạt muối chưa tan.

Nhà thơ viết: *"Đỉnh đá và hạt muối là hai chốn kết tụ tinh thể của núi và biển. Đỉnh đá quy tụ về mọi hương màu trời mây rừng rú. Hạt muối là chứa chất cái lượng hải hàm của trùng dương. Đó là cái bất tận của của tâm tình dừng sững tại giữa tuế nguyệt phiêu du".* Diễn cái ý thâm sâu thế này thật ra cũng khó nắm bắt rõ nét. Thôi thì, với trí sơ cơ, xin hiểu Đỉnh đá và Hạt muối là tinh thể uyên nguyên, là cốt lõi tinh ròng của núi và biển, của non và nước, biểu thị cho Quê Hương, Tổ Quốc. Và từ đây, hy vọng dễ thấm ý thơ Thầy.

Trời viễn mộng đọa đày đi mấy thuở
Mộng kiêu hùng hay muối mặn trùng khơi.

Vẫn lăn lóc với đá mòn dứt lối
Đá mòn ơi cười một thuở chiêm bao.

Hận thù sôi giữa ráng chiều
Sông tràn núi lở nước triều mênh mông.

Ta gọi kiến, ngập ngừng mây bạc
Đường ta đi, non nước bồi hồi.
...Non nước ấy trầm ngâm từ độ
Lửa rừng khuya yêu xác lá khô.

Hoang vu
Cồn cát
Trăng mù
Cỏ cây mộng mị
Cơ đồ nước non.

Trao đời hương nhụy phơi hồn đá
Thăm thẳm mù khơi sương mấy tầng.

Nhưng, ngẫm cho kỹ, lý sự như trên không khéo vẫn cứ lạc xa hàm ý của Thầy. Trong tập *"Tuổi trẻ lên đường"* nói về Thiện Tài Đồng Tử tầm sư học đạo, đến đoạn III *"Đại Dương Chào Đón"*, Thầy đã khởi đầu bằng hai câu thơ:

Từ núi lạnh đến biển im muôn thuở

Đỉnh đá này và hạt muối chưa tan.

Rồi Thầy liền tiếp tục giải thích: *"Hết núi cao rồi lại đến biển rộng mù khơi, con đường xuất thế cũng là con đường nhập thế. Cái học Bồ tát đạo là học từ những âm thanh u tịch của núi rừng cho đến những gào thét của muôn trùng sóng biển... Sau 12 năm Thiện Tài ngồi nhìn mặt biển để chiêm nghiệm tính chất bao la sâu thẳm của nó, với những đặc tính riêng biệt của nó. Khám phá và chứng nghiệm một đặc tính của nó. Đồng thời cũng chứng nghiệm một đặc tính của tâm và của tất cả những gì tồn tại, bởi vì, một là tất cả và tất cả là một... Như thế, tinh thể của biển cũng là tinh thể của hết thảy Phật pháp."*

Lại nói theo điệu sơ cơ, Trường Sơn và Thái Bình, Núi và Biển, Đỉnh Đá và Hạt Muối hàm tàng một nội lực thù thắng của Bồ tát đạo, tinh chuyên tự độ và độ tha, vô ngại vô úy vô cầu phụng sự chúng sanh, và chắc hẳn cũng để hoàn mãn sứ mạng cùng dùng Pháp Kiếm nhằm trừ mê, diệt tà.

Trở lại chuyện Trường Sơn, nhà văn, nhà thơ Viên Linh đã viết về Thầy Tuệ Sỹ thế này: *"...Mờ mờ phía một ngôi chùa ở Thượng Lào, nơi Tuệ Sỹ đã ôm bình bát khất thực cùng một đoàn Tăng sĩ, và đôi chân rất nhỏ đi một đôi dép rất mỏng ấy đã vượt Trường Sơn về Quê Mẹ, vào lúc 11 tuổi. Tôi tin rằng Tuệ Sỹ sẽ còn vượt Trường Sơn nữa, và vượt ngược Trường Sơn, dựng lại Đất Nước".*

Vâng, Thầy muốn dựng lại Đất Nước bằng Pháp Kiếm vi diệu, thù thắng. Giấc mơ Trường Sơn của Thầy chưa một lần ngừng đứng, vẫn như nhất, gang thép trong hành trạng, tâm thức, lời nói, bút văn của Thầy bây giờ và về sau.

Tôi đi chấn chỉnh sơn hà

Hồng rơi vách đá mù sa thị thành.

3

Ánh trăng khảm những vết bạc lỗ chỗ lên nền, vách hiên nhà, trên lớp quần áo xám mỏng manh, trên hai má ốm thóp của Thầy.

"Thưa Thầy, con thấy truyện ngắn 'Piano Sonata 14' của Thầy kết thúc bất ngờ quá, làm câu chuyện cụt lủn, như thiếu thiếu cái gì."

Trăng bỗng lung linh trong mắt Thầy, hai tai vểnh của Thầy như hai cánh bướm muốn bay lên. Thầy đáp một mạch, giọng lên xuống vui vui.

"Định viết thêm. Chú tiểu Nghi lớn lên, được Sư Ông gửi đi xa tu học. Chú trưởng thành, trở về thăm chùa cũ. Sư ông không còn. Cô gái có lẽ đã theo chồng. Một hôm, chú đi dạo biển. Ngồi nghỉ trên cát, nhìn trời nhìn biển, bỗng chú nghe trong sóng vỗ đập, trong nước dạt bờ rì rào, tiếng dương cầm năm nào ngân rung trầm bổng. Đồng thời chú cũng ngộ ra tiếng hải triều vang vọng giữa biển đời".

Câu nói một lèo, chấm và phẩy là tôi thêm vào khi viết lại thế này cho rõ nghĩa.

Nhưng rồi Thầy chẳng bao giờ, và chẳng cần viết nốt đoạn văn đó. Bởi những gì Thầy hành hoạt cho Đạo Pháp và Dân tộc, những năm tháng tù ngục, những ngày giờ lang thang, những trăn trở trước xã hội suy trầm, những ấm ức về đất nước bế tắc, những xao xuyến vì Giáo Hội Thống Nhất chao đảo, những câu thơ trầm thống thiết tha, những truyện ngắn dài hàm ý cao thâm, những chương sớ giải kinh văn bác lãm, những trang nghị luận thế sự tinh tường, những bức thư tỏ bày thâm thiết,... làm nên hành trạng uy hùng, sự nghiệp to lớn vì Đạo vì Đời. Chừng đó thực sự đã thay thế nhân cách, tâm thức của một chú

[253]

Nghi khi khôn lớn, và làm nên phiên khúc tuyệt diệu nối dài cho mấy câu kết trong truyện "Piano Sonata 14".

Tôi nghe nói thời Thầy dạy ở Viện Đại Học Vạn Hạnh, các sinh viên kinh ngạc, trầm trồ thán phục khi thấy Thầy ngồi thanh thản đánh đàn dương cầm trong phòng nghe nhạc thính phòng của Viện. Và mới đây anh Trần Trung Đạo đưa lên mạng hình ảnh Thầy đang chơi piano, có lẽ chỉ là Phân khúc đầu bản Sonate 14 của Beethoven, về sau được người đời đặt tên Moonlight. Có lần tôi được nhìn Thầy đánh dương cầm qua mạng ai đó, không nghe

Tranh của Đạo hữu
Nguyên Bảo Trần Quang Phước

được âm thanh, nhưng thấy thân Thầy chuyển động khi thẳng lưng, khi khòm xuống trên mặt piano, hai tay Thầy khi lướt nhanh khi dập mạnh trên những phím trắng đen, không rõ có phải Thầy đang đàn lại bản Moonlight ngày nào mà chú tiểu Nghi say mê? Tôi mơ hồ cuộc đời giông bão của Thầy, trải qua bao gian khổ vui ít khổ nhiều, cũng thăng trầm như ba phân khúc của Sonata 14. Âm giai đoạn khởi đầu như phác họa quãng đời đôn hậu, an bình Adagio, tưởng như cứ chậm trôi bất tuyệt Sostenedo. Nhưng rồi chuyển qua thần khí thanh xuân tươi mát, nhanh nhẹn, phấn chấn Allegreto. Và cuối cùng âm tiết dồn dập như đang đối diện trước sự hối hả, đa tạp của thế tình Presto, mà vẫn phải trụ tâm trong như nhiên, dễ mến, phải ứng xử cho đạo vị, chiêu cảm Agitato.

Tiếng nhạc phiêu bồng đã theo suốt Thầy vạn nẻo.

Ngược xuôi nhớ mãi cung đàn

Ai đem quán trọ mà ngăn nẻo về.

Ta so phấn nhụy trên màu úa

Trên phím dương cầm, hay máu xanh.

Tự hôm nào suối tóc ngọt lời ca

Tay em rung trên những phím lụa ngà

...Vùng đất đỏ bàn tay ai bối rối

Đạp cung đàn sương úa đọng vành môi

...Mờ phố thị những chiều hôn suối tóc

Bóng ai ngồi so phím lụa ngày xưa.

Tiếng dương cầm chừng đó như tuồng vẫn chưa chuyên chở hết những trầm tư thế sự, những vấn hỏi phận người. Làm sao cho tiếng dương cầm không chỉ là những âm ba chuyển động của lòng thổn thức, nỗi ưu phiền cá nhân mà còn là giai điệu của chuyển vần lịch sử, của thăng trầm đất nước, của xao động dân tình. Mười ba khổ thơ trong "Những Điệp Khúc Cho Dương Cầm" của Thầy xuất bản năm 2009 có nói thêm chi? Thơ được dịch ra Pháp văn và có hình minh họa bởi nữ dịch giả Dominique de Miscault, bà đã lạm bàn đôi câu:

"Đó chẳng phải là những khoảng hư không mà các tác gia thần bí đã trải nghiệm? Kinh nghiệm phiêu du trong bóng đêm và tĩnh lặng, cũng như những tâm hồn khắc khoải, vô vọng truy tầm lời giải đáp cho những hy sinh, dù là tự nguyện hay cưỡng chế? (...) Tôi chọn những từ ngữ và ảnh tượng đơn giản nhất, đã giản lược và tát cạn tối đa thi pháp để tập trung vào cuộc phiêu lưu thần bí của nhà sư mệt mỏi vì đời sống và những truy tầm vô vọng của ông."

Rồi bà nói lửng thêm:

"Vô vọng hay không vô vọng, vẫn là câu hỏi. Buông thả theo dòng đời...."
(Đặng Tiến dịch)

Đọc hết tác phẩm song ngữ đó, nhà phê bình văn học Đặng Tiến, khi giải thích vài câu tiếng Pháp do ông dịch lại từ thơ của Thầy (có lẽ ông chưa ưng ý vài chỗ dịch của nữ dịch giả Mominique), cũng góp thêm nhận xét:

"Thơ Tuệ Sỹ cô đúc, hàm súc, uyên áo. Người đọc không quen cho là khó hiểu, vì tác giả không đề cập đến một đề tài nào chính xác, không miêu tả, không tự sự. Ngôn ngữ lấp lánh ánh sáng tâm cảm và ngoại giới, trầm tư và huyễn mộng. Hình ảnh chập chờn, ngôn từ lảo đảo, như tiếng dương cầm đuổi bắt nhau, chưa kịp tương phùng đã muôn đời vĩnh quyết".

Tuy vậy ông Đặng Tiến vẫn nhấn mạnh:

"Thơ, thơ gì đi nữa, thì trước tiên phải là ngôn ngữ. Ngôn ngữ của ai đi nữa thì cũng mang sử tính. Thơ thiền sư làm bằng ngôn ngữ hàng ngày vẫn vang âm xã hội và lịch sử."(...) "Thơ bao giờ cũng phản ánh ba tính cách: môi trường xã hội trong lịch sử; ngôn ngữ trong những biến chuyển với thời đại; và tác giả, qua đời sống hàng ngày. Nhưng ở Tuệ Sỹ đời sống hàng ngày, ý thức và vô thức dường như đã thăng hoa, thành một siêu thức. Ngôn ngữ do đó cũng siêu thoát, khó bề lý giải chân phương và đơn phương."

Và ông đã kết một câu bất ngờ, khi khép lại bài nhận định về tập thơ song ngữ: *"Và tập thơ mình cầm trong tay, những nốt nhạc, những hàng chữ 'đen trắng đuổi nhau thành ảo tượng'. Thơ, tất cả thi ca trên cõi trần này biết đâu chẳng là ảo giác của ảo giác."*

Và có phải khó nói cho đúng ý thơ của Thầy như Đặng Tiến tỏ bày, nên nhà văn, dịch giả, bình luận gia Tâm Huy Huỳnh Kim Quang, cũng một thời là môn sinh thân cận Thầy, khi bình tập thơ "Những Điệp Khúc

Cho Dương Cầm" cũng chỉ dám nói duy nhất về *"những nốt lặng"* mà Thầy hay nhắc trong thơ?

Xem nhiều lời phê bình về thơ của Thầy, chẳng thấy ai dám tỏ rằng qua thơ có thể vẽ phác trung thực được nhân diện, nhân cách, hành trạng của Thầy. Ai cũng tự giới hạn nhìn Thầy qua một khía cạnh, một lãnh vực. Người thì tôn Thầy là uy dũng, kiên cường, bất khuất. Người thì cho Thầy mộng mơ, yếu mềm, bi lụy, chán ngán, lãng du. Thi sĩ triết gia Phạm Công Thiện, một thời cùng Thầy tu chung chùa với Tôn sư Thích Trí Thủ, cùng dạy học làm báo tại Viện Đại Học Vạn Hạnh, rất hiểu Thầy, đã nói về Thầy thế này:

"Một con người vừa là thi sĩ vừa là thiền sư, vừa là nhà hành động nhập thế với tinh thần vô công dụng hạnh của bậc Bồ tát. Hành động tích cực, mãnh liệt toàn triệt mà vẫn giữ cảm thức viễn ly và viễn mộng. Vì không tham vọng, ích kỷ mù quáng, cho nên nuôi dưỡng cảm thức viễn ly. Vì không bị kẹt dính vào tham sân si của thế tục, cho nên mới hàm dưỡng viễn mộng. Tuệ Sỹ là một trong số ít đạo sĩ thi nhân với pháp khí phi thường là Trí tuệ Bát nhã cùng với lòng Đại bi thơ mộng. Tuệ Sỹ là một trong số ít thể hiện được ý nghĩa trọn vẹn của ý thức chính trị toàn diện, ý thức hành động Bi Trí Dũng, dẫn đường soi sáng Thế mệnh của Sử tính quê hương."

Khi phê bình thơ Hoàng Cầm, qua chuyển ngữ ra tiếng Pháp cũng bởi bà Dominique de Miscault, Thầy khẳng quyết: *"...Thơ là tính thể của lịch sử. Trong dòng chảy của thơ, đó là chuỗi vận hành của sử tính."* Trong tác phẩm "Tô Đông Pha, Những Phương Trời Viễn Mộng", Thầy cũng bảo: *"Thơ vẫn là cuộc lịch nghiệm Riêng và Chung, của Thời đại và Lịch sử."*

Mà làm sao hiểu được thơ Thầy cho trọn ý trọn nghĩa, vẽ cho được chân diện Thầy, khi chính Thầy từng nhận mình là *"Ngã cư không xứ nhất trùng thiên"*, ta ở tầng trời không vô biên. Nơi vô biên xứ thì làm sao tìm cho ra Thầy, thấy được mặt Thầy mà thưa thốt, hỏi chào!

Tôi chỉ còn biết bám vào lời Thầy nói bên hiên trăng về chú Nghi khôn lớn, ngồi trầm tư trước biển như nhân vật Thiện Tài Đồng Tử, do Thầy kể, đã nhận ra: *"Thái bình dương là biển Tạng thức, bị xao động bởi gió nghiệp, tạo ra muôn vàn cảnh khổ của chúng sinh. Thái bình dương cũng là Như lai tạng, từ đó sản sinh vô biên tánh đức của Như lai".* Mọi thơ văn, sự nghiệp, hành trạng của Thầy là tiếng hải triều muôn thuở.

Tiếng dương cầm của Thầy, cũng như qua thi văn phải chăng làm nên cuộc viễn mộng vần chuyển âm ba của những con sóng Sử lịch đi xa ngút ngàn vô tận vào cõi thời không?

01/10/2023

CHÉN TRÀ LÃO TRIỆU
MÀ CHƯNG HOA NGÀN

Đỗ Hồng Ngọc

Thị giả của Thầy Tuệ Sỹ nhắn tin tôi: Thầy Tuệ Sỹ đang ở Sài Gòn. Mời Bác đến Hương Tích chơi. Tôi đến. Tuệ Sỹ gầy ốm, xanh xao lắm. Nhưng vui vẻ, hoạt bát, thông tuệ như bao giờ! Thầy viết tặng tôi tập Thơ song ngữ: Dreaming the Mountain do Nguyễn Bá Chung và Martha Collins dịch (2023), cùng với cuốn Phạm Công Thiện của Nohira Munehiro (Võ Thị Vân Anh dịch) và Phật Học Luận Tập, số mới nhất.

Phần tôi, gởi tặng Thầy bản thảo "Một ngày kia… đến bờ" vừa mới viết xong. Trong đó tôi viết: Phật cũng già, cũng bệnh và… cũng chết; viết về Phật là Như Lai nhưng… Như Lai không phải Phật; về Thiền và những hormones hạnh phúc; về "Chất lượng cuộc chết" v.v…

Thầy đưa tôi coi mấy phiếu xét nghiệm và cười, nói' "Chỉ còn một nửa". Đúng. Chỉ còn một nửa. Hematocrite chỉ còn 17%, Hemoglobine còn 7g/dL…

Mấy ngày sau tôi nghe sức khoẻ thầy đang rất yếu. Đã phải vào bệnh viện và được truyền 3 đơn vị hồng cầu lắng.

Trong bản thảo "Một ngày kia... đến bờ", tôi có nhắc *Je pense donc je suis* của Descartes: Tôi tư duy, vậy có tôi. Vậy không tư duy là không... có tôi! Ta cũng có thể nói như một thầy thuốc: "Tôi thở, vậy có tôi". Nghĩa là tôi không thở thì không có tôi. Nhưng cái thời tôi còn ở trong bụng mẹ, tôi cũng không thở mà vẫn có tôi đó thôi. Vậy phải chăng cái thời tôi... hết thở, tôi ngừng thở, thì tôi không còn nữa? Còn chứ! Tôi lúc đó lại trở về bào thai Mẹ, bào thai Như Lai (Tathata-garbha) đó chứ!

Tuệ Sỹ viết trong Tổng quan về Nghiệp (2021), *Thời kinh nói: "Thời gian đến, chúng sinh chín muồi; thời gian đi, chúng sinh bị hối thúc. Thời gian thức tỉnh chúng sinh..."* Đây là tri giác về thời gian theo chu kỳ sống chết của sinh loại. Tri giác về thời gian cũng là tri giác về sự chết. Thời gian được biết đến từ tri giác về sự sinh thành và hủy diệt của một đời người.

> *Rồi khép lại hàng mi về cõi mộng*
> *Như sương mai, như bóng chớp, mây chiều.*

Thì ra là lời của kinh Kim Cang đó:

> *Nhất thiết hữu vi pháp*
> *Như mộng, huyễn, bào, ảnh*
> *Như lộ diệc như điện.*
> *Ưng tác như thị quán!*

Thành ngữ kālaṃ karoti, "nó tạo tác thời gian", nghĩa là nó chết. Đây không phải là tri giác mà là ám ảnh về thời gian như một thứ định mệnh không thể tránh, rồi ai cũng phải chết. Cho nên, về mặt ngữ nguyên, kāla, nghĩa là thời gian mà cũng có nghĩa là màu đen tối, màu của đêm tối, của sự chết. *Kāla cũng được hiểu là do gốc động từ kal (kalayati) thúc giục, hối thúc, sự chết đang hối thúc ta* (Tuệ Sỹ).

Lửa đã tắt từ buổi đầu sáng thế

Một kiếp người ray rứt bụi tro bay

(Ngồi giữa bãi tha ma)

Trong bài "Phương nào cõi tịnh" Tuệ Sỹ viết từ cảm hứng khi đọc cuốn *"Cõi Phật Đâu Xa"* của tôi về Kinh Duy Ma Cật (2017), ông dẫn 4 câu thơ, trích từ Giấc Mơ Trường Sơn:

Ta hỏi kiến nơi nào Cõi Tịnh,

Ngoài hư không có dấu chim bay?

Từ tiếng gọi màu đen đất khổ,

Thắp tâm tư thay ánh mặt trời.

(Giấc Mơ Trường Sơn)

Phải, chỉ có Trí Tuệ (thắp tâm tư thay ánh mặt trời) mới có thể Từ Bi giúp ta vượt thoát màu đen đất khổ đó vậy!

Tuệ Sỹ cho rằng "vì trình độ ngôn ngữ và năng lực tư duy của chúng ta vốn hữu hạn, cho nên bằng con đường nghệ thuật mà đi vào ngõ đạo có thể tương đối dễ hơn" (Phương nào cõi tịnh), ông chủ trương thơ, nhạc, kịch, vũ... có thể là "ngõ đạo".

Ông thường nói về vở nhạc vũ kịch Duy Ma Cật ở đó có hình tượng một Thiên nữ rải hoa trời tán thưởng một lời không nói (của Duy Ma...) và cõi của một lời không nói đó chính là cõi thơ.

Giữa thế giới Ta-bà và cõi Phật Chúng Hương, tòa sư tử và thành Tì-la-da, cái vô cùng lớn đến trong cái vô cùng nhỏ, và cái nhỏ đi vào trong cái lớn: đây cũng là cặp phản diện bối cảnh làm lộ rõ thể tính tồn tại của thế gian, vũ trụ. Bằng hình ảnh đó mà tập luyện cho tư duy vượt ngoài khuôn sáo ước lệ, vượt qua thế giới thường nghiệm để vươn lên cảnh giới siêu nghiệm, bất khả tư nghị.

Như thế, đọc Duy-ma-cật sở thuyết như đang xem một kịch bản, với những nhân vật và bối cảnh phản diện, với những biến cố mang đầy kịch tính, đó là cách tự huấn luyện và tự trang bị cho mình một công cụ định hướng tự duy để vươn lên chiều cao của giác ngộ.

Da mồi tóc trắng, chính là cảnh giới của Duy Ma. Cảnh giới đó là cõi đối biện thượng thừa; cõi im lặng vô ngôn bát ngát của cư sĩ Duy Ma Cật. Và cũng là cõi tịch mặc nhưng tráng lệ của thi ca.

Cười với nắng một ngày sao chóng thế

Nay mùa đông mai mùa hạ buồn chăng

Đếm tóc bạc tuổi đời chưa đủ

Bụi đường dài gót mỏi đi quanh

Tâm Thiền thì không có ngôn ngữ gì khác biệt với ngôn ngữ thường tình. Nhưng còn ngại rằng khi đã cạo tóc mà tình thơ vẫn còn. Thôi thì, thiền đạo và thi ca là đồng hay là khác, cũng chớ nên nghi ngờ mà tra hỏi. Có lẽ "Những phím dương cầm" là bài thơ rất tình của ông *tay em run trên những phím lụa ngà, anh trĩu nặng núi rừng trong đáy mắt*, nhưng ông đã dặn "chớ nên nghi ngờ mà tra hỏi" rồi đó!

Tự hôm nào suối tóc ngọt lời ca

Tay em run trên những phím lụa ngà

Lời em ca phong kín nhuỵ hoa hờn

Anh trĩu nặng núi rừng trong đáy mắt

Mờ phố thị những chiều hôn mái tóc

Sóng ai ngồi so phím lụa đàn xưa

(Những phím dương cầm)

Tác giả và HT Thích Tuệ Sỹ

Bởi theo ông, đạt tới cõi thượng thừa của Thơ, như người học Thiền chứng chỗ Không tịch của Đạo; cái đó vừa khó vừa dễ. Học Thiền ba mươi năm, ba mươi năm đày đọa thân tâm, mà không thành. Phẫn chí, bỏ đi; bất chợt thấy một cánh hoa rơi, cõi Không tịch cũng hoát nhiên, đột ngột mở ra. Chỗ ảo diệu đó, khó giảng cho thông! Muốn cho lời thơ tuyệt diệu, thì phải là đừng gò ép, vừa Không và vừa Tĩnh. *Tĩnh* cho nên thâu tóm hết mọi vọng động. *Không* cho nên bao hàm vạn cảnh. Ngắm nhìn sự đời, bôn ba giữa đời, mà thấy mình như nằm trên chóp đỉnh mây cao. Đủ hết các thứ mặn nồng, chua chát; trong đó có cái hương vị tuyệt vời. Thơ và Pháp (Đạo) không chống trái nhau, không hại nhau. (*Tô Đông Pha, những khung trời viễn mộng*, Tuệ Sỹ)

Đọc thơ Tuệ Sỹ, tôi thường ngẫm ngợi tại sao thơ ông thường nhắc đến *ngày hội lớn, cung trời hội cũ?*

   Đôi mắt ướt tuổi vàng cung trời hội cũ

   Áo màu xanh không xanh mãi trên đồi hoang

(Khung trời cũ).

Người mắt biếc ngây thơ ngày hội lớn
Khóe môi cười nắng quái cũng gầy hao
(Một thoáng chiêm bao)

Ngày *hội lớn đó* ở đâu? *Cung trời hội cũ* ở chỗ nào *đó vậy?* Sao nghe thấy quen quen!

A, có phải buổi hôm đó, dưới cội Bồ đề nơi Đức Phật thành đạo, Ngài nói đó là "quả an vui", ở Hội thứ nhất của Avatamsaka, một thế giới hoa tạng mở ra bát ngát, Như Lai đã hiện tướng thành một vị Phật mắc biếc, ngây thơ, tủm tỉm cười… như hồi còn là chú bé 7,8 tuổi ngồi xem Lễ Hạ Điền mà nhập định không hay? Còn *cung trời hội cũ* kia phải chăng là Hội thứ chín, nơi rừng Thệ Đa, khi người ta nhập pháp giới, đi vào cuộc Lữ, để thấy được pháp giới thể tính mà thõng tay vào chợ?

Từ núi lạnh đến biển im muôn thuở
Đình đá này và hạt muối đó chưa tan

Trên đỉnh Hy mã lạp sơn kia là những vỏ sò và dưới đáy biển sâu thẳm nọ là những hạt muối lâu đài thành quách …

Cõi thơ, có đến và có đi, nhưng không hề có dấu vết. Một cánh chim Nhạn, một cánh chim Hồng ngoài ven trời vạn dặm.

Tôi vẫn nghĩ, chính cõi thơ "không hề có dấu vết" kia đã "cứu rỗi" Tuệ Sỹ, một cánh chim Nhạn, một cánh chim Hồng ngoài ven trời vạn dặm, để ông được trở về với mái nhà tranh quen thuộc của mình mà "nâng chén trà lão Triệu". (Phương nào cõi tịnh, Tuệ Sỹ).

Đỗ Hồng Ngọc
(Saigon, tháng 9.2023)

THƯ GỬI THẦY

Nguyên Túc Nguyễn Sung

Thương kính gởi Thầy,

Con vẫn đọc hoài những lá thư Thầy gởi cho tăng sinh, và cho tuổi trẻ Phật Giáo Việt Nam. Mỗi lần đọc thư Thầy, con lại lặng người, suy tư sâu lắng qua từng câu chữ về một giai đoạn trầm suy của Phật giáo Việt Nam, và những thách thức trăm năm mà tuổi trẻ đang phải đối mặt. Mỗi lần đọc thư Thầy, con đều cảm nhận được một nguồn cảm hứng mới mẻ, một sự đồng cảm sâu sắc với những vấn đề mà Thầy gửi gắm. Mỗi tờ thư không chỉ là một bức tranh về tình hình hiện tại, mà còn là một bản đồ, chỉ dẫn chúng con tới tương lai nhập thế của Phật Giáo Việt Nam.

Tự tận đáy lòng, con biết ơn Thầy khai sáng cho chúng con những góc nhìn sáng suốt, cho chúng con thấy được tuệ giác của Thầy qua những vấn đề xã hội mà tuổi trẻ chúng con quen dần, bỏ qua trong thế giới đang thay đổi không ngừng. Thầy đã chỉ cho chúng con con đường Phật Giáo Việt Nam đang hướng tới, dưới sự ảnh hưởng của văn minh Phương Tây - con đường đó nhiều chông gai, nhưng cũng đầy hy vọng. Chúng con có duyên lành được nuôi dưỡng trong tổ chức GĐPT và được sinh sống ở Hoa Kỳ, đất trời tự do, đạo vàng tỏa sáng. Giữ gìn văn hóa dân tộc Việt luôn là một trong những mục đích hội nhập của tổ chức chúng con. Thầy dặn dò về sự đi xuống của đạo đức tâm linh, đã cho chúng con sự cảnh tỉnh. Trong khi đón nhận những thay đổi mới của xã hội, việc gìn giữ bản chất văn hóa và đạo Phật là việc làm quan trọng, nên coi đó cũng là sự nghiệp của tuổi trẻ Phật Giáo Việt Nam. Những dòng thư của Thầy thật thanh thoát và sâu sắc, giúp chúng con thấy được sự dung hòa giữa phát triển và bảo tồn.

Thầy ơi! Con lại xúc động khi cảm được lòng ưu ái của Thầy cho tuổi trẻ chúng con trong và ngoài nước. Thầy đau lòng khi thấy chúng con đang bị kẹt giữa dòng chảy nóng bỏng, xoáy mạnh của sự toàn cầu hóa, chi phối bởi chính trị và áp lực xã hội; chúng con lạc lối, đối diện nguy cơ mất đi gốc rễ văn hóa và tâm linh. Lời của Thầy là những lời kêu gọi hành động, vượt qua sự vô tâm trong giáo dục, và "toa thuốc ru ngủ" đã được kê theo truyền thống. Chúng con nên thấy mình là những nhà giáo dục và lãnh đạo tôn giáo.

Bao thế hệ huynh trưởng Vạn Hạnh của GĐPT chúng con được tiếp cận với hai tác phẩm Duy Ma Cật và Thắng Man của Thầy. Chúng con thấy ở cuộc đời hành hoạt của Thầy với đại nguyện của một đạo Phật nhập thế, hùng tráng vững chãi như bên chúng ta, luôn có Cha là ngài Duy Ma, Mẹ là ngài Thắng Man phu nhân, và anh em là Thiện Tài bồ tát. Dù biết những thử thách lớn nhỏ vẫn ở cùng dòng đời, nhưng Thầy vẫn tin và đặt hy vọng ở tiềm năng của tuổi trẻ chúng con, mong chúng con lớn lên, gắn kết nhau với nền tảng đạo đức tâm linh, bước vững vàng với trí tuệ và lòng nhân ái. Điều này chứng tỏ niềm tin bất thối chuyển của Thầy vào chúng con và sức mạnh tiếp tục con đường phục hồi và xiển dương Phật Giáo Việt Nam Thống nhất.

"Tuổi trẻ học Phật không có mục đích trở thành nhà nghiên cứu Phật học, mà học Phật là tự thực tập khả năng tư duy bén nhạy, linh hoạt, để có thể nhìn thẳng vào vào bản chất sự sống." Thầy trải lòng như vậy. Thư của Thầy như một kim chỉ nam dẫn đường, thúc đẩy chúng con

Thầy và các em Đoàn sinh GĐPT Đức Liên (Ảnh: Nhuận Pháp)

suy gẫm, tự điều chỉnh, và dám phát nguyện hướng dẫn đàn em và bảo tồn đạo đức tâm linh quý báu của chúng ta.

Qua thư của Thầy, con hiểu được tinh thần nhập thế của tổ chức GĐPT. Đạo Phật ra đời vì con người, và cùng con người tìm phương cách giải quyết khổ đau và đi đến một thế giới an lạc trên trái đất này. Từ đó, chúng con thấy tổ chức GĐPT được hình thành thật "vi diệu" với mục đích thật khế cơ khế lý (hợp đạo lợi đời) theo nhân sinh quan Phật Giáo. Đây là điều vi diệu – vì việc sáng lập tổ chức GĐPT nói lên sự sáng tạo của các bậc tiền bối với ý tưởng giáo dục Phật giáo cho tuổi trẻ. Đây là ý tưởng mới nhất thời bấy giờ, và chỉ có ở Việt Nam mới hình thành được. Tuy nhiên, con người thay đổi, xã hội thay đổi, đối tượng giáo dục thay đổi, khi tổ chức chỉ còn tính "khế cơ" (hành chánh, nội quy, quy chế, cấp bậc...) mà mất dần tính "khế lý", thì thật sự GĐPT sẽ chỉ còn là nhãn hiệu, mà không có thực tướng. Vì con người, nên Đạo

Phật tự thân luôn chuyển mình trong sứ mệnh "cứu khổ" – đẩy lùi các quan điểm siêu hình, các triết lý khô cằn trừu tượng, để thở cùng nhịp thở sống động của nhân gian con người. Vì đàn em, nên GĐPT cũng tự thân phải chuyển mình để hội nhập vào các quốc độ khác nhau. Không đáp ứng được nhu cầu, và sự hiểu biết của thế hệ trẻ thời đại, GĐPT sẽ "già cỗi", "rút lui" nhường vị trí của mình cho các tổ chức giáo dục khác, đó là điều tất yếu.

Qua thư của Thầy, con hiểu được hạnh nguyện bồ tát không chỉ ngày một ngày hai là xây dựng được, mà đó là con đường đau thương có máu và nước mắt, có tù đày, gông cùm xiềng xích. GĐPT có mặt ở các quốc độ có nền tự do dân chủ, càng nên nuôi dưỡng chất liệu "sống đạo trong đời." Đạo Phật cho chúng ta niềm tin rằng; bằng Tình Thương lớn, chúng con đến với GĐPT và tự vác lên vai trách nhiệm giáo dục tuổi trẻ Phật giáo; bằng Trí Tuệ lớn, chúng con xây con thuyền GĐPT to lớn hơn, chở nhiều hơn, đi xa hơn, an toàn hơn; và bằng Tinh Thần Dũng lớn, chúng con có đủ can đảm để thay đổi, làm mới con thuyền đó, để đủ điều kiện "tự lợi và lợi tha" để giữ gìn tổ chức GĐPT.

Tổ chức GĐPT Việt Nam và chính chúng con đang thay đổi, đổi mới hàng ngày, để sống hòa nhập vào xã hội Hoa-Kỳ. Sự thay đổi đó đang đòi hỏi sự thay đổi về nhiều mặt của tổ chức GĐPT từ đó tổ chức GĐPT mới có thể hoàn thành sứ mệnh giáo dục của mình trên đất người. Chúng con chọn con đường LAM trên đất người, tức là chúng ta chọn thế hệ đàn em sinh ra và lớn lên tại đất người là những nhân tố để kế thừa truyền thống Phật Giáo Việt Nam và phát triển tổ chức GĐPT trong một quốc độ khác. Quốc độ mà đòi hỏi ở chúng con phải luôn đi tìm cái mới, những cái mới trong kiến thức tổ chức, kiến thức chuyên môn, cái mới trong tâm hồn mình, cái mới trong sự an lạc tỉnh thức… từ đó chúng con mới thực sự Hiểu và Thương đàn em của mình, và cũng từ đó chúng ta mới hy vọng đóng góp vào việc tạo dựng và phát triển cái mới cho tổ chức GĐPT tại Hoa-Kỳ.

Năm tháng có thể trôi qua, lời thư Thầy vẫn còn đó. Thời đại có thể thay đổi như sự thăng trầm của Đạo Pháp và dân tộc, nhưng rõ ràng trọng trách gieo trồng và chăm sóc hạt Bồ Đề lại luôn ở trên đôi vai của bao đời tiếp nối theo dòng lịch sử của Phật Giáo Việt Nam. Thông điệp của Thầy nhắc nhở chúng con Thời Đại Mới và Xã Hội Mới tự nhiên tạo ra một thế hệ đàn em đối diện với những yêu cầu phẩm chất mới, những thách thức mới mà các nhà lãnh đạo tôn giáo dù đang ở bất cứ quốc gia nào cũng đang đứng trước những thay đổi cần thiết để giữ đại nguyện phụng sự của mình. Hiểu được đạo lý Duyên Khởi, với cái nhìn sáng về con người – lý tưởng sống nhập thế cho chúng con sống một đời sống có ý nghĩa – vượt qua sóng gió đời, để tiếp tục hạnh nguyện Bồ Tát.

Đêm nay, thêm một lần con đọc thư của Thầy. Con ngồi hít thở với Thầy, mà trong lòng thương Thầy quá. Mỗi một hơi thở ra vô của con càng nhẹ nhàng với năng lượng sống con càng thương Thầy đang thở trong cái đau duyên bịnh của thể xác. Và con sợ... sợ cái chết, sợ Thầy sẽ đi xa mãi mãi.

Dù biết trong dòng chảy thăng trầm của thời gian, bản chất phù du của cuộc sống trở nên rõ ràng; dù biết sẽ có một ngày, đâu đó chỉ còn lại một ký ức mơ hồ, một dấu vết trong biên niên sử của thời gian; tuy nhiên, con tin, giữa sự phù du này, nhưng di sản của Thầy tồn tại vững chắc và bất tử.

Con đang suy nghĩ về sức mạnh của một bức thư - được viết với những giấc mơ, hy vọng, và tình thương chân thật. Con nghe tiếng lòng của Thầy qua những dòng thư được viết với tình thương lớn như vậy. Một bức thư như vậy không chỉ chứa đựng ngôn từ lời nói; nó giữ trong đó nhịp đập trái tim của Thầy. Dù ngày mai, Thầy đi xa, khi thập kỷ chuyển thành thế kỷ, thế giới xung quanh có thể thay đổi, khi đọc những bức thư này, như một cửa sổ đang mở ra, cho phép thế hệ chúng con nhìn vào một trái tim, một giấc mơ Trường Sơn, một ngọn hải đăng từng sáng và sẽ sáng mãi trong đời.

TUỆ (慧) đăng tỏa ba đào, khai tâm Trí thông Thiếu thất

SĨ (士) thệ độ ngũ trược, khởi niệm Từ vượt Lục môn

Kính thương Thầy

Con **Nguyên Túc Nguyễn Sung**

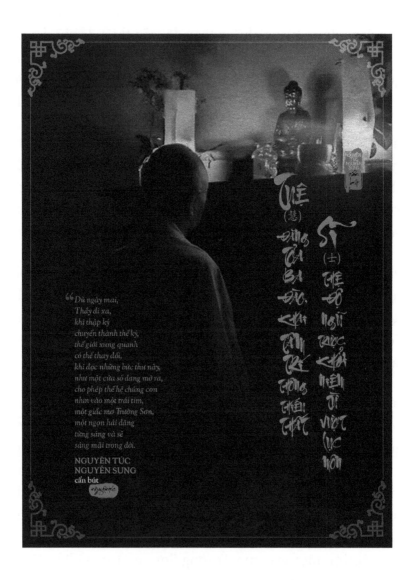

Dear beloved Thầy,

I still endlessly reread letters that you sent to the monastic students and Vietnamese Buddhist youth. Every time I read your letters, I'm drawn into deep thoughts, reflecting on the challenging period of Vietnamese Buddhism and the century-old challenges that youth must face. Each reading offers fresh inspiration and profound empathy for your shared issues. Each letter not only paints a picture of the current situation but also serves as a map, guiding us toward the worldly future of Vietnamese Buddhism.

From the bottom of my heart, I'm grateful for your illuminating insights, revealing your wisdom on societal matters that youth is accustomed to and tends to overlook in this ever-changing world. You've shown us the path Vietnamese Buddhism is moving toward with Western influence — a path filled with obstacles but also with hope. We are fortunate to be nurtured by the Vietnamese Buddhist Youth Association and to live in the United States, the land of freedom and where profound Buddha teachings shine. Preserving Vietnamese culture has always been a core integration objective of our organization. Your warnings of the decline in spiritual morality serve as a wake-up call. You advise us that while embracing societal changes, it is crucial to retain the essence of our culture and Buddhist teachings and consider it the duty of Vietnamese Buddhist youth. Your eloquent and profound letters help us understand the balance between growth and preservation.

Dear beloved Teacher, I'm moved each time I feel your loving concern for the youth both at home and abroad. You are pained when you see that we are caught in the turbulent wave of globalization, influenced by politics and societal pressures, when we are lost and at risk of losing our cultural and spiritual roots. Your words are a call to action, urging us to transcend the apathy in education and the "sleeping pills" traditionally prescribed. We must see ourselves as educators and religious leaders.

Generations of Vạn Hạnh leaders in the Vietnamese Buddhist Youth Association have been exposed to your works, Vimalakirti Sutra and Srimala Sutra. Through your work, we see the grand vision of an integrated Buddhism firmly supporting us with the presence of Father figure Vimalakīrti Nirdeśa, Mother figure Queen Srimala, and Thiện Tài Đồng Tử figure our brothers and sisters. Despite knowing the challenges ahead, you place your trust and hope in the potential of our youth, wishing us to grow, stay connected with a moral and spiritual foundation, and act confidently with wisdom and compassion. This is a testament to your unshakable faith in us and the enduring strength to restore and elevate a unified Vietnamese Buddhism.

"Studying Buddhism to youth isn't about becoming a Buddhist scholar, but rather about nurturing sharp and agile thinking in order to look directly into the nature of life," you've wholeheartedly shared. Your letters act as a compass, prompting introspection, self-adjustment, and fostering a commitment to guide younger generations and preserve our precious spiritual values.

Through your letters, I grasp the worldly nature of the Vietnamese Buddhist Youth Association. Buddhism exists for the people and, with them, finds ways to alleviate suffering and lead to a harmonious world. This realization affirms the "miraculous" formation of the Vietnamese Buddhist Youth Association, seamlessly integrating worldly and spiritual perspectives according to the Buddhist way. The organization's existence speaks to the innovation of our predecessors, who conceptualized Buddhist education for the youth. Yet, with societal shifts, if the organization only adheres to administrative norms and loses its essence, it risks becoming a just label. For the sake of humanity, Buddhism always transforms itself in the mission of "alleviating suffering" - pushing back metaphysical views and dry, abstract philosophies to be in sync with the world. For the sake of its youth members, the Vietnamese Buddhist Youth Association must also transform itself to integrate into different cultural contexts continuously. Failing to meet the needs and understanding of the young generation of our time, the Vietnamese Buddhist Youth Association will "age," "withdraw," and cede its position to other educational organizations; this is an inevitable outcome.

Through your letters, I understand that Bodhisattva's aspiration isn't something that can be built in a day or two, but it is a path filled with blood and tears, imprisonment, and the weight of chains. The Vietnamese Buddhist Youth Association is present in countries with democratic freedoms, which is all the more reason to nurture the essence of "living the Dharma in life." Buddhism teaches us that, with great compassion, we come to the Vietnamese Buddhist Youth Association and shoulder the responsibility of educating Buddhist youth; with great wisdom, we build a larger vessel to carry more, go farther and safer; and with great Perseverance, we have the courage to evolve and ensure that ship is equipped with the conditions of "self-benefit and benefiting other" 'in order to preserve the Vietnamese Buddhist Youth Association.

The Vietnamese Buddhist Youth Association, and we ourselves, are undergoing daily changes and innovations to integrate into American society. This demands a multifaceted transformation to allow the Vietnamese Buddhist Youth Association to fulfill its educational mission abroad. We have chosen the path of the GRAY color uniform in a foreign land, which means we have chosen the generation of young people born and raised on this land as the elements to inherit the traditions of Vietnamese Buddhism and develop the Vietnamese Buddhist Youth Association on a different scale. This foreign land demands from us a continuous search for new knowledge about the organization, new skills, new developments in our own hearts and souls, and new aspects of mindfulness and happiness... Only through this can we truly Understand and Love our younger generation. Hence, only through this can we hope to contribute to the evolution of the Vietnamese Buddhist Youth Association in the United States.

Years may pass, but the teachings of your letters still remain. Despite temporal shifts and the ups and downs of the Dharma and our country, the responsibility of sowing and nurturing the Bodhi seed always rests on the shoulders of successive generations in the history of Vietnamese Buddhism. Your message reminds us that the New Era and the New Society naturally give rise to a generation of youth facing new ethical demands and challenges. Regardless of where they are, religious leaders are confronting necessary changes to uphold their noble missions. Understanding the principle of Dependent Origination, with a clear human-centric vision, allows us to lead a meaningful life, weathering the chaos of life to continue Bodhisattva's aspiration.

Tonight, once again, I read your letter. Sitting and breathing with you, I find my heart overflowing with affection. Each exhale and inhale makes me cherish you even more, thinking of the pain you endure. And I fear... fear of death, fear that you'll depart forever.

Though I am aware of life's impermanence and that, eventually, all that remains is a vague memory, a footprint in time, your legacy stands firm and immortal amidst this transience.

I'm reflecting on the power of a letter - written with dreams, hopes, and genuine love. I hear your heart's whisper in these loving lines. Such a letter not only contains words spoken; it holds the rhythm of your heart. Even if tomorrow you depart, as decades turn into centuries and the world transforms, reading these letters is like an open window, offering a glimpse into a heart, a Trường Sơn dream, a lighthouse that once shone and will shine forever.

With all my deep respect and love,

Your student,

Nguyên Túc Nguyễn Sung

Tranh: Đỗ Trung Quân

HẬN THU CAO

Thơ: Tuệ Sỹ

Nhạc: Cung Minh Huân

TUỆ SỸ NHÀ THƠ

Chân Văn Đỗ Quý Toàn

Hãy tưởng tượng có mình, người nói, và có thế giới chung quanh, trong đó có người nghe mình nói. Đó là giả thuyết đầu tiên khi làm thơ – bất cứ khi nào mở miệng cất nên lời.

Nhưng người làm thơ có nhất thiết muốn nói cho một người nào đó nghe mình hay không? Các thi sĩ vẫn tự đặt câu hỏi này. Luis Cernuda khi kể kinh nghiệm làm thơ, đã thú nhận: "Đây là lần đầu tiên trong đời tôi dám nói trực tiếp với mọi người. Cảm giác thật lạ lùng, vì người làm thơ thường không giả thiết có một công chúng đang nghe mình ..."

Ít nhất, Cernuda giả thiết có mình và có công chúng ở thế giới bên ngoài – Do giả thuyết ngã, pháp. Nếu không thì ở đâu ra thơ?

Nhưng Cernuda không cần giả thiết một đối tượng đang nghe mình nói. Những người làm thơ khác có nghĩ mình nói cho người nào nghe hay không?

Trong bốn câu thơ này Tuệ Sỹ nói cho ai nghe?

"Một thời thân đá cuội

Nắng chảy dọc theo suối

Cọng lau già trầm ngâm

Hỏi người bao nhiêu tuổi"

(Bài số 10 trong *Thiên Lý Độc Hành*)

Nhà thơ nói với ai? Viên đá cuội? Nói với chính mình, với mình trong viên đá cuội? Mình là viên đá cuội, *"Bởi ta hồn đá phơi mầu nắng – Ôm trọn bờ lau kín nỗi buồn."* (Bài số 4)

Hay nhà thơ nói với dòng suối và ánh nắng chảy theo dòng suối? Hay với cọng lau già trầm ngâm? Nhà thơ đang thủ thỉ với suối, nắng, viên đá, cọng lau, hay nói một mình?

Tại sao bỗng bật lên câu "hỏi người bao nhiêu tuổi?" Người đặt câu hỏi tuổi tác vì đang trải qua kinh nghiệm sống trong một dòng thời gian. Những hình ảnh trước mắt khuấy cho một niệm vụt qua chạy dài vô lượng kiếp. Có phải vì hình ảnh viên đá cuội trong dòng nước chảy? Viên đá cuội nằm yên bất động dưới ánh sáng lung linh của mặt trời. Nắng theo suối tuôn chảy không bao giờ ngừng; những mảnh sáng lấp lánh lớp lớp dạt dào vừa cuốn đi lại một cơn sáng lấp lánh khác nhào tới. Nước cuốn nắng trôi, trôi mãi mãi, sâu, xa, tít tắp, sinh sinh diệt diệt bất tận không biết sẽ tới bến, bờ, sông, biển, đại dương nào, "hằng chuyển như bộc lưu" hay tới những thái dương hệ, những tinh hà nào khác?

Viên đá cuội hầu như bất động. Dòng suối đổ dốc từ cao xuống thấp hầu như không ngừng nghỉ. Tự nhiên trong các tế bào não "nơ rôn" trong óc nảy ra khái niệm thời gian tiếp nối trôi chảy. Bật lên như một câu hỏi: Hỏi người bao nhiêu tuổi?

Nhưng ai hỏi ai bao nhiêu tuổi? Cọng lau già hỏi con người hay con người hỏi cọng lau già? Anh đã trầm ngâm đã bao nhiêu năm tháng rồi? Anh đã thấy gì chưa?

Hay con người đặt câu hỏi với viên đá sỏi – Đá vẫn trơ gan cùng tuế nguyệt!

Hay người hỏi tuổi dòng nước? Thệ giả như tư phù, bất xả trú dạ!

Hỏi người bao nhiêu tuổi. Đây thật sự là một câu hỏi hay chỉ là những lời nói trống trơn? Cọng lau, dòng suối, ánh nắng, viên đá cuội, lần lượt hiện ra, hay tất cả có mặt cùng một lúc? Ở bên ngoài hay bên trong người làm thơ?

Người làm thơ bước chân đi,

> *"Bước đi nghe cỏ động*
> *Đi mãi thành tâm không*
> *Hun hút rừng như mộng*
> *Chập chùng mây khói trông"*
> (Bài 11)

Người bước đi và nghe dù không cố ý lắng nghe. Có tiếng cỏ động sột soạt trong đầu. Bước đi. Nghe. Bước nữa, Vẫn nghe. Chân bước, tai nghe, trong đầu dần dần phẳng lặng, tĩnh mịch, bình an, trống rỗng. *Đi mãi thành tâm không.*

Nhưng mắt vẫn thấy rừng. Ai đã lang thang trong rừng đều biết mỗi lần nhìn một thân cây lại thấy cây cối như đang ngó lại mình. Chào cây, cây chỉ nhìn nhưng im lặng. Rừng lặng lẽ không lời, chập chùng, hun hút, như cảm giác của Boris Pasternak: Và rừng nhìn bạn, và bạn nhìn rừng. *Chập chùng mây khói trông.*

Nhà thơ có ý định nói cho ai nghe không? Có lẽ không cố ý nói cho ai nghe, khi tự nói với mình:

"Trầm luân từ thủa ban sơ

Thân sau ta vẫn bơ vơ bụi đường."

(Bài số 7)

Những người làm thơ cuối cùng đều nói với chính mình, trước hết nói cho mình nghe, dù bài thơ có dụng ý thảo một bản tuyên ngôn. Nếu không biết nói cho một mình nghe thì khó truyền đạt được điều gì cho người khác.

Câu thơ chót bài số 2 trong Thiên Lý Độc Hành thổ lộ: *"Nghìn năm ta mãi đứng chờ đỉnh cao."* Chúng ta có thể đọc *Thiên Lý Độc Hành* của Tuệ Sỹ như vậy. Người đọc và người viết chia sẻ một cái nghiệp chung. Một ngôn ngữ. Một dân tộc. Một đất nước. Một lịch sử. Một nền giáo dục. Và bao nhiêu thứ khác ràng buộc trùng trùng.

Những câu thơ xuất hiện, vì nghiệp đã chín muồi. Tiếng nói bật ra, tuôn trào vì cơn thôi thúc tự bên trong không kiềm chế được! Nhà thơ không dùng tiếng nói. Chính ngôn ngữ đã sử dụng một con người để biểu hiện. Người, tiếng nói, câu thơ, cùng trong vũ điệu của một nghiệp dĩ, không ai là tác giả. *"Tùy kỳ sở hành nghiệp – như thị quả báo sanh – tác giả vô sở hữu..."* (Hoa Nghiêm, Phẩm số 10)

Tuệ Sỹ mở đầu Thiên Lý Độc Hành với câu thơ *"Ta về một cõi tâm không."* Và kết thúc: *"Mưa lạnh đèo cao không cõi người."* Cứ như thế. Đi một mình. Ngàn dặm. Chưa hết.

Chân Văn

Chú thích: Luis Cernuda sanh năm 1902 ở Seville, Tây Ban Nha, mất năm 1963 ở Mexico. Đoạn trích trong bài này lấy từ một tiểu luận Cernuda viết trong tuyển tập "Công Việc của Nhà Thơ" (*The Poet's Work*) do Riginald Gibbons chọn và dịch, NXB Houghton Mifflin, Boston, Mass. USA,1979.

THẦN THÁI CỦA THẦY TUỆ SỸ QUA ÁNH MẮT

Đào Nguyên Dạ Thảo

"Just think it was merely a leaf carried along with a certain wind, which spontaneously dropped down into the garden, then swept away unnoticed without leaving behind a hint." Tuệ Sỹ

Thị Ngạn Am, Già Lam năm 2003, một buổi chiều mưa ngồi bên ngoài ban công, nhìn xuống khu vườn mộ cổ bên dưới, tôi được nghe thầy Tuệ Sỹ nói câu tiếng Anh ở trên. Xin được tạm dịch nghĩa theo không gian và thời gian tại khoảnh khắc ấy: "Tôi là cọng lá vàng, lênh đênh theo cơn gió, đến và đi bất chợt, tình cờ rơi vào khu vườn tĩnh lặng, rồi lại bị cuốn đi mất hút trong bóng đêm." Lấy ý tưởng đó tôi cũng đã vẽ lên 2 bức tranh dưới đây:

Đang là một người lãng du bên trời Âu, là tín đồ Tin Lành, tình cờ được nhà thơ

Nguyễn Đức Sơn dẫn đến thăm thầy Tuệ Sỹ vào mùa hè năm 2001 ở Già Lam. Được gặp Thầy tôi như tìm đến với thế giới Đông Phương mà với tôi nó không hiện thực hay là một thế giới của ảo ảnh. Thầy đã từ từ dẫn tôi vào khu rừng huyền bí để tôi tự mở tâm thức ra nhìn thấy cái đẹp của sự sống hiện hữu trong cõi tự nhiên, trong tâm hồn bên trên thân xác con người.

Nhìn qua lăng kính và khía cạnh khác về thầy Tuệ Sỹ, tôi xin được mạn phép viết về một người thơ tu sỹ, một triết gia uyên bác, hay một thiền sư đáng kính. Nhưng vì không đủ ngôn từ để viết nên tôi chỉ diễn tả được bằng những nét vẽ đôi mắt hiền từ trên khuôn mặt nhân đức của Thầy. Hay những bức ảnh chụp được thần thái của Thầy qua ánh mắt nhìn sáng quắt nói lên sự khẳng khái, nghiêm khắc, và không khuất phục...

Nagoya, sáng mùng 1 Tết năm 2020, trong khi thầy Tuệ Sỹ ký tập "Thơ và Đá" của Nguyễn Đức Sơn, bên tách trà thầy Hạnh Viên, anh Bùi Chí

Trung và tôi ngồi bàn về việc làm tập thơ Thiên Lý Độc Hành. Thầy nói đùa: "Tập thơ của Nguyễn Đức Sơn là đẹp nhất rồi, Dạ Thảo làm Thiên Lý Độc Hành thì không được xấu hơn." Một năm sau, Tháng 12 năm 2021, tôi xuất bản Thiên Lý Độc Hành trên Barnes & Noble Press.

Rất may mắn khi biên soạn và thiết kế bìa trình bày 2 quyển thơ: Thiên Lý Độc Hành và Ngục Trung Mị Ngữ. Tôi được làm việc trực tiếp với Thầy từ khi mới lên ý tưởng cho đến bản thảo đầu tiên in ra để sửa. Tôi và ban biên tập có anh Bùi Chí Trung, Nguyễn Phước Nguyên được nghe Thầy góp ý kiến, được Thầy chỉnh sửa từng phần, từng câu, từng chữ. Thật là một "phước duyên" mà tôi có được trên cuộc hành trình này.

Đọc "Nối gót Thiên Lý Độc Hành" của thầy Hạnh Viên viết, tôi có thể cùng đi theo thầy Tuệ Sỹ, đi theo từng bước chân, đi theo từng nơi chốn mà Thầy Tuệ Sỹ đã đi qua. Đến mỗi điểm Thầy dừng là một bài thơ, một câu chuyện.

Trên đường Thầy đi bộ từ Đức Trọng lên Đà Lạt, tôi liên lạc được với Thầy và mời Thầy đến xem triển lãm tranh của họa sỹ Đinh Cường từ Mỹ về (tháng 5, 2013) tại Gallery Đào Nguyên. Vài ngày sau từ balcony gallery ngay khu phố Hòa Bình, tôi nhìn xuống đường thấy Thầy đội nón lá, vai đeo ba-lô còn cột thêm cái võng cuộn lại treo một bên. Tôi vội vàng cầm điện thoại chụp ngay vài tấm hình trong chuyến Thiên Lý Độc Hành của Thầy. Không ngờ mười năm sau dùng đến bức hình này.

Một buổi tối trời Đà Lạt thành phố đã tắt đèn, gallery vừa kéo cửa sắt xuống treo bảng đóng cửa lên, thì thầy Hạnh Viên và thầy Tuệ Sỹ là người khách cuối cùng bước vào. Chắc cũng 15 năm, thầy Tuệ Sỹ và họa sỹ Đinh Cường mới gặp lại nhau trong triển lãm "Đà Lạt Nỗi Nhớ" và đó cũng là lần triển lãm cuối cùng của họa sỹ Đinh Cường, ông mất sau đó vài năm (tháng 1-2016).

Thấy sách được in như ý và Thầy vui nên anh Bùi Chí Trung lại đưa ra ý tưởng làm tiếp Ngục Trung Mị Ngữ. Làm quyển sách này là một quá trình cam go vì vậy cần có thêm thầy Nguyên Hiển tham gia phần chuyển ngữ sang tiếng Việt, anh Bùi Chí Trung dịch sang tiếng Nhật và Nguyễn Phước Nguyên dịch sang tiếng Anh. Đặc biệt là Hoà thượng Takaoka Shucho đã dành trọn 3 ngày đóng cửa tắt điện thoại tập trung viết xuống 18 bài thơ bằng chữ Hán trên 2 bản: một bản trên giấy Lokta từ Nepal và một trên giấy Washi của Nhật. Thầy Tuệ Sỹ cũng bắt tay vào chỉnh sửa lại một vài chữ, từ nguyên bản của Thầy.

Tháng 11 năm 2022, bản thảo vừa in ra, tôi mang về Việt Nam đến chùa Phật Ân cùng với Thầy Tuệ Sỹ và anh Bùi Chí Trung sửa lại lần cuối.

Nhờ vậy mà Ngục Trung Mị Ngữ được phát hành đúng vào ngày mồng 1 Âm Lịch năm 2023.

…Dịp sang Beijing, tôi mang về biếu Thầy bộ (nghiên, cọ, giấy, mực) nghiên mài mực có hình con rùa. Thầy lấy thỏi mực mài ra nghiên viết thử chữ thảo. Tôi xin thầy viết cho chữ Tuệ Sỹ, Thầy viết nháp vài bức. Trong đó có một bức tên của tôi, nhưng thầy lại viết tên tôi là Dã Thảo thay vì Dạ Thảo. Thầy nói: "Dã Thảo mới đúng là bản tính con người của tôi hơn." Tôi mang về dán lên canvas vẽ thêm vào. Thế là tôi có được một bức tranh với thủ bút của thầy Tuệ Sỹ.

Thật vô cùng quý giá!...

Đào Nguyên Dạ Thảo, viết xong ngày Trung Thu (29/09/2023)

TUỆ SỸ: ĐÔI MẮT SÁNG VÀ
NỤ CƯỜI HIỀN

Đỗ Trung Quân

Tôi đến hotel Legend với bó hoa nhỏ, đơn giản vài cành lau trắng

Anh Taxi giọng Huế "Chú đi sinh nhật, mà lại cầm hoa lau ngộ hè!".

Tôi cười bảo đi nghe một vị Thiền sư đọc thơ. Thiền sư mà đọc thơ trong khách sạn 5 sao? Anh taxi thắc mắc (?).

Tôi bảo với Thiền sư thì khách sạn 5 sao hay lều cỏ như nhau cả.

Ấy là đêm Hiền giả, thi sĩ Tuệ Sỹ ra mắt "Những Điệp Khúc Cho Dương Cầm - Refrains pour Piano - 2009.

Tôi mang bó hoa lau đặt lên tập thơ trên bàn, khẽ cúi chào và xuống đứng nơi cuối cùng của sảnh.

Giọng Thầy nhẹ nhàng những câu thơ của mình…

…

Tôi chưa từng gặp con người nào trong vóc dáng thanh mảnh, gầy gò như Tuệ Sỹ lại có sức hút, uy lực khủng khiếp với người đối diện đến thế.

Cái uy lực của sự từ bi.

Cái uy lực của trí huệ.

Cái uy lực mềm mại như một cành lau.

Uy vũ bất năng khuất.

Nhưng với tha nhân, với Chánh pháp, với cuộc đời thế tục.

Hiền giả vẫn đôi mắt sáng và nụ cười hiền.

…

Đỗ Trung Quân

Sài Gòn mùa trăng tháng 9 - 2023

Buổi trà đàm giới thiệu tập thơ 'Những điệp khúc cho dương cầm' của Tuệ Sỹ

RỒI SẼ CÓ MỘT NGÀY

Đồng Thiện

Qua thọ nhận từ những dòng văn tự
Tâm ý Thầy hiển hóa chữ nghĩa đây
Tư tưởng Thầy thật bát ngát trời mây
Gom cả lại kinh sách đầy trang giấy

Đồng đạo kia có bao người trông thấy
Chẳng dễ gì mà dụng lấy được đâu
Như hư không vô cùng tận thâm sâu
Làm sao hiểu những ý nghĩa nhiệm mầu

Bậc hữu học nhất tâm cầu trí huệ
Người thế gian chẻ chia và đặt để
Lòng tự tư nên không thể hiểu ngài
Dù giống nhau cái tứ đại hình hài

Tâm bồ đề thọ dụng lại khác nhau
Nước non này lầm lỡ những cơn đau

Chân dung Thầy Tuệ Sỹ (Charcoal on Paper 16x20")
của Họa sĩ Trương Đình Uyên

Dựng tích trượng chấn tác để mai sau
Đời hưng thịnh và đạo mau phục hoạt

Nuôi chí lớn rộng đường mây giải thoát
Bậc du sĩ đã lên đường dứt khoát
Có sá gì để tranh đoạt lợi danh
Chép lời Phật và y giáo phụng hành

Dịch minh văn giảng giải thành kinh sách
Buông bỏ đời như viễn khách đường xa
Giữa hư không vô cùng rộng bao la
Cánh hạc trắng lụy sơn hà loang lổ

Thương dân tình đắm chìm trong bể khổ
Từ bi tâm nên tế độ người mê
Trên đường trần vẫn mải miết đi-về
Tình pháp lữ cũng nhiều bề khác biệt

Chí phục dựng trùng hưng dòng Phật Việt
Đạo độ đời tha thiết biết bao nhiêu
Từ bình dân cho chí triết cao siêu
Một biểu tượng tăng tục đều kính ngưỡng

Người trong ngoài mong chờ và tin tưởng
Lòng nhất tâm cung thỉnh hướng về Thầy
Giáo hội dần rồi sẽ có một ngày
Hàng Thích tử hội đủ đầy hòa hợp

Đạo bồ đề mở học đường trường lớp
Giáo dưỡng người đồng hướng tới thiên lương
Dạy tri kiến như thật Phật hoằng dương
Tuyên giáo lý để rộng đường giác ngộ

Qua sông mê Thầy chống chèo để độ
Tinh thần Thầy phương tiện hỗ trợ thêm
Chúng con là những kẻ giữa màn đêm
Cần đuốc Tuệ bậc Sĩ hiền dẫn dắt.

ĐỒNG THIỆN
Ất Lăng thành, 10/21

ĐỨC TƯỢNG VƯƠNG

HẠNH PHƯƠNG

Đức TƯỢNG VƯƠNG giữa rừng sâu đêm dài u uất
Mặc sấm rền chớp giật bão giông
Người thản nhiên thiền tọa – đại hùng tâm
Bi Trí Dũng vẫn ngàn năm: Bất động.

Hải triều âm quyện trào Sư Tử Hống
Từng trang kinh luật luận tỏa hào quang
Bản án tử... hề! thế sự trái ngang
Khôn bức tử ánh hào quang tuệ giác

Từng chữ viết hiện thân thành nốt nhạc
Trường sơn ca Phạn thực ngục trung
Người hóa hiện bát cơm Hương Tích
Chí thành dâng Đức Tối Thắng Tôn...

Khi Tượng Vương ôm đàn ngồi hát
Từng nốt vui dào dạt tự do...
Tròn một đời phiêu nhiên khoáng hoạt,
Từng âm giai đưa nhân loại qua đò...

Từ muôn trước đến ngàn sau sáng rực
Lửa trái tim Quảng Đức miên trường
Vua hóa hổ toàn thân mọc lông nhung nhúc
Chỉ cam lồ nhà Phật xóa đau thương...

Đức Bồ tát vào ra sanh tử
Hệt như người Vô Sự khứ lai
Ai giết được bản lai Bây Giờ, Quá Khứ
Kia bài kinh Bụt chuyển pháp Vườn Nai.

HẠNH PHƯƠNG

CHƯA TRÒN BUỔI SƠ GIAO...

Huyền-Diệu Trang

Kính thưa Ôn,

Con viết bài này không phải để ca tụng những gì mà nhiều người viết về Ôn và tác phẩm của Ôn, với kỷ niệm và ân tình, hay để tri ân. Để con kể Ôn nghe... Một hôm anh Phẻ nhắn tin nói "viết bài nhé!" Bữa nọ sư phụ Tâm Hoà cũng gọi, bảo "con viết bài về Ôn nha". Cả hai lần con đều từ chối không dám viết, chỉ mong tập kỷ yếu ra đời để thưởng thức, học hỏi, hiểu thêm về những gì con chưa biết về Ôn. Con không dám viết vì nhiều lý do: tập kỷ yếu tập trung quá nhiều cây bút thâm niên tên tuổi trong khi ngòi bút của con còn non nớt, lại không có kỷ niệm gì với Ôn, ngoại trừ những quyển sách Ôn đứng tên tác giả... Rồi 3 tuần trôi qua, mỗi khi nghĩ về Ôn là con cảm thấy điều gì đó tiếc nuối, về một buổi sơ giao không trọn... Điều gì đó mơ hồ buộc con viết ra đây tất cả những cảm xúc tự nhiên của mình. Cầu nguyện cho bài viết này như một giọt cam lồ góp phần trợ duyên vào biển sóng tâm linh của những người con Phật khắp nơi đang quy hướng về Ôn nơi quê nhà.

Dạo gần đây khi nghe tin Ôn lại trở bệnh, cứ mỗi buổi công phu sáng con đều nghĩ về Ôn... cầu cho Ôn được khoẻ trở lại, để đôi tay gầy guộc ấy lật những trang Kinh, đôi mắt tinh anh ấy tiếp tục nhìn những dòng chữ Phạn, Pali, Hán, Anh, Đức, Pháp, Nhật v.v... để gõ xuống những câu từ tiếng Việt, để hoàn thành công trình phiên dịch Đại Tạng Kinh Việt Nam còn đang dang dở...

Ôn biết không, hôm Phật Đản, con tranh thủ vô chánh điện, rờ rờ... chạm tay vào bìa những quyển Kinh (29 tập Thanh Văn Tạng I được cung nghinh và trình bày trên chánh điện chùa Pháp Vân), tâm cảm ngược dòng thật lạ, thấy nguyện lực, tâm huyết và nhân dáng của Ôn và những vị Thầy ngồi miệt mài bên bàn phiên dịch suốt những năm dài, dài mãi đến vị lai... Vậy mà nay Ôn đã trở bệnh nặng...

Đoạn clip ngắn vài giây về Ôn ngồi làm việc trên giường bệnh, ống trợ thở vẫn còn giữ nơi mũi, là hình ảnh gây cho con nhiều xúc động nhất trong đêm thắp nến. Cả đạo tràng Pháp Vân tha thiết nguyện cầu Ôn được an khang, diên thọ, tiếp tục sứ mệnh hoằng truyền Phật Đạo... Với ý chí kiên cường vượt thắng mọi đớn đau bệnh tật dày vò trên thân thể gầy nhom, Ôn tỉnh dậy, điều đầu tiên là tiếp tục miệt mài với những trang kinh. Con tự hỏi điều gì đã vực Ôn dậy? Rồi lại nhớ, Ôn đã bao lần vào sanh ra tử rồi, thì sá gì thêm một lần đau. Tấm thân tứ đại mỏng manh đó, đã vì nguyện lực mà nhập thế. Sức mạnh tinh thần và tâm lực quá lớn của Ôn đã từng khiến bao thế lực trái chiều phải chùn chân, nếu không sẽ không có một nhà tư tưởng, nhà văn, nhà thơ, học giả uyên bác và nhân từ của ngày hôm nay.

Con biết đến Ôn nhờ những duyên thật đẹp, khi được làm Phật tử của những vị Thầy đã từng là cựu học trò của Ôn như HT Nguyên Siêu, HT Trí Thành, Thầy Tâm Hòa, Thầy Nhật Quán, Thầy Tâm Minh, Thầy Nguyên Lạc, v.v... Thích đọc sách văn thơ Phật Giáo, con may mắn biết và tiếp xúc vài lần với những cây bút thâm niên mà con từng quý kính như chú Tâm Quang Vĩnh Hảo, chú Tâm Huy Huỳnh Kim Quang, anh Phẻ, anh Triết... Vậy là, con biết đến Ôn, sau đó hiểu Ôn nhiều hơn qua những con chữ, qua những câu chuyện kín đáo bên lề mà không phải ai cũng biết về Ôn... để rồi từ cái duyên ấy con nuôi mộng được gặp Ôn, một lần...

Hòa thượng giảng Luận Câu-xá (Ảnh cắt từ video)

Vậy mà, mấy bận về VN, duyên không trọn. Một lần con ghé Thư Quán Hương Tích mà Ôn đang nhập thất. Một lần con về ngay lúc Thầy Hạnh Viên nhắn là Ôn đang ở Nhật. Một lần khác, con về khoảng thời gian Ôn nhập hạ mà thời gian con ở VN ngắn... Vậy đó, cơ hội thì có mà duyên thì chưa tròn. Đành. Không gặp được Ôn, con quyết định ghé Già Lam, lúc ấy chùa đang được trùng tu sau vụ hoả hoạn. Rồi con ghé chùa Linh Sơn, Hải Đức Nha Trang, v.v... chỉ để được tận mắt thấy những nơi chính Ôn và quý Thầy của con đã từng dừng chân trong quá khứ...

Con nghĩ, một người như con, không gặp được Ôn cũng không có gì lạ. Con cũng có gặp Phật đâu mà cũng an lành trong Chánh Pháp của Người để lại. Ôn cũng thế, dẫu con sẽ không kịp gặp Ôn kiếp này, thì con cũng đã gặp được Ôn qua những trang kinh sách, tác phẩm, thơ văn, do Ôn viết, biên soạn, sáng tác, dịch thuật, v.v... Nhưng, Ôn ơi, con không lãnh hội được hết những gì Ôn viết, thậm chí chưa đọc hết tất cả những tác phẩm của Ôn. Văn Thơ của Ôn lại sâu thẳm và mênh mông quá, tâm trí nhỏ hẹp của con cũng không thưởng thức trọn nghĩa của câu từ triết lý xa xăm. Nhưng những ca từ cứ len lỏi vào tâm hồn con, tận đáy lòng, con lại cảm nhận được sự gần gũi vô hình nào đó với niềm kính ngưỡng và xót thương mỗi khi được ngắm hình Ôn hoặc nghe qua những câu chuyện kể về năm tháng tù đày và cả những chuyến đi độc hành mà Ôn trải nghiệm. Trong đáy mắt sáng ngời của Ôn là nơi hội tụ biết bao tinh hoa của nền PGVN và hải ngoại. Ôn có đôi mắt sâu thẳm tinh anh, nhưng nụ cười của Ôn vẫn là một điều gì đó mơ hồ trong con, bởi đối với con, giấc mơ gặp được Ôn chỉ còn là điều trong mộng...

"Năm tháng vẫn như nụ cười trong mộng"

Kính thăm sức khoẻ Ôn vượt thắng lần tử sinh này.

Nguyện cho công trình phiên dịch Đại Tạng Kinh Việt Nam được sớm hoàn thành như nguyện.

Toronto, 10.10.2023

Phật tử phương xa...

Huyền-Diệu Trang

THĂM LẠI NÚI RỪNG XƯA

Phổ Đồng

Viết tặng Thầy Tuệ Sỹ

Anh về thăm lại núi rừng xưa
Ráng nắng mai hồng lá thoảng đưa
Vành nón che nghiêng hương sắc nửa
Sương mờ vương đất gió man man.

Tìm luống đất xưa cà chớm nụ
Cải xanh vàng vọt ánh tà dương
Am rách gió mưa theo gió chướng
Thân gầy che chắn nỗi niềm riêng.

Tìm phiến đá mòn phơi nẻo vắng
Chạnh lòng Lã Vọng suối buông câu
Buồn dâng con nước xuôi đôi ngả
Ánh mắt chưa tan một mối sầu.

Tác giả (HT Thích Đức Thắng) và HT Thích Tuệ Sỹ

Thương người thương cả cuộc tang thương
Nắng sớm chiều mưa lại đổi thay
Thì nay xin gởi về thiên cổ
Một tiếng cười vang lạnh gió bay.

Vạn Giã 4/9/06 AL
PHỔ ĐỒNG

LONG TƯỢNG MINH SƯ

Minh Đạo Phương Biên

Kính ngưỡng tri ân
Hòa thượng thượng Tuệ hạ Sỹ.

Thân gầy dong dõng trí Văn Thù
Trí dũng song toàn đấng trượng phu
Lao khổ ngục tù như nhập định
Huệ quang đức phổ bậc chân tu
Pháp âm thông tuệ kinh luật luận
Hoằng hóa độ sanh lượng đại từ
Hành trạng sâu dầy trì Chánh Pháp
Tri ân Long Tượng Bậc Minh Sư.

Phần Lan 19.9.2023

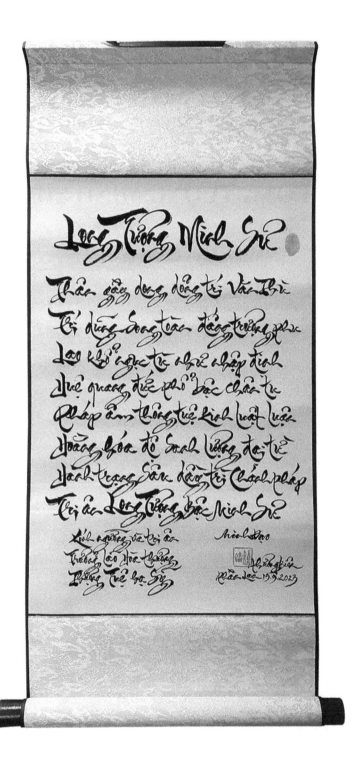

TUỆ SỸ VÀ NHỊP THỞ TRƯỜNG SƠN

Ngọc Hân

Ngọn gió đưa anh đi mười năm phiêu lãng

Nhìn quê hương qua chứng tích điêu tàn

Triều Đông hải vẫn thầm thì cát trắng

Truyện tình người và nhịp thở Trường Sơn...

(Tuệ Sỹ - Những năm anh đi)

Vào Tháng 9 năm 1988, người Việt ở hải ngoại bàng hoàng khi nghe tin hai nhân vật lỗi lạc của Phật Giáo, Thầy Tuệ Sỹ và Thầy Trí Siêu, bị giam từ năm 1984, nay bị tòa án CSVN tuyên án tử hình vì tội "âm mưu võ trang lật đổ chính quyền" qua việc lập ra tổ chức Mặt Trận Nhân Quyền Việt Nam! Nhờ sự tranh đấu tích cực của các cơ quan nhân quyền quốc tế, Hà Nội phải giảm án xuống còn chung thân khổ sai.

Thượng Tọa Tuệ Sỹ đã được tổ chức Human Rights Watch trao giải thưởng tranh đấu cho nhân quyền Hellman-Hammet Awards ngày 3-8-1998.

Ngày 1 tháng 9 năm 1998, Thầy được trả tự do từ trại Ba Sao-Nam Hà ở miền Bắc. Trước khi thả, nhà cầm quyền CS yêu cầu Thầy ký vào lá đơn xin khoan hồng để gửi lên Chủ Tịch Trần Đức Lương. Thầy Tuệ Sỹ trả lời: "Không ai có quyền xét xử tôi, không ai có quyền ân xá tôi." Công an nói không viết đơn thì không thả, Thầy không viết và tuyệt thực. Hà Nội đã phải phóng thích Thầy sau 10 ngày tuyệt thực.

Từ bản án tử hình đó, người ta đi tìm những tài liệu viết về hai Thầy mới giật mình khám phá ra một gia tài biên khảo, trước tác đồ sộ về Phật học, Triết học và Văn học của Thầy Tuệ Sỹ.

Nhìn vào công trình dịch Kinh, biên khảo Phật học của Thầy Tuệ Sỹ với kiến thức uyên bác, Thầy như ngọn hải đăng soi sáng nẻo đường dẫn vào hai hệ kinh điển Nguyên Thủy Phật Giáo và Đại Thừa Phật Giáo bằng văn phong lịch nghiệm, bằng trí huệ Bát nhã của bao tiền kiếp còn phong lại dấu ấn đến kiếp nầy. Sở tri đó và khối óc đó, Thầy đã dành cho Phật học, bảo lưu và cống hiến cho pháp giới chúng sinh, còn trái tim và tâm đại bi, Thầy đã dành cho thi ca, cho văn học bằng một hồn thơ chơi vơi trên từng con chữ, từng thi pháp, từng phím dương cầm hay từng thanh âm réo rắt của vĩ cầm và bay bổng của sáo trúc.

Như Nhà thơ Bùi Giáng đã viết: *Thấy ông vẻ người khắc khổ, không ai ngờ rằng linh hồn kia còn ẩn một nguồn thơ thâm viễn u u...*

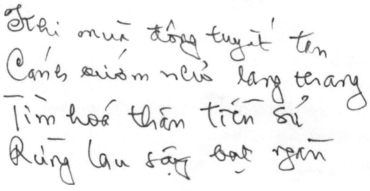

Thủ bút của Thầy Tuệ Sỹ

Nguồn thơ thâm viễn thì ai cũng hiểu được nhưng "thâm viễn u u" là cái chi chi lạ quá! Tuy không hiểu được từ ngữ ở "cõi trên" của tiên sinh nhưng chữ dùng của ông đọc lên nghe cũng vui tai vì thanh âm "u u" của nó. Chưa hết, tiên sinh còn viết tiếp về Thầy Tuệ Sỹ:

Nhưng ai có ngờ đâu nhà sư kín đáo e dè kia, không hề bao giờ có vướng lụy, lại còn mang một nguồn thơ Việt phi phàm? Một bài thơ "không đề" của ông đủ khiến ta khiếp vía mất ăn mất ngủ:

Đôi mắt ướt tuổi vàng khung trời hội cũ

Áo màu xanh không xanh mãi trên đồi hoang

Phút vội vã bỗng thấy mình du thủ

Thắp đèn khuya ngồi kể chuyện trăng tàn...

Người đọc đã đi từ ngạc nhiên nầy đến ngạc nhiên khác, một ngạc nhiên đầy thú vị, khi một nhà tu khổ hạnh, dáng vẻ nghiêm khắc lại có những vần thơ và văn chương diễm lệ, đẹp đến sững sờ. Nầy nhé, hãy đọc các đề tựa cho mỗi tiết trong quyển khảo luận Tô Đông Pha Những Phương Trời Viễn Mộng của Thầy Tuệ Sỹ:

I. Trời Quê hương khói mù bay Viễn mộng.

II. Trời thu cao cây lá ngủ mơ hồ

III. Trời óng ả bạc tường rêu Lữ thứ

IV. Trời trăng sao in mộng triệu sông hồ

Chưa đi vào quyển sách, chỉ mới xem qua Mục Lục mà những dòng chữ trên đây đã đẹp như tranh vẽ, lãng đãng khói sương thơ mộng. Thế nhưng kẻ hậu học không rành Hán tự cũng đã chạy theo vật vả với những từ Hán-Việt trong quyển sách nầy, chẳng hạn như tựa đề cho Phần 1.

I. Khuyết nguyệt quải sơ đồng

II. Lô Sơn chân diện mục.

Tất nhiên tác giả sẽ giải thích khi mời người đọc đi vào khu vườn thi ca của Thầy:

Khuyết nguyệt, đó là mảnh trăng non, là con trăng sơ huyền. Mảnh trăng non treo trên ngọn ngô đồng thưa lá...

Thi ca đã thể hiện tài hoa của nhà tu với những ẩn ngữ cao kỳ, kiêu bạc và cô liêu. Với tài hoa lãng đãng khắp thơ văn nhạc của Thầy như những hoa trời rải xuống trần những thanh âm đại từ giải thoát, chúng ta thực không biết bắt đầu từ đâu, nói về lãnh vực nào, để đi vào khu vườn thi ca như bát trận đồ của Thầy, khu vườn kỳ diệu ảo hóa như đồ hình Mạn Đà La cát của các vị Lạt Ma Tây Tạng.

Theo Thầy Tuệ Sỹ, Thơ là một cuộc lịch nghiệm Riêng và Chung, của Thời đại và Lịch sử. Làm sao ta hiểu được cõi thi ca trùng điệp những ẩn ngữ diệu kỳ của thiền sư.

Chỗ Không tịch của Đạo, chỗ trùng trùng ẩn ngữ của Thơ, làm sao lấy tay chỉ thẳng vào Thơ mà bảo rằng hiểu được nỗi lòng của thi sĩ nên ta chỉ thưởng thức những vần thơ của Thầy như thưởng thức cái đẹp diễm lệ của một bức tranh, cái hiếm quý của những cuộn chỉ thảo pa-pyrus, cái âm ba diệu vợi của dòng sông trăng (Moonlight Sonata).

Buổi sáng mùa Xuân, sương còn đọng trên ngọn cỏ, bước chân đi trên những con đường thơm hương cỏ non và thơm mùi khuynh diệp. Tôi ngước nhìn bầu trời trong xanh, nắng đẹp xa vắng mà nghĩ đến khung trời hội cũ trong *Đôi mắt ướt tuổi vàng khung trời hội cũ* của Thầy Tuệ Sỹ.

Đó có phải là đôi mắt của người áo lục một thời tuổi vàng qua những khung trời mở hội để tham vấn đạo, tìm về bản Tâm trong suốt để giác ngộ giống như một Thiện Tài đồng tử Sudhana đã đi qua 53 cung đường để cầu đạo trong Phẩm Nhập Pháp Giới của Kinh Hoa Nghiêm? Phải chăng khi quê hương trở thành những chứng tích điêu tàn, khi dân tộc trầm mình trong cơn đày đoạ thì áo màu xanh không còn phất phới trên đồi hoang của thời đạo pháp vàng son của nước thanh bình cũ?

Tuệ Sỹ là một đạo sư uyên bác trác tuyệt, một thi văn nhạc sĩ tài hoa thơ mộng dị thường, một người yêu nước với đầy đủ đức tính Bi, Trí, Dũng của một Bồ tát giữa đời thường nên đã chọn con đường ở lại với quê hương dân tộc, yêu nước thương dân bằng một tấm lòng thao thức trăn trở, bằng một tính mạng sẵn sàng hy sinh, sẵn sàng đối mặt với tử sinh.

Người ở lại giữa lòng tay bạo chúa

Cọng lau gầy trĩu nặng ánh tà dương

Rồi trước mắt ngục tù thân bé bỏng

Ngón tay nào gõ nhịp xuống tường rêu

Trong trại giam X4 ở Sài Gòn năm 79, Thầy Tuệ Sỹ đã tìm "em" quê hương trong giấc chiêm bao

Yêu em dâng cả ráng chiều thu

Em đốt tình yêu bằng hận thù

Cháy đỏ mùa đông ta vẫn lạnh

Giấc mơ không kín dãy song tù

Là những người xa xứ, chúng ta cứ luôn nhớ về quê hương nghìn trùng xa cách, còn Thầy Tuệ Sỹ đang sống trên quê hương mình mà lạc mất quê hương:

Quê người trên đỉnh Trường Sơn,

Cho ta gửi một nỗi hờn thiên thu

Quê hương người trên núi rừng Trường Sơn gió ngàn bạt đỉnh, nơi người đã lớn lên cùng sa mù khí núi là nhịp thở Trường Sơn, nơi những ngọn gió Lào khô nóng như thổi lửa lên triền đất bên nầy dãy Trường Sơn, nơi biển Đông mấy độ triều lên khóc tràn cuộc lữ long đong, bước chân du tử của người vì thế đã bẽ bàng ca khúc trên môi:

Năm tháng vẫn như nụ cười trong mộng
Người mãi đi như nước chảy xa nguồn
Bờ bến lạ chút tự tình với bóng
Mây lạc loài ôi tóc cũ nghìn năm

Cũng như thi hào Tô Đông Pha của Thơ và Đạo, con người thi sĩ của thiền sư Tuệ Sỹ cũng đã lao đao và tiêu sái trong cõi thơ trầm mặc phiêu bổng, trong cõi đọa đày viễn mộng của bóng chớp mây chiều nên thi ca của Thầy cũng là chứng tích của ba đào lịch sử.

Cõi Thiền vốn không lời nên trên đỉnh cao của Trường Sơn chỉ là sự im lặng, sự im lặng của cánh chim Hồng cô độc bay vút tận chân mây, để rơi rụng mùa Thu tóc trắng.

Cõi Thơ của Tuệ Sỹ vốn ẩn ngữ diệu kỳ, chôn ẩn tình trong lòng núi Trường Sơn hùng vĩ, đồng vọng một nỗi buồn thiên thu, một mối hận Thu cao nhưng vẫn tràn ngập chân tình như mưa lũ biên cương, vẫn đại từ đại bi đại trí theo bước chân Bồ tát phổ độ chúng sinh.

Tình chung không trả thù người
Khuất thân cho trọn một đời luân lưu

Cõi Thơ của Thiền sư đã phiêu bổng mà cõi Nhạc cũng âm trầm cung bậc. Những dấu lặng trong trường canh nhạc đối với nhạc sĩ có phải là những lúc trầm tư vừa Không vừa Tĩnh. Theo Thiền sư Tuệ Sỹ, *"Tĩnh cho nên thâu tóm mọi vọng động và Không, cho nên bao hàm vạn cảnh. Ngắm nhìn sự đời, bôn ba giữa đời mà thấy mình như nằm trên chóp đỉnh mây cao. Đủ hết các thứ mặn nồng, chua chát, trong đó có cái hương vị tuyệt vời."*

Những dấu Lặng cho âm đàn đứt vội như khổ lụy lao đao của đoạ đày viễn mộng nhưng những dấu Thăng chợt vút lên như cánh chim bạt ngàn từ quãng Vô Biên. Nhạc đã đi vào Thơ cho bài thơ lên tiếng hát và Thơ đã đi vào Nhạc cho sợi khói buông chùng dòng nhạc chơi vơi:

Chiều như thế, cung trầm khắc khoải.

Rát đầu tay nốt nhạc triền miên.

Ôm dấu lặng, nhịp đàn đứt vội.

Anh ở đâu, khói lụa ngoài hiên?

(Những điệp khúc cho dương cầm)

Bài thơ gần đây nhất trong năm nay của Thầy Tuệ Sỹ là bài Thiên lý độc hành gồm 13 khổ mà khổ cuối cùng chỉ hai câu:

"Khi về anh nhớ cài quai nón

Mưa lạnh đèo cao không cõi người"

Hai câu thơ nghe lạnh buốt tâm can, lạnh đến nao lòng ứa lệ! Dặn dò ai đây hay dặn dò cho chính mình nhớ cài lại quai nón khi về trên đèo cao, bởi gió hú đèo cao thổi mạnh quá, mưa lưng chừng đèo lạnh quá và tiếng gió qua đèo nghe buồn quá! Người về một bóng trên đèo vắng, Nghe lạnh đường trăng, núi thở dài!

Vẫn cánh chim Hồng lẻ loi giữa trời cô tịch, vẫn chéo áo ai bay vách núi ngàn năm phơi tuế nguyệt, vẫn bước chân ai nhẹ đi về cõi Tâm Không mà vẫn nghe quá khứ ngập trong nắng tàn. Thơ đến rồi đi không dấu vết, người đi về miền viễn mộng không dấu chân lưu, nên thơ dù có hiển hiện ba đào lịch sử, có hận Thu cao, có trời viễn mộng đoạ đày nhưng thơ của thiền sư Tuệ Sỹ vẫn nhẹ tênh, tuyệt nhiên không hận thù, không nặng sầu bi ai than oán và, không dấu chim bay!

Theo Đại lão Hoà Thượng Thích Trí Thủ hay Ôn Già Lam, nói đến Phật giáo Đại thừa là nói đến Bát nhã. Vì Bát nhã là đầu mối, là mạch nguồn từ đó các trào lưu tư tưởng Đại thừa kể cả Mật giáo khởi dậy. Trong các buổi giảng Pháp của Đức Đạt Lai Lạt Ma tại Úc, phần mở đầu chương trình mỗi ngày là thời tụng Bát Nhã Tâm Kinh bằng nhiều ngôn ngữ, trong đó có cả tiếng Việt, của nhiều truyền thống Phật giáo.

Thế nên để kết thúc bài viết nầy, xin cung kính gửi đến Thiền sư Tuệ Sỹ câu thần chú Bát Nhã Ba La Mật Đa:

Tadyathā Gate Gate Pāragate Pārasamgate Bodhi Svāhā

Quảng Anh Ngọc Hân

Sydney 2023

TUỆ SỸ:
TIẾNG THÉT VÔ THANH
GIỮA TRỜI VIỄN MỘNG

Nguyên Cẩn

Nikos Kazantzakis viết: "*Trọn tâm hồn tôi là tiếng thét thì tác phẩm của tôi là lời chú giải cho tiếng thét ấy.*" Ta có thể nói gì về thơ Tuệ Sỹ và tiếng thét trong tận cùng sâu thẳm tâm hồn như lời thơ Không Lộ "*Hữu thời trực thướng cô phong đảnh/ Trường khiếu nhất thanh hàn thái hư*". (Có khi chót vót đầu non quạnh / Một tiếng cười vang lạnh đất trời).

Nhận định về Tuệ Sỹ, Phạm Công Thiện đã viết: "*Một con người vừa là Thi sĩ vừa là Thiền sư, vừa là nhà hành động nhập thế với tinh thần vô công dụng hạnh của bậc Bồ tát. Hành động tích cực, mãnh liệt toàn triệt mà vẫn giữ cảm thức viễn ly và viễn mộng.*"

Về thơ Tuệ Sỹ, ông viết: "*Thơ Tuệ Sỹ chính là tiếng thơ đổi giọng của một loài chim bay từ cõi xa xưa của vô biên tế kiếp trong lòng sâu thẳm của Tính mệnh quê hương.*"

Có mâu thuẫn gì không giữa một hồn thơ nhạy cảm đầy những cung bậc cảm xúc và sự huân tập một đời trong triết lý Phật pháp thâm sâu?

Tuệ Sỹ như một thi sĩ

Từ năm 1969, Bùi Giáng đã nhận định về Tuệ Sỹ, chỉ qua bài thơ *Khung trời cũ*:

Đôi mắt ướt tuổi vàng khung trời hội cũ/ Áo màu xanh không xanh mãi trên đồi hoang/ Phút vội vã bỗng thấy mình du thủ/ Thắp đèn khuya ngồi kể chuyện trăng tàn/ Từ núi lạnh đến biển im muôn thuở/ Đỉnh đá này và hạt muối đó chưa tan/ Cười với nắng một ngày sao chóng thế/ Nay mùa đông mai mùa hạ buồn chăng?/ Đếm tóc bạc tuổi đời chưa đủ/ Bụi đường dài gót mỏi đi quanh/ Giờ ngó lại bốn vách tường ủ rũ/ Suối rừng xa ngược nước xuôi ngàn.

Ông viết: "*Tuệ Sỹ một vị sư. Ông viết văn nghiêm túc, những sở tri của ông về Phật học quả thật quảng bác vô cùng. Thấy ông vẻ người khắc khổ, không ai ngờ rằng, linh hồn kia còn ẩn một nguồn thơ thâm viễn u u… Chỉ một bài thơ, Tuệ Sỹ đã trùm lấp hết mọi chân trời mới cũ, từ Đường Thi Trung Hoa tới Siêu Thực Tây phương.*"

Còn Tâm Nhiên, một trong những người có lúc nhận mình là thị giả của Tuệ Sỹ thì kết luận: "*…chúng ta có thể gọi Tuệ Sỹ là một Thiền sư thi sĩ với ý nghĩa trọn vẹn, tốt đẹp nhất của danh từ. Điều đó chứng tỏ qua những tác phẩm thâm viễn, uyên áo, nhất là thể hiện qua phong cách sống đạm bạc, đơn sơ, giản dị mà rất nghệ sĩ phóng khoáng, an nhiên, tự tại. Khai mở thông lộ tự do cho con người, biết mỉm cười vô úy, trên tinh thần vô chấp, sáng tạo, hạo nhiên chi khí, đại bi tâm.*"

Nhà thơ làm kẻ độc hành trên con đường thiên lý, thõng tay vào cuộc Lữ, lạnh lùng, cô đơn tuyệt đỉnh.

*Từ trái: Thầy Tuệ Sỹ và các thân hữu Đinh Cường – Nguyễn Dương Quang –
Bửu Ý tại Đàlạt tháng 11- 2013 (Ảnh: internet)*

*Ta làm kẻ rong chơi từ hỗn độn/ Treo gót hài trên mái tóc vào thu/ Ngồi
đếm mộng đi qua từng đọt lá/ Rũ mi dài trên bến cỏ sương khô/ Vì lêu
lổng mười năm trời nói mộng/ Ôm tình già quên bẵng tuổi hoàng hôn/
Một sớm nọ nghe chim buồn đổi giọng/ Người thấy ta xô dạt bóng thiên
thần…* (TS)

Shelley xem thơ là một điều gì đó rất thiêng liêng… ghi lại những
khoảnh khắc đỉnh cao và hạnh phúc nhất của tâm hồn. Còn Emily
Dickinson thì lại có cái nhìn về thơ rất ấn tượng: *"Nếu một cuốn sách
làm cho tôi thấy giá lạnh mà không một ngọn lửa nào có thể sưởi ấm, tôi
biết đó là thơ. Nếu tôi thấy mình đang cất cánh, tôi cũng biết đó là thơ…"*
Như vậy thơ nâng cao tâm hồn con người đến cảnh giới mà Đặng Tiến
khi nói về câu thơ *"Áo màu xanh không xanh mãi trên đồi hoang"* nói
rằng màu xanh đó là màu trong chiều kích tâm linh, không còn là một

thực thể nữa. Robert Frost lại cho rằng *"Thơ ra đời khi cảm xúc đã tìm thấy tư duy của mình và tư duy đã tìm ra lời để diễn đạt chúng."*

Edgar Allan Poe thì cho rằng *"Nỗi buồn là giọng điệu phù hợp nhất của thi ca."* Một nhà thơ lớn khác, T.S. Eliot, chủ nhân giải Nobel 1948 từng nói *"Thơ không phải là vòng quay chậm rãi của cảm xúc mà là một lối thoát của cảm xúc, không phải là sự biểu hiện của tính cách, nhưng một lối thoát cho cá tính."*

Với Tuệ Sỹ thì sao? Người nhận định về thơ Tô Đông Pha, người viết: *"Thơ phát ra từ những khổ lụy và những nguyện ước khơi vơi của cuộc tồn sinh. Từ độ đó, Thơ đi vào những thảm họa hoành sinh của lịch sử. Từ buổi bình minh, Thơ vang vọng những lời tình tự thiết tha, từ tiếng chim thư cửu nơi cồn cát đến những đêm dài trằn trọc... Thơ dấn bước đi vào cuộc lữ... Thơ phát ra từ cuộc lữ đọa đày rồi trở lại đọa đày cuộc lữ. Cuộc lữ là trường thể nghiệm lịch sử tồn sinh thảm họa của Thơ và Thơ mở rộng những phương trời lữ thứ. Quê hương nguyên thủy chỉ là những âm vang của lịch sử, vang dội ngân dài trong những phương trời viễn mộng. Cho nên đất của Thơ là đất trích, là những vùng đày ải; đường của Thơ là quán trọ, là những bước đường ngược gió. Mặn nồng nơi đất trích, lân la nơi quán trọ, cuộc thể nghiệm dây dưa với hằng triệu vấn vương và cũng là cuộc thể nghiệm cho khước từ tuyệt đối... Bởi cách điệu trầm trọng như thế, nên Thơ là phong vận tài hoa, đẹp như những cụm mây trời trong nắng sớm."* (TS – Tô Đông Pha, Những phương trời viễn mộng)

Hình như đó cũng là cõi thơ của người với những vần thơ tài hoa vương vấn nhiều khổ lụy trần gian, cũng phiêu bồng trong nắng sớm mưa chiều, qua những ngày tự do và thiếu tự do, như cánh chim bằng muốn bay vút cao vào bầu trời bao la trên kia mà bao hệ lụy trần gian níu bước.

Ngược xuôi nhớ nửa cung đàn/ Ai đem quán trọ mà ngăn nẻo về.

hay ngăn được nẻo về khi thi sỹ bước đi với tất cả hoài vọng, ước mơ tuổi trẻ lúc ban đầu…

Một con én một đoạn đường lay lất /Một đêm dài nghe thác đổ trên cao/ Ta bước vội qua dòng sông biền biệt /Đợi mưa dầm trong cánh bướm xôn xao/

Ta nhớ Kahlil Gibran khi ông từng nói "Thơ là thỏa thuận giữa niềm vui, nỗi đau và băn khoăn, với một dấu gạch ngang của từ điển."

Trong thơ Tuệ Sỹ, ta thấy cả ba điều ấy đan quyện trong nhau.

Cho hết đêm hè trông bóng ma/ Tàn thu khói mộng trắng Ngân hà/ Trời không ngừng gió chờ sương đọng/ Nhưng mấy nghìn sau ố nhạt nhòa/ Cho hết mùa thu biệt lữ hành/ Rừng thu mưa máu dạt lều tranh/ Ta so phấn nhụy trên màu úa/ Trên phím dương cầm hay máu xanh.

Hè hay thu cũng chỉ là những ngoại cảnh tạo nên trong tâm hồn thi sĩ những cảm xúc sâu lắng. Màu sắc hay âm thanh cũng chỉ gợi lên những cảm xúc cho người làm thơ.

Rilke khi nói với người thi sĩ trẻ tuổi đã khuyên rằng: *"Nhất là ông hãy tự hỏi vào giây phút thầm lặng nhất trong đêm tối."* Tôi có thực sự phải cần viết không? Và nhà thơ được yêu cầu đào xới trong tâm hồn mình để tìm cho ra một câu trả lời thâm thúy nhất. Ngay trong những giây phút lạnh nhạt nhất, hoang trống nhất, đời sống của một thi sĩ phải trở thành dấu hiệu và chứng tích cho lòng khao khát thôi thúc ấy… và anh ta phải nói lên những nỗi buồn, những khát vọng, những tư tưởng thoáng hiện trong hồn và niềm tin của anh ta vào một vẻ đẹp mênh mang nào đó. Hãy nói lên những cái ấy với lòng chân thành thắm thiết, lặng lẽ và khiêm tốn.

Tuệ Sỹ (TS) đã chiêm nghiệm tất cả những nỗi buồn hay khát vọng ấy tha thiết như một thi sĩ "sáng tạo để giết chết cái chết" như một nhà hiền triết nào đó nói: *"Créer, c'est tuer la mort."* Hay như William Wordsworth nhận định: *"Thơ tràn ra tự phát khi cảm xúc dâng cao. Nó bắt nguồn từ sự hồi tưởng trong yên tĩnh, cảm xúc dự tính sẽ đến nhờ một phản ứng. Từ đó sự yên tĩnh dần biến mất và một cảm xúc đồng điệu với sự chiêm nghiệm ra đời. Đó cũng chính là điều thực sự tồn tại trong tâm trí chúng ta."* Người thi sĩ ấy nghe quá khứ gọi về từng giấc mơ ngày xưa và những bóng hình kỷ niệm với cảm xúc dâng cao.

Gà xao xác gọi hồn ta từ quá khứ/ Về nơi đây cùng khốn với điêu linh/ Hương trái đắng mùa thu buồn bụi đỏ/ Ôi ngọt ngào đâu mái tóc em xinh/ Từng tiếng lẻ loi buồn thống thiết/ Nghe rộn ràng từ vết lở con tim...

Người khởi hành từ quê nhà đi qua nhiều miền đất Nam Trung bộ và cả núi rừng phía Bắc trong những ngày có tự do và cả những ngày thiếu vắng tự do. Nỗi ám ảnh Trường Sơn và một nỗi hờn sâu kín tự thuở thanh xuân đã khiến Tuệ Sỹ viết những dòng thơ tha thiết.

Còn nghe được tiếng ve sầu/ Còn yêu đốm lửa đêm sâu bập bùng/ Quê người trên đỉnh Trường Sơn/ Cho ta gởi một nỗi hờn thiên thu.

Mộng và thực quyện vào nhau, nhưng tỉnh giấc vẫn còn đó nỗi u uất của chàng tuổi trẻ ngày xưa.

Vẫn lăn lóc với đá mòn dứt nối/ Đá mòn ơi cười một thuở chiêm bao/ Quỳ xuống nữa ngủ vùi trong cát bụi/ Nửa chừng say quán trọ khóc lao xao/ Tay níu nửa gốc thông già trơ trọi/ Đứng bên đường nghe mối hận lên cao...

Mối hận lên cao nhưng thi sĩ cứ phải dấn thân trong cuộc lữ, như Nietzsche nói *"Bổn phận mi là lên đường đi đến hố thẳm, im lặng, một cách rộng lượng và không hy vọng".* Nói theo ngôn ngữ thiền *"Đã về, đã tới, bây giờ, ở đây".*

Một bước đường thôi nhưng núi cao/ Trời ơi! Mây trắng đọng phương nào/ Đò ngang neo bến đầy sương sớm /Cạn hết ân tình nước lạnh sao?/ Một bước đường xa xa biển khơi/ Mấy trùng sương mỏng nhuộm tơ trời/ Thuyền chưa ra bến bình minh đỏ/ Nhưng mấy ngàn năm tống biệt rồi/

Thuyền chưa ra biển mà đã mấy ngàn năm tống biệt. Thời gian chỉ còn là một ý niệm trong tâm thức chúng ta.

Một cách tình cờ, Rilke viết: *"Dù ngay lúc ông ở trong nhà tù đi nữa, giữa những vách tường bưng bít không để lọt vào những tiếng động của thế gian, phải chăng lúc đó trong lòng ông vẫn luôn luôn còn là tuổi thơ bé bỏng của ông, kho tàng vương giả quý báu, sự giàu sang tuyệt vời, chứa chất bao nhiêu là kỷ niệm?".*

Và kêu gọi *"Hãy cố gắng làm tuôn chảy ào ạt những cảm giác ẩn hiện phát nguồn từ dĩ vãng bao la đó, cung cách riêng biệt của con người ông, sẽ trở nên cứng rắn, nỗi cô đơn của ông sẽ được trải rộng tràn ngập và ông trở thành một nơi trú ẩn cho những giây phút vô định của ban ngày đóng kín lại những tiếng động bên ngoài…"* (sđd.).

Tuệ Sỹ vẫn còn đó nỗi suy tưởng về Trường Sơn và tuổi trẻ qua những cung bậc âm thanh ngày đó.

Lời tiễn biệt nói gì sau tiếng hát/ Hỏi phương nào cho nguyện ước Trường Sơn/ Lời em ca phong kín nhụy hoa hờn/Anh trĩu nặng núi rừng trong đáy mắt/ Mờ phố thị những chiều hôn suối tóc/ Bóng ai ngồi so phím lụa đàn xưa…

Thi sĩ đã nhìn quê hương trải qua ly loạn, chiến tranh với bao tang thương biến đổi, con người với cái sống và chết mong manh như hơi thở, rong chơi hỗn độn cùng ma quỷ…

Ta nhớ mãi ngày Đông tràn rượu ngọt/ Ngày hội mùa ma quỷ khóc chơi vơi/ Trưa phố thị nhạc buồn loang nắng nhạt/ Chìm hư vô đáy mắt động ngàn khơi/ Đây khúc nhạc đưa hồn lên máu đỏ/ Bước luân hồi chen chúc cọng lau xanh/ Xô đẩy mãi sóng vàng không bến đỗ/ Trời lênh đênh ma quỷ rắc tro tàn...

Thế giới tuổi thơ vẫn là một kho tàng ký ức sống động trong hồn với chập chùng kỷ niệm để có hôm chợt nhận ra rằng "Đá mòn phơi nẻo tà dương/ Nằm nghe nước lũ khóc chừng cuộc chơi"

Vì vạn vật vô thường biến ảo, con sông nào ta đã qua ngày xưa, kể cho ta nghe câu chuyện cũ năm nào.

Người đứng mãi giữa lòng sông nhuộm nắng/ Kể chuyện gì nơi ngày cũ xa xưa/ Con bướm nhỏ đi về trên cánh mỏng/ Nhưng về đâu một chiếc lá xa mùa?/ Năm tháng vẫn như nụ cười trong mộng/ Người vẫn đi như nước chảy xa nguồn/ Bờ bến lạ chút tự tình với bóng/ Mây lạc loài ôi tóc cũ ngàn năm...

Đất đỏ thắm nên lòng người hớn hở/ Đá chưa mòn sao lòng dạ trơ vơ/ Thành phố nọ bởi sương mù nắng quái/ Nên mười năm quên bằng mộng giang hồ...

Trần gian chúng ta bị phân ly, phân cách, phân tranh nên có lúc hóa thành địa ngục với bao oan khiên, nghiệt ngã, đọa đày diễn ra khắp nơi với những kẻ tàn bạo, vô nhân đạo, trên khắp mọi nơi từ chiến tranh Việt Nam ngày xưa cho đến Trung Đông hay Châu Phi, hôm nay với bao nhiêu tai ương đổ xuống dân lành, thi sĩ đã cảm nhận niềm bi mẫn của một thiền sư:

Ôi nỗi buồn từ ngày ta lạc bước/ Cố quên mình là thân phận thần tiên.

Vì

Lửa đã tắt từ buổi đầu sáng thế/ Một kiếp người ray rứt bụi tro bay/ Tôi ngồi mãi giữa tha ma mộ địa/ Lạnh trăng tà lụa trắng trải rừng cây/

Khuya rờn rợn gió vèo run bóng quỷ/ Quỷ run run hôn mãi lóng xương gầy /Khóc năn nỉ sao hình hài chưa rã/ Để hồn tan theo đốm lửa ma trơi/ Khi tâm tư chưa là gỗ mục/ Lòng đất đen còn giọt máu xanh…

Tuệ Sỹ như một thiền sư

Người làm thơ với tất cả cung bậc cảm xúc thất tình có lúc sẽ quên đi vì nhận chân ra bản chất thực sự của hiện hữu. (Vào những năm rất trẻ người đã viết "Triết học về tánh Không")

Tâm Nhiên viết về Tuệ Sỹ *"Đạt đến cõi thượng thừa của Thơ như người học Thiền chứng chỗ Không tịch của Đạo, cái đó vừa khó vừa dễ. Học Thiền ba mươi năm, đày đọa thân tâm mà không thành. Phẫn chí bỏ đi, bất chợt thấy một cánh hoa rơi, cõi Không tịch cũng hoát nhiên, đột ngột mở ra. Chỗ ảo diệu đó, khó giảng cho thông. Cho nên không thể nào lấy tay chỉ thẳng vào cõi thơ, rồi bảo đây là chân diện mục của nó…*

Thật vậy, thế giới thi ca Tuệ Sỹ đơn sơ mà kỳ vĩ, bi ai mà hùng tráng, im lặng mà sấm sét, tĩnh tọa mà phiêu bổng. Đó là cõi thơ thống thiết, bi tráng, vọng vang lên từ một tâm hồn cô liêu cùng tuyệt với hồn thơ hoằng viễn, uyên mặc, u ẩn, ngân dài trên giai điệu trầm tư, lãng đãng. Thi nhân làm kẻ rong chơi từ thuở hồng hoang hỗn độn, phiêu bổng, lêu lổng mười năm trong cuộc lữ trần sa. (TN – Tuệ Sỹ - Trên ngõ về im lặng)

Theo Đạt Ma ngữ lục thì Tổ dạy rằng khi không còn vọng tưởng, tâm là cõi Phật, khi có vọng tưởng, tâm là địa ngục. Chúng sanh tạo tác vọng tưởng, lấy tâm sinh tâm nên thường ở chốn địa ngục. Bồ tát quán sát vọng tưởng, không đem tâm sinh tâm, nên thường ngồi cõi Phật. Khi tâm đắc Niết bàn thì không thấy có Niết bàn. Vì sao? Vì tâm chính là Niết bàn. Hết thảy các phiền não là hạt giống tâm của Như Lai, vì do phiền não mà được trí tuệ. Do đó thân tâm là ruộng nương, phiền não là hạt giống, trí tuệ là chổi mầm, Như Lai ví như lúa thóc. Phật từ tâm mà hiện. Ngoài cây không có hương, ngoài tâm không có Phật. Yên lặng mà dính vào tướng trạng. Yên lặng cũng là trói buộc. Tính của văn tự vốn là giải thoát, văn tự không có gì trói buộc, trói buộc vốn không can hệ với văn tự. Thế nên Tuệ Sỹ nhìn cuộc đời nhẹ nhàng dù chứng kiến bao điêu tàn, đổ vỡ, với tâm thế kẻ lãng du trong cuộc lữ.

Ngọn gió đưa anh đi mười năm phiêu lãng/ Nhìn quê hương qua chứng tích điêu tàn/ Triều Đông hải vẫn thì thầm cát trắng/ Chuyện tình người và nhịp thở Trường Sơn/ Mười năm nữa anh vẫn lầm lì phố thị/ Yêu rừng sâu nên khóe mắt rưng rưng/ Tay anh với trời cao chim trời rủ rỉ/ Đời lênh đênh thu cánh nhỏ bên đường…

Thi sĩ cảm nhận quê hương như một bài ca

Anh cúi xuống nghe núi rừng hợp tấu. Bản tình ca vô tận của Đông phương.

Bản tình ca vô tận ấy, thi nhân vẫn nghe ngân nga bất tuyệt trên những dặm dài lữ thứ, không chỉ ở những ngôi chùa mà còn ở những làng mạc, phố xá, quán trọ ven đường.

Ta hiểu *"Khi mê ở bờ bên này, khi ngộ ở bờ bên kia. Nếu biết tâm là không, không thấy tướng thì rời cả mê và ngộ. Khi rời mê ngộ thì cũng không có bờ bên kia."* (Đạt- ma ngữ lục).

Trong ba thân: báo thân, hóa thân và pháp thân; thi sĩ Thiền sư hóa thân vào đời không chỉ nhằm là cứu độ chúng sanh, mà luôn giữ báo thân, là thân thanh tịnh, chỉ có Phật và Bồ tát mới thấy được và Pháp thân là thân vũ trụ, bình đẳng cùng khắp.

Tâm Nhiên nhận định: *"Cuộc sống nếu nhìn từ Chân đế, vốn là tuyệt trần chân mỹ, vốn là bất sinh bất diệt, vốn là Niết bàn."* (sđd.)

Thi sĩ thiền sư bước vào đời nhưng như dấn bước trong cõi Tịnh độ vô biên vì tâm bao dung, chứa đầy "muôn học từ bi" (Hàn Mặc Tử). Matthew Arnold viết *"... sự vĩ đại của một nhà thơ nằm trong những ý tưởng đẹp đẽ và mạnh mẽ để sống và trả lời cho câu hỏi làm thế nào để sống."*

Ta sống lại trên nỗi buồn ám khói /Vẫn yêu người từng khoảnh khắc chiêm bao /Từ nguyên sơ đã một lời không nói /Như trùng dương ngưng tụ ánh hoa đào .

Lòng như trùng dương vì thương yêu muôn loài chúng sinh, dẫu âm thầm dấn bước, lặng lẽ, kiêu bạc và chấp nhận sự cô đơn tuyệt đỉnh.

Thiền sư Tuệ Sỹ đã nhìn về quê hương và cuộc đời thân thiết xiết bao khi viết *"Em mắt biếc ngây thơ ngày hội lớn/ Khóe môi cười nắng quái cũng gầy hao/ Như cò trắng giữa đồng xanh bất tận/ Ta yêu người vì khoảnh khắc chiêm bao.*

Em hay ai nữa chính là cuộc đời, là quê hương, là hình ảnh của cuộc tồn sinh, với nguyên lý thứ nhất khổ đế "Đời là bể khổ" như một mệnh đề khẳng định. Tuy nhiên cũng như Bùi Giáng *"Tôi đã nguyện yêu trần gian nguyên vẹn /Hết tâm hồn và hết cả da xương"*, thì Tuệ Sỹ cũng hết lòng với cuộc đời dù lên thác xuống ghềnh, giữa lòng phố thị hay trong tận rừng sâu cô quạnh:

Ai biết mình tóc trắng/ Vì yêu ngọn nến tàn/ Rừng khuya bên bếp lạnh/ Ngồi đợi gió sang canh.

Ta nhớ Kahlil Gibran khi ông viết *"Cảm ơn đời mỗi sớm mai thức dậy/ Ta có thêm ngày nữa để yêu thương"*.

Đợi gió sang canh chờ ngày mới, thắp lên tin yêu để sống và tiếp tục cuộc hành trình về phía trước với tâm thế kẻ dấn thân dù hiểu chỉ là "viễn mộng" (!) như Dylan Thomas, một nhà thơ xứ Wales từng nói *"Thơ là những gì làm bạn khóc, cười, đau khổ, câm lặng, làm móng chân của bạn lấp lánh, làm bạn muốn làm mọi điều hay chỉ ngồi yên một chỗ, khiến bạn thấy rằng mình cô độc trong thế giới, rằng hạnh phúc, khổ đau của riêng mình đã được mãi mãi sẻ chia."*

Thi sĩ hòa nhập với thực tại để thấy

Trời viễn mộng đọa đày đi mấy thuở/ Mộng kiêu hùng hay muối mặn giữa trùng khơi/ Vén thanh sắc đổ mù khơi về đối diện/ Cuộc ân tình lơi lả vội chia phôi/ Trăng nằm xuống duỗi dài hai bến hẹn/ Một dòng sông vồn vã động chân trời...

Theo Kinh Lăng Già thì sự hiện hữu của thế giới hư vọng và điên đảo này giúp cho kẻ trí thực hiện được sự chuyển ý trong tâm và đánh thức được thánh trí từ ảnh hưởng mê ngủ của tập khí bị huân tập từ vô thỉ. Các hình ảnh của u mê ám chướng đó biểu lộ qua nhiều hình thái như Tâm, Ý, Ý thức làm cho ý thức chia sẻ, khu biệt thực tại, như trong giấc mộng thành chủ thể, thành chủ thể và các hình tướng tương tục, rồi chấp rằng chúng là có thực và cuối cùng chấp vào đó như là chân lý. Thế nhưng do giác ngộ được bản tính như huyễn của các các vọng tưởng của tri thức nên bậc thượng trí vượt lên trên các vọng tưởng đó, biết được chúng là vọng pháp, biến chuyển hư ngụy thành chân lý, huyễn tượng thành thực tại.

Khi từ bỏ những gì liên quan đến thế giới hư vọng nếu có một tưởng sinh khởi thì tưởng đó cũng là hư vọng, giống như hoa đốm rơi trong mắt.

Khói ơi! Bay thấp xuống đi/ Cho ta nắm lại chút gì thanh xuân/ Ta đi trong cõi Vĩnh hằng/ Nhớ tàn cây nhỏ mấy lần rụng hoa.

Mọi sai lầm liên quan đến thế giới hư vọng này đều xuất phát từ sự chấp trước của kẻ phàm phu vào cái không thực, do tâm mê muội của họ tạo ra. Còn bậc thiện tri thức thoát ly khỏi tất cả các điều này.

Thân như điện ảnh hữu hoàn vô

Vạn vật xuân vinh thu hựu khô

Nhậm vận thịnh suy vô bố úy

Thịnh suy như lộ thảo đầu phô

Thân như bóng chớp có rồi không

Cây cỏ xuân tươi, thu nhuốm hồng,

Mặc cuộc thịnh suy đừng sợ hãi

Thạnh suy như cỏ hạt sương đông

(Thiền sư Vạn Hạnh)

Như ý kinh Kim Cang: *Nhất thiết hữu vi pháp/ Như mộng huyễn bào ảnh/ Như lộ diệc như điển /Ứng tác như thị quán...*"

Phiền não tức Bồ đề tâm như Tuệ sỹ viết: "*Bồ đề tâm, đó là chí nguyện nóng bỏng của một chúng sinh tự thấy mình đang sống trong cảnh tối tăm giữa đọa đày khổ nhục, mong tìm một con đường sáng, không những để giải thoát bản thân khỏi những đe dọa áp bức mà còn là để giải thoát cho tất cả những người cùng cảnh ngộ.*" Và Người đã sống với niềm tin vào chánh pháp của mình, không lùi bước trước bất cứ sự đe dọa, hay quyền lực nào, đại hùng, đại bi, đại trí... Người đã tự mình đứng vững trước mọi thúc phọc của đời sống, mọi triền phược của nhân gian, mọi áp chế của bất kỳ thế lực nào....

Krishnamurti từng viết: "*Con người là kẻ tự giải phóng bản thân*". Phải chăng đó là đạo lý tối thượng của đời sống? Biết bao nhiêu bậc hiền nhân trác việt đã nhắc nhở và đã thể hiện bao lần giữa lòng đời. Họ là những bậc đạo sư, những con người đã làm lễ cưới với đời sống, chứ không phải với những nguyên tắc, luật pháp, tín điều, luân lý, tín ngưỡng. "Những bậc đạo sư đúng nghĩa thì chẳng bao giờ bày đặt ra lễ luật, hay giới luật, họ chỉ muốn giải phóng con người".

Trong những hải đảo xa xôi xanh thẳm

Trên giọt sương mong manh

Trên con sóng vỡ bụi

Trên ánh nước lung linh

Trên cánh chim tung trời

Trên lá non đầu xuân

Người sẽ nhìn thấy nét mặt Người Yêu của ta

Trong đền điện linh thiêng

Trong vũ trường mê đắm

Trên nét mặt thánh thiện của tu sĩ

Trong bước đi lảo đảo của người say rượu

Nơi những gái điếm giang hồ và những trai tân trinh nữ

Ngươi sẽ gặp Người Yêu của ta.

(Krishnamurti)

Tuệ Sỹ cũng viết:

Tóc em bay trong sương chiều khói biếc/ Dệt tơ trời thành khúc hát bâng khuâng/ Tình hay mộng khi Trường Sơn xa hút/ Đến bây giờ mây trắng gởi tin sang....

Thiền sư Nhất Hạnh có lần chỉ bảo:

...Hãy dâng cho nhau hạnh phúc

và an trú phút giây này

hãy buông thả dòng sầu khổ

về nâng sự sống trên tay.

Hãy thưởng thức những cái kỳ diệu của sự sống ngay trong giây phút hiện tại. Trời mưa cũng đẹp, trời nắng cũng đẹp… Nếu ta không có mặt thì những mầu nhiệm ấy sẽ đi qua như một giấc mơ. Cho nên công phu là gì? Công phu là sống sâu sắc đời sống hằng ngày, thở mỗi hơi thở, bước một bước chân là ta tiếp xúc được với những mầu nhiệm của sự sống.

Tuệ Sỹ viết:

"Ôi hạnh phúc chợt thấy mình nhỏ bé/ Chép tình yêu trên trang giấy thơ ngây/ Ta cúi xuống trên chân người bụi đỏ/ Để nhìn sâu trong vết tích hoang đường/ Ta sống lại trên môi cười rạng rỡ/ Để nhìn sâu trong ngọn nến tàn canh…

Vì chợt nhận ra

Trên đỉnh đèo cao bát ngát trông/ Rừng mây xanh ngất tạnh vô cùng/ Từ ta trải áo đường mưa bụi/ Tưởng thấy tiền thân trên bến không…

Nói như ngôn ngữ thiền tông, thi nhân lang thang trời phương ngoại, thõng tay vào chợ

Ta về một cõi tâm không/ Vẫn nghe quá khứ ngập trong nắng tàn/ Còn yêu một thuở đi hoang/ Thu trong đáy mắt sao ngàn nửa khuya

Ta chợt nhớ lời thơ Basho

Ta vỗ bàn tay

dưới trăng mùa hạ

tiếng dội về ban mai

hay thơ Quách Tấn

Nghìn xưa không còn nữa,
Nghìn sau rồi cũng không.
Phảng phất bờ trăng rạng,
Hương Ưu đàm trổ bông.

Nguyễn Công Thanh bình luận: *"Tồn tại và hủy diệt, sắc và không, hữu và vô đều cùng bản thể, nhất như. Nghìn xưa không còn là thực tại. Quá khứ nghìn năm sau sẽ không còn; và tương lai nghìn năm sau dù chưa hiện hữu cũng chẳng tồn tại. Tất cả đều là Không… Không ở đây chẳng phải là sự đối đãi, đối lập giữa "có" và "không", "hữu" và "vô" mà là cái Không vượt lên trên. Đó là chân không diệu hữu. Sống trong pháp giới Hoa Nghiêm là sống trong Nhất Tâm thanh tịnh."*

Nói như John Cage cây bút nổi tiếng của Mỹ thế kỷ 20 *"Còn có thơ ngay khi chúng ta nhận ra mình không sở hữu bất cứ điều gì."* Đó là khi *Ta về một cõi tâm không.*

Thế đấy Tuệ Sỹ vẫn lồng lộng một cõi thơ uy nghi với tất cả những ảo diệu ngôn từ, dù thăng trầm bao cung bậc, dù nếm trải bao nhiêu thiên ma bách chiết, oan khiên nghiệt ngã, vẫn là một thiền sư thi sĩ trong ý nghĩa chân chính nhất, dung nhiếp mọi oán hờn, hóa giải mọi dị biệt, đi trong cuộc Lữ như giữa lòng Tịnh độ, vô úy, vô ưu và vô ngại.

Từ ta trải áo đường mưa bụi/ Tưởng thấy tiền thân trên bến không…

Hãy đọc và chiêm nghiệm thơ Người trong tinh thần ấy.

Nguyên Cẩn

TRĂNG THỨC TRÊN ĐỒI

Nguyên Cẩn

Kính tặng Thiền sư Tuệ Sỹ

Người múc cả trăng suông mà uống cạn
Mài bóng mình trên vách núi tịch liêu
Cầm cố thanh xuân đổi chút nắng chiều
Hong ấm mộng những đêm dài hiu quạnh

Người hun khói hơ mùa đông rất lạnh
Hóa sương bay lờ lững tạt qua đời
Ném thời gian phiêu lãng dưới mây trời
Hòa mật đắng buồn chưng thành men ủ

Người thổi lửa vào mắt tình cô lữ
Mãi chờ mong khô rạc cả mùa vui
Đốt thành tro bao thương nhớ ngậm ngùi
Luồng lạch nhỏ tan mau vào biển rộng

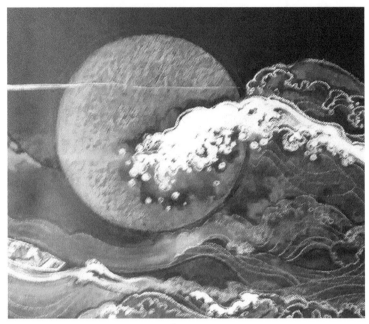

An nhiên tự tại
Họa sĩ Phượng Hồng vẽ, kính dâng HT Thích Tuệ Sỹ

Thôi nâng chén cười khan chiều gió lộng
Còn gì không tóc bạc đến mênh mông
Còn gì không tuyết trắng bọc sen hồng
Sương xuống chậm thân gầy đêm thức trắng

Và nghe lạnh chỉ khi trời về sáng
Vẹt chiêm bao trơ trọi một phương sầu
Ai tìm ai ngày tháng đó mưa mau
Dựa vách núi bóng mình khô rời rã

Mưa trút xuống mọc lên thành cỏ lạ
Hôn lá mềm khóc suốt một mùa thu ...

THẦY TUỆ SỸ
SỐNG LÀ CHÂN LÝ

Nguyễn Phước Nguyên

Trong thi tập Thiên Lý Độc Hành bằng tứ ngữ Việt-Pháp-Anh-Nhật, tôi nhận phần chuyển 12 bài thơ trong thi tập này qua Anh ngữ.

Hạnh ngộ của một người chuyển ngữ sáng tác là được trao đổi trực tiếp với tác giả để bản dịch được chuẩn ý, trọn ý và nhất ý. Bao nhiêu lần gửi bản tiếng Anh qua để Thầy đọc, niềm vui là qua những trao đổi, Thầy thấu đáo tâm niệm của tôi khi chuyển ngữ – không chỉ dịch nghĩa, không chỉ chuyển ý, mà chữ dùng phải chuyên chở cả cảm niệm của từng bài thơ. Và điều quí nhất, thích nhất là tôi đã tự nghiệm ra sau những trao đổi này:

– chân lý sống của Thầy: sống, là chân lý.

Hơn một năm sau, tôi lại tiếp tục tham gia chuyển ngữ thi tập Ngục Trung Mị Ngữ. Lần này, Thầy chia sẻ với tôi về cảm niệm và ý tưởng của Thầy 'trong' từng bài thơ rất nhiều, có khi phải trao đổi qua lại nhiều lần chỉ để tìm ra một chữ tiếng Anh phản ảnh và gói ghém trọn hai yếu tố đó. Như trao đổi sau đây về chữ Mị để chuyển ngữ cho 'nát ý' cái tựa Ngục Trung Mị Ngữ:

npn: có 3 tựa để chọn: Alluring Verses In Captivity, Beguiled Verses In Captivity, Mesmerized Verses In Captivity – Alluring: lôi cuốn; Beguiled: lôi cuốn một cách kỳ bí, Mesmerized: thu hút. MỊ = quan trọng là hiểu ra sao chữ 'Mị'.

TS: MỊ: nói trong mơ, nói lúc nằm mớ. Delirious Saying In Prison; Delirious Talks In Prison – không dịch hay lắm, rất khó để tìm một chữ tốt đúng.

npn: Delirious Verses in Captivity, Delirious Pondering In Captivity.

TS: Nói chuyện trong mơ, nói chuyện mê man của một người nằm mơ trong lao tù.

npn: Somniloquies Of A Prisoner (hay Convict, hoặc Inmate) Somniloquies In (hoặc From) Confinement, Somniloquies Within (hoặc From) A Jail Cell... A Prisoner's Somniloquies...

TS: somniloquies có thể là một chữ hay, nhưng thiếu ẩn ý khôi hài, chút điên rồ nhưng bảng lảng.

npn: Soliloquy = nói chuyện với chính mình; Somniloquy = nói chuyện trong mơ, nằm mớ...

TS: A Prisoner's Somniloquies là cái tựa trọn vẹn và hài lòng nhất.

Chuyển ngữ những bài thơ mình thích là một niềm vui, một đam mê.

Chuyển ngữ những bài thơ mình thích của một người thơ mình kính quí, là một hân hạnh.

Làm được hai điều, và cùng lúc, được tương trao cảm niệm với người thơ đó – thật, là hạnh phúc hiếm hoi.

Đây là cảm xúc duy nhất còn lại trong tôi, sau khi phiên bản tiếng Anh của 18 bài thơ trong Ngục Trung Mị Ngữ đã được hoàn tất, đồng thuận, và gửi đi.

...và mãi mãi ...

Nguyễn Phước Nguyên
Trích Ngục Trung Mị Ngữ.

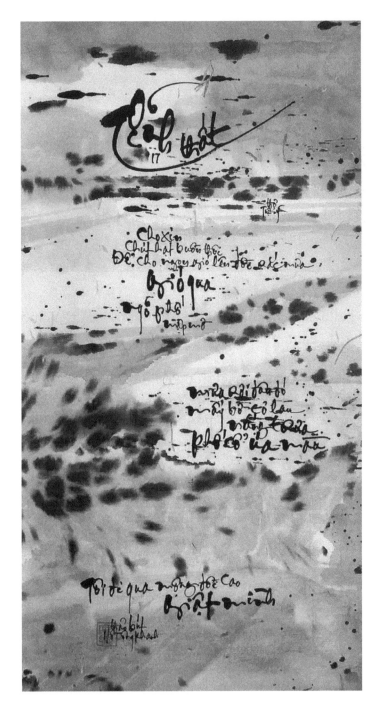

Thư pháp Hồ Công Khanh

DƯỚI TRĂNG SOI LỒNG LỘNG BÓNG DU GIÀ…

Nguyễn Tấn Cứ

Đời cũng như mây rồi trôi đi biền biệt
Chân trời xa cách loạn những ưu phiền
Kệ những chùa không vàng loè biệt điện
Kệ những ma vương đội lốt tu hành
Kệ thế giới đang đến hồi gió lạnh
Hoang vu buồn bão lộng miên man
Người ở lại hay đi hay hình nhan địa tạng
Có tro bay hay "du thủ dưới trăng tàn"
Có tuổi trẻ hư không chập chùng ngã mạn
Có thi sĩ hoang vu mơ màng ngoại hạng
Cũng vậy thôi Bồ tát đi có gì đâu "vội vã"
Dưới trăng soi lồng lộng bóng… Du Già…

BIẾT MÌNH TÓC TRẮNG

Nguyễn Tha Hương

(Tri ân Thầy Tuệ Sỹ)

vàng thau đá nát muộn phiền

trên vai áo bạc một miền tà huy

thơ cùng hệ lụy nhu mì

lắng sâu tâm thức tư nghì trần ai

đồi xanh mây trắng đường dài

khóc thương dâu bể miệt mài lời kinh

cô đơn thiên lý hành trình

đi cho suốt hết một mình cuộc chơi

đưa tay quét nắm bụi đời

trụ theo sương lạnh mấy lời viễn phương

mây trời ngủ giấc miên trường

hương tàn bếp lạnh quê hương vai gầy

biển rừng lịch sử đong đầy

nghe thương Đông Hải sum vầy Trường Sơn

biết mình tóc trắng[1] vai sờn

từ đây khổ nạn buồn hơn kiếp người

nguyễn tha hương

---

[1] Chữ của Thầy Tuệ Sỹ trong bài thơ 'Bếp lửa giữa rừng khuya'.

TỲ KHEO THÍCH TUỆ SỸ
MỘT NHÂN CÁCH

Nguyễn Thanh Bình

Lẽ thường, trí thức là những người có bằng cấp, học hàm, học vị.

Nhưng, không phải ai có bằng cấp, học hàm, học vị, mặc nhiên là "trí thức".

Bằng cấp, chỉ là giấy chứng nhận học vấn. Học hàm, học vị chỉ là thứ xác định thứ bậc trong chuyên ngành. Những thứ đó chỉ là "mũ áo"!

Có những người, chẳng bằng cấp, học vị gì, vẫn là bậc trí thức lỗi lạc.

Trí thức là người có trí tuệ, tri kiến và nhận thức minh xác, với phẩm chất nhân cách nổi bật.

Hòa thượng Thích Tuệ Sỹ là một trí thức như vậy.

Một lần, Thầy kể: *"Buồng họ nhốt mình ngay cạnh cầu tiêu, ngày cũng như đêm, trời nóng hay lạnh, lúc nào cũng ngửi cái mùi đó, riết thành* quen. Sau, họ dời mình qua buồng khác, không còn mùi đó nữa ... lại thấy "nhớ"! rồi Thầy cười hiền hậu.

"Tảo khởi xuất tẩy tịnh.

Thung dung lập phiến thời

Tự hữu thần tiên thái

Hà tu sơn thủy vi"

Dịch nghĩa:

Sáng sớm ra ngoài đi vệ sinh

Chỉ cần thong dong đứng lại chốc lát

Tự nhiên thấy có phong thái thần tiên

Cần gì phải có núi non, sông nước.

(Tảo thượng tẩy tịnh – Ngục Trung Mị Ngữ – Tuệ Sỹ)

Sống trong bầu không khí xú uế, tâm vẫn thanh tịnh, nơi tối tăm, kề cận cái chết, thể vẫn bình thản, tự tại.

Thầy chẳng bằng cấp gì, nhưng đọc và nghiên cứu triết luận phương tây qua bản ngữ, như triết gia Phạm Công Thiện từng nhận xét: *"... đọc rất kỹ Heidegger và Michel Foucault, bài diễn thuyết đầu tiên về Michel Foucault tại Việt Nam dạo đó là do Tuệ Sỹ thuyết trình tại giảng đường Đại Học Vạn Hạnh..."* (Lê Mạnh Thát & Tuệ Sỹ – Hai vị Thiền sư)

Chẳng những thông thạo tiếng Anh, tiếng Pháp, tiếng Đức, chữ Hán mà còn nghiên cứu tam tạng Phật điển từ tiếng Phạn, Tạng.

"... ít người hiểu được tư tưởng Abhidharma (A-Tỷ-Đạt-Ma. Hệ thống phức tạp nhất của Phật giáo Nguyên Thủy) và tư tưởng Nagarjuna (Luận sư Long Thọ) một cách sâu sắc cho bằng Tuệ Sỹ..." (Phạm Công Thiện – sđd)

Các vị cao tăng trong lịch sử Phật giáo Việt Nam xưa, phần lớn chỉ hoằng dương Phật pháp, gián tiếp qua Hán văn, không vị nào biết tiếng Phạn. Các học giả phương tây hiện đại, phần lớn nghiên cứu Phật học trực tiếp từ tiếng Sanskrit, vốn là một "tử ngữ" (thứ ngôn ngữ không còn ai dùng, chỉ còn lại văn tự). Thầy Tuệ Sỹ cũng như vậy.

"Đá mòn phơi nẻo tà dương

Nằm nghe nước lũ khóc chừng cuộc chơi

Ngàn năm vang một nỗi đời

Gió đưa cuộc lữ lên lời viễn phương

Đan sa rã mộng phi thường

Đào tiên trụi lá bên đường tử sinh

Đồng hoang mục tử chung tình

Đăm chiêu đợi ánh nóc đình hạc khô."

(Mộng Trường Sinh – Trích tập thơ Giấc Mơ Trường Sơn)

Thầy làm thơ rất nhiều (Phương Trời Viễn Mộng, Giấc Mơ Trường Sơn, Những Điệp Khúc Dương Cầm, Ngục Trung Mị Ngữ…) phần lớn bằng chữ Hán, nhưng chẳng những Thầy không bao giờ tự coi mình là "nhà thơ" mà cũng không coi mình là "thiền sư".

Chỉ đơn giản là một tỷ kheo bình dị.

"Phụng thử ngục tù phạn

Cúng dường Tối Thắng Tôn

Thế gian trường huyết hận

Bình bát lệ vô ngôn"

(Bài thơ: Cúng Dường – trong tập Ngục Trung Mị Ngữ)

"Đây bát cơm tù con kính dâng

Cúng dường Đức Phật Đấng Tôn Thân

Thế gian chìm đắm trong máu lửa

Lệ nhỏ không lời, lòng xót thương"

(HT Thích Nguyên Siêu dịch)

Những tuyệt cú toát ra từ một tâm hồn thanh cao, một cuộc đời thăng trầm khốc liệt, vẫn ung dung, tự tại.

Tư tưởng thâm diệu, uyên áo của tư tưởng triết học Phật giáo, thấm đẫm và ẩn sâu sau những vần thơ.

Đôi mắt ướt tuổi vàng cung trời hội cũ

Áo màu xanh không xanh mãi trên đồi hoang

Phút vội vã bỗng thấy mình du thủ

Thắp đèn khuya ngồi kể chuyện trăng tàn

Từ núi lạnh đến biển im muôn thuở

Đỉnh đá này và hạt muối đó chưa tan

Cười với nắng một ngày sao chóng thế

Nay mùa đông mai mùa hạ buồn chăng

Đếm tóc bạc tuổi đời chưa đủ

Bụi đường dài gót mỏi đi quanh

Giờ ngó lại bốn vách tường ủ rũ

Suối rừng xa ngược nước xuôi ngàn.

(Khung trời cũ – Giấc Mộng Trường Sơn)

Bằng trí lực phi thường, chẳng những cống hiến cho Phật giáo Việt Nam khối kiến thức đồ sộ, mà còn bằng nhân cách cao quý, tỏa sáng soi đường cho hàng Phật tử tâm thành, đang đi trên con đường giác ngộ, tình yêu đối với quê hương, dân tộc.

Chân dung Thầy Tuệ Sỹ, vẽ bởi Nguyễn Thanh Bình

ĐI VÀO CÕI THƠ TUỆ SỸ

Nhật Uyển – Thư Cưu

ĐI VÀO CÕI THƠ THẦY TUỆ SỸ:

Thơ Thầy Tuệ Sỹ là thế giới thi ca ẩn mật đồng thời phơi mở một phương trời cao rộng. Là thanh âm của một cung đàn xa vắng, xa thẳm trong tinh thần bi trí của nguồn Văn học Đại thừa Phật giáo. Đọc thơ bằng tinh thần chậm rãi từ hòa chúng ta sẽ nghe ra nhiều điều mới lạ, uyên áo:

Chờ mưa tạnh ta trải trăng làm chiếu
Ngàn năm sau hoa trắng trổ trên đồi.
(Thơ TS - TLĐH)

Yêu nhau từ vạn kiếp
Nhìn nhau một thoáng qua
Nhà đạo nguyên không nói
Trăng buồn trăng đi xa.
(Thơ TS - GMTS)

Thơ Thầy Tuệ Sỹ là tiếng nói cô liêu, là nguồn thơ sống động của một Đạo sư, một Thiền sư Thi sĩ như tên gọi Tập sách viết về Thầy Tuệ Sỹ của Nguyên Siêu & Nhiều Tác giả ở Hải ngoại. Lời Thi sĩ, Giáo sư Phạm Công Thiện đặt tựa là: "Tuệ Sỹ, Đạo sư – Thơ và Phương trời mộng".

Phương trời mộng là phương trời cao rộng, phương trời vô ngôn Theo tinh thần Kinh Kim Cang:

Nhất thiết hữu vi pháp

Như mộng huyễn bào ảnh

Như lộ diệc như điển

Ưng tác như thị quán.

"Tất cả mọi hiện hữu do tương quan đều y như là mộng, huyễn, bọt nước, bóng trong gương, như sương mai, như điện chớp"

(Lời Thầy Tuệ Sỹ dịch trong Tuệ Sỹ, Văn tuyển 3)

Và đây là những dòng thơ trong Giấc mơ Trường Sơn:

Năm tháng vẫn như nụ cười trong mộng

Người vẫn đi như nước chảy xa bờ

Bờ bến lạ chút tự tình với bóng

Mây lạc loài ôi tóc cũ ngàn năm

(Thơ Tuệ Sỹ - Giấc mơ Trường Sơn)

Rồi nhắm mắt ta đi vào cõi mộng

Như sương mai như ánh chớp mây chiều

(Thơ TS – GMTS)

Ta làm kẻ rong chơi từ hỗn độn

Treo gót hài trên mái tóc vào thu

Ngày đếm mộng đi qua từng đọt lá

Rũ mi dài trên bến cỏ sương khô

(Thơ TS – GMTS)

Gió cao bong bóng vỡ

Mây sương rải kín đồng

Thành phố không buồn ngủ

Khói vỡ bờ hư không

(Tĩnh thất 25 – Thơ TS – GMTS)

Đến đi vó ngựa mơ hồ

Dấu rêu còn đọng trên bờ mi xanh

(Tĩnh thất 2 – Thơ TS – GMTS)

Trong bài thơ "Biệt cấm phòng" của tập Ngục Trung Mị Ngữ đã thể hiện những dòng Thiền thi như sau:

Ngã cư không xứ nhất trùng thiên

Ngã giới hư vô chân cá thiền

Vô vật vô nhơn vô thậm sự

Tọa quan thiên nữ tán hoa miên.

- Ta ở tầng trời Không Vô Biên

Nơi ấy tịch nhiên Thiền Thật Thiền

Không vật không người không đa sự

Nhìn xem hoa vũ bởi tiên thiên

(Thích Nguyên Siêu dịch)

[341]

Thơ Thầy Tuệ Sỹ lung linh sương bóng những thi ảnh nhẹ nhàng thanh thoát cùng ngôn từ sâu lắng, sâu thẳm mang nhiều ý nghĩa phong phú đến không ngờ. Đó là những lời thơ vừa dịu dàng vừa dữ dội, tha thướt và tha thiết trong nguồn bi tâm vô bờ nguồn trí tuệ tỏa sáng mở ra nhiều cung bậc giao cảm tương hoà.

Những từ ngữ, hình ảnh thường gặp trong những tập thơ của Thầy Tuệ Sỹ là: "giấc mộng, bước đường, núi cao, hư vô, cát bụi, đá mòn, hoàng hôn, bình minh, nụ cười, tiếng khóc, mây, sương, rừng sâu, dòng suối, đốm lửa, sao mọc, giọt máu, lệ rưng rưng…"

Khuya còn lạnh sương mù và gió lốc
Thở hơi dài cát bụi cuốn chiêm bao
Bên cửa sổ bên kia đồi sao mọc
Một lần đi là vĩnh viễn con tàu
Đi để nhớ những chiều pha tóc trắng
Mắt lưng chừng trông giọt máu phiêu lưu
(Cánh Chim Trời – Thơ TS – GMTS)

Năm chầy đá ngủ lòng khe
Lưng trời cánh hạc đi về hoàng hôn
(Thơ TS – Tiểu Khúc Phật Đản)

Thơ Thầy Tuệ Sỹ là cõi thơ trầm mặc nhiều ẩn ngữ sâu xa và cao rộng như đôi cánh của loài chim Hạc trên đỉnh tuyết. Trong cô đơn im lặng và lắng nghe ta nghe ra cõi miền không bến bờ. Thơ Thầy Tuệ Sỹ là tiếng nói cô liêu của một Thi sỹ trọn đầy, một Hành giả. Là tiếng nói chan chứa trên con đường Bồ tát đạo. Người đã đem cả tâm nguyện máu lệ hòa chan của mình dàn trải khắp đó đây cả Quê Hương và Con Người làm thành con đường yêu thương phụng hiến. Dàn trải cho tất cả mà không trụ chấp vào đâu cả. Như tiếng nói của những Thiền sư

Thi sĩ xưa nay và những hoà âm tương ứng, những Nhà Thơ phiêu bồng suốt cõi Nguyễn Du, Bùi Giáng, Phạm Công Thiện…

Ngã hữu thốn tâm vô dữ ngữ
Hồng sơn sơn hạ Quế Giang thâm.
(Thơ chữ Hán – Nguyễn Du)

Ta có tấm lòng không nói được bằng lời
Dưới chân núi Hồng sơn sâu thẳm Quế Giang ơi.

(Tạm dịch)

Dòng sông đi con nước nói ngàn ngày
Rằng biển rộng không bến bờ em ạ!
…
Trời bữa đó không nói gì không nói
Một lời gì xưa đã nói miên man.
(Thơ Mưa Nguồn – Bùi Giáng)

Mưa chiều thứ bảy tôi về muộn
Cây khế đồi cao trổ hết bông.
(Thơ Ngày Sinh Của Rắn – Phạm Công Thiện)

Từ nguyên sơ đã một lời không nói
Như trùng dương ngưng tụ cánh hoa đào.
(Thơ TS – GMTS)

Ta thấy người thơ, thế giới thơ mãi là những dấu chân gió xóa, là bước chân xuống núi, đi xuống đời sống "hòa quang đồng trần" hòa ánh sáng với cát bụi đem bình minh pha màu hoàng hôn. Là người mở ra cuộc Lữ làm kẻ "rong chơi từ hỗn độn":

Từ ta trải áo đường mưa bụi
Tưởng thấy tiền thân trên bến không
(Thơ TS – TLĐH)

Chờ mưa tạnh ta trải trăng làm chiếu
Ngàn năm sau hoa trắng trổ trên đồi
(Thơ TS – TLĐH8)

Bình minh sư xuống núi
Khoé mắt còn rưng rưng
Vì sư yêu bóng tối
Ác mộng giữa đường rừng
(Hạ Sơn – Thơ TS-GMTS)

Thơ Tuệ Sỹ là nguồn bi tâm dạt dào, là Nước Mắt và Tánh Không:

… *"Những giọt nước mắt từ khóe mắt Đại Bi của Bồ- tát Quán Thế Âm rơi xuống; giọt nước mắt hiện thân thành Thánh nữ Đa-la. Ngài hiện thân sức mạnh để dẫn người khốn khổ vượt qua khỏi những tai họa hiểm nghèo. Tai họa bởi nước cuốn, bởi thú dữ, cũng như bởi sự phản bội của người tình. Bởi vì Tāra có nghĩa là Cứu độ.*

Từng âm thanh mật ngôn như những ánh sao lấp lánh - bởi Tāra cũng có nghĩa là Ngôi sao, mờ nhạt nhưng có đủ uy lực để đưa người đến chỗ an toàn. Tara, hay Tāra, Mẹ của Đại Bi và Đại Trí, luôn nhìn xuống những đứa con ngu xuẩn, và yếu đuối, đang lang thang suốt cả đêm dài trên mặt đất hoang vu." …

(Lời Tựa Tập thơ Phạm Công Thiện của Thầy Tuệ Sỹ)

Mười năm đó anh quên mình sậy yếu
Đôi vai gầy từ thuở dựng quê hương

Ta cúi xuống nghe núi rừng hợp tấu
Bản tình ca vô tận của Đông Phương

Và ngày ấy anh trở về phố cũ
Giữa con đường còn rợp khói tang thương
Trong mắt biếc trong nỗi hờn thiên cổ
Vẫn chân tình như mưa lũ biên cương
(Những Năm Anh Đi – Thơ TS – GMTS)

Ta hỏi kiến nơi nào cõi tịnh
Ngoài hư không còn dấu chim bay,
Từ tiếng gọi màu đen đất khổ
Thắp tâm tư thay ánh mặt trời?
(Mộng Ngày – Thơ TS - GMTS)

Buổi vô thủy hồn tôi từ đáy mộ
Uống sương khuya tìm sinh lộ viễn trình
Khi nắng sớm hôn nồng lên nụ nhỏ
Tôi yêu ai, trời rực sáng bình minh?
(Bình Minh – Thơ TS - GMTS)

Nụ cười trong mộng cũng là hạt cát trong đôi mắt:

HẠT CÁT

Nữ vương ngự huy hoàng trong ráng đỏ
Cài sao hôm lấp lánh tóc mai
Bà cúi xuống cho đẹp lòng thần tử
Kìa, khách lạ, người là ai?

Tôi sứ giả Hư vô

Xin gởi trong đôi mắt Bà

Một hạt cát

(Thơ TS – GMTS)

Xin được góp mặt đôi dòng cảm nhận đơn sơ về thế giới thơ Thầy Tuệ Sỹ, người viết xin ghi ra đây bài thơ tương kính, tương hòa đồng hiện trong ngày Kỷ niệm lễ Vía Quan Thế Âm – Ngũ Hành Sơn, Đà Nẵng (19/6 Quý Mão - 2023):

CẢM NIỆM QUAN THẾ ÂM

Ta về bóng núi nguồn khe

Bàn chân của suối đi về trùng khơi

Lặng yên gương mặt biển trời

Lòng như giọt lệ tan vời hư không!

NHẬT UYỂN – THƯ CƯU

Đà Nẵng, ngày 10.8.2023

P/S: Những Tập Thơ của Thầy Tuệ Sỹ đã được xuất bản trong và ngoài nước là:

- *Giấc Mơ Trường Sơn - NXB Đà Nẵng – 2022*

- *Những Điệp Khúc Dương Cầm*

- *Ngục Trung Mị Ngữ*

- *Thiên Lý Độc Hành - NXB Đà Nẵng – 2021 – Thi phẩm gồm 144 trang được dịch 04 thứ tiếng Anh, Pháp, Nhật, Hán nôm.*

- ...

THIỀN SƯ ĐÀN

VĨNH HỮU TÂM KHÔNG

Khẩy từ địa ngục thâm u

Diệu âm Bát Nhã thiên thu vọng đời

Thiền ca đốn tiệm không lời

Kim cang uy dũng chuyển dời núi non

Xuất thần

Kim cổ bác thông

Véo von lắng đọng

Qua sông thả chèo

Tiếng đàn reo...

Tiếng đàn reo...

Vượt băng qua khúc ngặt nghèo vô tri

Khi thống thiết

Lúc thầm thì

Ruột gan réo rắt

Hai tay vỗ thùng

Nghịch âm len giữa bão bùng

Suốt xuyên nhọn sắc

Chập chùng âm giai

Uyên huyền

Giải thoát không hai

U minh sáng nến

Thiên thai mở cờ

Đàn ngân rung giữa đôi bờ

Tử Sinh chập choạng

Bất ngờ bặt thinh

Khẽ khàng lay cõi phù sinh

Búng dây chuông gọi sắc hình hợp tan

Vô biên

Bất tận

Vơi tràn

Bất sanh bất diệt

Sư đàn như không...

Vĩnh Hữu Tâm Không

NGHE DƯƠNG CẦM

Vĩnh Hữu Tâm Không

Lắng nghe

âm điệu dương cầm

Nỗi niềm tuôn chảy rì rầm phong ba

Đâu phương ngoại?

Đâu ta bà?

Đâu là bến đỗ lặng lờ trăng soi?

Thở ra rồi cũng nín hơi

Nín hơi

rồi cũng chơi vơi thăng trầm...

Lắng nghe điệp khúc dương cầm

"Ba la yết đế"

vượt tầng kiến tri

Rào nghiêng

Vách đổ

ầm ì

Kiến leo chóp đỉnh hiển bày vô tung

Nụ cười rung động lao lung

Sương sa nặng lá cội tùng đáy khe

Âm ba vi diệu

cuộn về

Tiếng gầm sư tử xua bè khuyển lang

Chập chùng

vi vút tình tang

Xuyến xao hồ hải

Trăng vàng lung lay

Hồ lô khô giọt đắng đầy

Trầm rơi thinh lặng

Giọt cay uyên huyền

Dạt dào

rồi cũng tịch yên

Dương cầm hạ nắp

Cõi thiền mở bung...

Vĩnh Hữu Tâm Không

TUỆ SỸ HÓA THÂN GIỮA ĐỜI THƯỜNG

Tâm Nhiên

Đại hùng đại lực đại từ bi
Diệu âm thấm tận ngục A Tỳ
Huyền âm vang đỉnh trời Đâu Suất
Bất khả tư nghì bất khả tri

Là Quán Thế Âm hải triều âm
Thậm thâm vi diệu khúc cung cầm
Vô biên vô lượng vô cùng tận
Vẫn cứ đi về chuyển pháp âm

Nghìn tay nghìn mắt lặng trầm nhiên
Hiện đủ hóa thân khắp mọi miền
Cảm ứng ngay trong từng ý tưởng
Thương yêu diệu dụng mãi triền miên

Tác giả và Thầy Tuệ Sỹ

Nguồn thơ cuồn cuộn viễn du phương
Tuệ Sỹ hóa thân giữa đời thường
Thập loại chúng sinh đều yêu hết
Trên vạn nẻo đường thương quý thương

SƯ TỬ HỐNG VÔ ÚY THUYẾT

Tâm Nhiên

Long Thọ gầm vang Sư tử hống
Kinh hoàng khiếp đảm cáo chốn hoang
Động cả ma quân Lâm Tế hét
Khiến u mê tỉnh giấc mộng tàn

Bước thượng đẳng chơi Tăng Triệu hát
Bài Vô sở hữu không bất không
Tuệ Trung Thượng Sỹ cuồng ngâm khúc
Tối thượng thừa ca Huyền Giác đồng

Sống chết đến đi nhàn thôi vậy
Gậy Thiền sư múa giữa phù hư
Tuệ Sỹ cùng về Lê Mạnh Thát
Sáng tạo trào dâng rất đại từ

NỖI TRĂN TRỞ TRONG THƠ
CỦA HÒA THƯỢNG TUỆ SỸ

Terry Lee

Tôi không có duyên được gặp Thầy Tuệ Sỹ, nên chỉ xin góp mặt bằng cách giải thích và dịch sang tiếng Anh mấy vần thơ của thầy để giới thiệu với các độc giả Việt Nam và ngoại quốc một viên ngọc sáng chói của Việt Nam. Dù lời thơ có khi mộc mạc dễ hiểu, có khi bí hiểm, huyền diệu, nhưng bất cứ bài thơ nào của thầy cũng cho người đọc thấy cái tâm đạo sáng ngời bi, trí, dũng của thầy.

Nói về thơ của thầy thì phải nói ngay tới bài 'Khung trời cũ'.

Khung trời cũ

Đôi mắt ướt tuổi vàng khung trời hội cũ,
Áo màu xanh không xanh mãi trên đồi hoang,
Phút vội vã bỗng thấy mình du thủ,
Thắp đèn khuya ngồi kể chuyện trăng tàn.

Từ núi lạnh đến biển im muôn thuở,

Đỉnh đá này và hạt muối đó chưa tan,

Cười với nắng một ngày sao chóng thế,

Nay mùa đông mai mùa hạ buồn chăng.

Đếm tóc bạc tuổi đời chưa đủ,

Bụi đường dài gót mỏi đi quanh,

Giờ ngó lại bốn vách tường ủ rũ,

Suối rừng xa ngược nước xuôi ngàn.

Ngay 4 câu đầu, tôi đã không hiểu thầy nói gì. Thế nhưng bài này được thi sỹ Bùi Giáng ca ngợi hết lời như sau: "Mới nghe bốn câu đầu thôi, tôi đã cảm thấy lạnh buốt linh hồn, tê cóng cả cõi dạ". Ông viết tiếp "Mở lời ra, nguồn thơ trực nhập vào trung tâm cơn mộng chiêm niệm. Đầy đủ hết mọi yếu tố bát ngát: một cung trời xán lạn bao la, một hội cũ xao xuyến, một tuổi vàng long lanh... Một đôi mắt ướt ngậm ngùi của hiện tại." Rồi phân tích hai câu kế tiếp, ông viết "Mối tình rộng thả suốt biển non im lìm lạnh lẽo. Một hạt muối vẫn chưa tan. Một nếp u ẩn của lòng mình bơ vơ không gột rửa. Ta tưởng như nghe ra cao-cách điệu bi hùng của một Liệp Hộ, một Nerval, một chỗ trầm thanh nhất trong cung bậc Nietzche".

Dựa vào lời giải thích của cố thi sỹ Bùi Giáng, tôi dịch bài thơ của thầy như sau.

Reminiscing old gatherings

Reminiscing old gatherings: watery eyes, glittering young age and bright sky,

A fading blue dress is no longer blue on a deserted hill.

In a rush moment I find myself a vagabond,

Lighting up a lamp, waiting for the moon to fade, I recite stories.

For thousands of years, from cold mountain to silent sea,

This rock top and that salt grain remain undissolved.

Smiling with the sunlight, why a day passes so quickly?

Today winter, tomorrow summer, should I be sad?

I am not too old to count my grey hairs,

Tired heels, I have wandered through long, dusty roads.

Looking back, when I only stayed inside four gloomy walls,

Streams were running up and down in distant forests.

Các bạn có thấy sự kỳ diệu trong thơ thầy khi thầy viết đỉnh đá trên núi lạnh và hạt muối dưới biển im vẫn chưa tan dù đã trải qua muôn thuở? Đỉnh đá trên núi chưa tan thì ta có thể hiểu được, nhưng hạt muối nhỏ bé dưới biển cũng vẫn chưa tan thì chỉ có Thiền mới giải thích được.

Đọc thơ của thầy mà không thấy cái chất Thiền bàng bạc trong đó là một thiếu sót to lớn, nhưng nếu không thấy nỗi trăn trở của thầy về đất nước trong từng câu, từng chữ là một thiếu sót lớn hơn.

Với thơ của thầy Tuệ Sỹ, khi đọc những câu thơ lãng mạn, có dáng em buồn, có môi em thơm ngọt và có cả lời hứa đi kiếm trăng ngàn cho em, có ai nghĩ là do một Thiền sư viết ra hay không?

Ôi hạnh phúc anh thấy mình nhỏ bé,

Chép tình yêu trên trang giấy thơ ngây,

Đời khách lữ biết bao giờ yên nghỉ,

Giữa rừng khuya nằm đợi bóng sao Mai,

Để một thoáng giấc mơ tàn kinh dị,

Dáng em buồn bên suối nhỏ mây bay.

(Ác Mộng, viết tại rừng Vạn Giã, năm 1976, trích trong sách Giấc Mơ Trường Sơn)

Ảnh: Tâm Nhãn

Hay

Bóng tôi xa đêm dài phố thị,

Nhớ con đường thơm ngọt môi em.

(Bài thơ bỏ sót, viết tại Sài gòn, năm 1978, trích trong sách Giấc Mơ Trường Sơn)

Hay

Anh ôm giấc mộng đi hoang,

Biết đâu mà kiếm trăng ngàn cho em?

(Câu thơ để tặng ở trang đầu cuốn sách Ngục Trung Mị Ngữ)

Làm sao mà dịch những câu thơ trên sang tiếng nước ngoài? Trong tiếng Việt, chữ 'em' không chỉ chỉ về người con gái, hay một người nhỏ hơn ta vài tuổi, mà còn chỉ về một người mà ta yêu thương. Nên khi thầy viết "thơm ngọt môi em" thì tôi không nghĩ là thầy đã từng hôn môi 'em' nào đó để rồi khi phải đi xa còn nhớ môi em thơm ngọt.

Theo tôi, chữ 'em' trong thơ của thầy là đất nước Việt Nam, đã được thầy nhân cách hóa. Có vậy mới "cảm" được trái tim của thầy luôn xót xa cho đất nước. Tôi mời các bạn đọc thêm một bài thơ nữa của thầy, hy vọng các bạn cùng tôi thấy được những khắc khoải, ray rứt của thầy về quê hương đất nước.

Tiếng ai khóc trong đêm trường uất hận,

Lời ai ru trào máu lệ bi thương,

Hồn ai đó đôi tay gầy sờ soạng,

Là hồn tôi tìm dấu cũ quê hương.

(Dạ khúc, viết tại Sài gòn năm 1978, trích trong sách Giấc Mơ Trường Sơn)

Serenade

Who cries in the long night of resentful bitterness?

Who sings a lullaby filled with sorrow tears and blood?

Whose soul blindly fumbles with his slender hands?

It's my soul searching for traces of my lost homeland.

Trở lại với 3 đoạn thơ ở trên, với ý nghĩ chữ "em" của thầy là đất nước mình, tôi dịch như sau:

Ác mộng

Ôi hạnh phúc anh thấy mình nhỏ bé,

Chép tình yêu trên trang giấy thơ ngây,

Đời khách lữ biết bao giờ yên nghỉ,

Giữa rừng khuya nằm đợi bóng sao Mai,

Để một thoáng giấc mơ tàn kinh dị,

Dáng em buồn bên suối nhỏ mây bay.

Nightmare

Oh so happy, how small I am that I can

Describe my sweet love to her on a blank sheet of paper.

Living the life of a solo traveler, I never have a rest,

Lying in a night forest, waiting for the morning star.

At the moment awoken from the nightmare,

By a small cloudy stream mounted her sad silhouette.

Bài thơ bỏ sót

Bóng tôi xa đêm dài phố thị,

Nhớ con đường thơm ngọt môi em.

An unfinished poem

When my shadow is leaving the long nights of my city,

I remember the streets where I tasted the sweetness and fragrance of her lips.

Câu thơ để tặng ở trang đầu cuốn sách

Anh ôm giấc mộng đi hoang,

Biết đâu mà kiếm trăng ngàn cho em?

Epigraph

Carrying a dream in my heart, I wander around,

Wondering where to find the moon to pick down for you?

Dưới đây là nguyên văn 2 bài thơ của thầy mà tôi đã trích mỗi bài một đoạn ở trên.

Bài 1: Ác mộng

Lại ác mộng bởi rừng khuya tàn bạo đấy,

Thịt xương người vung vãi lối anh đi.

Nhưng đáy mắt không căm thù đỏ cháy,

Vì yêu em trên cây lá đọng sương mai.

Anh chiến đấu nhọc nhằn như cỏ dại,
Thoảng trông em tà áo mỏng vai gầy,
Ôi hạnh phúc, anh thấy mình nhỏ bé,
Chép tình yêu trên trang giấy thơ ngây.

Đời khách lữ biết bao giờ yên nghỉ,
Giữa rừng khuya nằm đợi bóng sao mai.
Để một thoáng giấc mơ tàn kinh dị,
Dáng em buồn bên suối nhỏ mây bay

Nightmare

Nightmares after nightmares because of brutal forest fires,
And human flesh and bones are scattered in my path.
But deep in my eyes there is no red burning hatred,
Because I love her like morning dews love leaves.

I have been fighting as hard as wild grass,
Catching a glimpse of her thin dress and slim shoulders,
Oh so happy, how small I am that I can
Describe my sweet love to her on a blank sheet of paper.

Living the life of a solo traveler, I never have a rest,
Lying in a night forest, waiting for the morning star.
At the moment awoken from the nightmare,
By a small cloudy stream mounted her sad silhouette.

Nếu tôi đã đánh mất nét trữ tình trong 2 câu thơ của thầy:

Để một thoáng giấc mơ tàn kinh dị,

Dáng em buồn bên suối nhỏ mây bay

khi dịch sang tiếng Anh

At the moment awoken from the nightmare,

By a small cloudy stream mounted her sad silhouette

thì đó là lỗi của tôi.

Bài 2: Bài thơ bỏ sót

Tóc em tung bay sương chiều khói biếc

Dệt tơ trời thành khúc hát bâng khuâng

Tỉnh hay mộng khi Trường Sơn xa hút

Đến bao giờ mây trắng gởi tin sang

Hồn tôi đi trong rừng lang thang

Vọng lời ru từ ánh trăng tàn

Mắt em nhỏ ngại ngùng song cửa

Nghe tình ca trên giọt sương tan

Bóng tôi xa đêm dài phố thị

Nhớ con đường thơm ngọt môi em

Ơi là máu, tủi hờn nô lệ

Bóng tôi mờ suối nhỏ đêm đêm

Gót chân em nắng vàng xua viễn phố

Những ngón hồng ngơ ngác giữa đường chim

Ôi ta nhớ như đêm dài thượng cổ

Sợi tóc mềm lơi nhịp hát trong tim

An unfinished poem

Her flying hair is airborne in afternoon mist and blue smoke,
Weaving heavenly silk into a melancholy song,
As our Cordillera is far away, awake or asleep,
When will the white cloud bring me the news?

As my soul wanders in the forest,
I catch echoing lullabies from the fading moonlight,
I see her small, shy eyes by the windowsill,
And I listen to a love song on the evaporating dew.

When my shadow is leaving the long nights of my city,
I remember the streets where I tasted he sweetness and fragrance
of her lips.
Oh! now on these streets, blood, sufferings and slavery,
My shadow fades away in the stream night after night.

As the yellow sunlight sent her heels to a distant place,
Her pink toes are bewilderingly lost in the birds' path.
Oh, I can never forget the long nights of the past,
Her soft hair slowed the singing rhythm in my heart.

2 câu cuối của bài thơ

Ôi ta nhớ như đêm dài thượng cổ
Sợi tóc mềm lơi nhịp hát trong tim

nghe du dương như một điệu nhạc, mà tôi không biết có chuyển tải qua tiếng Anh được không,

Oh, I can never forget the long nights of the past,
Her soft hair slowed the singing rhythm in my heart.

Nhưng tôi hy vọng bài dịch của tôi có thể làm các bạn hiểu rõ hơn tâm tư của thầy khi thầy viết những vần thơ này.

Thí dụ, khi thầy viết:

Nhớ con đường thơm ngọt môi em.
Ơi là máu, tủi hờn nô lệ,

thì tôi hiểu là thầy đang nói về những con đường của đất nước ngày xưa thơm ngọt môi em mà bây giờ tràn đầy máu, tủi hờn, và nô lệ. Vì thế tôi thêm vào "now, on these streets".

Còn ở câu thơ:

Gót chân em nắng vàng xua viễn phố,
Những ngón hồng ngơ ngác giữa đường chim,

theo tôi, thầy đang nói về những người đang bị đuổi đi vùng kinh tế mới (xua đi phố xa), khiến những ngón chân ngày trước tươi hồng bây giờ tan tác, ngơ ngác. Chỉ đọc thoáng qua làm sao hiểu được nỗi lòng của thầy?

Sau phần giới thiệu về Thi sỹ Tuệ Sỹ, bây giờ để các bạn hiểu thêm về Thiền sư Tuệ Sỹ, tôi xin bắt đầu bằng 4 bài thơ thầy làm trong tù, khi bị Việt Cộng bắt giam và xử tử hình, sau đổi thành 20 năm tù, vì tội "tán thành, ủng hộ, che chở, đùm bọc hành động phản cách mạng, lật đổ chế độ xã hội chủ nghĩa" (vì tiếp tục lãnh đạo Giáo hội Phật giáo Việt Nam Thống Nhất, không thừa nhận Giáo hội Phật giáo Việt Nam do chính quyền cộng sản Việt Nam dựng lên). Khi bị tù, thơ thầy vẫn trong sáng, không tỳ vết hận thù. Những bài thơ này được gom lại và được nhà xuất bản Quảng Hương Tùng Thư in thành sách năm 1988 mang tựa đề 'Ngục trung mị ngữ'. Thơ thầy viết bằng chữ Hán. Tôi phiên âm Hán Việt, và dịch sang tiếng Việt và tiếng Anh. Tôi tin là thầy viết nhiều nhưng có lẽ một số đã bị công an tịch thu và xé bỏ. Tôi nghĩ khi đọc 4 bài thơ này, các bạn không cần tôi phải nói thêm gì nữa về đức độ của thầy.

Ngục trung mị ngữ, bài số 1: 責籠 (Trách lung, Lồng hẹp, Narrow cage)

窄籠猶自在
散步若閑遊
笑話獨影響
空消永日囚

Trách lung do tự tại
Tán bộ nhược nhàn du
Tiếu thoại độc ảnh hưởng
 Không tiêu vĩnh nhật tù.

Lòng tự tại trong tù
Thong dong tôi tản bộ
Cười nói rất thanh thản
Ngày tù nhẹ như không.

With a peaceful and relaxed mind,
I stroll back and forth in this narrow cage.
Smiling and talking to myself peacefully,
I get through the never-ending prison days.

Ngục trung mị ngữ, bài số 3: 供養 (Cúng dường, Prayer)

奉此獄囚飯
供養最勝尊
世間長血恨
秉鉢淚無言

Phụng thử ngục tù phạn
Cúng dường tối thắng tôn
Thế gian trường huyết hận
Bỉnh bát lệ vô ngôn.

Tay dâng bát cơm tù
Cúng dường đấng thế tôn
Thế gian đầy máu hận
Nâng bát, khóc nghẹn lời.

Lifting a bowl of rice inside the prison cell,
I say a prayer to the Enlightened.
As my heart is heavy for the world full of hatred,
I silently choke on tears while holding the bowl.

Ngục trung mị ngữ, bài số 4: 別禁房 (Biệt cấm phòng, Phòng biệt giam,
Solitary confinement cell)

我居空處一重天
我界虛無真個禅
無物無人無甚事
坐觀天女散花綿

Ngã cư không xứ nhất trùng thiên

Ngã giới hư vô chân cá thiền

Vô vật vô nhơn vô thậm sự

Tọa quan thiên nữ tán hoa miên.

Ta ở nơi cõi trời không xứ

Nhập thiền trong cảnh giới hư vô

Không vật, không người, không mọi việc

Thanh nhàn xem tiên nữ rắc hoa.

Inside this solitary confinement cell, I enter into meditation

Reaching my heavenly realm of the emptiness,

Where objects, human beings, and essence are all empty.

Here, I watch the fairies sprinkle flowers peacefully.

Ngục trung mị ngữ, bài số 13: 自問 (Tự vấn, Tự hỏi, Self-Reflection)

問余何故坐牢籠

余指輕煙絆獄穹

心境相持驚旅梦

故敎枷鎖面虛隅

Vấn dư hà cố tọa lao lung

Dư chỉ khinh yên bán ngục khung

Tâm cảnh tương trì kinh lữ mộng

Cố giáo già tỏa diện hư ngung.

Có phải ta đang bị ngồi tù?

Ở đời ai giam được khói đâu!

Cho dù tâm cảnh toàn ác mộng

Dặn lòng không khuất phục bạo quyền.

On self-reflection, I ask: "Am I in jail?"

Then I answer myself: "No. Who can detain smoke?"

Even when my mind is full of nightmares,

Holding my chin up, I pledge not to surrender to tyranny.

"Ở đời ai giam được khói đâu!" là tiếng nói dõng dạc, bất khuất của thầy khi thầy trả lời cán bộ cộng sản "Không ai có quyền xét xử tôi. Không ai có quyền ân xá tôi", khi họ yêu cầu thầy làm đơn xin ân xá.

Một bài thơ khác thầy viết năm 1978 khi ở trong tù làm tôi thật sự xúc động, đó là bài 'Tôi Vẫn Đợi'.

Tôi vẫn đợi những đêm dài khắc khoải,

Màu xanh xao trong tiếng khóc ven rừng,

Trong bóng tối hận thù, tha thiết mãi,

Một vì sao bên khóe miệng rưng rung.

Tôi vẫn đợi những đêm đen lặng gió,

Màu đen tuyền ánh mắt tự ngàn xưa,

Nhìn hun hút cho dài thêm lịch sử,

Dài con sông tràn máu lệ quê cha.

Tôi vẫn đợi suốt đời quên sóng vỗ,

Quên những người xuôi ngược Thái Bình Dương,

Người ở lại giữa lòng tay bạo chúa,

Cọng lau gầy trĩu nặng ánh tà dương.

Rồi trước mắt ngục tù thân bé bỏng,

Ngón tay nào gõ nhịp xuống tường rêu,

Rồi nhắm mắt ta đi vào cõi mộng,

Như sương mai, như ánh chớp, mây chiều.

Awaiting

In a colorless crying sound by the edge of a forest,

In the darkness of never-ending hatred,

In deep sleeplessly nights I am awaiting,

On my tearful mouth's corner, a star to appear.

In quiet, silent nights I am awaiting to acquire,

The two black eyes of our ancient times,

To look deeper into our historical insights,

To see our fatherland's rivers spilling sorrow tears and blood.

Forgotten those being left behind in the hands of the tyrant,

Forgotten those having crossed the Pacific Ocean,

Forgotten the crashing waves, all my life I am awaiting,

I, a fragile thin reef, bent down by the sunset rays.

Facing the truth that I am a little prisoner,

Unconsciously finger tapping on the mossed wall,

Closing my eyes, I dream to become,

A morning dew, a lightning bolt, or some afternoon clouds.

Thưa thầy, chúng con cũng như thầy vẫn nhớ những người vượt biển Thái Bình Dương và những người còn ở lại (con biết thầy nói thầy quên, mà thầy còn nhắc tới họ tức là thầy vẫn còn nhớ) và không phải chỉ mình thầy đang đợi, mà chúng con, những người còn gọi Việt

Nam là quê hương, dù sống trong hay ngoài nước Việt, cũng đang chờ đợi như thầy.

Cuối cùng là một bài thơ khác của thầy, bài Mộng Ngày, nhưng so với bài tôi đã dịch năm ngoái (2022), thì tôi có sửa đổi đôi chút. Khi đó tôi dịch tựa đề là Day Dream, bây giờ tôi đổi lại là Daydream. Lý do mà tôi đổi là vì dream xảy ra khi mình ngủ, còn daydream xảy ra khi mình thức.

Khi đó tôi có ao ước "nếu có một ngày nào, bản dịch này được lọt vào mắt thầy, thì tôi hạnh phúc biết bao!", nhưng tới bây giờ tôi vẫn chưa biết thầy đã đọc chưa. Có lẽ vì dịch chưa tới hay vì duyên chưa chín?

Mộng Ngày

Ta cõi kiến đi tìm tiên động,
Cõi trường sinh đàn bướm dật dờ,
Cóc và nhái lang thang tìm sống,
Trong hang sâu con rắn nằm mơ.

Đầu cửa động đàn ong luân vũ,
Chị hoa rừng son phấn lẳng lơ.
Thẹn hương sắc lau già vươn dậy,
Làm tiên ông tóc trắng phất phơ.

Kiến bò quanh nhọc nhằn kiếm sống,
Ta trên lưng món nợ ân tình.
Cũng định mệnh lạc loài Tổ quốc,
Cũng tình chung tơ nắng mong manh.

Ta hỏi kiến nơi nào cõi tịnh,
Ngoài hư không có dấu chim bay.

Từ tiếng gọi màu đen đất khổ,
Thắp tâm tư thay ánh mặt trời?

Ta gọi kiến, ngập ngừng mây bạc,
Đường ta đi, non nước bồi hồi.
Bóc quá khứ, thiên thần kinh ngạc,
Cắn vô biên trái mộng vỡ đôi.

Non nước ấy trầm ngâm từ độ,
Lửa rừng khuya yêu xác lá khô.
Ta đi tìm trái tim đã vỡ,
Đói thời gian ta gặm hư vô.

Giải thích (theo quan điểm chủ quan của tôi, không chắc đúng với ý thầy)

Người xưa có nói "dịch là diệt" (bài dịch giết chết cái hay của bài gốc), nên tôi chỉ hy vọng đã không hiểu sai ý của thầy, chứ không dám gọi bản dịch này của tôi là một bài thơ. Ví dụ như khi thầy viết "ta gọi kiến, ngập ngừng mây bạc", thì tôi hiểu là khi thầy gọi đám kiến lại gần thì thay vì kiến, đám mây bạc ngập ngừng bay lại gần.

Tôi có cảm tưởng như đang đọc thơ của Phó Đại Sĩ, một thiền sư nổi tiếng của Trung Hoa vào thế kỷ thứ năm. Bài thơ có câu:

人在桥上过
桥流水不流

Nhân tùng kiều thượng quá
Kiều lưu thủy bất lưu.

Người trên cầu qua lại
Cầu trôi, nước chẳng trôi.

Một ví dụ khác, khi thầy viết "bóc quá khứ, thiên thần kinh ngạc" thì tôi hiểu là thiên thần kinh ngạc khi thấy thầy lột trần quá khứ và đó là quá khứ của đất nước mình. Không biết là thiên thần kinh ngạc về hành động can đảm của thầy khi dám lột trần quá khứ của đất nước, hay họ kinh ngạc về sự tàn ác của cộng sản áp đặt lên đất nước Việt Nam trong suốt mấy mươi năm mà thầy lột trần cho họ thấy. Còn "cắn vô biên trái mộng vỡ đôi" thì quá rõ ràng: khi trái mộng bị vỡ là khi sự thật được phô bày.

Còn câu thơ "ngoài hư không, có dấu chim bay" của thầy khiến tôi liên tưởng đến câu chuyện khi hai thầy trò Mã Tổ Đạo Nhất và Bách Trượng Hoài Hải đi dạo, thấy một đàn chim bay qua, thì Mã Tổ mới hỏi Bách Trượng là đàn chim đâu rồi, thì Bách Trượng trả lời là chúng bay mất rồi. Ngay lập tức, Mã Tổ vặn mũi của Bách Trượng thật mạnh và hỏi "hà tằng phi khứ?" (何曾飛去, từ vô thủy đến nay chúng có bao giờ bay mất đâu?), khiến trong cơn đau điếng, Bách Trượng chợt ngộ đạo. Vì thế, tôi dịch câu thơ của thầy là nơi hư không đó, dấu chim bay luôn luôn có ở đó, chẳng bao giờ biến mất.

Bài thơ Mộng Ngày có 6 phân đoạn.

Trong phân đoạn 1, tôi dùng chữ "where death does not exist" để tả cõi trường sinh, thay vì chữ eternal, vì tôi muốn nhấn mạnh ý của thầy là nơi đây bất sinh, bất diệt. Mọi hoạt động ở đây đều được diễn tả bằng thì hiện tại (present time), thay vì quá khứ (past time). Toàn bộ câu chuyện trong bài thơ đều được viết ở thì hiện tại. Tiếng Việt không chia thì như tiếng Anh, nên khi dịch qua tiếng Anh ở thì hiện tại, tôi hy vọng đã đoán đúng ý thầy.

Trong phân đoạn 2, thầy tiếp tục cho chúng ta thấy sự yên bình bề ngoài ở cõi tiên. Thầy muốn nói dù bất sinh bất diệt, nơi đây tham vọng và ganh tỵ vẫn còn. Vì thế, tôi dịch 3 chữ "thẹn hương sắc" của thầy bằng một câu dài "ashamed of their inferior colors and smell". Thầy chỉ muốn mượn cõi tiên để diễn tả cõi lòng của thầy đối với đất nước, nơi tham

vọng và ganh tỵ hiện hữu, mà thầy
sẽ viết trong những đoạn sau.

Trong phân đoạn 3, thầy cho biết
thầy đang mang món nợ trên lưng
thầy. Đó là nợ Tổ quốc, một trong
tứ ân của đạo Phật. "Cũng định
mệnh lạc loài Tổ quốc" có nghĩa là
thầy cũng lạc loài mất nước, như
bầy kiến kia mất tổ. "Cũng tình
chung tơ nắng mong manh" có
nghĩa là thầy cũng yêu đất nước
của thầy như bầy kiến kia yêu tổ.
Tình yêu này sao lại mong manh
như tơ nắng? Đừng thấy tơ nắng
mong manh mà coi thường nó. Có
ai mà cắt đứt được tơ nắng không?
Đây là tơ nắng, chứ không phải tia
nắng. Cái khác biệt rất lớn, vì sợi tơ
có thể trói buộc.

Ảnh: Tâm Nhiên

Trong phân đoạn 4, trên đường đi tìm cõi tịnh, nơi chim đã bay qua
nhưng dấu vết luôn còn đó để ta có thể theo dấu đó mà tìm tới. Đó
là cõi giác mà thiền sư Bách Trượng tìm thấy khi sư thấy được dấu
chim bay. Với lòng yêu quê hương tha thiết, cõi tịnh của thầy là nơi quê
hương ta đó, ngày nào tâm tư thắp sáng, thay cho ánh mặt trời.

Trong phân đoạn 5, thầy diễn tả lòng yêu nước của thầy nồng nàn tới
nỗi cảm động cả mây trời và đất nước. Khi trái mộng bị vỡ đôi là khi sự
thật tội ác của cộng sản được phô bày. Khi thầy lột trần quá khứ tội ác
cộng sản đối với đất nước, thiên thần cũng phải kinh ngạc. Như đã viết
ở trên, không biết là thiên thần kinh ngạc về hành động can đảm của
thầy, hay họ kinh ngạc về sự tàn ác của cộng sản, hay cả hai.

Trong phân đoạn 6, tôi hiểu chữ "trầm ngâm" của thầy là stalemate (đóng băng, bế tắc), và "lửa rừng khuya yêu xác lá khô" là cháy dữ dội. Đó là biến cố 30/4/75. Từ ngày đó, vì đất nước đã bị đóng băng, bế tắc, thầy không ngừng đi tìm lại trái tim Việt Nam đã vỡ nát, dù đói khát cũng không làm thầy nản chí. Tôi dịch chữ "hư vô" trong câu chót của bài thơ "đói thời gian ta gặm hư vô" là emptiness, thay vì nothingness. Nothingness phủ nhận sự hiện hữu của tất cả mọi thứ, cả không gian và thời gian, còn emptiness không phủ nhận sự hiện hữu của chúng mà chỉ giữ cho tâm mình được trống vắng tuyệt đối, không bị lay động bởi ngoại cảnh. Giấc mơ có thực, không phải là nothing. Giấc mơ, dù về mặt vật chất thì chúng trống rỗng (empty), nhưng chúng là những hình ảnh sống động. Chắc chắn nhiều bạn đã nhiều lần la hét và đổ mồ hôi trong mơ.

Dưới đây là bài dịch của tôi:

Daydream

On the back of an ant, searching for a sanctuary,

Where death does not exist, I find a herd of butterflies fluttering,

And some toads and frogs wandering around, looking for food,

While deep in its cave, a snake is daydreaming.

At the entrance, dancing round the forest flowers are a swarm of bees,

Proudly showing off their beautiful colors and attractive perfume.

Ashamed of their inferior colors and smell, the reeds' flowers stand up,

Looking like old angels' white hair, wavering in the wind.

Here are some ants running around, searching for their homelands.

With a heavy debt of love that I carry on my back,

I also find myself homeless, sharing the same fate with the ants,

And the love for our homelands, which is as fragile as sunlight threads.

I ask my ant where the tranquil world beyond the void is,
Where traces of bird flights can always be seen,
And from the darkness of our suffering Earth,
Rises the light of hope, in lieu of sunlight?

I call the ants, but the silver clouds loosely arrive instead,
And my homeland trembles following my path.
The angels look surprised when I unclothe my country's past,
And her dream fruit broken in half when I bite the limitless.

My country has been in stalemate,
Since the day her forests were furiously burnt down.
In search of her broken heart,
I'll bite the emptiness when I'm hungry of time.

TAM TẠNG PHÁP SƯ VIỆT NAM

Thanh Phi

Kính dâng Ôn Tuệ Sỹ

Thiền gia Thạch trụ Minh Sư
Tinh thông lý đạo có dư bội phần
Đạo đời thảy cả nhận chân
Thiền Sư Tuệ Sỹ tài năng tuyệt vời
Tâm hồn thi sĩ chơi vơi
Thi ca, thổi sáo cùng chơi dương cầm
Phương Trời Viễn Mộng thơ ngâm
Nao lòng viễn xứ, lặng tâm khách nhàn
Trường Sơn gió núi mây ngàn
Trăng gầy lẻ bóng mộng tan nửa vời
Thơ tù để lại cho đời
Tấm lòng bất khuất không rời từ bi
Công Ngài bất khả tư nghì
Dịch kinh luận sách ngại gì thời gian

Vô sư trí tuệ tiềm tàng

Truyền trao hậu thế vô vàn tư duy

Chúng con Phật tử ngu si

Trí chưa đủ để liễu tri lời Ngài

Nhưng qua những tập thơ dài

Đôi điều con hiểu lệ hai hàng trào

Thân tù Ngài chẳng núng nao

Bởi lòng bận nghĩ đến bao nhiêu điều

Vần thơ ẩn nghĩa cao siêu

Trải lòng tu sĩ bao điều hoài mong

Tiếc rằng đời đã bất công

Nhân tài hiếm có bao đông giam cầm

Đời người tu sĩ thăng trầm

Vinh danh, khổ nhục bản tâm luôn bình

Những điều lưu lại hậu sinh

Là mong kho báu Tạng kinh lưu hành

Tin rằng ai cũng tâm thành

Chung tay góp sức để nhanh hoàn thành

Đại Tạng Kinh Việt lưu danh

Lo gì lời Phật chẳng nhanh lan truyền

Ngàn sau vẫn giữ đạo huyền

Tâm người con Phật chính chuyên tu hành.

Chúng con với tấm lòng thành

Chúc Ngài Tuệ Sỹ qua nhanh nguy nàn

Pháp thể luôn được khinh an

Để truyền hậu bối lời vàng Phật ban

Mai này hậu thế danh vang

Pháp Sư Tam Tạng Việt Nam là Ngài.

Melbourne, ngày 30/9/2023

Phật tử Thanh Phi

TUỆ SỸ THIỀN SƯ

Thích Chúc Hiền

Thành kính đảnh lễ niệm ân Đức Trưởng Lão HT. thượng Tuệ hạ Sỹ bậc Thầy thông tuệ của nhiều thế hệ Tăng Ni và Phật tử. Ngài đã dành trọn cuộc đời của mình cho lý tưởng giải thoát giác ngộ và đã cống hiến rất nhiều cho sự nghiệp giáo dục đào tạo tăng tài cũng như giáo dưỡng đào tạo tầng lớp trí thức cho Phật Giáo nước nhà. Đặc biệt Ngài đã cho ra đời những tác phẩm, dịch phẩm trác tuyệt góp phần làm giàu cho kho tàng văn hóa Phật giáo.

Kính nguyện Phật thường gia hộ cho HT pháp thể thường an đạo thọ miên trường...!

Đồ họa: Nhuận Pháp

Tuệ Sỹ Thiền Sư mắt tuệ ngời
Am tường Phật điển độ trần vơi
Thân gầy trí sáng gìn chơn cội
Tuổi hạc tâm trong thuyết diệu lời
Viết sách làm thơ thần sảng khoái
Dịch kinh trì luật ý vui tươi
Tăng Ni Phật Tử xa gần tới
Ngưỡng mộ nương về khổ lụy rơi
Nam Mô Thường An Lạc Bồ Tát

Tu Viện An Lạc, California, 8:30 am, 19-09-2023
Hậu Học-Thích Chúc Hiền (khể thủ kính đề)

THỊ NGẠN AM

**Chúng con thành kính dâng lên Ôn
Tuệ Sỹ bậc thạch trượng muôn thuở.**

Nhạc: Thích Viên Giác TVGPhiLong
Thơ: Quảng Diệu Trần Bảo Toàn

Slow Tempo 90

Trúc Lan Bàng bái kiến Thị   Ngạn biệt ưu phiền.

Bóng chiều soi am nhỏ.   Vóc hạc lời thơ tiên.

Vội vã và du thủ.   Qua

bao rồi xuân thu.   Cưỡi kiến tìm tiên động.

Vết rạng nào phù du.   Mai

này sư xuống núi.   Áo sư còn sờn vai.

Thế gian trường huyết hận.   Môi   cười càng hư   hao.

Núi   cao   sư   gối   mộng.   Rượu

ngọt   tràn ngày   đông.   Dương   cầm ru   phím lụa.

khóc trong đêm giao   mùa.   Nay   trong Am Thị Ngạn.

Thương cõi người nhân   gian.   Lặng

im   bên   kinh   sách.   Sư   trao   đời Linh Đan.

XUẤT SĨ DƯỚI TRỜI XANH

Tiểu Lục Thần Phong

Ngài ngồi đó như trường sơn bất động
Mặc quanh mình sấm sét với bão giông
Lửa ngập tràn, lửa cháy đỏ phương đông
Lũ người mê đang cuồng ngông càn rỡ

Người thống khổ bao lầm than cơ nhỡ
Đau dân tình, thương tứ chúng bơ vơ
Không ra đi, Bồ Tát tâm không nỡ
Ở lại đây, mặc dang dở điêu linh

Vạt áo lam lồng lộng bản Tâm kinh
Bức tâm thư gọi hậu sinh thức tỉnh
Chốn thiền môn dựng thanh quy chấn chỉnh
Giáo hội dân lại minh định thừa hành

Ngài thọ ấn vì Phật pháp chính danh
Gánh trọng trách ấy là Bồ Tát hạnh

Dòng Phật Việt khơi lại nguồn hưng thạnh
Thị Ngạn am lưu sử xanh xứ sở

Bậc thượng Sĩ với tâm hồn rộng mở
Đấng trí Tuệ dụng pháp diệu tâm cơ
Khảy cung đàn hòa điệu những vần thơ
Vọng vào đời người ngẩn ngơ kính ngưỡng

Chống gậy trúc bồ đề tâm tăng trưởng
Đạp trường sơn khí phách đại tượng vương
Dịch trang kinh bố thí pháp cúng dường
Chí dựng lập quyết trọn đường chánh đạo

Tế độ người toàn tịnh tâm ủy lạo
Nguyện phục hoạt chẳng ngại khó gian lao
Lèo lái thuyền mặc sóng gió xôn xao
Đại từ bi nhân cách cao vời vợi

Ngài dấn thân vì lòng người mong đợi
Lúc loạn ly thống thiết khắp nơi nơi
Buổi nhiễu nhương nhiều huyễn tượng ma trơi
Thời mạt pháp toàn những lời trí trá

Những thế lực vô minh đang quấy phá
Ngày âm u quốc vận nghịch sơn hà
Đêm mày mò pháp vận ngược dân ta
Ngài gióng trống để tối tà phụ chánh

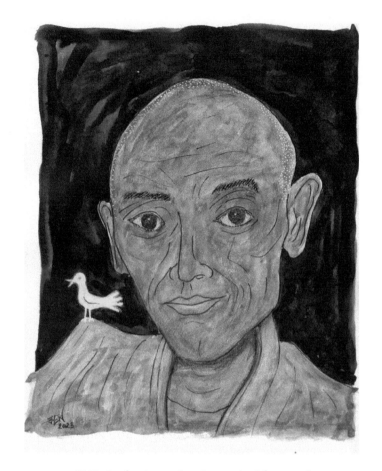

"Một buổi sáng nghe chim trời đổi giọng"
Mực, chì, acrylic trên giấy 10" x 8", 9/2023 | Họa sĩ Nguyễn Việt Hùng

Thân lau sậy mà thần hồn bậc thánh

Hành trạng ngài cao cả lại tinh anh

Áo cà sa xuất sĩ dưới trời xanh

Ngôn từ nào để xứng danh tôn quý?

TIỂU LỤC THẦN PHONG
Ất Lăng thành, 0923

QUA ĐÒ MÀ KHÔNG LỤY ĐÒ

Thích Minh Hạnh

Cách nay gần 9 năm, khi bắt đầu nhận ngôi chùa này, chỉ về ở vào các ngày 14 và 30 âm lịch để hướng dẫn bà con Phật tử tu tập Bát quan trai, rồi lại khăn khói lên đường vào ngày hôm sau.

Khi ấy, chùa hoang vu mà lại nằm trên khoảng đất rộng, chỉ đẹp vào mỗi đêm 14 trăng soi. Phần lớn sống sát vách và trước mặt chùa là những nhà thuộc đạo khác, nên vốn hoang vu lại càng thêm phần hoang vắng.

Trời đất không bao giờ tạo được cảnh buồn cho ai. Người vì cảnh mà sầu, thì cái sầu ấy không vương nơi cảnh, mà chỉ là sự phóng chiếu tâm hồn hoang lạnh lên cảnh vật xung quanh.

Bởi, khi chân nhuốm hồng trần kịp khi vào gia nhập thiền môn, thì cũng là lúc Thầy tổ cho vân du đây đó, hầu tập tành học hỏi chỗ này chỗ kia nơi đất khách quen rồi. Và, bởi cái tính cũng thích rày đây mai đó, cho dù thiếu thốn cũng cảm thấy vui. So với người thì cảm thấy thiếu thốn thế thôi, chứ tự mình bao giờ cũng thấy tất cả là dư.

Thầy nhận chùa rồi, liệu cái sự vân du giong ruổi có bị chướng ngại gì hay không. Rồi từ ấy, tập cái tính trụ yên một chỗ, mong là thuần tánh để hanh thông các Phật sự sau này.

Nhưng, kể từ ấy đến giờ, chưa từng có nụ cười sảng khoái như trước kia, và cũng từ ấy đến giờ, không một lần nói chuyện thoải mái vô tư như lúc nọ.

Ánh mắt láo liêng, khuôn mặt non trẻ không còn nữa. Thay vào đó là nếp trán luôn nhăn, mắt như ngu dại mỗi khi phải tiếp chuyện trong vai vế ông trụ trì. Lắm lúc lịu nghịu như là lạc hậu với buổi giao tế thời nay.

Đêm nay, bất ngờ gặp bức ảnh này trên facebook. Tấm ảnh chụp vị Thầy đang chèo đò đưa học trò sang sông, nhưng chưa bao giờ phải lụy đò.

Vị Thầy ấy sở học bao la, kiến thức thì thâm nhập u huyền biển cả giáo pháp Phật đà. Nhưng sự ấy không quan trọng bằng nhân cách đạo đức của Thầy. Nhân cách ấy đã đạt đến cảnh giới "nhược hữu kiến ngã tướng, nãi chí văn ngã danh, giai phát Bồ đề tâm" (nếu ai thấy tướng tôi, cho đến nghe tên tôi, cũng đều phát tâm Bồ đề). Bức ảnh làm người xem liên tưởng đến câu của người xưa "Khi con chưa ngộ thì thầy độ (tức là đưa qua) con. Khi con ngộ rồi thì thầy để con tự độ con".

Vị Thầy khả kính, nay đã gần 80, khi chèo đò chắc cũng trên 65 tuổi.

Thấy Thầy nhớ lại bao kỷ niệm thời Tăng sinh, và cũng khiến lòng người ấm lại.

LÝ TRẦN THUỞ ẤY...

Thích Nhật Trí

Sắp đi lòng vẫn nhẹ nhàng
Trăm năm đỉnh núi khuất làn mây bay
Hơn hai mươi tám ngàn ngày
Kiếp người trọn đủ lành thay Bậc Thầy.

Giựt mình tin nhắn mới hay...
Ngày xưa lịch sử Như Lai đường về
Kushinagar vùng quê
Ba ngày năm trước lời thề nước tôi.

Bảo rằng Thánh giả xa xôi
Quê hương tôi cũng là nôi nối truyền
Paksé – Quảng Bình đất thiêng
Việt – Lào dòng máu chung – riêng nỗi niềm.

Một bóng dáng gầy gò nhưng sừng sững nơi "hiu hắt quê hương bến cỏ hồng"
(Tranh: Trần Thế Vĩnh)

"Đôi mắt ướt" vẫn từng đêm
Lý, Trần thuở ấy mộng mềm đắng cay
Nhưng vẫn trọn nụ cười đầy
Tử sinh cho dẫu Thầy là thiên thu!
Con kính dâng Ôn
Tỳ Kheo Nhật Trí

TUỆ SỸ
MỘT HUYỀN THOẠI

Tuệ Minh-Thích Phước Toàn

Có những con người chỉ với một tấm thân nhỏ bé bình thường, vẫn sống hít thở như bao người khác, nhưng, được cô kết một tâm hồn vượt thoát xa ngoài phương trời cao rộng nào đó, lại chứa đựng một khí phách, khiến những ai đối diện liền tan biến cái thói thường phàm tình đã bị huân tập từ bao đời kiếp.

> *Có những con người*
>
> *Nghe như huyền thoại*
>
> *Chỉ tấm thân gầy*
>
> *Sấm dậy tư duy*
>
> *Vẫn đôi mắt sâu*
>
> *Nhìn tan quái ngại*
>
> *Đến lúc mở lời*
>
> *Ngọt suối từ bi*
>
> *TUỆ tĩnh dung thông*

SĨ khí bất phàm

THƯỢNG tác Như Lai

NHÂN thân uyên áo

Cũng chỉ xương da

Bên trong lại khác

Tựa chiếc thuyền đời

Chở ánh trăng khuya

Cùng với nước non

Hoà tan trời đất

Hơi thở muôn đời

Sưởi ấm quê hương

Cánh cửa huyền vi

Cõi lòng chân thật

Thức bao mảnh đời

Sống dậy tình thương

Và biết đứng lên

Thắp dòng tuệ mạng

Tự rọi soi mình

Rực sáng đuốc thiêng

Tan chảy tảng băng

Giữa đời định kiến

Bồi đắp đức lành

Cất bước quy nguyên

Vóc dáng thiền sư

Tượng hình vô tướng

Còn lại tâm hồn

Phảng phất hương thơm

Thiền sư Tuệ Sỹ | Tranh của họa sĩ Trịnh Tài

Vẫn đôi mắt trong
Tựa vầng nhật nguyệt
Xuyên suốt kiếp người
Tuệ Sỹ Thượng Nhân

Tuệ Minh-Thích Phước Toàn
Kính Ôn Tuệ Sỹ

BÌNH MINH

Thơ: Thầy Tuệ Sỹ
Nhạc: Tôn Thất Minh

Tiếng trẻ khóc, ngân vang lời vĩnh cửu. Từ nguyên sơ, sông máu thắm đồng xanh. Tôi là cỏ, trôi theo dòng thiên cổ. Nghe lời ru, nhớ mãi buổi bình minh. Buổi vô thủy, hồn tôi từ đáy mộ. Uống sương khuya, tìm sinh lộ viễn trình. Khi nắng sớm, hôn nồng lên nụ nhỏ. Tôi yêu ai, trời rực sáng bình minh. Đôi cò trắng, yêu nhau còn bỡ ngỡ. Sao mặt trời, thù ghét tóc nàng xinh. Tôi lên núi, tìm nỗi buồn đâu đó. Sao tuổi thơ, không khóc buổi bình minh.

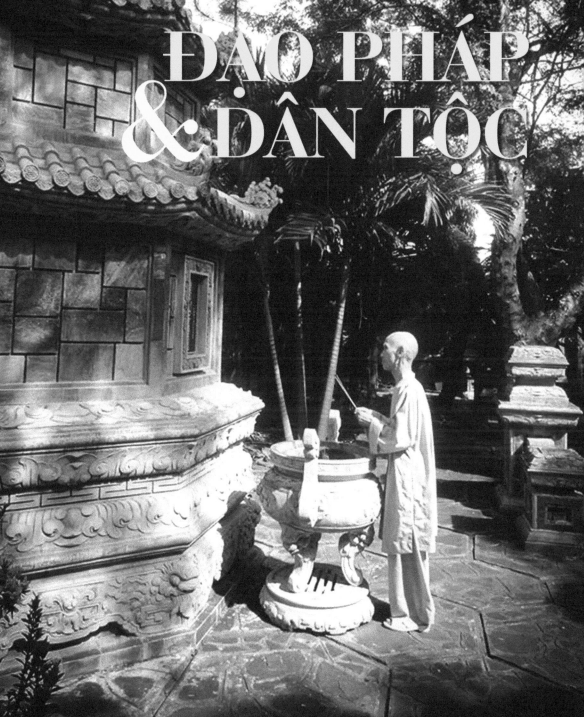

Phần III

ĐẠO PHÁP
& DÂN TỘC

> Hòa Thượng Huyền Quang, Hòa Thượng Quảng Độ, Hòa Thượng Tuệ Sỹ như đỉnh trầm hương ba chân, như kiền đồng vững chắc, không nao núng những thế lực vô minh trù dập mà luôn an tâm để hộ quốc, hộ dân, hộ Pháp ngày một âu ca, thanh bình, hạnh phúc. Ấy là chí nguyện của những bậc Bồ Tát hóa thân, vì đời ác năm trược mà thị hiện, để thi thiết những khả tính tu trì, chứng ngộ của Đạo Pháp đến vạn loài chúng sinh trong Pháp giới."

- HT Thích Nguyên Siêu -

NHƯ Ý NHƯ NGUYỆN NHƯ PHÁP

Thích Bảo Lạc

Như lời cầu nguyện NHƯ Ý với Hòa Thượng Tuệ Sỹ

Cũng hơi lạ là tại sao ở đời hầu như mọi người đều ưa chuộng giả hơn thật; câu này không phải hỏi ai khác hơn là chúng ta trong mọi sinh hoạt của đời sống hằng ngày. Còn trong vòng tục đế ta khó tránh khỏi mắc sai lầm sơ đẳng này, chẳng hạn như: "Tôi đi khám bác sĩ" là câu nói quen thuộc mà người nghe tưởng như thật nên chẳng ai quan tâm, nhưng thật tế ta đã đồng tình mặc nhiên chấp nhận một việc giả định phù phiếm như đã hằn sâu vào tiềm thức mọi người. Kinh nói rằng đây là cõi đồng cư của Thánh phàm, nhưng ta cũng hiểu cho tường là phàm nhiều thánh ít, chỉ bậc thánh đang trên đạo lộ tiến vào chân đế nên dễ chấp nhận mọi thử thách, thật giả, khen chê, phải trái, tán dương khiển trách, hơn thua, được mất mới thoát ngoài mọi tiêu cực và xác lập sự thật của Tứ Đế, Bát Chánh Đạo mà hàng trí giả, Bồ Tát vào đời làm chỗ nương vững chắc cho mọi người và hết thảy chúng sanh.

Hơn 60 năm trước vào khoảng tháng 2 năm 1963, tôi gặp Thầy Tuệ Sỹ tại Phật học đường Lưỡng Xuyên, Trà Vinh. Lúc đó tôi đang theo học chương trình Trung Đẳng Phật Học tại đây; hình như Thầy Tuệ Sỹ muốn tìm nơi thích nghi bồi dưỡng học nghiệp cho mai sau. Nhưng Thầy chỉ tạm trú như lữ khách độ chừng một tháng, và sau đó cánh đại bàng vụt bay xa mãi tận Phật học viện Hải Đức, Nha Trang. Theo đà tiến ấy, cánh chim bạt gió Tuệ Sỹ thẳng trớn bay bổng vút lên trời xanh, Thầy tìm bến đậu lại nơi hòn ngọc Viễn Đông ở Phương Nam nơi có Tu Viện Già Lam, Viện Đại Học Vạn Hạnh là môi trường thuận tiện bồi dưỡng tri thức, thi thố tài năng trong hiện tại và tương lai. Thầy là bậc thiên tài không riêng của Phật giáo Việt Nam mà đúng hơn Người phải được xem như tinh hoa của dân tộc Việt Nam. Phải chăng ở đời muôn mặt lấy giả làm chân, đổi đen ra trắng, biến vàng thành đỏ, dựng không thành có mà nhà nước CSVN lập tòa án nhân dân kết tội Thầy bản án tử hình?

Cũng từ đó, Thầy gặp nhiều khó khăn, một khúc quanh oanh liệt hay đó cũng chỉ là một thử thách, giữa tối sáng khó phân, nhưng vẫn kiên định lập trường theo đường hướng của GHPGVN Thống Nhất là phá tà hiển chánh, chấp nhận hy sinh chứ không khiếp nhược trước các thế lực vô minh đe dọa đến tánh mạng.

Tê u tu huyền tù

Tê ư tư hỏi tử

dùng 2 chữ: Tử tù để tuyên dương Thầy Tuệ Sỹ qua 2 lần vào sanh ra tử; Tháng 3 năm 1984, ngày 25 Thầy bị lực lượng công an CSVN bao vây Tu Viện Quảng Hương Già Lam bắt giam cùng Thầy Trí Siêu. Sau hơn 4 năm giam giữ không xét xử đến năm 1988, nhà nước CSVN mở phiên tòa tại Sài gòn để kết tội 21 Tăng Ni và Phật tử, trong số đó có hai học giả lỗi lạc của Phật giáo Việt Nam là Thầy Tuệ Sỹ và Thầy Trí Siêu (Lê Mạnh Thát) với bản án tử hình. Cộng sản kết tội các vị này là đã "âm mưu hoạt động chống lại chính quyền" qua Ủy Ban Bảo Vệ Phật Giáo Và Cứu Nguy Dân Tộc.

Từ trái qua: Thầy Phước An, Thầy Trí Siêu Lê Mạnh Thát,
HT Thích Đức Nhuận, Thầy Tuệ Sỹ (Ảnh tư liệu)

Đang thọ án, từ trại tù Xuân Phước, Thầy Tuệ Sỹ viết thư cho Hòa Thượng Thích Huyền Quang, Viện Trưởng Viện Hóa Đạo GHPGVNTN, ngày 15/01/94, có đoạn viết *"Chúng con mặc dù đang sống dưới sự giam cầm khắc nghiệt, nhưng bất chấp mọi nguy hiểm trực tiếp đe dọa tính mệnh, cố vượt mọi chướng ngại, kính trình lên Hòa Thượng và Chư tôn Trưởng Lão Hội Đồng Lưỡng Viện một số đề nghị sau đây, gọi là dâng cả tâm nguyện chí thành cho Đại Hội.*

Đề nghị Đại Hội VIII sẽ tập trung thảo luận trên hai chủ đề chính:

Pháp lý tồn tại của Giáo Hội Phật Giáo Việt Nam Thống Nhất trong truyền thống dân tộc và trong cộng đồng thế giới.

Sứ mệnh hiện tại của Phật giáo Việt Nam trước sự sinh tồn và tiến bộ của dân tộc và trong nền văn minh dân chủ của nhân loại."

Bất chấp mọi sự đe dọa tức là không khuất phục trước bạo quyền đàn áp, Thầy Tuệ Sỹ dõng dạc tuyên bố nêu rõ lập trường của GHPGVNTN là phụng sự đạo pháp, dân tộc và cộng đồng nhân loại; cũng như sứ mệnh của Phật giáo Việt Nam đối với sự sinh tồn và tiến bộ của dân tộc và văn minh dân chủ của thế giới.

Với những lời hòa nhã nhưng đanh thép ấy càng làm cho chế độ bạo tàn xem như mũi nhọn cần phải triệt tiêu gấp để khỏi mất công chống đỡ. Nhưng trước sự công phẫn của đồng bào trong và ngoài nước cũng như do sự can thiệp kịp thời hiệu quả của cộng đồng Phật Giáo Hải Ngoại và áp lực quốc tế, nhà nước CSVN đã phải hủy án tử hình để giảm xuống còn án chung thân 20 năm đối với hai vị trí thức Thích Tuệ Sỹ và Thích Trí Siêu.

Công trình phiên dịch Đại Tạng Kinh: Kế thừa sự nghiệp phiên dịch Đại Tạng Kinh Việt Nam là sứ mạng của các bậc danh tăng thạc đức hiệp thành, nung đúc anh tài, dấn thân phụng hiến qua nhiều thế hệ để truyền trì mạng mạch Phật đạo trải qua hơn hai ngàn năm du nhập giáo nghĩa Phật giảng dạy tới Việt Nam đã được bốn chúng đệ tử Phật tiếp nhận thực hành, góp phần xây dựng đạo đức, tình cảm của người dân nước Việt.

Gần nhất, vào thập niên 70 của thế kỷ trước, một Hội Đồng phiên dịch Tam Tạng lần đầu tiên trong lịch sử được thành lập với các thành viên gồm Thượng Tọa và Đại Đức đã có công trình phiên dịch và có uy tín trên phương diện nghiên cứu Phật học, dưới sự chỉ đạo của Viện Tăng Thống, Giáo Hội PGVN Thống Nhất với một ủy ban phiên dịch gồm những vị danh tăng thạc đức như quý Hòa Thượng Trưởng lão Thích Trí Tịnh, Thích Minh Châu, Thích Quảng Độ, Thích Trí Quang, Thích Đức Nhuận, Thích Bửu Huệ, Thích Trí Thành, Thích Nhật Liên, Thích Thiện Siêu, Thích Huyền Vi, Thích Đức Tâm, Thích Huệ Hưng, Thích Thuyền Ấn, Thích Trí Nghiêm, Thích Trung Quán, Thích Thiền Tâm, Thích Thanh Từ, Thích Tuệ Sỹ. Nhưng vì đất nước bị hoàn cảnh chiến tranh nên công trình chỉ mới thực hiện được một phần nhỏ. Gần 50 năm sau, năm 2008 hai vị bác học Thích Tuệ Sỹ, Thích Trí Siêu với tầm nhìn quán chiếu về công trình phiên dịch Đại Tạng Kinh Việt Nam phải được tiếp tục với đề án sẵn sàng. Song mọi việc lúc đó nhân duyên chưa hội đủ nên phải chờ thêm hơn 10 năm sau, một Hội Đồng Phiên Dịch Lâm Thời thành hình năm 2021 với sự hỗ trợ toàn tâm toàn lực của Hội Đồng Hoằng Pháp; kết nạp nhân sự ở quốc nội và hải ngoại đang làm việc tận lực, mà thành tựu sơ bộ công trình phiên dịch Đại Tạng Kinh Việt Nam, là phần một của Thanh Văn tạng đã ấn hành xong tháng 7 năm 2022. Hòa nhịp cùng niềm vui chung của PGVN và Hội Đồng Hoằng Pháp – Phiên dịch Tam Tạng lâm thời, xin mạo muội cảm tác mấy vần thơ tri ân Thầy Tổ, tiếp nối ngọn đèn chánh pháp kế thừa Pháp Bảo Như Lai.

Việt Phật Đại Tạng Kinh

Công trình phiên dịch Đại Tạng Kinh
Chúng đức danh tăng cộng hiệp thành
Nung đúc anh tài dâng phụng hiến
Truyền trì mạng mạch bậc hiền minh

Kế thừa đạo nghiệp trao phú chúc
Nét bút chưa nhòa trong lặng thinh
Thắt chặt đạo tình luôn thấm đượm
Hoàn thành Việt Phật Đại Tạng Kinh

- Sông Thu

Xem thêm các bài họa ở:

https://quangduc.com/a73647/vietphatdaitangkinh-tho

Theo như hai Thầy Tuệ Sỹ và Trí Siêu qua đề án phiên dịch và nghiên cứu Phật học trên qui mô quốc tế, là sự cống hiến của Phật Giáo Việt

Từ trái qua: Thầy Tuệ Sỹ, Thầy Trí Siêu Lê Mạnh Thát, HT Thích Quảng Độ (Ảnh tư liệu)

Nam cho cộng đồng nhân loại trong sự nghiệp hoằng dương chánh pháp của toàn thể Phật tử thế giới vì lợi ích và an lạc của hết thảy mọi loài chúng sanh. Đó cũng chính là sự nghiệp chung của toàn thể Tăng Tín đồ Phật Giáo Việt Nam không chỉ một thế hệ, mà liên tục trong nhiều thế hệ, cùng tồn tại và tiến bộ theo đà tiến của xã hội và nhân loại.

Tóm lại, hai Thầy Tuệ Sỹ, Trí Siêu khẩn thiết rằng trên nương nhờ uy thần nhiếp thọ của chư Phật và Thánh tăng cùng với sự tán trợ của chư vị Trưởng lão hiện tiền trong hàng Tăng bảo, kêu gọi sự hỗ trợ cống hiến bằng tất cả tâm nguyện và trí lực, bằng tất cả hằng sản và hằng tâm, của bốn chúng đệ tử Phật, để sự nghiệp hoằng pháp đệ nhất tối thắng này được tiến hành vững chắc và liên tục từ thế hệ này cho đến nhiều thế hệ tiếp theo, duy trì ngọn đèn chánh pháp tồn tại lâu dài trong thế gian vì lợi ích và an lạc của hết thảy chúng sanh (Mùa PĐ 2552, PL 2632, Mậu Tý 2008, Trí Siêu – Tuệ Sỹ).

Công trình phiên dịch đại tạng Kinh hiện tại và tương lai là sự nghiệp hoằng pháp tối thắng đệ nhất, theo tôn ý của Hòa Thượng Thích Tuệ Sỹ là Chủ Tịch của Hội Đồng này có nêu rõ trong đề án đã trình bày. Chúng tôi nhất tâm kiền thỉnh Chư tôn trưởng lão Hòa Thượng, Chư Tôn Đức Tăng già nhị bộ cùng hàng thức giả Phật tử nhất tâm tùy thuận hy hiến thực hiện như ý của HT Thích Tuệ Sỹ:

"Đây là phận sự chung của Chư Tôn Trưởng Lão, chư Hòa Thượng, Thượng Tọa, Đại Đức tăng già nhị bộ, của tất cả bốn chúng đệ tử, không chỉ riêng một tông môn, hệ phái riêng biệt nào. Chúng đệ tử Phật Việt Nam trong nước cũng như ngoài nước, cùng chung một huyết thống tổ tiên, cùng tôn thờ một Đức Đạo Sư, hãy cùng hòa hiệp như nước với sữa, thì ở trong Phật pháp mới có sự tăng ích và an lạc...

Hòa hiệp nhứt trí hoằng dương chánh pháp trên cơ sở giáo nghĩa được lưu truyền trong Tam Tạng Thánh giáo để không phụ công ơn tài bồi của các Sư Trưởng, công đức hy sinh vô úy của chư vị Tăng Ni, Phật tử, vì sự trong sáng của Chánh Pháp, vì sự thanh tịnh và hòa hiệp của Tăng già, đã tự châm mình làm ngọn đuốc soi đường cho chúng ta ngày nay vững bước trên Thánh đạo." (Thông bạch v/v thành lập Hội Đồng Phiên Dịch Lâm Thời ngày 3-12-2021, Thiện Thệ tử Thích Tuệ Sỹ)

Chừng nào công trình phiên dịch Đại Tạng Kinh Việt Nam chưa hoàn tất, cũng có nghĩa chúng ta chưa hội đủ 2 phần khế lý, khế cơ để gợi cảm hứng cho công trình nghiên cứu của mình và từ đó có thể đề khởi những giá trị nhân sinh và đề xuất những giải pháp khả thi cho trật tự và tiến bộ của dân tộc, và đóng góp cho sự thăng tiến xã hội trong các cộng đồng dân tộc trong một thế giới hòa bình, an lạc, theo Thông bạch của HT. Tuệ Sỹ ngày 10 tháng 5 năm 2021. Điều này còn xác định rằng chúng ta chưa đạt được Như Nguyện mà bấy lâu nay từ Thầy Tổ qua các thế hệ kế thừa, hàng hậu học cần phát nguyện dấn thân hơn nữa để tròn thệ ước của ông cha truyền lại.

Tóm lại, chúng ta hãy dũng mãnh thệ rằng:

- Ngày nào còn hơi thở là còn bổn phận trọng trách đối với bốn ân sâu dày;

- Nhiệt tâm phụng hiến thân mạng, tri kiến tự thân vào tiền đồ đạo pháp;

- Nguyện tái sanh vào quốc độ Như Ý để hoàn thành sứ mệnh tuyên dương Chánh pháp.

Đó chính là bản thệ NHƯ PHÁP của Sứ Giả Như Lai.

Thích Bảo Lạc

Thầy Tuệ Sỹ ở Vạn Hạnh năm xưa và qua nét vẽ của Viên Linh.

Tư liệu tham khảo:

- PGVN biến cố và tư liệu Văn Phòng 2, Viện Hóa Đạo GHPGVNTN Hoa Kỳ ấn bản năm 1996.

- Triết học về Tánh Không, Tuệ Sỹ dịch giải, nxb Hồng Đức phát hành tại Saigon 2013.

- Giới thiệu công trình phiên dịch Đại tạng Kinh Việt Nam, HĐHP in ấn 2022

- Biên bản cuộc họp GHPGVNTN Liên châu online ngày 20/04/21, HT Thích Bảo Lạc Chánh Văn Phòng chủ tọa.

TỐI TRỜI, CÒN ĐÓ MỘT VÌ SAO

Thích Minh Tâm

Thầy Tuệ Sỹ, người pháp lữ thân thương của tôi đang lâm trọng bệnh, đang chữa trị và hôm qua tôi đến bệnh viện thăm, gặp lúc bác sĩ đang tiêm thuốc để trị bệnh cho Thầy (tràn dịch màng phổi).

Đợi gần 2 giờ đồng hồ mới thăm Thầy được. Ba bác sĩ mới đi ra khỏi phòng thì tôi vào ngay.

Thấy tôi, Thầy cười, nụ cười muôn thuở, nhưng hôm nay nụ cười không trọn vẹn vì Thầy đang đau, quá đau—tôi biết rõ như vậy vì Thầy nói qua hơi thở khó khăn "Muốn cười, mà cười không nổi, đau quá." Tôi cười giỡn với Thầy "Tiêm thuốc ấy không đau mới lạ, để tôi chữa cho bé khỏi đau, bé nhõng nhẽo lắm nghe!" Tôi ngồi xuống bên cạnh Thầy, vuốt nhẹ vào lưng. Thầy với tay lấy cái gối cúi xuống thở hổn hển. Tôi biết, Thầy đau lắm. Ôi cái lưng của Thầy, toàn là xương, hầu như chẳng còn chút thịt nào. Thầy yếu lắm, Tôi vuốt nhẹ khắp lưng Thầy, thấy lòng mình nhói đau. Thầy vốn đã ốm yếu nay bị bệnh nặng, cơn bệnh quái ác đang hành hạ thân xác Thầy, tiêm thuốc gì đó để ngăn chận bệnh "tràn dịch màng phổi," đau lắm! Sức chịu đựng phi thường của thầy phải nhăn mặt "muốn cười, cười không nổi" thì biết, cái đau cỡ nào.

Tôi vuốt lưng cho Thầy, mong Thầy bớt đau. Tôi muốn truyền thêm cho Thầy một chút nội lực của mình để Thầy tăng thêm sức chịu đựng chống lại cái đau của thể xác, của thân bệnh, của tứ đại đang dần dần rệu rã trong thân thể của Thầy—một con người ốm o, nhỏ thó mà có một đầu óc vĩ đại, một bộ não phi thường đang ấp ủ một hoài bão siêu việt, đang gánh vác một trọng trách quá nặng với PGVN, với dân, với nước, với chí hướng của Thầy Tổ giao phó.

Chánh Thư ký Xử lý Thường vụ Viện Tăng Thống GHPGVNTN, Chủ tịch Hội Đồng Phiên dịch Đại tạng kinh VN: cả hai trọng trách đó, nếu không may Thầy Tuệ Sỹ viên tịch, thì... sao đây, ai thay thế Thầy? Ai có đủ trình độ, có đủ uy tín, đủ bản lĩnh để thay thế, để tiếp tục trọng trách này - Có lẽ có, có nhiều nữa là khác. Nhưng, có ở chức danh, có ở địa vị, có ở hình thức mà thực tài, thực học, thực đức, thực tế thì..., tôi không dám nghĩ tiếp để cho tâm tư, cho sự lo lắng tận đáy lòng, ẩn sâu vào tim óc...

Thầy Tuệ Sỹ ngồi đó, tôi ngồi đây, nhìn Thầy. Tôi nắm tay Thầy, tim nhói đau, thương quá, quý mến quá, vô lẽ, tôi sắp xa Thầy chăng? Tôi sắp mất một viên ngọc quí mà 86 năm giữa đời tôi mới gặp, mới gần gũi để được cộng tác với Thầy...

Trước đây, tôi biết Thầy Tuệ Sỹ, gặp Thầy ở đại học Vạn Hạnh, ở chùa Già Lam, ở các buổi lễ, ở những nơi đã gặp, có thể gặp, qua báo chí, qua sách vở, qua tin tức... Thầy Tuệ Sỹ đã ở tù, tôi cũng ở tù, nhà tù CS bỏ tù những người trí thức, những kẻ bất đồng chánh kiến... Tôi khác Thầy Tuệ Sỹ và Thầy Mạnh Thát là không được đưa ra tòa, không được kêu án, bản án tử hình, bản án chung thân, không ở tù lâu năm như Thầy, như bao nhiêu kẻ sĩ khác. Có điều lạ nhất, trong thời đại này mà ai được ở tù vì bất đồng chánh kiến, vì muốn dân tộc có được tự do, có được dân chủ, tỏ lòng yêu nước chống giặc Tàu xâm lược thì được ở tù, được có danh thơm, được đại đa số dân chúng yêu mến, được thế giới vinh danh, được sử vàng ghi tạc. Phải khách quan tư duy mới thấy điều nghịch lý đó! Thầy Tuệ Sỹ, Thầy Mạnh Thát, tôi và nhiều người nữa, cùng chung số phận. Nói thật điều này, tôi không ngại hiểu lầm và chỉ mong họ sẽ đổi mới tư duy, biết trọng nhân tài, biết nghe lẽ phải để giúp dân cứu nước!

Thầy Tuệ Sỹ, một con người đặc biệt, đặc biệt nhiều mặt: phong cách sống, trí tuệ siêu phàm, bản lãnh. Thầy sống vì tha nhân, vì bổn phận, có tinh thần trách nhiệm ít ai bằng. Thầy nằm viện như vậy đã hơn 3 tuần, ngoại trừ khi mệt, khi ngủ, còn khi thức, khi ít đau Thầy vẫn làm việc: thầy vẫn ký văn thư, thảo quyết định, làm văn bản. Gần Thầy mới thấy được sự hy sinh, tận tụy và năng suất làm việc của Thầy. Trong bệnh viện, đang chữa bệnh, nếu có thể, Thầy vẫn thức giấc nửa đêm để "tọa thiền" tinh tấn trong từng hơi thở. Ở chùa Phật Ân, tôi nhắc Thầy bảo vệ sức khỏe, Thầy chỉ cười, người đời có câu "Chiến đấu đến khô máu." Tôi thường hài hước với đệ tử Thầy Tuệ Sỹ "Thầy của mấy ông làm việc đến khô máu". Vì sức khỏe của Thầy Tuệ Sỹ xuống quá thấp, máu chỉ còn 50%. Khi vào viện bác sĩ bắt buộc phải "truyền máu" họ mới dám chữa, để nguyên trạng không ai dám chữa, vì Thầy không chịu truyền máu sợ tổn hại đến nguyên chất. Sau khi thuyết phục, năn nỉ, giải thích của nhiều người Thầy mới chịu truyền máu. Ở Phật Ân, mỗi ngày, 6 giờ, tôi qua ăn sáng với Thầy, trao đổi, thảo luận việc GHTN, việc phiên dịch, việc của GĐPT, việc tu học của Tăng chúng, việc đào tạo Tăng tài, việc dạy dỗ tín đồ... Chúng tôi ít bàn chuyện thế gian, có những tin tức gì, mới mẻ nhắc qua loa rồi dễ dàng cho vào quên lãng, không vọng tâm tạp thoại.

Hôm qua, đọc một bài của một Phật tử ký tên "Cầu Muối Quang" đang ở Úc, tác giả đã viết một câu "Lo sức khỏe của Thầy Tuệ Sỹ, vì trách nhiệm của Thầy gắn liền với sự tồn vong của GHTN".

GHPGVNTN có nhiều người lo, nhiều người trăn trở, tu sĩ cũng như cư sĩ, ai có nghĩ đến GHTN, có tâm huyết với sự mất còn của GH đều lo nghĩ như vậy.

Tôi còn nhớ, đến Úc, đang chuyện trò với Thầy Quảng Ba thì có tin HT. Đệ V Tăng thống Thích Quảng Độ đang trên đường đáp xe lửa ra Bắc, quê hương Thái Bình. Chúng tôi giựt mình lo cho GH, lo cho sự an nguy của H.T Quảng Độ. Rồi bàn với nhau khi về VN Tôi phải ra Thái Bình xem tình hình, sức khỏe của H.T Quảng Độ rồi tùy hoàn cảnh mà xử sự.

Về VN, tôi liền ra Thái Bình gặp H.T Quảng Độ và biết rõ tâm ý của Ngài muốn về lại miền Nam, và thế là với những Tăng Ni và Phật tử tâm huyết kể cả thân nhân của Hòa Thượng như cô ĐTTH và LTC, H.T Nguyên Lý và chúng tôi nghĩ có sự gia trì của chư Hộ pháp Thiện thần, H.T Quảng Độ đã về chùa Từ Hiếu an toàn. Đó là điều hy hữu, hiếm thấy. Khi đó, tôi và Thầy Tuệ Sỹ theo dõi từng chặng đường mà H.T Quảng Độ phải đi qua với nhiều nguy nan chướng ngại. Tôi thì lo lắng bồn chồn nhưng Thầy Tuệ Sỹ vẫn điềm tĩnh, nét mặt có chút trầm tư "mong tâm nguyện của Ngài được như ý". Tôi nhìn Thầy Tuệ Sỹ lúc này mới thấy "bản lĩnh người lãnh đạo".

Ở chùa Từ Hiếu một thời gian thì Ngài Quảng Độ già yếu muốn trao trách nhiệm lãnh đạo GHPGVNTN cho ai có tâm, có tầm để thay H.T khi Ngài viên tịch. Tôi may mắn đến thăm, được Ngài hỏi ý, tôi đã thành thật và dứt khoát góp ý "Hiện tại, ngoài Thầy Tuệ Sỹ thì không có người thứ hai" – H.T Quảng Độ cười rất tươi, rất hoan hỷ, rất tự tại. "Tôi cũng nghĩ vậy, Thầy Nguyên Lý cũng đồng ý như vậy chỉ ngại Thầy Tuệ Sỹ không hoan hỷ nhận lời mà thôi. Nếu có thể MT gặp Thầy Tuệ Sỹ dò ý và tác động xem sao." Vài hôm sau tôi ghé thăm Thầy Tuệ Sỹ ở Thư quán Hương Tích. Tôi chưa mở lời dò ý thì Thầy Tuệ Sỹ đã nói trước "Thầy Quảng Độ muốn tôi thay Thầy để lãnh đạo Giáo Hội vì Thầy đã già sắp về hầu Phật, MT nghĩ thế nào? Có nên nhận hay không?"

Tự nhiên tôi ứa nước mắt vì vui mừng, thì ra Ôn Quảng Độ đã ngỏ ý đó với Thầy Tuệ Sỹ trước khi tôi gặp. Không suy nghĩ, không đắn đo, không chần chờ, tôi nói ngay "Thay Ôn Quảng Độ lãnh đạo GH trong hoàn cảnh hiện nay không còn người thứ 2, ngoài Thầy." Không đợi

Thầy Tuệ Sỹ có thái độ nào, tôi nhanh nhầu bồi thêm ý của mình "MT hết lòng hoan nghinh và xin hứa ủng hộ hết mình, nếu Thầy không chê, Minh Tâm xin đem cả tim óc cam kết ủng hộ Thầy đến hơi thở cuối cùng."

Chúng tôi cùng cười, và sau đó sự giao phó trọng trách lãnh đạo GHPGVNTN đã được Ôn Quảng Độ giao cho Thầy Tuệ Sỹ. Khi nhận trách nhiệm xong Thầy phải đi Nhật để chữa bệnh một thời gian, nên khi Ôn Quảng Độ viên tịch không có Thầy ở VN. Chúng tôi, những thành viên trung thành của GHTN cùng nhau lo tang lễ và nhận sự chỉ đạo của Thầy Tuệ Sỹ dù Thầy đang chữa bệnh và ở xa.

Khi ở Úc về, trước khi ra Thái Bình gặp Ôn Quảng Độ, do H.T Nguyên Lý và cô ĐTTH cùng sự giúp đỡ của nhiều người, tôi gặp Thầy Tuệ Sỹ để hội ý. Cùng một phong cách, một thái độ điềm tĩnh, Thầy nghe tôi báo trình sự việc, nhìn hình ảnh và lời yêu cầu của Ôn Quảng Độ mà tôi đã ghi lại có hình ảnh và âm thanh. Thầy Tuệ Sỹ im lặng với một phong cách cố hữu, tư duy chín chắn rồi mới đưa ra quyết định.

Cộng tác với Thầy Tuệ Sỹ, tôi thật sự học hỏi nơi Thầy khá nhiều điều mà tôi còn thiếu kém, nên trong mấy mùa An Cư kiết hạ, tôi thỉnh Thầy dạy cho đại chúng để tôi có cơ hội làm một học viên dù đã trên 80 tuổi.

Phải khách quan nhìn rõ một điều khi hành sự Thầy Tuệ Sỹ với tài ba siêu tuyệt như vậy mà rất khiêm cung hơn cả những người khiêm cung khác mà tôi biết. Đặc biệt trong việc cung thỉnh chư Tôn đức để thành lập "Hội Đồng Giáo Phẩm TW" đã hơn 2 năm, thư qua thư lại giải thích mời mọc là cả một vấn đề để Phật sự thành tựu hoàn toàn không dễ.

Ôn Quảng Độ giao trọng trách lãnh đạo GHPGVNTN cho Thầy Tuệ Sỹ trước khi viên tịch: một lựa chọn sáng suốt và hết sức đúng đắn. Giao việc chứ không phải giao chức vụ nên Thầy Tuệ Sỹ rất dè dặt cho đến khi "Hội Đồng Giáo Phẩm TW" đảnh lễ suy cử Thầy Tuệ Sỹ chính thức giữ chức vụ Chánh Thư ký Xử lý Thường vụ Viện Tăng thống. "Danh có chánh ngôn mới thuận" và chỉ sau một ngày lễ trao và khai ấn tín Viện Tăng Thống chính thức cử hành tại chùa Từ Hiếu, Thầy Tuệ Sỹ mới thực sự bắt tay làm Phật sự không còn e ngại nữa.

Tôi viết những dòng chữ này khi Thầy Tuệ Sỹ đang trong tình trạng "nhất sanh thập tử", tôi chỉ mong Hộ pháp Thiện thần gia hộ, hồn thiêng sông núi hộ trì Thầy khỏe thêm một thời gian nữa để kiện toàn cơ cấu của Hội đồng Lưỡng viện, còn việc sống chết thì chẳng có gì phải bận tâm; nhưng trong trường hợp này quả thật cần và rất cần sự có mặt của Thầy Tuệ Sỹ.

Phật Ân Tự, ngày 01.10.2023

Thích Minh Tâm

Tác giả và HT Thích Tuệ Sỹ

HÒA THƯỢNG THÍCH TUỆ SỸ CHỨNG NHÂN LỊCH SỬ, MANG TÍNH TRUYỀN THỪA CỦA GIÁO HỘI PHẬT GIÁO VIỆT NAM THỐNG NHẤT

Thích Nguyên Siêu

Dòng lịch sử thì cứ tuôn chảy; tuôn chảy một cách thầm lặng, nhưng miên man, rạt rào, bất tận… Dòng lịch sử ấy, bánh xe lịch sử ấy đã và đang nghiền nát tất cả mọi chướng vật cản trở phía trước, và cuốn trôi đi tất cả rong rêu rác rưởi vào biển cả để hòa tan theo tính mặn của biển và nước xanh của lòng đại dương.

Sự cuốn đi và nghiền nát của lịch sử đã cho chúng ta thấy những dữ kiện lịch sử trọng đại, những sự chân thật bất hư, những hùng tâm vì quê hương, dân tộc. Đạo pháp mang tính sứ mệnh, và tính mệnh bất vong để dựng thành những chứng tích lịch sử đầy hùng tráng ngạo nghễ trên đầu ngọn sóng.

I. Sát Cánh Với Các Bậc Tôn Túc Lãnh Đạo Giáo Hội Phật Giáo Việt Nam Thống Nhất Thời Sơ Kỳ

Hòa Thượng Thích Tuệ Sỹ là chứng nhân sống trên dòng lịch sử thời đại. Một thời Hòa Thượng đã thân cận với các bậc Tôn Túc lãnh đạo Giáo Hội Phật Giáo Việt Nam Thống Nhất sau khi được thành lập vào năm 1964. Dù sự sát cánh một cách thầm lặng, nhưng đã nội hàm một cách minh nhiên, hiện thật kể từ khi Hoà Thượng đứng trên bục giảng của Viện Đại Học Vạn Hạnh – là vị Giáo sư chính ngạch, mô phạm, cho sự giảng dạy đối với sinh viên của Viện, cũng như làm chủ bút tạp chí Tư Tưởng, Vạn Hạnh thời bấy giờ. Trên có Hòa Thượng Thích Minh Châu Viện Trưởng, dưới là các Giáo sư phân khoa đều tỏ một niềm quý kính. Là một vị Giáo sư trẻ, tuổi đời chưa là bao, ấy vậy mà đảm nhận một trọng trách giáo dục cho một thế hệ người qua tinh thần phụng sự mang tính Phật pháp thực dụng, thi thiết làm lợi lạc nhân sinh. Tính phụng sự Phật pháp trong ý thức thời đại, mà chúng ta nghe các bậc Tổ Đức nói: *"gia bần tri hiếu tử, quốc loạn thức trung thần"*.

Chính tâm nguyện trung thành hy hiến cho lý tưởng phụng sự Đạo pháp, Giáo Hội Phật Giáo Việt Nam Thống Nhất của các bậc Thầy Tổ, Tiền Nhân, đã đem xương máu thịt da này mà phụng cúng cho sự trường tồn của tự tánh giác ngộ giải thoát. Hòa Thượng Tuệ Sỹ đã đồng hành với các bậc Tôn Túc. Chúng ta đọc qua bài *"Tường Trình về Chuyến Đi Chữa Bệnh của Đại Lão Hoà Thượng Thích Huyền Quang"*. Hòa Thượng Tuệ Sỹ viết: *"Trước đó ngày 03/03/2003, con đang nhập thất, nhận được giấy thị giả đưa vào. Ghi rằng: 'Hoà Thượng từ Quảng Ngãi cần nói chuyện với Thầy.' Sau khi nối điện thoại xong, Hòa Thượng Huyền Quang gọi vào, nói rằng;*

- Tôi đi Hà Nội, Thầy đi với tôi nghe.

Tôi thưa:

- Dạ Ôn kêu thì con đi.

*Từ trái qua: HT Thích Tuệ Sỹ, HT Thích Đức Thắng, HT Thích Huyền Quang
tại chùa Kim Liên, Hà Nội tháng 3/2003 (Ảnh tư liệu)*

Hòa Thượng Huyền Quang dạy:

*- Ôn kêu thì đi nha, nhưng Thầy đi với tư cách Tổng Thư Ký Viện Hóa
Đạo chứ không chỉ là thị giả đâu nghe.*

Con sẽ đến Hà Nội trong ngày mồng 4."

*"... Hòa Thượng Huyền Quang sau khi mổ vẫn khỏe khoắn bình thường.
Đến chiều, lúc 15 giờ, ông Phạm Thế Duyệt, chủ tịch Mặt Trận Tổ Quốc
Việt Nam đến thăm, ông nói:*

Sau khi bình phục xin mời Hoà Thượng đến thăm Mặt Trận;

*Hoà Thượng Huyền Quang nói: Ngài nhận lời với điều kiện là chính phủ
phải trả lời cho rằng, GHPGVNTN có tội gì với đất nước mà bị cấm hoạt
động? Ông Phạm Thế Duyệt nói, mời Hoà Thượng đến rồi sẽ bàn."*

Trong Đại Hội Nguyên Thiều, Hòa Thượng Tuệ Sỹ đã được Đại Hội
Đại Biểu thỉnh cử giữ vai trò Phó Viện Trưởng Viện Hóa Đạo, kiêm

Tổng Thư Ký Viện, mà lời nói của Hoà Thượng Huyền Quang ở trên đã khẳng định rằng: *"Thầy đi trong cương vị là Tổng Thư Ký Viện Hoá Đạo GHPGVNTN, chứ không phải là một thị giả."* Đây là bước ngoặt lịch sử thứ nhất mà Hòa Thượng Tuệ Sỹ đã nghiêm túc phụng hành, từ ý chỉ của Hoà Thượng Huyền Quang Viện Trưởng Viện Hoá Đạo, khi Hòa Thượng bị giam cầm nơi Quảng Ngãi, còn Hoà Thượng Quảng Độ thì lưu vong nơi Vũ Đoài Miền Bắc, biệt xứ.

II. Bị Tù Đày, Nhưng Không Quên Bản Hoài Phụng Sự Hiến Dâng

Hòa Thượng Tuệ Sỹ như là một hiện thân Bồ Tát. Sống đời bình thường của một Tỳ Kheo Tăng dưới các mái Tự Viện, Phật Học Viện… thì Hòa Thượng là một Giáo Thọ sư, một Tư Tưởng gia, một trời văn học lừng lẫy, tài hoa trên đầu ngọn bút tài tình, trác việt. Một bậc chân tu, như Bồ Tát hóa thân vào đời ác năm trược để độ sinh, dưới mọi hình tướng đâu đâu cũng thấy hiện thân của một Thầy tu, làu làu Tam Tạng Kinh điển, trác trác rạng ngời Phật tâm, sáng soi một niềm bình an cho tất cả. Sự bình an này dù bị tù đày nơi chân trời góc biển, từ núi rừng hoang vắng cheo leo nơi sườn núi cao hay biển sâu hố thẳm. Từ trại tù Xuân Phước, Hòa Thượng đã viết thư gửi về cho Hoà Thượng Huyền Quang Viện Trưởng Viện Hoá Đạo GHPGVNTN trình bày lập trường của mình và nêu cao ý chí trong sáng vì Giáo Hội, vì Phật Pháp trong giai đoạn lịch sử nghiệt ngã đau thương, nhưng không vì vậy mà không nói, không ý kiến để cho thời gian đẩy lùi và tan dần theo năm tháng. Hòa Thượng Tuệ Sỹ nói: *"Để chuẩn bị đầy đủ cơ sở dữ kiện cho Đại Hội, xin đề nghị 4 điểm mà toàn thể Tăng già và Phật tử có thể tham gia thảo luận trong quá trình chuẩn bị Đại Hội:*

> *1. Việc nhà nước chuẩn y và phong tặng các phẩm hàm Hoà Thượng, Thượng Toạ cho các Tỳ Kheo, và Tỳ Kheo Ni là một xúc phạm đối với Giáo chế của Đức Phật được truyền thừa trong luật Tạng…*

2. *Luật điển Ba La Đề Mộc Xoa cấm các Tỳ Kheo và Tỳ Kheo Ni tham gia các cơ cấu quyền lực; nói theo ngôn ngữ hiện đại, đó là Đại Biểu Quốc Hội. Các vị ấy như thế đang tự mình làm môi giới nối dài cánh tay quyền lực lung lạc Giáo Hội…*

3. *Nhà nước cộng sản bằng cái gọi là Pháp chế Xã Hội Chủ Nghĩa đặt Giáo Hội Phật Giáo Việt Nam làm một thành viên của Mặt Trận Tổ Quốc Việt Nam. Như thế chỉ công nhận Giáo Hội tồn tại như một hội đoàn thế tục ngang hàng với các hội đoàn khác dưới quyền lãnh đạo của Mặt Trận Tổ Quốc Việt Nam. Về mặt pháp lý, Phật Giáo Việt Nam đang bị đặt trở lại đạo dụ số 10 của chính quyền Ngô Đình Diệm. Phật tử Việt Nam đã hy sinh thân mình để đốt cháy đạo dụ ấy. Đó là nỗi đau của Dân tộc và Đạo Pháp.*

4. *Bằng lý tưởng Tịnh Độ nhân gian, bằng giáo lý Phật tánh bình đẳng, Phật tử Việt Nam bằng tinh thần hy sinh vô uý, khẳng định minh bạch sứ mệnh của mình trong thời đại văn minh dân chủ, Giáo Hội phải nêu cao ngọn đuốc Từ Bi và Trí Tuệ; lãnh đạo Phật tử tiến tới và xây dựng một xã hội an lạc, bình đẳng và nhân ái." Phật lịch 2537. Trại tù Xuân Phước ngày 15 tháng Giêng, 1994. Tuệ Sỹ, kính bạch."*

Ông bà mình đã nói: *"Lửa thử vàng, gian nan thử sức."* Nhưng đối Hòa Thượng Tuệ Sỹ thì bản án tử hình là thử sức, còn tù đày, giam cầm, rừng thiêng nước độc là thử tấm lòng trung trinh, một dạ sắt son và sáng rực như vàng trong lò lửa cháy, nhưng vẫn tươi nhuận tinh ròng, không hề nhạt phai. Vàng thật không sợ chi lửa. Ý chí sắt son, phụng sự và hiến dâng cho Đạo, Hòa Thượng không sợ gì tù ngục cách ngăn. Hòa Thượng Tuệ Sỹ đã giương cao ngọn cờ bình đẳng giác ngộ, vô sở úy đại hùng, kim cương bất hoại. Dù ở trong tù nhưng không sợ cái tù của thế nhân. Dù ở trong xà lim, tối tăm chật chội, nhưng vẫn luôn thắp sáng ngọn đèn chánh pháp. Thắp sáng ngọn đèn nơi chính mình. *"Đương tự xí nhiên, xí nhiên ư pháp, vật tha xí nhiên. Đương tự quy y, quy y ư Pháp, vật tha quy y."* Vượt ngàn sự hiểm nguy, Hòa Thượng Tuệ Sỹ đã có mặt

Đại hội bất thường GHPGVNTN tại Tu viện Nguyên Thiều - 2003
(Ảnh tư liệu)

trong Đại Hội để đóng góp ý kiến xây dựng và kiện toàn pháp lý, pháp nhân của Giáo Hội, một cách hiển nhiên, thường tại.

Con người có thể bẻ cong lịch sử, bôi xoá và lãng quên theo tính bất lương của mình, nhưng không bao giờ có thể bẻ cong, và bôi xoá tính chân thật của lịch sử máu và nước mắt của giống nòi, của đạo pháp và quê hương. Hòa Thượng Tuệ Sỹ đã khẳng định điều này qua bức tâm thư từ trại tù Xuân Phước, Hòa Thượng Tuệ Sỹ đã dõng dạc chí Bi Hùng ấy:

"Sư tử hống thời phương thảo lục

Tượng vương hồi xứ lạc hoa hồng."

III. Từ Nhân Chứng Lịch Sử Đến Khả Tính Kế Thừa Ngôi Vị Lãnh Đạo Giáo Hội Phật Giáo Việt Nam Thống Nhất.

Từ chùa Từ Hiếu - 59 lô D, Đường Dương Bá Trạc, Phường 1, Quận 8, Sài Gòn. Tâm Thư 15 ước Nguyện Tăng Già Hòa Hợp, Hòa Thượng Thích Quảng Độ, Đệ Ngũ Tăng Thống Giáo Hội Phật Giáo Việt Nam Thống Nhất. Kính gửi chư Tôn Trưởng Lão, Chư Hòa Thượng Giáo Phẩm GHPGVNTN. Đồng kính gửi chư Tôn Hòa Thượng, Thượng Toạ, Chư Đại Đức Tăng Ni… *"Tôi Sa Môn Thích Quảng Độ, trong cương vị lãnh đạo tối cao của Giáo Hội, tự nhận trách nhiệm lịch sử này trước uy đức của lịch đại Tổ Sư, và cũng trong trách nhiệm lịch sử này, với ý hướng kịp thời ngăn chặn bánh xe phân hoá không lao xuống vực thẳm ô nhiễm hủy diệt, tôi đã quyết định, bằng quyết định số 12/TT/VTT/QĐ, Phật lịch 2562, Sài Gòn ngày 19 tháng 10 âm lịch Mậu Tuất (tức 25/11/2018), đình chỉ mọi hoạt động của Giáo Hội; để Tăng Già có thời gian thể hiện bản thể thanh tịnh và hòa hợp, làm nơi quy ngưỡng vững chắc cho bốn chúng hòa hợp đồng tu, hòa hợp hành đạo và hóa đạo, phụng sự Dân tộc và Đạo Pháp, trong lý tưởng phụng sự hoà bình dân tộc và nhân loại."* Hòa Thượng Quảng Độ viết tiếp: *"Tôi nay tuổi đã ngoài 90, trí lực đã đến lúc suy kiệt, với chút hơi tàn của sinh mệnh, tự thấy không còn khả năng gánh vác trọng trách trước lịch sử tồn vong, suy thịnh của Dân tộc và Đạo Pháp, duy chỉ còn đủ sức để giữ một điều cương lĩnh mong manh của Giáo Hội, ước nguyện duy nhất trong những ngày còn lại của tuổi đời là được thấy uy đức Tăng già sáng chói, bản thể thống nhất được xác lập. Tăng già thanh tịnh hòa hợp là sở y vững chắc cho Giáo Hội, là chỉ nam hướng đạo cho bốn chúng đệ tử hòa hợp đồng tu, cùng hòa hợp trong lý tưởng phụng sự dân tộc và nhân loại như Hiến chương Giáo Hội đã công bố…"* Phật lịch 2562, Chùa Từ Hiếu, Sài Gòn ngày 26 tháng 03 năm 2019, tức ngày 21 tháng 02 năm Kỷ Hợi. Cẩn bạch, Sa môn Thích Quảng Độ."

Nỗi niềm của một đấng cha già, để lại Tâm thư cho đàn con thừa tự di sản, đây là nền văn hóa của Việt Tộc. Tâm nguyện di huấn của chư vị Tôn túc lãnh đạo Giáo Hội lưu lại di ngôn cho hàng kế thừa truyền đăng tục diệm để cho "*Tổ ấn trùng quang, đèn Thiền rực sáng*" mà nghiêm chỉnh phụng hành, ấy là cái đức, cái tâm: "*Thượng cầu Phật đạo, hạ hóa chúng sanh.*" mà Hòa Thượng Quảng Độ đã để lại cho hàng tứ chúng đệ tử Phật.

Tiếp theo, Hoà Thượng Quảng Độ còn ban hành quyết định một cách xác thực và rõ ràng để cho mọi người cùng hiểu và thi hành quyết định này. Những tưởng xin được trích đôi điều để tất cả chúng ta thấy đó là một văn kiện hợp pháp, hợp hiến. Văn kiện này đã đi vào lịch sử minh nhiên của Phật Giáo Việt Nam hôm nay. "*Phật lịch 2562. Số: 12/TT/ VTT/QĐ. Quyết định của Đức Đệ Ngũ Tăng Thống giải tán nhân sự Viện Hóa Đạo và tạm ngừng hoạt động, chờ Đại hội bất thường GHPGVNTN công cử nhân sự mới.*

- *Nhận xét rằng, ngày 03 tháng 10 năm 2018 từ Sài Gòn tôi viết bức Tâm thư đưa ra hai quyết định gửi phòng Thông Tin Phật Giáo Quốc Tế phổ biến. Thứ nhất, bãi nhiệm chức vụ Tổng Thư Ký, cùng các chức vụ khác trong Ban Chỉ Đạo Viện Hóa Đạo của Phật tử Nguyên Chánh - Lê Công Cầu kể từ ngày ký Tâm Thư. Thứ hai, bãi truất chức vụ Xử lý Thường vụ Viện Tăng Thống dự tính trao cho Hòa Thượng Thích Tâm Liên như đã viết trong bản Di Chúc gửi sang phòng Thông Tin Phật Giáo Quốc Tế ở Paris để ban hành và công bố ngày nào tôi không còn nữa. Nhưng hai quyết định đề ra trong Tâm Thư đã không được thi hành trong thời gian tôi vắng mặt. Phật tử Lê Công Cầu vẫn tiếm danh Tổng Thư Ký cho phát hành những văn kiện bất hợp lệ của Viện Hóa Đạo.*

- *Nhận xét rằng, trong thời gian một tháng vừa qua tôi vắng mặt ở Sài Gòn, Hòa Thượng Thích Tâm Liên đã không có một buổi họp nhân sự Viện Hóa Đạo nào để thỉnh ý chư Tăng, phác hoạch chương trình hoạt động của Viện Hóa Đạo trong nước cũng như sinh hoạt hải ngoại của GHPGVNTN. Trái lại, Hòa Thượng còn nhân danh Viện Hóa Đạo ký và phát hành nhiều văn kiện đi ngược lại đường lối, lập trường và Hiến chương của GHPGVNTN tu chính lần cuối, thông qua năm 2015...*

Nay Quyết Định

Điều 1: Thu hồi và hủy bỏ Giáo chỉ số 18 Tấn phong Ban Chỉ Đạo Viện Hóa Đạo nhiệm kỳ 2018-2020 của Viện Tăng Thống ký ngày 08 tháng 08 năm 2018.

Điều 2: Thu hồi và hủy bỏ Di Chúc viết vào tháng 05 năm 2017 và đã gửi sang Phòng Thông Tin Phật Giáo Quốc Tế ở Paris để ban hành và công bố ngày nào tôi không còn nữa...

Điều 3: Bãi nhiệm vĩnh viễn chức vụ Viện Trưởng Viện Hoá Đạo của Hòa Thượng Thích Tâm Liên; và bãi nhiệm vĩnh viễn chức vụ Tổng Thư Ký và mọi chức vụ trong Viện Hóa Đạo của Phật tử Nguyên Chánh Lê Công Cầu.

Điều 4: Giải tán mọi nhân sự và chức vụ trong Ban Chỉ Đạo Viện Hoá Đạo nhiệm kỳ 2018-2020 quy định trong Giáo Chỉ Số 18 do viện Tăng Thống ban hành ngày 08 tháng 08 năm 2018...

Điều 7: Giáo chỉ này có hiệu lực kể từ ngày ký. Các điều khoản, Văn Kiện, Quyết Định, Giáo chỉ trái với Quyết định này đều bị hủy bỏ...”

Phật lịch 2562, Sài Gòn ngày 19 tháng 10 âm lịch Mậu tuất,
 tức ngày 25 tháng 11 năm 2018
 Đệ Ngũ Tăng Thống
 Giáo Hội Phật Giáo Việt Nam Thống Nhất
 (ấn ký)

Chặng đường lịch sử của GHPGVNTN đến đây đã chuyển sang một khúc quanh lịch sử mới. Tất cả những gì của một thời khủng hoảng, bi thương, lộng quyền của nội trùng giờ đã chấm dứt theo quyết định trên. Hòa Thượng Quảng Độ đã làm như chứng nhân của mốc lịch sử, tiếp theo là Quyết Định Số T4/QĐ/TT/VTT của Đệ Ngũ Tăng Thống GHPGVNTN ủy thác quyền điều hành Viện Tăng Thống cho Hòa Thượng Tuệ Sỹ. *"Căn cứ vào Hiến chương Giáo Hội Phật Giáo Việt Nam Thống Nhất bản tu chính lần cuối qua ngày 04 tháng 12 năm 2015. Với lý tưởng hòa bình bất bạo động của Giáo lý Đức Phật, Giáo Hội Phật Giáo Việt Nam Thống Nhất ra đời năm 1964 với lập trường kiên định và thuần khiết là để phụng sự nhân sinh và Dân tộc, vì vậy vận mệnh của Giáo Hội tùy thuộc vào vận mệnh của Dân tộc, Đất nước Việt Nam sẽ thoát qua cơn quốc nạn và pháp nạn, không thể nào đứng ngoài quy luật tất yếu của thịnh suy.*

Nay Quyết Định...

Điều hai: Thỉnh cử Hoà Thượng Thích Tuệ Sỹ thay tôi đứng đầu vào vị trí của Viện Tăng Thống, bảo đảm tiếp tục sứ mạng của Giáo Hội Phật Giáo Việt Nam Thống Nhất trong tương lai. Tôi hoàn toàn tin tưởng và ủy thác trọng trách này cũng như trao toàn quyền cho Hòa Thượng Tuệ Sỹ điều hành mọi hoạt động của Giáo Hội.

Chùa Từ Hiếu, Sài Gòn ngày 24 tháng 05 năm 2019

Tức ngày 20 tháng 04 năm Kỷ Hợi

Đệ Ngũ Tăng Thống

Giáo Hội Phật Giáo Việt Nam Thống Nhất

Sa Môn Thích Quảng Độ Ấn Ký."

Quyết Định như một lời Cáo Bạch của bậc Tôn túc gửi đến cho đương sự cũng như bố cáo một cách rộng rãi cho tứ chúng đệ tử Phật - Tăng tín đồ Phật Giáo Việt Nam biết mà thi hành các Phật sự còn ngổn ngang, rất cần nhiều bàn tay, khối óc tiếp sức để cho con đường hành đạo từ 2000 năm qua trên quê hương được suôn sẻ thành tựu tốt đẹp.

Đại lão HT Thích Quảng Độ ủy thác quyền điều hành
Viện Tăng Thống GHPGVNTN cho HT Thích Tuệ Sỹ (hình cắt từ video)

Đứng trước sứ mệnh quê hương, trước sự tồn vong của dân tộc, và sự hưng suy của Giáo Hội, Hòa Thượng Tuệ Sỹ chắp tay cúi đầu y giáo phụng hành như lễ nghi khiêm cung của một môn hạ. Trong thư khâm thừa Quyết định của Đệ Ngũ Tăng Thống GHPGVNTN, Hòa Thượng Tuệ Sỹ viết

"Ngưỡng bạch chư Tôn Hòa Thượng,

Khâm thừa Quyết Định của đức Đệ Ngũ Tăng Thống, tôi Tỳ Kheo Thích Tuệ Sỹ, tự xét chướng thâm huệ thiển, nhưng Tổ giáo nghiêm, vô khả nại hà, nay phủ phục đê đầu phụng chỉ…

Thị Ngạn Am, PLD 2563

Tháng 03, ngày 15

Tuệ Sỹ (ký tên)

Ấn tín Viện Tăng Thống GHPGVNTN

Người trao Quyết Định thì đã trao. Người thừa hành Quyết Định thì đã thừa hành. Thừa hành trong ngôi vị Chánh Thư Ký Xử Lý Viện Tăng Thống. Do vậy mà Hòa Thượng Tuệ Sỹ đã thỉnh cử thành phần nhân sự cho Hội đồng Lưỡng viện từ quốc nội ra hải ngoại, những mong là không cô phụ sự ủy thác của quý Ngài lãnh đạo Giáo Hội, như đức Đệ Nhất Tăng Thống, Trưởng Lão Hòa Thượng Thích Tịnh Khiết; Đức Đệ Nhị Tăng Thống, Trưởng Lão Hoà Thượng Thích Giác Nhiên; Đức Đệ Tam Tăng Thống, Trưởng Lão Hòa Thượng Thích Đôn Hậu; Đức Đệ Tứ Tăng Thống, Trưởng Lão Hoà Thượng Thích Huyền Quang, cũng như dòng lịch sử Lịch Đại Tổ Sư Phật Giáo Việt Nam từ buổi bình minh cho đến hôm nay, năm 2023.

Viết lại những dữ kiện của khúc quanh lịch sử này như là một sự khẳng định minh nhiên, mà nhân vật, chứng nhân của một thời lịch sử còn đó, còn như ngày hôm nay đang đối diện, đang tọa đàm chưa hề một mảy may phôi pha, mờ nhạt. Sự thật như lời kinh siêu độ chiều nay đã làm cho bao người mở mắt để thấy, lắng tai để nghe tiếng sấm sập của bánh xe lịch sử còn in dấu hôm nay và cho đến ngàn vạn năm sau. Pháp lý của Giáo Hội Phật Giáo Việt Nam Thống Nhất còn tỏa rạng và nêu cao cho nhiều thế hệ tôn ngưỡng, mà thẩm thấu bao sự hy sinh thân mạng, một đời lưu vong, đọa đày biệt xứ. Người thừa hành pháp lý Giáo Hội cũng mang tính hội đủ pháp nhân, được đương thừa trên dòng lịch sử ấy.

Hòa Thượng Huyền Quang, Hòa Thượng Quảng Độ, Hòa Thượng Tuệ Sỹ như đỉnh trầm hương ba chân, như kiền đồng vững chắc, không nao núng những thế lực vô minh trù dập mà luôn an tâm để hộ quốc, hộ dân, hộ Pháp ngày một âu ca, thanh bình, hạnh phúc. Ấy là chí nguyện của những bậc Bồ Tát hóa thân, vì đời ác năm trược mà thị hiện, để thi thiết những khả tính tu trì, chứng ngộ của Đạo Pháp đến vạn loài chúng sinh trong Pháp giới.

San Diego, California

ngày 05 tháng 10 năm 2023

Thích Nguyên Siêu

HT Thích Tuệ Sỹ tiếp nhận
Di chúc, Ấn tín, và khai ấn tại Tổ đường chùa Từ Hiếu, Sài Gòn

Lễ phát nguyện và suy tôn HĐGPTƯ, suy cử Chánh Thư Ký Xử Lý Thường Vụ
Viện Tăng Thống, được cử hành tại chùa Phật Ân, Đồng Nai

HÒA THƯỢNG THÍCH TUỆ SỸ
BẬC TĂNG TÀI HIẾM CÓ

Thích Thiện Minh

Ngày 22/09/2023 vừa qua tôi bất ngờ nhận được Email của Pt. Diệu Danh (Vũ Thị Tuyết Mai), Đức Quốc, Thư Mời của Thượng Tọa Thích Nguyên Tạng, Úc Châu, và TT. Thích Hạnh Viên, Việt Nam, đề nghị đóng góp bài viết trong tập **Kỷ Yếu Tri Ân Hòa Thượng Thích Tuệ Sỹ**. Nhị vị Thượng Tọa nằm trong Ban Điều Hành và Biên Tập Kỷ Yếu Tri Ân. Nhị vị cũng đang gánh vác Phật sự của Ban Báo Chí & Xuất Bản trực thuộc Hội Đồng Hoằng Pháp Giáo Hội Phật Giáo Việt Nam Thống Nhất. Tôi rất hoan hỷ hứa khả. Nhưng lúc nầy lòng tôi cảm thấy nửa vui nửa buồn:

- Vui là vui có dịp để mình muốn nói lên lời tán thán và khâm bội những ân tình và nghĩa cử cao đẹp của vị Ân Sư mà cơ duyên tôi được gần gũi học hỏi cả oai nghi tế hạnh, thân giáo, khẩu giáo, ý giáo của Ngài. Cho dù, nửa chữ cũng thầy… do trải qua suốt nhiều năm dài bản thân tôi và HT Thích Tuệ Sỹ có rất nhiều kỷ niệm vì cùng bị đọa đày nơi gông đóng tròng mang (sự hành hoạt của Hòa Thượng trong tù tôi sẽ nói sau).

Tôi bị tù trên 26 năm, vào tù trước Hòa Thượng và được phóng xá sau Hòa Thượng. Khi được trả tự do Hòa Thượng và tôi lại cùng nhau tiếp tục đóng góp cho công cuộc giữ vững nền móng của Ngôi Nhà Chung Giáo Hội vì mệnh đổ tương lai của Giáo Hội Phật Giáo Việt Nam Thống Nhất.

- Buồn là buồn viễn cảnh xã hội Việt Nam thắm thoát đã 48 năm kể từ ngày thay ngôi đổi chủ đến nay, đất nước vẫn mịt mù tăm tối, đồng bào vẫn sống trong cảnh lầm than thống khổ mất tự do, xã hội không dân chủ, nhân quyền và tự do tôn giáo… Càng buồn là Chư Tôn Đức Tăng trước đây thuộc Giáo Hội Phật Giáo Việt Nam Thống Nhất vẫn còn khoảng cách tự chia nhau ra ba bốn nhóm. Giáo hội không có lực mạnh vì chưa được hợp nhất, một phần do bị thế quyền phân hóa, một phần do chính mình, cố chấp, nghi kỵ, thiếu bao dung nên sa vào ý muốn của kẻ bạo quyền. Đặc biệt, tôi vô cùng buồn và lo âu cho bệnh duyên của HT Thích Tuệ Sỹ, vì Hòa Thượng là đống lương, là rường cột, là linh hồn của GHPGVNTN, Giáo hội đang cần và rất cần Ngài trong tình hình hiện tại. Nghịch duyên thay! Sức khỏe của Hòa Thượng ngày càng suy yếu. Tôi chỉ biết âm thầm cầu nguyện Chư Phật, Chư Bồ Tát, Chư Lịch Đại Tổ Sư, Chư Tiền Bối Hữu Công, Chư Thánh Tăng Ni và Phật tử Tử đạo cùng Hồn Thiêng Sông Núi anh linh thùy từ gia hộ cho HT Thích Tuệ Sỹ vượt qua cơn trọng bệnh hiểm nghèo và mong sớm được phục hồi (tôi vừa thăm Hòa Thượng lúc 2g30 chiều qua 21/09/2023, thấy Hòa Thượng đang thở Oxy, nhìn tôi Ngài cố mỉm cười tay vẫy nhẹ chào trông rất yếu ớt).

Hòa Thượng gắng gượng nói "Bệnh ung thư xương đã di căn lên phổi, hay mệt lắm nên phải hút dịch tràn. Còn nước còn tát, giờ chỉ còn trông chờ một phép mầu thôi!"

Tôi nghe như đau nhói cả tim mình vì tôi lực bất tòng tâm, lòng tôi như chết lặng… Lúc ấy, có hai bác sĩ đi vào và rất nhiệt tình quan tâm thăm hỏi bệnh nhân và nhịp nhàng treo lọ thuốc đặc trị cho truyền chảy từ từ vào ven tay và điều chỉnh chiếc máy theo dõi nhịp tim, hơi thở cho

Từ trái qua: HT Thích Tuệ Sỹ,
HT Thích Nguyên Lý, HT Thích Thiện Minh

Hòa Thượng. Buổi viếng thăm được ba mươi phút tôi từ giã về và nói hôm nào con sẽ đến thăm Hòa Thượng nữa.

Khi về đến chùa lòng tôi cảm thấy bất an khi nghĩ đến Ngài. Tôi vội mời một Phật tử tinh thông y lý dòng dõi con cháu của Ngự Y triều Nguyễn, với dự định đưa vị này vào thăm Hòa Thượng để có thể giúp được gì cho bệnh tình của Ngài không. Nhưng vì chưa đủ duyên nên không thể thực hiện được ý nguyện này.

- Dẫu sao, người xuất gia ai ai cũng biết: Bệnh cũng là nghiệp, chúng sinh đa nghiệp, mỗi người mỗi nghiệp khác nhau, nên sinh cũng khác nhau và tử cũng khác nhau… không ai thoát qua khỏi cửa ải sinh tử. Trên đời nầy mình có thể chia sẻ giúp nhau đủ mọi thứ nhưng bệnh tật thì không thể chia sẻ được!

- Nghiệp lực là một sức mạnh vô hình hết sức lớn lao và vi tế tiềm ẩn do sự huân tập từ nhiều đời nhiều kiếp hay từ vô lượng kiếp chỉ có bậc đắc đạo giác ngộ hay thánh giả mới thấu rõ được!

- Tôi còn nhớ những năm tháng trong lao tù có hai vị Tăng luôn được mọi người ngưỡng mộ kính trọng về tài năng và đức hạnh đó là HT Thích Đức Nhuận nguyên Chánh Thư Ký Viện Tăng Thống, Nguyên Cố vấn Viện Hóa Đạo GHPGVNTN và HT Thích Tuệ Sỹ. Nhị vị là tấm gương sáng, là hơi ấm lan tỏa tình yêu thương, là nguồn an ủi trong cảnh khổ nhục tù đày.

Đặc biệt, HT Thích Tuệ Sỹ một vị cao tăng tài hoa, đa tài… thơ, văn, nhạc, họa, thư pháp, dịch thuật, viết sách, báo chí… Hòa Thượng được mời thỉnh giảng dạy Đại học khi còn trẻ. Ngài biết nhiều ngoại ngữ: Anh, Pháp, Nhật, Đức, Hán, Phạn, Pali, Lào, Thái, v.v… Hòa Thượng thông kinh bác lãm cả Nguyên Thủy-Đại thừa, Thiền Tông, dịch Đại Tạng Kinh để lại cho đời, v.v… Hòa Thượng là một bậc văn tài hiếm có, túc thế thiện căn, quán đạo tinh tường, lợi căn đại trí… Nhất là những dòng thơ sâu sắc như nhả ngọc phun châu của Hòa Thượng thật vô cùng tuyệt bích.

- Thời gian bị cầm tù tại trại Z30 A-Xuân Lộc-Đồng Nai, trưởng trại giam kêu gọi Hòa Thượng đăng ký tham gia dịch thuật các loại sách ngoại ngữ tại nhà, khỏi đi lao động vất vả mưa nắng bên ngoài, nhưng Ngài từ chối và sẵn sàng đi làm ruộng, cuốc đất, khuân đất, đào ao, trồng rau, hái điều, v.v… để đồng cam cộng khổ với các tù nhân cùng cảnh ngộ. Hòa Thượng chỉ dùng cơm ngọ buổi trưa mỗi ngày một lần, chiều về uống chút bột sắn dây hay chút bột cam rồi ngồi thiền. Thân thể Hòa Thượng rất gầy ốm, nhưng thần trí quang minh, nhiều hôm lao động về đi ngang suối gặp lúc trời mưa to, nước chảy xiết, anh em tù phải cõng Ngài sang suối kẻo nước cuốn trôi.

Hôm nào lao động buổi chiều về sớm tí, Ngài sang phòng rủ tôi đi thăm anh em ở các phòng khác, mọi người rất vui mừng khi Hòa Thượng đến chơi, tất cả quây quần bên nhau thân mật cùng ngồi dưới mái hiên chuyện trò đàm đạo vui vẻ, và nghe ngâm thơ, hát nhạc đấu tranh…. những bài thơ, nhạc được các anh em sáng tác từ trong tù và thỉnh thoảng thơ văn của chính Hòa Thượng sáng tác nữa. Phong cách sống của Hòa Thượng rất bình dị, vui vẻ, hài hòa, thu hút được sự cảm mến kính trọng của nhiều tù nhân chính trị và tôn giáo (ở trong tù có rất nhiều Linh Mục, Mục Sư, Chức sắc Đạo Cao Đài, Hòa Hảo, Tứ ân Hiếu nghĩa, v.v…).

- Mỗi buổi sáng, khi có tiếng kẻng báo hiệu thì tù nhân chuẩn bị ra sân tập trung đi lao động. Cho dù, có bị cưỡng bức lao động, rất nhọc nhằn vất vả, duyên may có Hòa Thượng bên cạnh, Ngài thường xuyên mang theo đường, cà phê mời toàn đội uống nên không khí lúc nào cũng vui vui quên đi mệt nhọc, hoặc vừa làm Hòa Thượng vừa kể những mẩu chuyện đạo để mọi người thâm tín nhân quả và gieo niềm tin Phật pháp của ánh sáng chân lý. Có nhiều anh em ra tù xuất gia, có người ghé chùa Già Lam viếng thăm Hòa Thượng hoặc có gia đình vợ con, nhưng nhờ hiểu Phật Pháp ngay từ trong nhà tù nên khi về xã hội sống rất chuẩn mực đạo đức, đây là công đức và hành trạng của Hòa Thượng Thích Tuệ Sỹ trong những năm tháng lao tù.

- Tôi rất lấy làm đáng tiếc có sự khác xa nhau quá chênh lệch giữa tôi và Hòa Thượng là **"Trí Tuệ"** mà trong suốt cuộc đời nầy có thể cả kiếp sau tôi vẫn theo không kịp sở học và trí tuệ uyên thâm của Hòa Thượng.

- Bản thân tôi sở học kém lại mang án tù lâu dài nên tri thức cạn hẹp, phước mỏng nghiệp dày, chướng duyên che lấp, muội tánh tối tăm, hành trì thối thất, căn cơ ám độn, do đó muốn góp phần mình cho đại cuộc xiển dương chánh pháp và hưng long Giáo hội thì tự xét thân mình tài sơ trí thiển, nhiều lúc khát khao phải chi được vài phần trăm của Hòa Thượng thôi thì tôi cũng cảm thấy mãn nguyện kiếp nầy rồi.

- Có những cuộc tiếp kiến của Hội Đồng Giáo Phẩm TW.GHPGVNTN (Trung Ương Giáo Hội Phật Giáo Việt Nam Thống Nhất) và phái đoàn Quốc Tế như: Ủy Ban Tự Do Tôn Giáo Quốc Tế Hoa Kỳ, các Tổng Lãnh sự hoặc chuyên viên Cố vấn Bộ Ngoại Giao các nước Anh, Pháp, Đức, v.v... Hòa Thượng thông thạo ngoại ngữ, đến nỗi nhân viên phiên dịch cũng phải bất ngờ qua ứng xử đối đáp, giải thích, phân tích, các sự kiện liên quan từ thời vàng son của Phật giáo ở quá khứ cho đến giai đoạn bị kìm hãm, sách nhiễu, bách hại, phân hóa nghiệt ngã như hiện nay thật là tuyệt vời.

- Hòa Thượng rất xứng đáng là bậc thạch trụ tòng lâm của Phật giáo nước nhà; bậc trí lự sâu xa, túc phúc nhiều đời, gieo trồng nhiều cội đức nên mới có kiến đa thức quảng được như thế!

- Nhưng, tôi biết có lẽ sẽ có người nói rằng "nhân vô thập toàn," vậy không lẽ Hòa Thượng Tuệ Sỹ là người thập toàn như tôi nói hay sao? Xin thưa, tôi dĩ nhiên đồng ý câu nói của người xưa rằng "nhân vô thập toàn." Tuy nhiên, những điều tôi xưng tán HT Tuệ Sỹ trong bài viết này là theo những gì chính mắt tôi thấy, chính tai tôi nghe về hành trạng của Ngài. Tôi không nói những gì tôi không biết về HT Tuệ Sỹ. Và tất nhiên, tôi không thể nào thấy, nghe và biết hết về hành trạng của Ngài. Những gì tôi viết trong bài này hoàn toàn là cảm nhận từ cá nhân tôi, không phải là cảm nhận của tất cả mọi người, vì mỗi người có cảm nhận khác nhau về người khác.

- Trên đường hành đạo, phụng trì chánh pháp với nguyện lực bi mẫn để khuyến hóa tứ chúng đồng tu, Hòa Thượng đã đóng góp những công trình to lớn trong công cuộc hoằng pháp lợi sanh, những pho kinh sách đồ sộ của Ngài khi có dịp cầm trên tay xem qua và tôi tự nhận định bản thân mình không thể thấu hiểu hết nghĩa lý sâu xa… mà thoáng nghĩ chỉ có thể để dành cho các bậc khảo cứu, nghiên cứu. Riêng tôi xin tỏ thật có khá nhiều kinh sách của Hòa Thượng tôi vẫn đang để chưng bày trang nghiêm nơi gác kệ.

- Tôi suốt biết kinh sách của bậc thượng trí, bậc cao sĩ giữa thời mạt pháp luôn hữu ích cho đời cho thế đạo nhân tâm, học trò của HT Thích Tuệ Sỹ nay có nhiều vị ở trong lẫn ngoài nước đã là danh tăng, là Hòa Thượng, Ni Trưởng, là sứ giả của Như Lai đang tiếp nối mạch nguồn của ân sư để không phụ người đã dày công huấn dục.

- Với trí tuệ nhỏ bé của mình, tôi biết được Hòa Thượng là người khiêm cung chẳng màng danh lợi, không thích những chức phẩm cao sang, sống thanh cần đạm bạc, chỉ đơn sơ là một học giả, là người thích cầm bút và giảng dạy. Còn việc được Ủy nhiệm chức vụ Xử Lý Thường Vụ Viện Tăng Thống GHPGVNTN do Đức Đệ Ngũ Tăng Thống Trưởng Lão HT Thích Quảng Độ ủy thác là thế chẳng đặng đừng, buộc lòng HT Thích Tuệ Sỹ ra tay đảm đương gánh vác trong lúc nội tình Giáo hội đang ngàn cân treo sợi tóc.

- Cuối cùng tôi chỉ biết nói lên lời thâm tạ và tỏ lòng túc kính bậc duệ triết, tôi tuyệt đối khâm thừa những giáo chỉ, ý chỉ của HT Thích Tuệ Sỹ một lòng nghiêm cẩn và y giáo phụng hành.

Nam Mô Chứng Minh Sư Bồ Tát Ma Ha Tát.

Việt Nam, ngày 24/09/2023,

nhằm mùng 10/08 âm lịch năm Quý Mão

Tỳ Kheo Thích Thiện Minh

HT Thích Nguyên Lý, HT Thích Minh Tâm, HT Thích Thiện Minh được sự ủy nhiệm của HT Thích Tuệ Sỹ đón tiếp phái đoàn Ủy hội Tự do Tôn giáo Quốc tế Hoa kỳ (Ảnh: Hoangphap.org)

CÚNG PHẬT BÁT CƠM TÙ

Thích Tâm Phương

Chắc hẳn chúng ta ai ai cũng đều nhớ đến biến cố lịch sử của thập niên 80, giai đoạn có một số Chư Tôn Đức bị bắt bớ giam cầm, trong đó có HT Thích Tuệ Sỹ và Thầy Trí Siêu Lê Mạnh Thát, cả hai đều bị kết án tử hình. Tin này được loan ra, ai nấy bàng hoàng và rồi tất cả các Giáo Hội Phật Giáo Việt Nam Thống Nhất tại Hải Ngoại ở Hoa Kỳ, Canada, Âu Châu và Úc Châu, cũng như tất cả các Cộng Đồng, Hội Đoàn Người Việt Tự Do đồng thanh lên tiếng kêu gọi quốc tế can thiệp vào vụ án của 2 Ngài. Và sau nhiều năm với nhiều hình thức phản đối từ tuyệt thực, gởi thỉnh nguyện thư đi khắp nơi cùng sự can thiệp của quốc tế, cuối cùng chính quyền Việt Nam đã giảm án tử hình của hai Ngài xuống còn chung thân khổ sai.

Thế nhưng sau 14 năm bị giam cầm với bao đọa đầy HT Tuệ Sỹ và Thầy Lê Mạnh Thát đã được trả tự do.

Mười bốn năm trong chốn tù đầy, phải chịu bao khổ nhục, tưởng đâu sẽ làm nhụt chí người tu, nhưng không, HT Tuệ Sỹ vẫn bình thản cho ra những vần thơ tuyệt tác khiến người xem không khỏi bồi hồi xúc động. Thơ của Ngài cũng u uất ghi lại những chứng tích lịch sử, không

Tác giả và HT Thích Tuệ Sỹ
(Ảnh: quangduc.com)

hề có sự hận thù mà lòng từ bi của Ngài luôn chan hòa lan tỏa.

Thơ văn của Ngài thì quá phong phú và giàu có, đã được nhiều người ca ngợi tán thán, nơi đây chúng tôi chỉ xin nhắc lại, trong những năm tháng lao lý, thân của Ngài thì bị giam cầm, nhưng tâm của Ngài không ai có thể khống chế được, do vậy lúc nào Ngài cũng thấy thanh thản để có thể dệt nên những vần thơ xúc động lòng người. Chúng tôi muốn nói đến Tập Thơ Tù mà trong đó bài thơ "Cúng Dường" là bài thơ khiến cho tôi cảm động nhất. Trong trí tôi đã hiện ra hình ảnh một vị Tăng sĩ dù thân tù tội mà vẫn không quên nâng chén cơm tù đạm bạc cung kính cúng dường Đấng Thế Tôn trước khi thọ dụng, đồng thời nước mắt đã rơi khi chạnh lòng thương xót chúng sinh, vì sự vô minh khiến cho dòng máu hận thù luôn tuôn chảy.

奉此獄囚飯
供養最勝尊
世間長血恨
秉缽淚無言

Phụng thử ngục tù phạn
Cúng dường Tối Thắng Tôn
Thế gian trường huyết hận
Bình bát lệ vô ngôn.

Dịch nghĩa:

> *Hai tay dâng bát cơm tù*
> *Cúng dường Tối Thắng Đại Từ Thế Tôn*
> *Cõi trần máu hận trào tuôn*
> *Tay bưng bình bát lặng thầm lệ rơi.*
> *(Bản dịch của Nguyễn Minh Cần)*

Nếu người viết nhớ không lầm thì vào khoảng tháng 10 năm 1996, khi Tập Thơ Tù (Ngục Trung Mị Ngữ) của HT Tuệ Sỹ được chuyển ra Hải ngoại thì có khoảng 20 tờ báo, diễn đàn thi ca đăng tải và được bình phẩm như là một tuyệt tác để đời. Một tác phẩm mà nhiều người không phải là Tăng Ni hay Phật Tử, mà là giới trí thức bốn phương đều ngưỡng phục bậc Xuất Trần Thượng Sĩ, một tri thức Phật Giáo thượng thừa, một nhà thơ đạo lừng danh với tấm lòng từ bi của một vị Bồ tát, dù trong hoàn cảnh bị tù đầy, gian khổ mà vẫn có thể cho ra những áng thơ ẩn chứa tinh thần bất khuất để đời cho hậu thế như vậy.

Kính bạch Ôn, con Tỷ Kheo Thích Tâm Phương là hàng đệ tử hậu học của Ôn, chúng con không dám luận bàn một điều gì cho dù nhỏ nhất, nhưng nơi đây chúng con chỉ cảm xúc và ghi lại đôi dòng là những gì chúng con tận mắt thấy trên diễn đàn báo chí trong thời gian ấy như một điểm son, dấu ấn vàng để lưu niệm vào tập kỷ yếu này.

Bạch Ôn, ngày mùng 1 tháng 3 âm lịch Quý Mão vừa rồi, con có về Quảng Hương Già Lam đảnh lễ Huý Nhựt Ôn Già Lam. Và sau đó con được Ôn cho phép đảnh lễ Ôn tại Thị Ngạn Am, hai Thầy trò ngồi lặng yên trầm tư bên chén trà Triệu Châu tỏa hương đạo. Con nhìn thấy sức khỏe Ôn đã yếu dần theo năm tháng, mà Ôn lại ngày đêm mang nặng hoài bão chí nguyện để sớm được hoàn thành Bộ Đại Tạng Kinh Việt Nam mà chính Ôn và Hội Đồng Hoằng Pháp đã phát nguyện thực hiện.

Kính Ôn con rất muốn thưa với Ôn, trong lúc này Ôn cần lo sức khỏe là chính, mọi việc Phật sự rồi sẽ từ từ viên mãn, nếu sức khỏe Ôn sớm được bình phục, nhưng con nào dám .

Hoàng hôn buông xuống, ánh nắng vàng nhạt phai dần, 6 giờ tối thị giả vào báo xe đã chuẩn bị đưa Ôn về Phật Ân Long Thành, con cúi đầu đảnh lễ Ôn, Ôn nắm tay xiết chặt như dặn dò *"Dù phải chịu muôn ngàn gian khổ, Con dốc lòng vì đạo hy sinh".*

Chia tay Ôn lòng con ngậm ngùi, tự hiểu rằng mình trở về Úc, lần sau trở lại không biết có còn được đảnh lễ Ôn, có còn được nắm giữ lòng bàn tay xiết chặt khuyến khích của Ôn trên bước đường phụng sự Đạo Pháp và Dân tộc nữa hay không ?

Lời cuối, Ôn cho con xin niệm Ôn đã gởi tặng Tu Viện Quảng Đức chúng con hai câu đối như là một món quà tâm linh vô giá đang được phụng thờ tại Hậu Tổ Quảng Đức nhân dịp mừng Đại Lễ Khánh Thành năm 2003:

- *Quảng mạc thiên hoang cố lý, nhi phế hưng cạnh tẩu kinh đào, phiến diệp phù nang, quải nạp đẳng la thử ngạn.*

- *Đức hành thế khoát tham phương, tỉ triêu lộ hàm huy diệu cảnh, không hoa thủy nguyệt, huyền hà bích lạc thần châu.*

Tu Viện Quảng Đức, Melbourne, Úc châu,

Ngày 29/09/2023

Tỳ Kheo Thích Tâm Phương

THẦY TUỆ SỸ
TRONG VẬN MỆNH
PHẬT GIÁO VIỆT NAM

Nguyên Không - Nguyễn Tuấn Khanh

Phật Giáo Việt Nam trong nửa thế kỷ này, có thể nói đã trải qua hai lần chuyển biến, chân đứng như chạm mép vực sâu của thời thế, và của cả những điều khó nói. Trong hai lần chuyển biến đó, tôi học được sự điềm nhiên và những bước đi có chọn lựa đầy trí tuệ của Thầy Tuệ Sỹ, qua nhiều cảnh ngộ khác nhau.

Những năm tháng sau khi Việt Nam thống nhất địa lý, nhưng đó cũng là lúc Phật giáo bị tan tác, chia rẽ và hình thành giáo hội mới với sự bảo trợ của nhà nước. Đó được coi là lần chuyển biến thứ nhất. Những bậc Thầy của Phật giáo Việt độc lập truyền thống rơi vào những hoàn cảnh xót xa. Những minh sư hiền giả lại đẩy vào cái chết bất thường, tù đày, cô lập… trong giai đoạn rối ren, hỗn loạn. Thế hệ tiếp nối của tinh thần Phật giáo lúc đó như Thầy Tuệ Sỹ, Mạnh Thát, Thích Phước An… mỗi người một nơi. Nhưng riêng với Thầy Tuệ Sỹ, sự có mặt, đối thoại và hành xử theo luật pháp Việt Nam vào giai đoạn sau năm 1975, đã đặt các nhà làm chính sách ở Việt Nam vào thế muốn xem Giáo hội

Phật Giáo Việt Nam Thống Nhất là một tổ chức bất hợp pháp là một điều không dễ. Sự biến Lương Sơn là một biến cố mà sự có mặt của Thầy đã mở ra một chứng minh quan trọng: cộng đồng tôn giáo, dù lớn hay nhỏ, là một thực thể lịch sử và truyền thống vượt lên hạn chế của tên gọi, thời gian và địa lý, bất luận có được thế quyền nhìn nhận hay không. Chính vì vậy, việc có thêm một giáo hội, chỉ có ý nghĩa làm đa dạng sinh hoạt tôn giáo chứ không thể vì vậy mà loại trừ một hoạt động tôn giáo khác. Cấm chỉ, thành lập hay loại bỏ bằng quyền lực chỉ là hoạt động vô nghĩa ngoài da.

Buộc lòng phải lên tiếng vì lẽ phải, và sự tồn tại của một tập hợp tôn giáo có tính lịch sử của người Việt Nam, Thầy Tuệ Sỹ đột nhiên trở thành một hình ảnh mang tính chính trị. Ngay cả án tử hình (1988) hay những lần bị tù, quản thúc, Thầy được chúng Phật tử kính trọng với câu trả lời trở thành kinh điển trước các quan chức hay tòa án, nhưng Thầy lại không coi đó là danh tiếng hay điều đáng lưu tâm trong cuộc đời theo chân Phật.

Thầy Hạnh Viên, người kề cận nhiều với thầy Tuệ Sỹ có kể rằng, Thầy Tuệ Sỹ thấy ngại khi người ta nói nhiều về những năm tháng khó khăn của Thầy, ngại khi nghe nói về những phát biểu có tính như một nhà đấu tranh chính trị. "Ôn (ngài) nói là một người đi tu, điều đáng nói là sự giác ngộ và giá trị tu tập của mình, còn những chuyện khác đó là sự đối phó với đời thường, không có gì đáng nói. Nếu cứ nói miết về tính chính trị, hoá ra, đời mình đã sao lãng kinh kệ rồi sao?".

Quả thật, vận mệnh của Phật Giáo Việt Nam nổi chìm theo vận nước. Thầy Tuệ Sỹ nói, và xác định sự tự tại, minh định giá trị đời mình trong vận mệnh của Phật Giáo, là điều buộc phải làm chứ không là điều Thầy chọn làm. Đó là lý do những đoạn thăng trầm, bất hoà và mất kết nối trong nội bộ dẫn đến chuyện năm 2005, Thầy bị thay thế bởi một thành viên khác trong Ban Chỉ Đạo Viện Hóa Đạo của Giáo Hội Phật Giáo Việt Nam Thống Nhất, Thầy vẫn tập trung làm công việc dịch kinh, chú

HT Thích Quảng Độ ký Giáo Chỉ ủy thác quyền điều hành
Viện Tăng Thống GHPGVNTN cho HT Thích Tuệ Sỹ (hình cắt từ video)

giải và Phật sự như lẽ sống quan trọng nhất: Một người đến với Phật, điều quan trọng nhất vẫn là tìm về ngồi dưới chân Phật.

Tấm lòng và trí tuệ của Thầy vẫn tỏa sáng. Tháng 5 năm 2019, Đệ Ngũ Tăng Thống Thích Quảng Độ ra Quyết Định số 14 trao quyền điều hành Giáo Hội cho Hòa Thượng Thích Tuệ Sỹ. Nên đến Tháng Tư 2020, nhân lễ chung thất của Đệ Ngũ Tăng Thống Thích Quảng Độ, Hòa thượng Thích Tuệ Sỹ tuyên bố phụng thừa Quyết định Ủy thác Quyền Điều hành Viện Tăng Thống Giáo Hội Phật Giáo Việt Nam Thống Nhất.

Có thể nói, lúc này là lần chuyển biến thứ hai của Giáo Hội Phật Giáo Việt Nam Thống Nhất. Việc xuất hiện và được giao phó, khiến nhiều vị chức sắc và những nhánh hoạt động thiên về Phật Giáo Thống Nhất đàm luận, chất vấn, và thậm chí tỏ ra nghi ngờ. Bởi lẽ, Thầy ẩn dật và dành nhiều thời gian cho các công trình Phật học – được cho là có lẽ đã "quy thuận" chính quyền và không còn muốn tranh đấu.

Đó có thể là lý do, dù được Đức Đệ Ngũ Tăng Thống giao toàn quyền, Thầy chỉ xin được nắm vị trí là một "Bỉnh Pháp Tỳ-kheo," chờ khi thuận tiện sẽ tổ chức đại hội để dựng lại Hội Đồng Lưỡng Viện và bầu ra người lãnh đạo mới: Đức Đệ Lục Tăng Thống. Cho đến ngày 21 và 22 tháng 8 năm 2022, Thầy mới vận động được chư Tôn Đức để dựng lại Hội Đồng Giáo Phẩm Trung Ương và Hội Đồng này đã thỉnh cử Thầy làm Chánh Thư Ký kiêm Xử Lý Thường Vụ Viện Tăng Thống. Hơn ai hết, Thầy hiểu vấn nạn của nội bộ Giáo Hội Phật Giáo Việt Nam Thống Nhất lúc này: có người muốn đấu tranh quyết liệt đối đầu, có người muốn tập hợp lực lượng chính danh, có người muốn giữ yên tình thế để phát triển nhân lực và vật lực… nhưng quan trọng sự bất đồng là điểm chính, trong sự theo dõi chặt chẽ của nhà cầm quyền.

Chính vì sự nóng lòng muốn có người lãnh đạo, để đấu tranh, để phục hoạt, mà đã từng có một đại hội tự tổ chức ở miền Trung không lâu sau khi Đệ Ngũ Tăng Thống viên tịch, để bầu lên Đệ Lục Tăng Thống. Tuy nhiên kết quả và chức vị từ đại hội đó dần im tiếng vì không chính danh.

Những năm tháng này là sự đau yếu kéo dài của Thầy Tuệ Sỹ. Nhưng Thầy vẫn nhận vị trí cố vấn Hội đồng Hoằng pháp, và thành lập Hội đồng Phiên dịch Tam tạng Lâm Thời. Công trình mới nhất là phiên dịch 29 cuốn Kinh, Luật và Luận thuộc Thanh Văn Tạng của Đại Tạng Kinh Việt Nam, được coi là vô cùng quan trọng trong tàng thư Phật Giáo cho người Việt Nam.

Có lúc, vang lên lời chất vấn về chuyện tự do tôn giáo đang khốn khó, tại sao Thầy Tuệ Sỹ lại không chọn tranh đấu, mà lại thực hiện việc dịch kinh sách? Thật, trong bối cảnh lửa tàn tro lạnh của sinh hoạt tôn giáo độc lập nói chung, lời chất vấn này không phải là không có ý nghĩa. Câu hỏi đặt ra, nhằm trực diện đến vận mệnh Phật Giáo Việt Nam tự do hôm nay, cũng đã có lúc gieo cho tôi sự hoài nghi, khiến tôi phải loay hoay đi tìm sự giải đáp giữa thế giới đầy biến động này.

Năm 1959, khi Đức Đạt Lai Lạt Ma thứ 14 phải đi tỵ nạn sang Ấn Độ để tránh âm mưu sát hại của cộng sản Trung Quốc, trên đường đi, những nghĩa quân kháng chiến Tây Tạng đón ngài, và đề nghị ngài làm lãnh đạo tinh thần của cuộc kháng chiến đòi độc lập. Nhưng là một người đi tu, ngài chỉ có thể đấu tranh bằng lời kinh truyền thống, và mở rộng tinh thần tôn giáo tự do bên ngoài quê hương bị cộng sản thao túng, đàn áp. Khi đến Ấn Độ, nghe thấy có người kháng chiến thất vọng về ngài đã tự sát. Lúc đó, Đức Đạt Lai Lạt Ma thứ 14 đã khóc, và nói rằng ngài không thể đứng ở vị trí chỉ huy những cuộc tấn công hủy diệt con người, và cầu xin những người kháng chiến hãy bình tâm.

Cũng chính vì vậy, năm 2011, Đức Đạt Lai Lạt Ma xin rút vai trò chính trị trong Quốc hội lưu vong, để dành trọn thời gian vận động tinh thần cho một nước Tây Tạng độc lập. Đấu tranh trực diện là giai đoạn, nhưng gìn giữ giá trị truyền thống cho mai sau, mới là điều phải tận lực.

Tôi như chợt nhìn ra cuộc vận động lặng lẽ, và là rường cột của Thầy Tuệ Sỹ chủ xướng. Chủ ý của Thầy là dành sức cho vận mệnh Phật Giáo Việt Nam độc lập và tinh khiết – một ngày mai phải đến. Sau năm 1975, việc tách nhập Phật Giáo, tạo thành nhánh mới vào năm 1981, mọi thứ hoàn toàn là chỏng trơ, với toàn bộ trí tuệ kinh điển, đều là của những bậc đại sư của Giáo Hội Phật Giáo Việt Nam Thống Nhất tạo dựng, chuyển soạn, phiên dịch… Ngoài đền đài, những tượng Phật to lớn và ngôn từ thao túng trục lợi dân chúng của giáo hội mới, xương sống của Phật Giáo Việt Nam độc lập là kinh điển hình thành mọi lý thuyết, vẫn sừng sững không thể xâm phạm và xoá bỏ. Nếu cam tâm huỷ diệt, tức có nghĩa huỷ diệt luôn cả bộ mặt sơn son thếp vàng vô hồn của Giáo Hội Phật Giáo mà nhà nước dựng lên.

Đời người thì hữu hạn, và cả một chế độ cũng hữu hạn. Tiếp tục duy trì trí tuệ thật, của Phật Giáo thật, là chuyện của trăm năm sau, của những thế hệ tìm thấy chỗ dựa để dựng lại xã hội Việt Nam, với Phật giáo đang suy đồi vì danh lợi và chính trị. Và hơn hết, dành sức cho tri thức Phật Giáo, cũng đồng nghĩa làm thất bại những lời vu cáo về "lợi dụng tôn giáo, hoạt động chính trị".

Cũng như nhiều năm trước, đột nhiên Thầy Tuệ Sỹ phải bước ra, cất tiếng trong vận mệnh của Phật Giáo Việt Nam trong bi thương. Hôm nay, ngài chấp nhận im lặng trước những câu hỏi không thể trả lời một lần, mà đang dồn sức lực cuối cùng, hành động cho tương lai của Việt Nam, tương lai của vận mệnh Phật Giáo Việt Nam ngàn đời.

"*Nơi nào hiểm nạn, tôi nguyện sẽ là cầu đò. Nơi nào tối tăm, tôi nguyện sẽ ngọn đuốc sáng. Đây có thể là ước nguyện xa vời, thậm chí sáo rỗng đối với một số người. Nhưng đó chính là mặt đất kim cang để trên đó tuổi trẻ tự vạch hướng đi cho mình, tự quy định những giá trị sống thực cho chính đời mình*", lời của Thầy nói với tuổi trẻ Việt Nam từ nhiều năm trước, đến nay vẫn y nguyên vậy. Sự kiên quyết và hành hoạt không lùi bước của Thầy có thể được xem như một thái độ chính trị cho đạo Phật trước buổi hỗn mang, nhưng chung quyết vẫn là ý chí và tâm nguyện của một người kiên tâm thừa tự chánh pháp, nguyện soi đường cho thế hệ Việt mai sau.

Nguyên Không Nguyễn Tuấn Khanh

KÍNH THẦY
HT. THÍCH TUỆ SỸ

Nguyễn Thanh Huy

Vẫn rực sáng giữa đêm dài tăm tối
Thầy hiên ngang sống trong chốn lao tù
Khí phách đó ngàn sau không hổ thẹn,
Tuổi tên Thầy vào tận cõi thiên thu.

HT Thích Tuệ Sỹ (Tranh: Trần Thế Vĩnh)

ÔN TUỆ SỸ,
NHÂN CÁCH LÝ TƯỞNG
VÀ TƯ TƯỞNG CHỦ ĐẠO

Quảng Pháp Trần Minh Triết

Tôi đọc hoặc nghe đâu đó, một vài lần vị thị giả kế cận nhất của Ôn kể lại, *"Thầy là một vị Tỳ Kheo không có chùa và đệ tử"*. Có nghĩa là Ôn không quan tâm việc xây chùa, dựng tháp; Ôn không tự nhận mình là Sư phụ, hoặc Thầy của bất kỳ ai, cho dù học trò của mình thì rất đông và hiện cư ngụ ở nhiều quốc gia trên thế giới.

Mặc dù trong số chúng ta, đã có nhiều chư vị Tăng, Ni từng ngồi trong giảng đường Phật Học mà Ôn đích thân hướng dẫn; từng có nhiều vị nương nhờ đức hạnh của Ôn, thông qua việc chứng minh để thọ Tam Quy Ngũ Giới, hoặc do một nhân duyên đặc biệt, hay kỳ vọng nào đó, như tôi biết trường hợp của Nguyễn Hoàng Thanh Tâm ở Úc, một Ky tô hữu, nhưng được Thầy ban cho pháp hiệu *Trí Nhân*; hoặc *Thiên Nhạn* cho Tâm Thường Định Bạch Xuân Phẻ.

Mỗi trường hợp dù có khác hay với tâm cảm chung hoặc riêng, chúng ta có thể tôn kính Ôn như một Người Thầy hay là Sư Phụ. Nhưng tuyệt nhiên, rất nhiều lần Ôn thối thác.

Một bận, ở cương vị Đệ nhất Phó Viện Trưởng Viện Hóa Đạo, GHPGVNTN, khi mà quý Anh Chị Huynh Trưởng thuộc Ban Hướng Dẫn Trung Ương (Hoa Kỳ) thường xuyên gởi thư để thỉnh ý Ôn nhiều Phật sự liên quan GĐPT, liên đới giữa quốc nội và hải ngoại. Bấy giờ Hòa thượng Quảng Độ còn bị quản thúc rất nghiêm ngặt, nên chỉ có Ôn Tuệ Sỹ phải cáng đáng và giải quyết nhiều vấn đề cấp thời cho Tổ chức trong bối cảnh vô cùng nhiễu nhương, có thể nói sinh tử của GĐPT Việt Nam. Song, trong nhiều lần được thỉnh ý, có lần đã góp ý cho một vấn đề cụ thể xong, Ôn viết thêm trong email: *"Quý Anh-Chị tuy coi tôi như Thầy, nhưng tôi không thể cột tay mà kéo Anh-Chị đi được…"*. Tất nhiên trong ngữ cảnh này, nghĩ chỗ gần gũi thâm tình, Ôn nêu bật vai trò và trách nhiệm của cấp Huynh trưởng lãnh đạo, nhưng giải phóng sự ràng buộc của bóng dáng một "ông Thầy" trong việc quyết định tiến thủ cho Tổ chức GĐPT Việt Nam tại Hoa Kỳ, mà nay có thể áp dụng chung cho cả cơ chế Hải ngoại và Thế Giới. Điều này thấy rõ trong nhiều văn bản Ôn gởi chung, hoặc riêng cho Gia Đình Phật Tử. Nhưng câu nói đó, bấy giờ bị một vài vị Huynh trưởng cao niên và cao cấp diễn đạt sai lệch, theo chủ ý riêng, và định hướng riêng.

Song, quan điểm này một lần nữa đã được Ôn nhắc đến trong bài tham luận Đạo Phật với Thanh Niên, một cách thẳng thắn nhưng thận trọng: *"Các bạn trẻ cũng nên tự mình tìm cho mình một hình thái cho đạo Phật thích hợp; không phải là hình thái được lập thành khuôn mẫu do bởi các Anh Chị Trưởng, do các Đại đức, Thượng tọa, hay do các nhà nghiên cứu uyên bác. Một thiền sư Việt Nam đã nói: 'Nam nhi tự xung thiên chí, hưu hướng Như lai hành xứ hành'. Ta hãy đi con đường do chính ta lựa chọn, không cần gì phải lắt nhắt theo dấu vết của Như lai. Khẩu khí này nhiều khi khiến ta sợ hãi, e rằng có quá tự phụ, quá ngạo mạn chăng? Đừng có phổ nhạc những lời ấy thành giai điệu với tiết tấu hành khúc dồn dập, mà hãy thử phổ thành một sonata nhỏ của mặt hồ*

Huynh trưởng Nguyên Tín Nguyễn Châu (giữa) và Huynh trưởng Như Thật
Nguyễn Công Minh lắng nghe Giáo giới từ Ôn.

tĩnh lặng, ta sẽ nghe được âm hưởng này: hãy bình thản tự chọn cho mình
một hướng đi, sẵn sàng chịu trách nhiệm đối với hậu quả xuất hiện trên
hướng đi mà ta đã chọn".

Vậy thì, ở đây không chỉ là *Nhân Cách Lý Tưởng* của Ôn, thể hiện qua
vai trò của một vị Thầy, hay là Sư Phụ theo cách tôn kính của mỗi chúng
ta. Mà đó còn là nhân cách của một nhà văn hóa-giáo dục đầy lương
tâm và tận tụy, mà *Tư Tưởng Chủ Đạo* được minh định sâu sắc bằng sứ
mạng *Duy Tuệ Thị Nghiệp* của những ai phát nguyện sẵn sàng bước vào
Phương Trời Cao Rộng: "*Lý tưởng giáo dục và những phương pháp thực*
hiện lý tưởng này, hiển nhiên Phật giáo đã có một lịch sử rất dài. Phạm vi
hoạt động của nó không chỉ giới hạn chung quanh những tàng kinh các,
hay những pháp đường của các Tăng viện; mà còn ở cả nơi triều đình,
công sảnh, và bất cứ nơi nào mà mọi người có thể tụ tập ít nhất là hai
người, trong tất cả sinh hoạt nhân gian".

[443]

Ngày nay, khi nhìn lại nền giáo dục của đất nước qua từng thời đại, chí đến rọi chiếu trong phương pháp và tinh thần huấn luyện của Gia Đình Phật Tử Việt Nam trong lẫn ngoài nước, đâu đó tư tưởng của Ôn vẫn mang những giá trị chủ đạo mà những ai còn quan tâm đến giềng mối giáo dục, ắt có lúc cần chiêm nghiệm: *"Do đó, một nền giáo dục hoàn hảo phải chứng tỏ những hiệu năng nó có thể mang lại để thỏa mãn nhu cầu của người học. Vậy rồi, thay vì mở ra những con đường đi vào thế giới tâm linh sống động, người ta đã quay ngược lại để trở về với những nhu cầu hạ cấp của người học. Họ gieo cho người học những sợ hãi bất an trước một tương lai nào đó. Những 'sinh tồn', 'diệt vong' v.v..., đấy là những mệnh đề giả hiệu, chúng có tác dụng làm tăng mối sợ hãi. Nhưng chúng cũng có thế lực khích động rất lớn, và đề ra những đường lối phải theo. Y như một người tranh cử, hăm dọa cử tri bằng những viễn tượng đen tối của ngày mai, nếu mình không được chọn lựa. Cũng vậy, đối với chúng ta, một đường lối giáo dục được lựa chọn là có phát triển và có duy trì; vừa tiến bộ và vừa không mất gốc. Trong trường hợp cực đoan, nếu bắt buộc phải chọn một trong hai, hoặc phát triển, hoặc duy trì, xưa nay Phật giáo đã chọn lối đi thứ nhất. Gốc của con người là ở tại lòng người, thì dù có phát triển đến đâu bằng cả tấm lòng của mình, chẳng có gì gọi là mất cả".*

Bằng *Tư Tưởng Chủ Đạo* như vậy, giáo dục hay đào luyện cho người học, nghĩa là cho những thế hệ tiếp nối, không ai khác chính là tuổi trẻ. Vậy thì *"trả lại niềm tin cho tuổi trẻ phải là bước khởi đầu; thể hiện tinh thần Vô úy phải là bước quyết định. Kiến giải của người lớn, thái độ của tuổi trẻ chỉ là những tiểu tiết giúp chúng ta nhìn thẳng vào sự sụp đổ lớn lao của một chế độ giáo dục xây dựng bằng hăm dọa và hứa hẹn".*

Vì ở xa, và ít khi được Ôn trực tiếp hướng dẫn, nhưng chỉ một lần duy nhất được nghe Ôn xưng mình là "Thầy," khi ân cần nói với thế hệ Tăng sinh trẻ: *"... Một chút niềm tin chưa hề thoái thất, chỉ mong cùng chia sẻ với thế hệ kế thừa. Một thế hệ đang trưởng thành để khơi tỏ ngọn đèn Chánh pháp giữa một đất nước thấm nhuần phong hóa. Cầu mong các con có đủ dũng mãnh để đi bằng đôi chân của mình, nhìn bằng đôi mắt của mình; tự xác định hướng đi cho chính mình. Thầy sẽ là người bạn đồng hành với các con trên đoạn đường bóng xế của đời mình.".* Tâm tình này, cũng không ngoài *Tư Tưởng chủ đạo* của Ôn mà tôi xin khắc cốt ghi tâm.

Cuối cùng, xin dừng lại bài viết này nơi đây, để tiếp tục miên man chiêm nghiệm những gì mà Ôn đã trực tiếp hoặc gián tiếp hướng dẫn, bàng bạc và sống động bài pháp Lục Độ Ba La Mật. Tôi không biết gọi Ôn bằng gì, vì tôi đã thọ lãnh nơi Ôn nhiều thứ không thể nghĩ bàn, không thể nói ra hết được.

Giữa đôi bờ Thái Bình Dương rì rào sóng vỗ, dưới đáy sâu vẫn còn Hạt muối chẻ đôi lặng yên chưa tan. Con xin phục lạy Ôn và gọi bằng hai tiếng: Ân Sư! Với trọn vẹn ý nghĩa ân thọ mạng!

Viết tại Mặc Cốc, chốn Bụi

Ngày 03 tháng Mười, 2023

Quảng Pháp Trần Minh Triết

MỘT MÙA TRUNG THU CÓ THẦY

QUẢNG THÀNH

Thầy là bóng cây che mát chúng con
Thầy là ánh sáng dắt dìu lòng son
Thầy là con thuyền thanh lương
Đưa chúng con đến bờ thơm hương

Đầu năm 2004, Hòa Thượng Tuệ Sỹ, nhập viện ở Bệnh Viện An Bình, quận 5. BHD GĐPT Quảng Đức Sài Gòn vào nhà thương thăm bệnh Thầy. Thầy nằm trên giường, khi thấy chúng tôi đến Thầy vội vã ngồi dậy. Thầy đã ốm nay càng ốm thêm, nhưng đôi mắt rất sáng, lời nói rất rõ ràng và đầm ấm (cũng xin nói thêm lúc Thầy còn ở Thị Ngạn Am, mỗi buổi chiều khi đi làm về, thường ghé thăm Thầy, hai Thầy trò, trò chuyện).

Câu hỏi đầu tiên của Thầy là hỏi BHD GĐPT Quảng Đức Sài Gòn lúc rày sinh hoạt ra sao? Thầy cũng biết GĐPT Quảng Đức Sài Gòn nằm trong địa bàn của Thủ Đô Sài Gòn cũ (từ quận 1 đế quận 11) rất nhỏ bé và yếu ớt, anh em chúng tôi bái bạch với Thầy, chúng con vẫn tu học sinh hoạt bình thường, duy chỉ số lượng còn ít. Thầy động viên cố gắng, tinh tấn lên, có ngày sẽ mạnh, sẽ đông đảo và cố gắng tổ chức tu

Hòa Thượng quan sát các em Oanh vũ GĐPT vẽ tranh
(Ảnh: BHD Quảng Đức Sài Gòn)

học, đi đúng đường lối, trung kiên và cũng phải giữ được đường lối, màu sắc mà các bậc tiền nhân khai sơn phá thạch đã sáng lập ra GĐPT Việt Nam.

Trong lúc Thầy trò hàn huyên tâm sự, Thầy dạy BHD tổ chức thi vẽ tranh. Bạch Thầy chúng con cũng muốn tổ chức, nhưng không biết bắt đầu từ đâu. Thầy dạy mấy anh chị cứ tổ chức cho các em thi sơ kết, chung kết, còn mực, giấy vẽ, phần thưởng để tui lo, mấy anh chị cứ yên tâm, về Tu viện Quảng Hương Già Lam xin Ôn Trụ trì tổ chức.

Khi trở về, chúng tôi truyền đạt lại ý kiến của Thầy với anh em trong BHD, các anh em rất hoan hỷ và sung sướng. BHD chọn Tết Trung thu ngày 16.09.2004, tổ chức thi Vẽ tranh. Anh em trong BHD rất cật lực làm khung tranh, tấm các tông để các em kê vẽ đúng khổ giấy vẽ, dụng cụ pha màu nước, rồi trang trí triển lãm tranh, chấm giải, phát thưởng… Đến giờ khai mạc cũng như chấm tranh vẽ đều có Thầy, Thầy Nguyên Giác, Thầy Đức Thắng …

Sau này BHD cũng tổ chức được nhiều lần, rồi nhường lại cho ngành Đồng Trung Ương tổ chức. Qua những lần vẽ tranh:

- Ngài luôn luôn thương yêu tạo điều kiện cho tổ chức GĐPT Việt Nam phát triển ngày càng vững mạnh nhất là ngành Đồng GĐPT Việt Nam.

- Hòa thượng luôn luôn dõi theo những hoạt động của GĐPT Việt Nam, nhất là trong chương trình đào tạo trường kỳ, huấn luyện Huynh trưởng.

Hôm nay Trung thu về, BHD GĐPT Quảng Đức Sài Gòn, các Đơn vị tổ chức Trung thu, chúng con rơi nước mắt mà thiếu bóng dáng Thầy, thiếu Thầy trong những mùa Trung Thu. Nguyện cầu hồng ân Tam gia hộ cho Ngài bệnh tật tiêu trừ, phước thọ tăng long.

QUẢNG THÀNH

Hòa Thượng trao phần thưởng cho các em Đoàn sinh GĐPT
(Ảnh: Quảng Thành)

HÒA THƯỢNG TUỆ SỸ
HỌC GIẢ UYÊN THÂM,
LÃNH TỤ PHẬT GIÁO LỖI LẠC
CỦA QUÊ HƯƠNG
VÀ CỘNG ĐỒNG THẾ GIỚI

Lưu Tường Quang

Công trình phiên dịch Đại Tạng Kinh Tiếng Việt là dự án vĩ đại đã bắt đầu nhưng chưa hoàn tất nên kiến thức sâu rộng và lãnh đạo tuyệt vời của Hòa Thượng Tuệ Sỹ tiếp tục là ngọn đuốc soi đường trong nhiều năm sắp tới. Chư tôn đức trong và ngoài nước cũng như Phật tử khắp nơi vẫn hẳn đã và đang nguyện cầu Đức Phật gia hộ để Thầy hoàn tất sứ mệnh cao cả nầy.

Phật tử Lưu Tường Quang đã không có duyên lành học hỏi trực tiếp với Thầy khi Thầy là giáo sư thực thụ tại Viện Đại Học Vạn Hạnh Sài Gòn, bởi lý do nghề nghiệp làm việc ở nước ngoài nhiều năm hơn là trong nước trong quãng thời gian ấy.

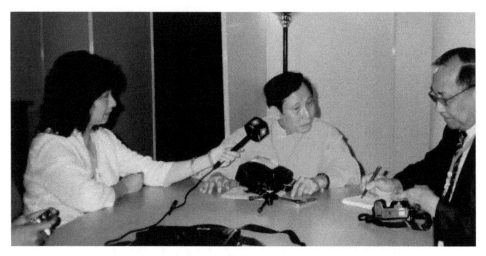

Từ trái: Ngọc Hân – Gs. Lê Mạnh Thát – Lưu Tường Quang

Một giai thoại nhỏ về văn học Việt Nam hồi đầu thập niên 1960 tại Trường Đại Học Văn Khoa Sài Gòn là cơ hội đầu tiên trong năm 2003 mà Quảng Tường có cơ may liên hệ trực tiếp với Thầy.

Thực ra, tên tuổi của Thầy (và Thượng Tọa Thích Trí Siêu Lê Mạnh Thát) đã được phổ biến khắp nơi khi nhị vị đã bị bắt giam hồi năm 1984 và sau đó đã bị kết án tử hình hồi tháng 9 năm 1988.

Cũng như hàng ngàn người sinh hoạt trong xã hội dân sự tại những quốc gia tự do dân chủ, Quảng Anh và Quảng Tường cũng đã góp phần nho nhỏ vào các cuộc vận động công luận quốc tế để công lý được sáng tỏ cho đến khi Thầy và Tiến sĩ Lê Mạnh Thát được trả tự do vào năm 1998.

Hòa Thượng Tuệ Sỹ còn là một nhà thơ tên tuổi. Trong số rất nhiều tác phẩm trong lãnh vực nầy, Quảng Anh và Quảng Tường rất hâm mộ Tập Thơ *Giấc Mơ Trường Sơn* mà ấn bản Úc Châu đã được ra mắt phát hành vào ngày 25.05.2003 tại Sydney, với sự góp mặt quý báu của Thượng Tọa Thích Nguyên Tạng, Trụ Trì Tu Viện Quảng Đức Melbourne.

Qua làn sóng phát thanh toàn quốc của SBS và VOA, thính giả tại Úc và Việt Nam đã nghe nhiều tường trình phỏng vấn của Ngọc Hân với Thầy Tuệ Sỹ, nhất là trực tiếp phỏng vấn tại nơi xảy ra Sự Biến Lương Sơn ở Bình Định năm 2003.

Vị cao tăng, nhân sĩ trí thức Phật Giáo Ts Lê Mạnh Thát là người đồng hành với Thầy Tuệ Sỹ trong lao tù cũng như trong nỗ lực duy trì phát triển Giáo Hội và nền giáo dục đại học Phật Giáo tại Việt Nam. Quảng Anh và Quảng Tường đã có cơ duyên gặp gỡ và hầu chuyện với Giáo sư nhân dịp tham dự Đại Lễ Phật Đản Liên Hiệp Quốc – International Buddhist Conference on the United Nations Day of Vesak - tại Bangkok hồi tháng 5 năm 2006. Giáo sư cũng là một diễn giả quan trọng tại Hội Nghị nầy.

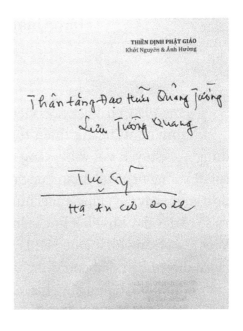

Tuy Quảng Anh và Quảng Tường chưa có duyên may được đảnh lễ Thầy Tuệ Sỹ tại quê nhà, nhưng cũng là một ân huệ đặc biệt vì chúng con vẫn nhận được những tác phẩm giá trị mà Thầy đã biên soạn trong nhiều năm qua.

Thủ bút của Hòa Thượng Tuệ Sỹ:

Sydney, Ngày 03 Tháng 10 năm 2023

QUẢNG TƯỜNG (Lưu Tường Quang)

THẦY VÀ CON KIẾN NHỎ

Tâm Quang – Vĩnh Hảo

Năm 1973 tại Phật học viện Trung Đẳng – Hải Đức Nha Trang, tình cờ đi ngang thiền thất của Ôn Giám viện, con "gặp" Thầy đứng nói chuyện với vài vị tăng sinh ở đó. Con chắp tay xá chào Thầy, rồi đi xuống liêu của điệu. Lúc đó con đã nghe tiếng tăm của Thầy, biết đơn giản Thầy là vị tăng xuất chúng, lỗi lạc, đang dạy Đại học Vạn Hạnh và sẽ về đây dạy khi Phật học viện Trung Đẳng được nâng cấp lên thành Viện Cao Đẳng Phật Học Hải Đức vào năm sau (1974). Đây có thể nói là cái duyên ban đầu con được diện kiến Thầy. Lòng cảm phục một vị giáo sư tuổi trẻ, tầm ngang lứa với quý vị học tăng của viện. Cảm phục thôi. Con kiến dưới chân núi, chỉ thấy những gì chung quanh, phía trước, chứ không có nhu cầu nhìn lên đỉnh núi cao. Kính nhi viễn chi.

Đầu năm 1976, từ Phật học viện Quảng Nam (đã đóng cửa cùng với tất cả các trường Phật học toàn quốc), con về lại Chùa Hải Đức Nha Trang là nơi con được thế phát xuất gia nhiều năm trước đó. Thời gian này thì con được gặp Thầy thường xuyên hơn. Viện Hải Đức trước năm 1975 có gần 200 tăng sinh nội và ngoại điển; đến năm 1976 chỉ còn khoảng từ 20 đến 25 thầy và các chú sa-di, điệu. Ở nơi trai đường nhỏ (dành cho các chú điệu và phật-tử) gần nhà bếp, Thầy và quý thầy học tăng ít

ỏi còn lại của Viện Cao Đẳng dùng bữa chiều tại đây. Thầy và thầy bổn
sư của con ngồi đầu bàn, con làm thị giả.

Một trưa nọ, con đi lang thang trên dãy nhà cũ (trước là tăng xá dành
cho học tăng chuyên khoa, nơi đặt thư viện của Viện Hải Đức), thấy
Thầy ngồi nơi băng đá gần gốc cây sứ. Tay Thầy cầm một nhánh cây
khô, đùa nghịch với một con kiến càng. Con kiến chạy từ đầu này đến
đầu nọ là Thầy đổi tay; hết đường, con kiến quay đầu chạy ngược về
hướng đầu kia thì Thầy lại đổi tay. Thầy say sưa ngắm nhìn cách con
kiến quay đầu, quơ quơ hai râu và hai chân trước, rồi lại xăng xái chạy...
Dường như làm điều này Thầy không có ác ý với con kiến, mà Thầy
đương ở trong một pháp quán, trầm tư trong một tra vấn, một câu hỏi
triết học. Con bước chậm, đi ngang qua chỗ Thầy mà Thầy có vẻ như
không để ý. Con thấy thú vị với hình ảnh một vị tăng sĩ trang nghiêm,
một giáo sư đạo mạo trong giảng đường đại học, lại hồn nhiên thích
thú theo dõi bước đi của con kiến nhỏ.

Đâu chừng tháng sau, con được thầy Bảo Quang (học tăng Cao đẳng),
dẫn lên phòng Thầy (lúc đó là một phòng nhỏ được ngăn ra từ thư
viện), xin Thầy dạy kèm cho con Anh văn, Hán văn hay bất cứ môn gì
Thầy thấy cần dạy cho một chú tiểu Trung đẳng bị mất căn bản, mất
trường lớp từ năm 1975. Trước đó con đã run sợ, không dám được xin
học với Thầy, vì vẫn luôn nghĩ đến Thầy là ngọn núi cao, khó tiếp cận,
nhưng thầy Bảo Quang cứ khích lệ, "Chú mà được Thầy nhận dạy thì
thật là phước đức, hy hữu! Chú không thấy hiện nay, tăng ni toàn quốc
không được học ở bất cứ trường lớp nào hay sao!" Con nghĩ, núi cao
kia làm gì mà cúi xuống nhìn con kiến; chắc khó được Thầy tiếp nhận.
Vậy mà, Thầy đã vui vẻ nhận dạy kèm cho con, chỉ riêng mình con: mỗi
chiều 2 giờ tự động mở cửa thư viện, bước vào phòng Thầy, học.

Ngày đầu trắc nghiệm trình độ chữ Hán của con, Thầy đưa con cuốn
Trung Luận chữ Hán, bảo dịch lời Tựa của Tăng Duệ. Hôm sau con
nộp bài, Thầy ngồi đọc, để con ngồi yên đó chờ đợi; đọc xong, không
phê phán gì, Thầy bảo hôm sau trở lại. Hôm sau con vào, Thầy lấy cuốn

Tác giả và Thầy Tuệ Sỹ

Đường Thi Tam Bách Thủ, hay cuốn thi văn chữ Hán nào đó con không nhớ, dạy con bài Đằng Vương Các Tự của Vương Bột. Đó là môn Hán. Còn Anh văn thì ngày khác. Cứ một ngày học Hán thì một ngày học Anh.

Thầy dạy được một tuần thì Thầy Bảo Quang thưa với Thầy là nên tập trung thời gian học Hán văn hay kinh luận với Thầy, còn môn Anh văn thì ai dạy cũng được, không dám phí thời gian của Thầy. Thầy cũng tùy thuận. Vậy là con qua học Anh văn nơi Thầy Phước An vào giờ khác trong ngày, sẽ được học với Thầy nhiều giờ hơn cho môn Hán văn hay kinh luận mà con mong đợi là sẽ có một lúc nào đó Thầy truyền dạy.

Một chiều, con đến học. Đã quá 2 giờ rồi mà Thầy vẫn còn ngồi miên man, chơi guitar một bản nhạc cổ điển Tây phương. Con nhà quê không biết là bản gì. Con ngồi im lặng, lắng nghe, say mê ngón đàn và phong cách trình diễn của Thầy. Có vẻ như Thầy đang nhập vào cung bậc thiền định nào đó của cảnh giới âm nhạc.

Tuần sau, con bỏ học. Con đã cáo bệnh hay viện một lý do nào đó để xin nghỉ học khi thưa với thầy Bảo Quang. Còn với Thầy, con đã vô phép viết một thư ngắn nhét vào cửa phòng của Thầy rồi rón rén đi ra. Con không nhớ con viết gì. Chỉ nhớ là thư viết rất ngắn, xin nghỉ học. Học trò mười tám tuổi, ngông cuồng ham chơi, chưa thấy được đường lên non cao. Con để dành tiền mua một cây đàn guitar, một cuốn nhạc lý Tây Ban Cầm, tự học. Con cũng bắt đầu tập tành làm thơ từ lúc ấy. Vậy ra, con chưa được học Phật Pháp với bậc pháp sư thượng thặng; chỉ mới học lõm bõm chữ Hán qua thơ Đường. Và con kiến vẫn chạy loanh quanh dưới chân núi, chưa học, chưa thấy được gì trên đỉnh núi cao.

Vài tháng sau, Thầy bỏ viện Hải Đức vào Sài-gòn, rồi nghe tin Thầy qua Thái Lan. Thực ra chỉ là tin đồn để công an không cố truy tìm Thầy. Vào thời gian đó, đi-lại, tạm trú, thường trú trên toàn quốc đều phải có giấy phép, giấy chứng nhận hay sổ hộ khẩu của chính quyền địa phương. Thầy rời khỏi Nha Trang mà không xin phép, không báo cáo ai là đã có tội; rồi vào Sài-gòn không có giấy phép đi-lại hay tạm trú là thêm một cái tội nữa. Vì vậy bỏ xứ ra đi không giấy tờ chứng nhận là một hành động liều lĩnh. Thầy rời bỏ Nha Trang là một cái tin động trời.

Sau đó không lâu, cuối năm 1977, chú tiểu thanh niên 19 tuổi cũng rời bỏ đồi Trại Thủy và viện Hải Đức, đi lang thang vào Sài-gòn. Rồi được tin Thầy bị bắt giam ở Chí Hòa (1978), đến năm 1980 mới được trả tự do. Thầy được tự do thì trò cũng tạm dừng bước phiêu lưu, theo lời giới thiệu của Ôn Trí Quang mà nhập chúng Tu viện Quảng Hương Già-lam. Tình cờ cùng tháng 10 năm đó, 1980, Thầy vâng mệnh Ôn Già-lam, mở khóa Phật học cao cấp, đào tạo đặc biệt cho học tăng đại diện các tỉnh tụ về. Đây có thể nói là khóa học đầu tiên của giáo hội dân lập, được tổ chức vào giai đoạn ấy. Buổi tối họp chúng ở trai đường Quảng Hương Già-lam để ghi danh học tăng nhập học, con được tham dự. Lúc đó thấy Thầy chủ tọa buổi họp là con đã muốn tránh né... vì sợ Thầy nhớ lại cái tội năm xưa, chú điệu này dám bỏ học. Nhưng khi thầy Nguyên Giác đọc đến tên con, con đứng dậy chắp tay chờ đợi; Thầy nhìn con một thoáng, ngần ngừ. Thầy Nguyên Giác hỏi thúc, có ghi danh người này nhập học không. Thầy nở một nụ cười nhẹ, từ bi gật đầu. Vậy là lần thứ hai, con được học trực tiếp với Thầy, nhưng lần này là trong một lớp học đàng hoàng mà đa phần là quý thầy tỷ-kheo, nhiều vị từng học đại học Vạn Hạnh và Cao đẳng Phật học trước năm 1975.

Qua khóa học này, con kiến được mở mắt thêm; mà mắt càng mở to, càng thấy núi cao ngất. Núi càng cao, con kiến lại càng khiếp sợ, trở bệnh cuồng ngông, muốn chạy xông ra ngoài biên cương của rừng núi, muốn làm cái chi đó ngoài việc ngồi học kinh luận dưới sự giảng dạy tường tận thấu đáo của Thầy...

Hai năm sau, có lệnh của ban giám học là học tăng nào có ý vượt biên vượt biển thì sẽ bị mời ra khỏi chùa Già-lam để dành chỗ cho những vị hiếu học đang cần tham dự và được nội trú. Lúc đó, Ôn Già-lam đang gửi gắm con cho một gia đình phật-tử thân tín. Gia đình này tổ chức vượt biển, và sẽ gọi con ra đi bất cứ lúc nào. Có lẽ Ôn Già-lam đã nói chuyện đó với Thầy. Thầy kêu con ra trước hồ cá điện Quán Âm, nói về mục đích của khóa học và cũng nêu cái điều lệ nghiêm khắc là sẽ không cho học tăng nào dự học mà cứ nhấp nhổm tính chuyện vượt biên. Thầy nói, "tôi biết chú có học hay không học cũng không bị đuổi, vì chú đã thuộc chúng nội trú do chính Ôn Già-lam bảo lãnh." Rồi Thầy mở đường cho con: "Thực ra, chú không cần học chữ Phạn, Pàli, kinh luận... gì nữa, bỏ hết đi; hãy đọc sách cho nhiều, đi nhiều và viết văn." Nghe lời khuyên của Thầy, con vừa buồn tủi, vừa phấn khích. Buồn tủi là dường như trong mắt Thầy, con không phải là học trò có căn cơ thích hợp cho việc nghiên tầm kinh điển, phát huy tuệ học; phấn khích là ít ra Thầy cũng nhìn ra được khả năng nào đó của con về mặt văn chương. Thảo nào khi dạy kèm con ở viện Hải Đức, Thầy đã không dạy kinh luận cho con mà lại dạy Đường thi.

Tuần lễ sau đó, con cáo bệnh, thưa với thầy quản chúng là tạm thời nghỉ học để chữa bệnh – mà thực tế là con có bệnh chi đâu. Con không đến lớp nữa; chỉ vào nghe Thầy giảng Trung Luận buổi tối – đây là môn dạy thêm ngoài chương trình. Cho đến một ngày đầu năm 1983, con lặng lẽ từ giã Ôn, từ giã Thầy và lớp học Già-lam. Con kiến thay vì trèo lên núi cao, đã vào rừng sâu mơ việc đội đá vá trời.

Rồi một ngày trên rừng sâu, tháng 4 năm 1984, nghe tin Thầy bị bắt giam lần thứ hai. Rồi Ôn Già-lam mất. Những tin buồn dồn dập làm con khóc sưng cả mắt. Có khi loáng thoáng nghe tin họ sẽ kết án tử hình Thầy và Thầy Lê Mạnh Thát, con đã nghĩ tới việc tự thiêu để phản đối. Con kiến nhỏ dường như lúc nào máu cũng nóng, cũng ngông.

Thầy đêm ngày giảng dạy, phiên dịch, chú giải (Ảnh tư liệu)

Học thì lười mà chuyện ở đâu ngoài đường, chuyện nước non, thấy bất bình là húc đầu vào...

Một năm sau ngày Thầy bị bắt, con cũng vào tù vì cái tội "bẻ nạng chống trời." Con bị tù sau nhưng lại ra tù sớm hơn Thầy nhiều năm. Có khi con thật tiếc là Thầy đã bị mất đi một khoảng thời gian khá dài trong lao ngục, không giảng dạy, sáng tác, phiên dịch gì được. Nhưng cũng có khi con tự an ủi, với nội lực và kiến giải thâm sâu của Thầy, không có thời gian nào trong đời là uổng phí, nhất là trong hoàn cảnh không có chi để làm ngoại trừ việc tập trung thiền định.

Ra khỏi tù, Thầy liền xăng tay lo việc giáo hội; rồi liên tục đêm ngày giảng dạy, phiên dịch, chú giải... Thoắt cái đã phần tư thế kỷ kể từ ngày Thầy được tự do khỏi ngục thất. Trách nhiệm càng sâu nặng, việc càng dồn dập. Thân bệnh yếu mà Thầy phải gánh vác bao việc lớn, bao việc dài lâu cho Phật Pháp, cho đất nước, cho các thế hệ đi sau. Những người học trò như con, cứ nghiệm về hành trạng, hoài bão và dự hướng của Thầy trong giai đoạn cuối đời là xót đau trong lòng, không ngăn được nước mắt.

Con tiếc đã không phải là học trò ngoan giỏi của Thầy đời này để có thể phụ trợ Thầy thật hữu hiệu trong những công trình hoằng pháp, giáo dục dài lâu; con cũng tiếc là không đủ phước duyên để thân cận, hầu hạ chăm sóc Thầy khi Thầy bệnh nặng già yếu. Con như con kiến nhỏ ham chơi lêu lổng, đã đôi lần có cơ hội được gần Thầy để thọ giáo từ biển trí bao la, từ non tuệ hùng vĩ, mà lại vô minh, quay lưng bỏ đi, ngao du trên những con đường gập ghềnh sỏi đá... tiêu phí tháng năm trong những giấc mộng đời phù du huyễn ảo.

Giờ này Thầy đã ở khoảng cuối của cuộc thế trăm năm, sống-chết được đếm trong từng hơi thở, mà con vẫn ở xa, tận chân núi ngước nhìn lên đỉnh cô phong: vẫn thấy kiến giải và đạo hạnh của Thầy cao vời vợi. Nhiều đời nhiều kiếp sau con vẫn không thể nào vói tới. Con không tự ti là mình quá thấp kém, nhưng con thật hạnh phúc, thật hãnh diện là trong đời này, con từng được làm người học trò nhỏ của một bậc Thầy trí tuệ thậm thâm hiếm có của thiên kỷ qua. Dù con không được học nhiều, nhưng con biết là Thầy đã biết. Con kiến mọn đã thấy con đường.

Từ phương xa vọng về nơi an trú của Thầy, xin phủ phục đảnh lễ bậc ân sư khả kính đã khai mở mắt tuệ và vạch lối đi cho hành trình vạn dặm muôn đời sau của con.

California, ngày 7 tháng 10 năm 2023

Tâm Quang – Vĩnh Hảo

THẦY TUỆ SỸ
BẬC THẠC ĐỨC VÀ NHÀ GIÁO DỤC LỚN

Tâm Thường Định Bạch Xuân Phẻ

Theo Từ điển Bách khoa Toàn thư mở (Wikipedia) nói về Thầy Tuệ Sỹ, *"... Ông là một học giả uyên bác về Phật giáo, nguyên giáo sư thực thụ của Đại học Vạn Hạnh tại Sài Gòn, nhà văn, nhà thơ, dịch giả và là một người bất đồng chính kiến với Chính phủ Việt Nam. Ông hiện là Xử lý Thường Vụ Viện Tăng Thống của Giáo hội Phật giáo Việt Nam Thống nhất (GHPGVNTN). Ông thông thạo tiếng Trung Quốc, tiếng Anh, tiếng Pháp, tiếng Pali, tiếng Phạn và tiếng Nhật, đọc hiểu tiếng Đức. Ông được giới học giả Việt Nam đánh giá cao vì đã công bố nhiều tiểu luận, chuyên khảo, thơ và nhiều công trình dịch thuật Phật giáo từ tiếng Phạn, tiếng Trung Hoa và tiếng Nhật.*[1] *Lúc bị bắt năm 1984, ông và Thích Trí Siêu, được coi là 2 nhà sư uyên bác nhất của Phật giáo Việ*

---

[1] *"Amnesty International, ASA 41/010/1998, December 1998"*. Bản gốc lưu trữ ngày 16 tháng 5 năm 2003. Truy cập ngày 16 tháng 5 năm 2003.

Nam, đang soạn thảo quyển Bách khoa Phật học Đại Tự điển."[2] [3]

Vì thế khi viết về một bậc Thầy của Bốn chúng, Hòa Thượng Thích Nguyên Chứng, Pháp hiệu là Thích Tuệ Sỹ, Chánh Thư Ký kiêm Xử Lý Thường vụ Viện Tăng Thống, một bậc "Long Tượng," một vị thiền sư, một học giả lỗi lạc, một nhà thơ, một bậc Thầy của nhiều vị Thầy, thì cá nhân người viết không có đủ khả năng hay ngôn từ để viết về Ngài. Thôi thì xin chia sẻ nơi đây những lời thô thiển của một kẻ hậu học, bằng tình nghĩa Thầy trò bấy nhiêu năm qua, được học hỏi và làm việc dưới sự chỉ bảo, dìu dắt và nâng đỡ của Thầy.

Với rất nhiều người, HT. Thích Tuệ Sỹ, là một nhà thơ, một cao tăng thạc đức, một nhà giáo dục, một nhà lãnh đạo nổi tiếng của GHP-GVNTN, v.v... và v.v... Nhưng đối với người viết có thể ca ngợi Thầy là một trong những nhân vật có ảnh hưởng lớn trong lĩnh vực văn hoá và giáo dục tại Việt Nam. Những đóng góp sâu sắc của Thầy cho Phật giáo, triết lý và giáo dục đã để lại nhiều dấu ấn không thể phai mờ. Ở Thầy, người viết học từ Thân, Khẩu Ý của Thầy và trong trong cách tư duy về phương thức học hỏi, giảng dạy, và hành trì giáo lý của Đấng Từ Phụ.

Là một nhà giáo dục lớn mẫu mực và có tầm nhìn xa rộng, Thầy đã và đang là ngọn hải đăng cho nhiều thế hệ, trong đó có người viết. Đầu thập niên 1970s, Thầy đã được thỉnh cử làm vị giáo sư chính thức của Đại Học Vạn Hạnh nổi tiếng lúc bấy giờ dưới thời Việt Nam Cộng Hòa, cũng như tại Viện Cao Đẳng Phật học Hải Đức Nha Trang. Đầu thập niên 1980s, Thầy đã làm Giáo thọ sư cho những vị Thầy ở Quảng Hương Già Lam, và bắt đầu Thập niên 1990s và 2000s, Thầy tiếp tục nuôi dưỡng và dạy dỗ vô số tăng tài và ủng hộ các cư sĩ tại gia bằng cách

---

[2] *"Niên Biểu Phật giáo Việt Nam".* Bản gốc lưu trữ ngày 12 tháng 12 năm 2010. Truy cập ngày 18 tháng 10 năm 2007.

[3] Bách khoa toàn thư mở wikipedia. Tiểu Sử Thích Tuệ Sỹ https://vi.wikipedia. org/wiki/Th%C3%ADch_Tu%E1%BB%87_S%E1%BB%B9. Tải xuống ngày 30 tháng 9, 2023.

gửi học trò của mình xuất ngoại nhằm trau dồi thăng tiến cả hai lãnh vực nội điển và ngoại điển. Trong nước thì Thầy cố vấn, dạy bảo, dìu dắt và nâng đỡ cho tổ chức Gia Đình Phật Tử truyền thống, và các lớp học online xuyên lục địa.

Thầy là một nhà giáo dục lớn mà người viết đã thọ nhận; lối giáo dục của Thầy thông suốt qua thân giáo, khẩu giáo và ý giáo. Từ khi nghe Thầy trở bệnh nặng và có thể không qua khỏi, tâm can người viết cảm thấy bồn chồn, lo lắng và bất định. Tâm chưa tịnh đủ để viết những gì muốn thổ lộ. Giờ đây, chỉ xin viết những đoản văn đứt đoạn như nhắc lại đôi chút kỷ niệm ân cần với Thầy với lòng biết ơn vô hạn.

Những Đoản Văn Đứt Đoạn Về Thầy

1

Thầy là một người giản dị, thư thái, rất nghệ sĩ và hài hước. Chúng tôi đến với Thầy trước nhất là vì văn học nghệ thuật, với những đoạn thơ ngắn nhập đề như *"Ngược xuôi nhớ nửa cung đàn, ai đem quán trọ mà ngăn nẻo về"*, và cả một tuyển tập *Giấc Mơ Trường Sơn*. Sau nữa là những bài học Phật pháp online, những chương trình Tu học hoặc trại Huấn luyện của tổ chức Gia đình Phật tử, sau này là cơ hội làm việc để tiếp nối Thầy trong công cuộc Hoằng dương Chánh pháp và con đường Giáo dục Văn hoá mà Thầy đã vạch ra. Chúng tôi đã dịch một số thơ văn của Thầy và học hỏi rất nhiều điều khi có cơ hội tiếp cận Thầy qua email, phone hay những lần tiếp xúc ngắn với Thầy khi về Việt Nam.

Những lần đọc một bài thơ hay, một áng văn đẹp của Thầy, người viết tập tành dịch ra tiếng Anh và gởi Thầy đọc lại. Thầy góp ý và dạy bảo thêm vì có những chỗ người dịch chưa hiểu hết tâm ý của Thầy và người chỉ bảo tận tường. Qua đó mới hiểu được những tư tưởng sâu thẳm của Thầy, cũng như những từ ngữ ẩn dụ, tượng hình phổ thông; như các từ: 'Em', 'mắt biếc', 'quán trọ' v.v... 'Quán trọ' trong thơ của Thầy không chỉ là thời gian cho việc ở tù của Thầy mà là một quãng đời của con người trên trái đất này và xa hơn nữa và trong kiếp sống luân hồi của mình. Tinh thần bất khuất của Thầy là bài học thân giáo Thầy dành cho tất cả mọi người con Việt. Trước án tử hình và sau này là tù chung thân với tội là *"tuyên truyền lật đổ chính quyền,"* Thầy đã chịu tù hơn 10 năm, đến năm 1998 nhà nước bảo Thầy viết giấy "xin khoan hồng", để được trả tự do, Thầy trả lời: *"Chúng tôi đã không công nhận giá trị của phiên tòa này, tính pháp lý của bản án này, các ông không có quyền giam giữ chúng tôi thì sao lại có quyền khoan hồng hay ân xá chúng tôi."* Thầy cũng đã có lần âm thầm tuyệt thực và viết một lá thư gửi cho nhà cầm quyền, nói *"một là tôi tự do ở đâu tôi muốn, hai là vào tù trở lại, chứ mấy ông không thể thả tôi ra khỏi nhà tù nhỏ để nhốt tôi vào nhà tù lớn hơn là cả đất nước này."* Cuối cùng tháng 9 năm 1998, Thầy cũng được trả tự do. Nhưng Thầy vẫn thanh thản, bao dung, tự tại không oán than chi hết.

Thầy luôn khuyên bảo chúng tôi và những người chung cùng làm việc với Thầy là *"Lấy văn hoá và giáo dục làm hành trang cho cuộc đời mình."* Đó là việc dài lâu; chính trị hay các thể chế chỉ là tạm thời. Thầy vẫn thường nhắc đi nhắc lại như thế.

2

Nhớ lần đầu tiên gặp Thầy bằng xương bằng thịt tại Hương Tích Phật Việt, nhờ thầy Hạnh Viên sắp xếp. Buổi gặp gỡ thật đạo vị và thân tình. Thầy hiền từ, gần gũi, đa tài và khôi hài. Nhưng ấn tượng nhất là lần gặp ở một miền quê hẻo lánh. Hôm đó chúng tôi đón xe khách, tài xế chạy suốt đêm từ Saigon đến Dambri thì trời đã quá nửa đêm và hai chúng tôi được bỏ lại ở một ngã ba đường. Thầy Quảng Ngộ, thị giả của Thầy, chạy xe Honda máy ra đón và đưa chúng tôi về Thị Ngạn Am yên ả và trầm mặc. Trời khuya, nên chúng tôi ngủ lại ở nhà chính để sáng hầu chuyện cùng Thầy. Dambri, Bảo Lộc, Lâm Đồng, sáng đó, trời mát dịu, không gian như rỗng lặng và thời gian như chậm lại. Bên Thầy, thăm hỏi và hàn huyên. Sau đó tôi xin Thầy cái tên để gieo duyên làm đệ tử của Thầy và làm bút hiệu để làm việc. Thầy bảo vậy gọi anh bằng "Thiên Nhạn," nghe hai chữ này, tự nhiên lòng khụng lại vì không dám. Bởi lẽ chữ "Nhạn" là tên của Dì Ba mình và có vẻ con gái, mà mình là đấng mày râu. Không muốn nhận và không dám nhận vì cánh Nhạn Trời này có phải là những điều Thầy muốn gửi gắm như trong bài thơ "Nhạn Quá Trường Không" của Thiền Sư Hương Hải mang tinh thần nhập thế của Phật giáo Đại thừa?

Bài thơ như sau:

> *"Nhạn quá trường không*
> *Ảnh trầm hàn thủy*
> *Nhạn vô di tích chi ý*
> *Thủy vô lưu ảnh chi tâm."*

Thiền Sư Thanh Từ đã dịch bài như sau:

> *"Nhạn bay trên không*
> *Bóng chìm đáy nước*
> *Nhạn không có ý để dấu*
> *Nước không có tâm lưu bóng."*

Nghĩ thế nên con nào dám, xin Thầy cho tên khác. Sau một hồi hầu chuyện qua lại cùng Thầy, Thầy bảo giữ y nguyên như vậy. Và đó cũng là lối giáo dục bằng ý giáo của Thầy, dạy hàng đệ tử của mình–hãy dấn thân theo tinh thần nhập thế. Đem Đạo vào đời để làm cho cuộc đời bớt khổ thêm vui. Tên đặt hay ngôn ngữ cũng chỉ là phương tiện dấn thân của Bồ Tát Hạnh và Bồ Tát Đạo.

3

Món quà trân quý từ Thầy. Ngoài những biệt tài ưu việt về Phật học, văn chương, triết lý, âm nhạc, v.v… Thầy còn viết những câu đối thật tuyệt vời và chữ thảo thật đẹp. Món quà quý giá đầu tiên mà Thầy tặng cho người viết là một thư pháp chữ Hán.

Thư pháp là bài kệ tán trong kinh Lăng Già như sau:

"Tri nhân pháp vô ngã
Phiền não cập nhĩ diệm
Thường thanh tịnh vô tướng
Nhi hưng đại bi tâm."

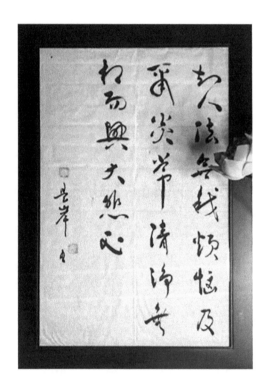

Và theo chúng tôi hiểu nghĩa bài kệ này như sau: Biết người và pháp đều vô ngã / Phiền não cùng sở tri chướng / Vốn thanh tịnh, vô tướng… / (nên) khởi tâm đại bi. Sau này, chúng tôi được biết, Thầy dạy rất rõ trong bài *Dẫn vào Thế giới Văn học Phật giáo*, theo đó văn học Phật giáo lấy tư tưởng của Giáo lý Phật đà, lấy "tâm nguyện đại bi, đại trí và đại hùng" để bước.

Món quà kế tiếp là Thầy viết lời giới thiệu cho cuốn sách "Chánh niệm – Chất liệu tỉnh giác trong cuộc sống và học đường" của chúng tôi, trong đó Thầy đã dạy, *"Tập sách không phải tập hợp một mớ lý thuyết, mà dẫn dụng những ứng dụng cụ thể và những kết quả đạt được, hoặc lớn hoặc nhỏ, rất đáng khích lệ.*

Đối với các huynh trưởng Gia Đình Phật tử, với tâm nguyện, với trách nhiệm tự nhận, ước mong hướng dẫn các đoàn sinh, các đàn em của mình, trưởng thành trong Chánh pháp; bằng nhận thức và hành động được tu dưỡng, được tài bồi, của Phật pháp trong nhiều năm, tập sách này là tư liệu tham khảo cần thiết để tăng trưởng nhận thức, phát huy những tinh hoa trong Phật pháp trao truyền cho các thế hệ đàn em, vì một xã hội hài hòa, an lạc, một dân tộc bao dung nhân ái trong một đất nước thanh bình.

Tiết Nhi đồng Việt Nam 2021"

Đó là những món quà quý giá Thầy tặng cho chúng tôi, và đó cũng là lời gửi gắm dạy dỗ cho hàng huynh trưởng và đoàn sinh GĐPT nói riêng và tuổi trẻ Phật giáo nói chung là lấy tâm nguyện Đại bi, lấy hạnh nguyện và con đường Bồ Tát mà hành hoạt và hiến dâng cho cuộc đời. Một lối giáo dục đầy từ bi, bác ái, nhân văn, thực tiễn và khai phóng.

4

Một buổi tối trời se lạnh, khoảng đầu năm 2021, có một cú điện thoại gọi qua Viber app, xa lạ với tên gọi là "Yibo", đang lưỡng lự là có bắt phone không. Sau một hơi thở sâu và chậm, chúng tôi quyết định nghe điện thoại. Ồ thì ra đó là Ôn Tuệ Sỹ từ bên Nhật gọi qua Hoa Kỳ. Đó cũng là sự bắt đầu cho chuỗi thời gian nối kết Thầy và Chư Tăng Ni tại Hải Ngoại để từ đó dẫn đến sự thành lập Hội Đồng Hoằng Pháp và các Phật sự quan trọng khác. Làm việc với Thầy mới thấy sự kham nhẫn và khiêm nhường của Thầy. Có những văn bản mà Thầy viết rất hay chí tình chí nghĩa; tình đạo, tình đời viên dung, rất người và ký với những tên tuyệt diệu và khiêm nhượng với vị trí của Thầy. Những lần Thầy ký Thiện thệ tử, Văn bối Tỷ-kheo, Bình Pháp Tỷ-kheo, v.v... Nhưng có một văn bản, Thầy ký "Tiểu Tăng" Thích Tuệ Sỹ đã làm tôi bật khóc vì thương Thầy, thương cho đại cuộc và thương cho Giáo hội. Mặc dù trên lãnh vực hành chánh, cương vị của Thầy lớn hơn so với những vị

Thầy khác, nhưng Thầy vẫn ký là "Tiểu Tăng," làm chúng tôi càng phục và càng thương Thầy. Có lần lắng nghe Thầy tâm sự, tôi càng thương và đồng cảm với Thầy và nhận chân rằng con đường Thầy đang đi rất lẻ loi, Giáo hội thiếu nhân sự và có rất ít người cùng đồng hành. Tuy nhiên mỗi khi có ai đó có phước duyên gặp gỡ và làm việc cùng Thầy thì những vị đó đều là những người đồng hành, những kẻ cùng tử và trung kiên.

Trở lại việc giáo dưỡng của Thầy, có những lúc có vài trắc trở vì không gian và thời gian để đưa đến một vài sự hiểu lầm nhau, Thầy dạy, *"chuyện nghi ngờ lặt vặt, ai có ác ý hay thiện ý gì cũng không quan trọng."* Nhiều khi Thầy dạy rất ngắn và chúng tôi lãnh ngộ và thái độ yên lặng–gìn giữ cho thân tịnh tâm an để tiếp tục làm việc. Bậc minh sư đó, lúc nào cũng tận tuy và dạy dỗ học trò đúng lúc đúng thời.

5

Đối với Tăng Ni, Thầy đã viết, hướng dẫn và tạo niềm tin qua các tiểu luận như, *Định hướng tương lai cho Tăng Ni trẻ, Thư gửi các tăng sinh Thừa Thiên-Huế,* bao nhiêu Thông điệp, Chúc thư, v.v… Cho hàng cư sỹ Thầy gửi gắm và dạy dỗ qua nhiều tác phẩm như: *Du-già Bồ tát giới, Thắng Man giảng luận, Huyền Thoại Duy-Ma-Cật,* tiểu luận như *Văn minh tiểu phẩm, Trí thức phải nói, Thư Chào mừng Đại hội Cư sĩ Phật giáo Hải ngoại,* v.v… Đối với tuổi trẻ, Thầy đã giảng dạy qua *Đạo Phật với Thanh niên – Buddhism & The Youth, Tuổi trẻ Lên Đường, Suy nghĩ về hướng giáo dục đạo Phật cho tuổi trẻ,* v.v…

Với GĐPT thì vô số kể, chúng tôi xin kể một vài câu chuyện khác: Thầy lúc nào cũng thương yêu, động viên và dạy bảo GĐPT bằng Thân, Khẩu và Ý giáo của mình. Năm 2004, Thầy khuyến khích và bảo trợ tài chánh cho Ban huynh trưởng GĐPT Miền Quảng Đức, Sài Gòn tổ chức thi hội hoạ, văn thơ... Năm đó, Thầy đã bảo trợ từ vật chất đến tinh thần, đích thân đến chứng minh. Thầy đã khuyến tấn quý anh chị em lam viên tổ chức và tham dự những hội hè, mở ra một truyền thống đẹp cho tổ chức GĐPT. Ở hải ngoại, Thầy thường xuyên thăm hỏi và để ý đến sự đoàn kết của Tổ chức cũng như những huynh trưởng có trình độ / khả năng hội nhập những hội đoàn quốc tế vì Thầy luôn quan niệm GĐPT cần phải vươn lên theo chiều hướng văn minh và phát triển của xã hội.

Thầy có nhiều niềm tin yêu và hy vọng vào tuổi trẻ. Có một em sinh viên trẻ, Pháp danh Tâm Thuần, viết tiểu luận về thơ Thầy và rất dũng cảm để chia sẻ trên mạng mặc dù có thể bị khó khăn trong việc học của em. Thầy email bảo rằng, *"Tôi đã đọc hết Tiểu luận của Cô bé Tâm Thuần. Bài viết rất vững. Trình độ xúc cảm và nhận thức về thơ khá sâu. Dù sao đây cũng chỉ là một Tiểu luận mang tính báo cáo nhiều hơn, nhận thức thơ qua các phê bình của nhiều tác giả chứ chưa thấy được cảm xúc thơ của chính người đọc thơ và người làm thơ. Tôi thật sự cảm động và rất vui về tương lai với một thế hệ mới có tâm hồn cao đẹp như thơ, để cho đất nước này cũng đẹp tình người như những bài thơ.*

Có một điều khiến tôi suy nghĩ. Post Tiểu luận của Cô Bé lên thì rất tốt cho nhiều người, gợi hứng niềm tin về một thế hệ trẻ nhiều tình tự dân tộc; nhưng còn đang học, không biết việc phổ biến này sẽ ảnh hưởng đến việc học của Cô Bé hay không. Chế độ không cho phép ai phê bình nó. Điều này tất cả chúng ta đều hiểu rõ. Anh cũng nên nói chuyện với Cô Bé về điều này."

Điều muốn nhấn mạnh ở đây, là Thầy đã và đang quan tâm cho giới trẻ, nhất là học sinh, sinh viên cũng như đặt niềm tin vào tuổi trẻ. Dĩ nhiên, em nữ sinh viên này rất vui được Thầy khen và đồng thuận cho đăng trong sự can đảm của mình. Âu đó cũng là những lời gửi gắm của Thầy đến em sinh viên Tâm Thuần nói riêng, cũng như bao nhiêu sinh viên trẻ khác trong đất nước hình chữ S thân yêu và khắp mọi nơi. Thầy luôn tin yêu, hy vọng, bảo vệ và tạo cảm hứng cho giới trẻ Việt Nam.

6

Những lúc làm việc với Thầy, mới thấy sự làm việc nghiêm túc, nhưng phóng khoáng và dân chủ của Thầy. Thầy rất chỉnh chu, tỉ mỉ khi làm việc. Chúng tôi nhớ khi làm cuốn *Thiền Định Phật Giáo Khởi Nguyên và Ảnh Hưởng*; cuốn *Tổng Quan Về Nghiệp* với Thầy và anh Nguyên Đạo Văn Công Tuấn bên Đức, càng biết là Thầy làm việc nghiêm túc, tinh cần và rất quy củ; từ góp ý bìa cho đến footnote, Thầy làm việc từ sáng đến chiều và làm việc bất cứ lúc nào Thầy khoẻ. Có lần Thầy bảo vào ngày thứ Bảy (Sat, Sep 18, 2021, 3:57 PM) *"Quyết định chọn bìa này đi, bìa không có hình, nếu mọi người vui vẻ chấp nhận. Nếu không đồng ý, có hình Phật cho vui mắt một chút thì cũng được, vui vẻ đồng ý với nhau là được."* Thầy không bảo thủ và nhường quyền quyết định cho số đông. Nhưng nói ở đây là Thầy làm việc luôn cả ngày lẫn đêm, thậm chí vào cuối tuần. Một lần khác, mới vừa ăn sáng xong. Cuốn TQVN đã đọc đi đọc lại đến 6 lần vì Thầy cần sửa những footnote. Thầy dạy, vào ngày thứ Năm, (Thu, Oct 7, 2021), 7:06 giờ sáng, *"Thế thì tốt đẹp rồi, có thể ấn hành được rồi. Sách đã làm xong. Sự đóng góp nhiệt tình của các huynh đệ để sách được hoàn chỉnh. Chân thành tán thán công đức của các huynh đệ đã trực tiếp hoặc gián tiếp cho sách."*

Thầy cũng thực sự thân mật với những người làm việc cùng Thầy. Thầy luôn gọi nhau là "anh" như tình pháp hữu. Chúng tôi nhớ là chưa có bao giờ Thầy gọi chúng tôi là "con"; lúc nào cũng gọi là "anh" hoặc tên Phẻ mặc dù chúng tôi có lúc gọi Thầy là "Thầy", là "Hòa Thượng", là "Ôn", nhưng Thầy cứ gọi chúng tôi là "anh" hoặc "quý anh". Âu đó cũng là một lối giáo dục từ khẩu giáo và thân giáo của Thầy.

7

Trong cuốn sách đầy ảnh hưởng *"Du Già Bồ Tát Giới"* (2010), Thầy đã nêu rõ tầm nhìn của mình về giáo dục, lấy nền tảng Bồ Tát Hạnh, Bồ Tát Đạo và Bồ Tát Hành làm kim chỉ nam cho một thế giới ngày càng

Tác giả vấn an HT Thích Tuệ Sỹ (Ảnh: Nhuận Pháp)

tốt đẹp hơn, an bình và thịnh vượng. Thầy tin rằng, văn hoá và giáo dục không những chuẩn bị cho cá nhân trở thành công dân tích cực, thăng tiến mà còn nuôi dưỡng các giá trị nhân văn, dân chủ, tương đồng, khoan dung và trách nhiệm xã hội. Ý tưởng của Thầy tiếp tục định hình các cuộc thảo luận về vai trò của giáo dục trong việc thúc đẩy tâm từ, hoà bình, các khía cạnh xã hội dân chủ nhân văn.

Nói tóm lại, những đóng góp của Thầy, Hoà thượng Thích Tuệ Sỹ, cho nền giáo dục Phật giáo còn kéo dài hơn cả cuộc đời Thầy qua công trình đồ sộ phiên dịch Đại Tạng Kinh bằng tiếng Việt. Đó là một di sản tâm linh, một di sản giáo dục rất lớn và từ trước đến nay của Phật Giáo Việt Nam. Sự hành trì nghiêm mật, sự trải nghiệm và trí tuệ vô biên của Thầy tiếp tục truyền cảm hứng cho hàng đệ tử xuất gia và tại gia, các nhà giáo dục Phật Giáo, cũng như các giới văn nghệ sĩ đến các nhà hoạt động xã hội. Tam giáo của Thầy có thể là định hình cho các hoạt động giáo dục hoặc những người tự cho mình là nhà giáo dục / giáo viên trên toàn thế giới có tầm nhìn chung để nương vào và hành hoạt. Ý tưởng và hoài bão của Thầy đặc biệt phù hợp trong bối cảnh giáo dục ngày nay, trong đó nhấn mạnh đến nhân bản, dân tộc, và sự dấn thân của giới trẻ để tư duy, phê phán và phát triển đạo đức và tâm linh theo đà phát triển kỹ thuật và khoa học của thế kỷ 21 này.

Cuối cùng, chúng tôi có niềm tin sâu sắc là Thầy vẫn còn với chúng ta. Có lần chúng tôi nói với Thầy rằng là hàng đệ tử tứ chúng cần Thầy phải sống thêm 10 năm nữa để cho Công trình phiên dịch Đại Tạng Kinh được thành tựu viên mãn. Thầy cười bảo, "10 năm thì không dám, nhưng chắc 3 năm thì được." Nhưng đến giờ này thì chỉ hơn 1 năm thôi. Vậy mong Thầy tiếp tục sống để làm điểm tựa cho hàng hậu học. Chúng con cũng xin nguyện sẽ "tái sinh" và đồng hành cùng Thầy tiếp tục công việc phiên dịch Đại Tạng Kinh còn dang dở.

Thầy ơi!

Tháng 10 mưa rơi

Thuyền từ Giáo hội

Chỉ còn Thầy thôi!

Nam Mô Tiêu Tai Diên Thọ Dược Sư Lưu Ly Quang Vương Như Lai.

Đầu tháng 10, Sacramento, California

Xin cúi đầu

Tâm Thường Định Bạch Xuân Phẻ

Tài liệu cần tham khảo:

1. *"Amnesty International, ASA 41/010/1998, December 1998"*. Bản gốc lưu trữ ngày 16 tháng 5 năm 2003. Truy cập ngày 16 tháng 5 năm 2003.

2. *"Niên Biểu Phật giáo Việt Nam"*. Bản gốc lưu trữ ngày 12 tháng 12 năm 2010. Truy cập ngày 18 tháng 10 năm 2007.

3. Bách khoa toàn thư mở wikipedia. *Tiểu Sử Thích Tuệ Sỹ*
    https://vi.wikipedia.org/wiki/Th%C3%ADch_Tu%E1%BB%87_S%E1%B-
    B%B9. Tải xuống ngày 30 tháng 9, 2023.

4. Thích Tuệ Sỹ: *Dẫn Vào Thế Giới Văn Học Phật Giáo*
    https://hoangphap.org/tue-sy-dan-vao-the-gioi-van-hoc-phat-giao/ Tải
    xuống ngày 1 tháng 10, 2023.

5. Thích Tuệ Sỹ: *Định hướng tương lai cho Tăng Ni trẻ.*
    https://quangduc.com/a50534/dinh-huong-tuong-lai-cho-tang-ni-tre

6. *Thiền Định Phật Giáo: Khởi Nguyên và Ảnh Hưởng* (Vietnamese Edition)
    https://www.amazon.com/Thi%E1%BB%80n-%C4%90%E1%B-
    B%8Anh-Nguy%C3%AAn-H%C6%AF%E1%BB%9Eng-Vietnamese/
    dp/1087924367/ref=sr_1_7

7. Thích Tuệ Sỹ: *Văn minh tiểu phẩm*
    https://quangduc.com/a5113/van-minh-tieu-pham, Tải xuống ngày 2
    tháng 10, 2023.

8. Thích Tuệ Sỹ: *Thư gửi các tăng sinh Thừa Thiên-Huế*
    https://sentrangusa.com/2020/09/09/thich-tue-sy-thu-gui-cac-tang-sinh-
    thua-thien-hue-cua-thay-tue-sy/ Tải xuống ngày 1 tháng 10, 2023.

9. Thích Tuệ Sỹ: *Đạo Phật với Thanh niên – Buddhism & The Youth*
    https://hoangphap.org/ht-thich-tue-sy-dao-phat-voi-thanh-nien-bud-
    dhism-the-youth/ Tải xuống ngày 1 tháng 10, 2023.

10. Thích Tuệ Sỹ: *Trí thức phải nói*
    https://saigonnhonews.com/nhin-lai-lich-su/thich-tue-si-tri-
    thuc-phai-noi/

11. Thích Tuệ Sỹ: *Thư Chào mừng Đại hội Cư sĩ Phật giáo Hải ngoại*
    https://bodhimedia.net/reading_Thu-Chao-Mung-%C3%90ai-Hoi-Cu-
    Si_ccqttdgt.html

12. Thích Tuệ Sỹ: *Du-già Bồ tát giới*. Sách phát hành trên hệ thống Amazon
    vào ngày 12 tháng 10, 2019.

https://www.amazon.com/DU-GI%C3%80-T%C3%81T-GI%E1%B-B%9AI-Vietnamese/dp/1087809150

13. Thích Tuệ Sỹ: *Thắng Man giảng luận.* Sách phát hành trên hệ thống Amazon vào ngày 6 tháng 3, 2019.
https://www.amazon.com/Th%E1%BA%AFng-Man-Gi%E1%BA%A3ng-Lu%E1%BA%ADn-Vietnamese/dp/0359483631/ref=sr_1_1?crid-=1XXA57FQYGT4D

14. Thích Tuệ Sỹ: *Huyền Thoại Duy-Ma-Cật.* Sách phát hành trên hệ thống Amazon vào ngày 18 tháng 6, 2014.
https://www.amazon.com/Huyen-Thoai-Duy-Cat-Vietnamese/dp/1500243086/ref=sr_1_1

15. Thích Tuệ Sỹ: *Tuổi trẻ Lên Đường.*
https://phatviet.info/tue-sy-tuoi-tre-len-duong/

16. Thích Tuệ Sỹ: *Suy nghĩ về hướng giáo dục đạo Phật cho tuổi trẻ.*
https://phebach.blogspot.com/2015/11/suy-nghi-ve-huong-giao-duc-ao-phat-cho.html

GHPGVNTN, MÁI NHÀ ĐỂ TRỞ VỀ

Thị Nghĩa Trần Trung Đạo

Tháng 5 năm nay, 2023, tôi và nhà văn Trần Doãn Nho đến đảnh lễ một bậc tôn túc Phật giáo từng là một trong những lãnh đạo của Giáo Hội Phật Giáo Việt Nam Thống Nhất (GHPGVNTN) trước 1975. Ngài nguyên là Quyền Tổng Vụ Trưởng Tổng Vụ Thanh Niên và sau đại hội VI, là Tổng Vụ Trưởng, chính thức thay thế Hòa thượng Thích Thiện Minh. Trong căn phòng rộng, chúng tôi ngồi ôn lại chuyện xưa. Thầy ngạc nhiên nghe tôi kể lại những chi tiết có liên quan đến giáo hội trong hai năm đầy biến cố từ 1973 đến 1975. Căn phòng của Hòa thượng Quảng Độ ở chùa Giác Minh gần ngã sáu Lý Thái Tổ. Con hẻm dẫn vào chùa. Chiếc xe "Deux Chevaux" màu vàng nhạt đậu trong sân. Chúng tôi có một buổi chiều ấm áp sau khi xem lại cuốn phim của chính mình và một thuở không quên. Thầy cứ mỉm cười, gật đầu hoài "Đúng, anh nhớ rõ quá", và thỉnh thoảng bổ sung vài điểm.

Năm đó tôi 18 tuổi. Nhớ lại, một buổi chiều tôi và bạn Nguyễn Xuân Tường, sinh viên ban Địa Chất ở Đại học Khoa Học, đến chùa Bửu Đà trên đường Lê Văn Duyệt để thăm các chú ở Quảng Nam vào trọ học. Khi chúng tôi đang trò chuyện, một vị Đại đức đến chào và làm quen. Thầy cũng là người Quảng. Sau khi biết gốc gác tôi, Thầy hỏi tôi có thể giúp cho Tổng vụ Thanh niên một số công việc được không. Mùa hè nên tôi nhận lời.

Khi từ Hội An vào Sài Gòn đầu tháng 9 năm 1972 tôi mang theo ước mơ xanh và rất nhiều câu hỏi. Tôi luôn tâm nguyện phải làm một việc gì đó hữu ích cho quê hương và đạo pháp để đền đáp những tháng năm đầy trắc trở của mình được Tam Bảo hộ trì và bá tánh thập phương che chở.

Như một sinh viên năm thứ nhất, tôi chưa làm được gì nhiều, nhưng học được rất nhiều. Tôi có cơ hội được đảnh lễ và lắng nghe những lời dặn dò của nhiều bậc tôn đức lãnh đạo GHPGVNTN. Nguồn sách vô cùng phong phú của thư viện Đại học Vạn Hạnh, bài giảng của các thầy giúp tôi hiểu ra nhiều điều mà trong tuổi thiếu niên tôi chưa hiểu hết hay chưa hiểu đúng. Cứ thế, tôi may mắn bước đi dưới bóng mát của hàng cổ thụ Phật giáo và từ những tàng lá rộng trên đầu tôi mỗi sáng còn có những giọt sương mai nhỏ xuống làm tươi mát tâm hồn một thanh niên chưa tới tuổi hai mươi.

Rồi 1975 đến và sáu năm sau tôi theo đàn chim bay ra biển.

Tại Mỹ, những năm đầu dù đời sống còn khó khăn, tôi cũng cố gắng đóng góp khả năng của mình vào các công việc của giáo hội. Khi sư phụ chúng tôi, Hòa thượng Thích Long Trí, được mời giữ chức vụ Chánh Văn phòng Viện Hóa Đạo tôi lại được sư phụ sai làm một số việc của giáo hội đòi hỏi sự tin cẩn. Những việc tôi được giao không thể nhờ vả ai khác nên tôi ở lại thêm một thời gian và khi sinh hoạt của giáo hội tương đối ổn định tôi lặng lẽ ra đi.

Tôi không có tham vọng nào và cũng không muốn giữ một chức vụ gì từ đó đến nay. Tôi đến với giáo hội chỉ vì tôi mang niềm tin sâu xa vào sự trường tồn của Dân tộc và Đạo pháp.

Thật vậy, dù đứng từ góc cạnh nào, không ai có thể phủ nhận vai trò và sự đóng góp của Phật giáo vào dòng sống của dân tộc Việt. Đạo Phật

*HT Thích Nhật Liên (trái) trao Chúc thư và Ấn tín của HT Thích Đôn Hậu
- Chánh Thư Ký, Xử Lý Thường Vụ Viện Tăng Thống cho HT Huyền Quang
(Ảnh tư liệu)*

là một tôn giáo rất đặc biệt trong nền văn minh nhân loại vì đáp ứng
được các khao khát của con người theo từng thời đại không phân biệt
màu da hay sắc tộc.

Kinh điển giống nhau nhưng đạo Phật mang sắc thái riêng khi đến mỗi
quốc độ để từ đó có Phật giáo Nhật Bản, Phật giáo Trung Hoa, Phật
giáo Thái Lan, Phật giáo Việt Nam. Tôi "gặp Phật" ở Thái Lan, Nepal,
Ấn Độ, Hàn, Nhật v.v... nhưng đạo Phật tại Việt Nam rất khác. Đạo
Phật Việt Nam hòa tan trong tâm hồn mỗi con người. Nước và sữa có
thể phân ly nhưng văn hóa Phật giáo và văn hóa dân tộc Việt không thể
phân ly. Tinh thần Phật giáo bàng bạc trong lời ru của mẹ, lời dạy bảo
của cha. Một câu thơ, câu văn được các tác giả viết ra đã có tư tưởng
Phật giáo dù tác giả không phải là một tín đồ Phật giáo.

Khi dừng chân tại Việt Nam, đạo Phật không chỉ đem lại cho con người những phương tiện cần thiết để đạt đến giải thoát, an lạc như tại nhiều nơi khác mà còn dung hóa và dung hợp một cách hài hòa vào dòng sống dân tộc, góp phần quan trọng trong việc xây dựng nền tảng văn hóa, đạo đức của dân tộc và là thành lũy tinh thần để bảo vệ Việt Nam. Đại Lão Hòa thượng Thích Huyền Quang nhấn mạnh điều này trong Thông Điệp Phật Đản PL 2543: *"Nếu đạo Phật không tồn tại như mạch suối ngầm trong dòng lịch sử dân tộc thì ngày nay cái tên "Người Việt" chỉ tồn tại trong sử sách người Trung quốc, và thời kỳ được nói là độc lập dân tộc chỉ được chép trong lịch sử Trung quốc như là những giai đoạn hùng cứ của bọn phản nghịch mà do đức hiếu sinh, Thiên triều đã không tàn sát và chỉ cải tạo dần bằng cuộc nô dịch văn hóa."*

Sau nhiều trăm năm bị đóng khung trong tứ thư ngũ kinh Nho giáo rồi Trịnh Nguyễn phân tranh, dân tộc Việt lại phải đối diện với Thực dân xâm lược. Ông bà chúng ta bàng hoàng trước sức mạnh cơ khí của Thực dân. Thân xác người dân Việt gục xuống như rơm rạ trước họng súng đại bác từ các tàu chiến của Liên quân Pháp-Tây Ban Nha đậu ngoài cửa biển Đà Nẵng đầu tháng 9, 1858. Sau bao nhiêu hy sinh máu đổ đầu rơi, Việt Nam hoàn toàn bị Pháp thực dân hóa qua "Hòa ước Patenôtre", 1884.

Việt Nam trở thành một thuộc địa của Pháp nhưng tinh thần Việt Nam được hun đúc suốt nhiều ngàn năm không vì thế mà mất đi. Dòng văn hóa vẫn tiếp tục chảy dù phải chảy qua những vách đá cheo leo và có khi phải nhỏ từng giọt xuống trái tim người yêu nước.

Người Việt quan tâm đứng trước hai chọn lựa, (1) đi vay mượn các chủ thuyết ngoại lai, mượn súng đạn của ngoại bang về để "giải phóng dân tộc", thực chất là thay một hình thức nô lệ này bằng hình thức nô lệ khác, (2) nâng cao nhận thức văn hóa, xã hội, chính trị phù hợp với hướng đi thời đại kết hợp với phát huy nội lực dân tộc để tự khai hóa chính mình thay vì "bị khai hóa" bởi thực dân.

Để tồn tại, vượt qua và vươn lên, chư tổ Phật giáo chọn con đường thứ hai. Con đường đó không phải tìm đâu khác, không vay mượn của ai khác mà trở về và phát huy những tố chất uyên nguyên của dân tộc. Nội dung của hành trình về nguồn đó chính là phong trào chấn hưng Phật giáo bắt đầu vào những năm cuối của thập niên 1920. Chấn hưng Phật giáo cũng có nghĩa chấn hưng nội lực dân tộc.

Giống như ngài Anagarika Dharmapala (1864-1933), nhà văn và nhà đấu tranh cho nền độc lập Tích Lan, các bậc cao tổ Khánh Hòa, Giác Nguyên, Khánh Anh, Giác Tiên, Phước Huệ, Tố Liên, Trí Hải… của Việt Nam cũng đã rời những thiền phòng để chống gậy trúc đi vào lòng đất nước. Các ngài lắng nghe nỗi đau của dân tộc, đánh thức tinh thần yêu nước, độc lập tự chủ trong lòng mỗi người dân Việt để qua đó phục hưng dân tộc bằng phương tiện giáo dục bởi vì chỉ nâng cao nhận thức mới có thể chuyển hóa hai nguồn bạo lực đến từ Tây phương gồm chủ nghĩa thực dân và chủ nghĩa cộng sản.

Con đường chấn hưng Phật giáo như chư tổ vạch ra là một con đường dài, cần nhiều thời gian và đầy khó khăn nhưng là con đường đích thực.

Sau nhiều thăng trầm, gian khó và hy sinh, cuộc hành hương về nguồn cội đó đã dẫn đến sự ra đời của GHPGVNTN vào tháng Giêng, 1964 tại Chùa Xá Lợi, Sài Gòn. "Thống Nhất", trong ý nghĩa đó không chỉ là một tập hợp mang tính hình thức của 11 giáo phái ký tên trong Hiến chương 1964 mà là bước phát triển cao hơn của một truyền thống đã có từ nhiều ngàn năm.

Được thành lập trong một giai đoạn lịch sử đầy ngộ nhận, GHPGVNTN dễ được hiểu như là kết quả của một biến cố chính trị. Biến cố có thể là "điểm vỡ" để GHPGVNTN được hình thành nhưng các giá trị hàm chứa trong Hiến chương 1964 của GHPGVNTN không đơn giản chỉ là kết quả của việc đổi thay một chế độ.

Các hội đoàn Phật giáo như Hội Nam kỳ Nghiên cứu Phật học do Hòa thượng Khánh Hòa thành lập vào năm 1930, Hội Tăng Già Bắc Việt do Hòa thượng Tố Liên thành lập năm 1950, và nhất là Tổng hội Phật giáo Việt Nam được thành lập tại Huế năm 1951. Tất cả đều đã được thành lập trước năm 1964, và do đó, sớm hay muộn các hội Phật giáo cũng sẽ kết hợp thành một giáo hội thống nhất. Qua những chặng thời gian và những khoảng không gian, dòng sông Phật giáo Việt Nam có những tên gọi khác nhau nhưng cũng chỉ là một dòng sông thống nhất khởi nguồn từ Luy Lâu trong thế kỷ thứ hai.

Các tổ chức Phật giáo quốc tế như Liên hữu Phật giáo Thế giới (The World Fellowship of Buddhists), Hội đồng Tăng già Phật giáo Thế giới (The World Buddhist Sangha Council, WBSC) và nhiều tổ chức Phật giáo Quốc tế khác đều ra đời trong hai thập niên đó. GHPGVNTN, do đó, là bước phát triển tự nhiên và tự nguyện của Phật giáo Việt Nam phù hợp với dòng chảy của văn minh thế giới trong hậu bán thế kỷ 20.

Từ đó đến nay, GHPGVNTN là nơi giữ gìn các giá trị tinh thần, các truyền thống văn hóa, lịch sử hai ngàn năm và sau này của Phật giáo Việt Nam. Dù bụi phủ, dù rêu phong mái nhà GHPGVNTN vẫn là mái nhà chính danh và chính thống của mọi người con Phật Việt Nam.

Lịch sử của GHPGVNTN từ khi ra đời tháng Giêng, 1964 cho tới khi Hòa thượng Thích Tuệ Sỹ chính thức đảm nhiệm chức vụ Chánh Thư Ký kiêm Xử lý Thường vụ Viện Tăng Thống đã gần 60 năm với không biết bao nhiêu gian khó. Một cuốn sách hay cả bộ sách dày cũng không viết hết hành trình giáo hội đã đi qua.

Sau 1975, ngoài GHPGVNTN, tại Việt Nam còn ra đời một "giáo hội" khác, được đảng CSVN chỉ đạo thành lập năm 1981 và đặt tên là "Giáo Hội Phật giáo Việt Nam" (GHPGVN) với phương châm "Đạo Pháp, Dân Tộc và chủ nghĩa Xã Hội". Với thân phận tầm gửi đó GHPGVN lệ thuộc hoàn toàn vào đảng CS. Nói một cách dễ hiểu, đảng CS còn GHPGVN còn và đảng CS mất GHPGVN sẽ mất.

Lịch sử đạo Phật cho thấy, trong thời đại nào và ở đâu, các hàng tăng sĩ lãnh đạo Phật giáo thỏa hiệp với tầng lớp thống trị, bị lôi cuốn vào vòng lợi danh và quyền lực, lợi dụng nỗi khổ đau bất hạnh của con người, giáo hội Phật giáo đó không còn là đại diện cho đạo từ bi của đức Phật nữa mà đã bị tha hóa thành công cụ của bộ máy cầm quyền.

Tuy nhiên, đạo Phật tại Việt Nam không chỉ gồm một nhóm nhỏ những tu sĩ bị tha hóa. Ẩn mình trong đám mây đen là ánh sáng của vầng dương trí tuệ và che giấu dưới lớp rêu xanh là những viên ngọc từ bi nhẫn nhục. Hàng ngàn, hàng vạn tăng sĩ Phật giáo đang âm thầm chuyên tâm tu tập chờ cơ hội đóng góp thiết thực cho đạo pháp và dân tộc.

Hàng ngàn Như Lai Trưởng Tử đang dâng hiến cuộc đời cho Phật giáo Việt Nam và Dân tộc Việt Nam trong nhiều cách khác nhau trên khắp ba miền đất nước. Các bậc tăng tài chân chính đó là những mạch nước đang âm thầm chảy trong lòng dân tộc, khó khăn nhưng vẫn phải chảy để giữ gìn Chánh Pháp của đức Thế Tôn. Họ có thể chưa nghe nhiều về GHPGVNTN hay chưa đứng hẳn về phía GHPGVNTN. Nhưng không sao. Tất cả vẫn còn đó. Một mai khi có điều kiện thuận lợi chư tôn đức tăng ni sẽ gặp nhau trong tinh thần hòa hợp và thanh tịnh tăng đoàn dưới một mái nhà GHPGVNTN.

Đại lão Hòa thượng Thích Quảng Độ, Đệ Ngũ Tăng Thống GHPGVNTN viên tịch ngày 22 tháng 2, 2020. Trong di chúc, ngài *ủy thác quyền điều hành Viện Tăng Thống cho Hòa thượng Thích Tuệ Sỹ: "đứng đầu vào vị trí của Viện Tăng Thống bảo đảm tiếp tục sứ mệnh của Giáo Hội Phật Giáo Việt Nam Thống Nhất trong tương lai. Tôi hoàn toàn tin tưởng và ủy thác trọng trách này cũng như trao toàn quyền cho Hòa thượng Tuệ Sỹ điều hành mọi hoạt động của Giáo Hội." (Quyết Định Số T4/QĐ/TT/ VTT của Đệ Ngũ Tăng Thống GHPGVNTN)*

Tại sao Đại lão Hòa thượng Thích Quảng Độ đặt sinh mệnh của GHPGVNTN trên vai Hòa thượng Tuệ Sỹ mà không giao phó cho ai khác?

Phải chăng vì không có một tôn đức nào uyên thâm gần hết các lãnh vực nội điển và ngoại điển như Hòa thượng Tuệ Sỹ?

Phải chăng không có một tôn đức nào khác có tinh thần uy dũng và đức độ được quốc tế và đa số đồng bào Việt Nam kính trọng như Hòa thượng Tuệ Sỹ?

Đó là câu hỏi chúng ta thường đọc, thường nghe từ tháng 2, 2020 đến nay và cũng là câu trả lời của phần đông chúng ta mỗi khi được hỏi.

Thế nhưng, Đại lão Hòa thượng Thích Quảng Độ có thể không nghĩ giống như đa số chúng ta mà đã nghĩ sâu hơn.

Tinh hoa và trí tuệ bộc phát trong những ngày tháng cuối đời giúp ngài nhìn lại con đường giáo hội đã đi qua và thấy rõ hơn con đường trước mắt mà đạo Phật Việt Nam phải hướng tới.

Ngài trao trọng trách cho Hòa thượng Thích Tuệ Sỹ bởi vì, ngoài cơ sở pháp lý là Hiến chương GHPGVNTN và bên cạnh sự thông minh, uyên bác nhiều lãnh vực, Hòa thượng Tuệ Sỹ trước hết vẫn là con người văn hóa và có một tầm nhìn rất xa về tương lai Dân tộc và Phật giáo.

Là một bậc cao tăng dâng hiến cả cuộc đời cho Đạo pháp và Dân tộc, Đại lão Hòa thượng Thích Quảng Độ biết cuộc vận động chấn hưng Phật giáo từ thập niên 1920 chưa dừng lại mà là một tiến trình liên tục và phải bắt đầu ngay từ nền móng.

Nền móng của đạo Phật không gì khác hơn là Tam tạng. Đại lão Hòa thượng ý thức được sự quan trọng của công trình phiên dịch bởi vì chính ngài từng là Tổng Thư ký mang trọng trách điều hành công việc hàng ngày của Hội đồng Phiên dịch Tam Tạng trước 1975.

Nhắc lại. Hội đồng Phiên dịch Tam Tạng được thành lập sau phiên họp ba ngày từ 20 đến 22 tháng 10, 1973. Kết quả, một Ban Phiên dịch được

Hội Đồng Giáo Phẩm Trung Ương GHPGVNTN tổ chức Tăng nghị, thảo luận một số vấn đề Pháp sự, Tăng sự tại Tổ Đình Phật Ân (28/12/2022) dưới sự chủ tọa của HT Thích Tuệ Sỹ (Ảnh: Hoangphap.org)

bầu ra. Trưởng ban là Đại lão Hòa thượng Thích Trí Tịnh và Tổng Thư ký là Đại lão Hòa thượng Thích Quảng Độ. Trong số 18 bậc tôn đức thành viên Ban Phiên Dịch có một vị tăng sĩ chỉ mới 28 tuổi. Vị tăng sĩ trẻ đó là Đại đức Thích Tuệ Sỹ.

Trong Hội đồng Trưởng lão Viện Tăng Thống, Hội đồng Viện Hóa Đạo, Tổng vụ Hoằng Pháp, Ban Giáo sư Phật khoa của Viện Đại học Vạn Hạnh còn có hàng trăm cao tăng thạc đức xứng đáng được cung thỉnh vào Hội đồng Phiên dịch Tam Tạng. Tuy nhiên Hội đồng để cử Đại đức Tuệ Sỹ bởi vì Thầy không chỉ là một giáo sư Đại học Vạn Hạnh mà còn đại diện cho tương lai của Phật giáo tại Việt Nam.

Đại lão Hòa thượng Thích Quảng Độ tin tưởng rằng dưới sự lãnh đạo của Hòa thượng Tuệ Sỹ một cánh cửa mới sẽ mở ra để GHPGVNTN bước đi cùng thời đại.

Hòa thượng Tuệ Sỹ biết mình thân đang mang trọng bệnh. Khó khăn duy nhất mà Hòa thượng không thể vượt qua là thời gian. Vì không có đủ thời gian để làm hết những điều mình mong muốn nên Hòa thượng ưu tiên hóa những đề án, những công việc phải làm. Hòa thượng cặm cụi ngày đêm soạn thảo từng thông tư, chủ trì nhiều phiên họp, gọi thỉnh mời chư tôn đức tăng ni ở khắp các múi giờ trên thế giới để cùng ngồi lại. Tất cả chỉ vì một mục đích như ngài viết trong Thông Bạch Thỉnh Cử Hội đồng Hoằng pháp: *"mang ngọn đèn chánh pháp đến những nơi tăm tối, cho những ai có mắt để thấy, dựng dậy những gì đã sụp đổ, dựng đứng những gì đang nghiêng ngả."*

Đúng như niềm mong ước của Đại lão Hòa thượng Thích Quảng Độ, Hòa thượng Tuệ Sỹ đã lãnh đạo và phối hợp chư tăng ni trong và ngoài nước để thành lập nên Hội Đồng Hoằng Pháp vào ngày 10 tháng 05 năm 2021.

Hội Đồng Hoằng Pháp *"mở ra cánh cửa cho những ai đang tìm kiếm sự an lạc tĩnh lặng của nội tâm; cứu mình, giúp người, xoa dịu và hàn gắn những đổ vỡ chia ly của gia đình, xã hội; góp phần giải quyết những khổ đau triền miên của nhân sinh, kiến lập thế giới hòa bình, nhân ái."*

Mục đích và chủ trương ngắn gọn như thế nhưng hàm chứa cả một tầm nhìn bao la và sâu xa của Hòa thượng Chánh Thư ký Viện Tăng Thống GHPGVNTN Thích Tuệ Sỹ.

Nội dung Phật chất chứa đựng trong Hiến Chương của Giáo Hội Phật Giáo Việt Nam Thống Nhất (tu chính ngày 12.12.1973) hoàn toàn không thay đổi nhưng đưa đến cho mọi người ở mọi nơi bằng những phương tiện nhanh chóng chưa từng có nhờ kết quả của cuộc cách mạng tin học cuối thế kỷ 20.

Trong "thế giới phẳng" ngày nay, khoảng cách không gian và thời gian không còn là những trở ngại mà là những tiện nghi cần được tận dụng.

Kết quả thấy rõ, chỉ trong vòng chưa tới hai năm Tạng Thanh Văn 29 cuốn trong Tam Tạng Kinh Điển đã được ấn hành và công bố.

Thành tựu đầy khích lệ đó nhờ nhiều yếu tố. Bên cạnh sự hướng dẫn tinh thần của Hòa thượng Thích Tuệ Sỹ và chư tôn đức trưởng lão còn có sự đóng góp của nhiều tăng sĩ, cư sĩ Phật giáo thuộc thế hệ trẻ xuất gia tu học hay thành tài sau 1975 và hành đạo tại nhiều quốc gia trên thế giới. Các bậc tăng tài trẻ đó đến với GHPGVNTN bằng con đường thời đại rộng mở thay vì những lối hẹp không còn thích hợp với kỷ nguyên toàn cầu hóa thông tin.

Kỳ diệu thay! Sau gần nửa thế kỷ ngưng trệ vì nhiều lý do và 16 trong số 18 bậc tôn đức trưởng lão trong Hội Đồng Phiên Dịch Tam Tạng được thành lập năm 1973 đã viên tịch nhưng những lời dạy của Đức Từ Phụ Thích Ca Mâu Ni vẫn tiếp tục chảy vào dòng văn hóa Việt Nam và dòng văn minh nhân loại. Hai vị còn đương tiền là Đại lão Hòa thượng Thích Thanh Từ, nhưng trong tình trạng bất hoạt và Hòa thượng Thích Tuệ Sỹ.

Sáu mươi năm trước, các tôn đức trưởng lão đã ý thức được tầm quan trọng của thế hệ tăng sĩ tương lai khi mời Đại đức Tuệ Sỹ chỉ mới 28 tuổi vào Hội Đồng Phiên Dịch Tam Tạng.

Sáu mươi năm sau, Hòa thượng Thích Tuệ Sỹ, Chánh Thư Ký kiêm Xử lý Thường vụ Viện Tăng Thống GHPGVNTN, đã *"nối lại và mở rộng con đường của 25 thế kỷ truyền trì đạo lý giải thoát giác ngộ bằng phương tiện và kỹ thuật hiện đại, sao cho những thế hệ tương lai có thể tiếp nhận Phật pháp một cách hiệu quả và thích hợp nhất hầu áp dụng vào cuộc sống đầy biến động và thay đổi từng ngày của ngôi làng thế giới."*

Kẻ trước người sau nhưng không ai quá trẻ để đóng góp vào sự nghiệp hiển dương ánh sáng từ bi và trí tuệ của đức Từ Phụ Thích Ca Mâu Ni. Thời gian và phương tiện khác nhau nhưng cùng một tâm nguyện hoằng pháp độ sanh.

Sau nửa thế kỷ kể từ khi Hội Đồng Phiên Dịch Tam Tạng được thành lập (1973), bộ Thanh Văn Tạng (Đại Tạng Kinh Việt Nam) được chính thức ấn hành. (Ảnh: Hoangphap.org)

Hòa thượng Chánh Thư Ký Viện Tăng Thống cũng biết việc mở cánh cửa, dựng lối vào cũng chỉ là phương tiện, đào tạo tăng tài để bước vào cánh cửa đó mới chính là mục tiêu quan trọng của GHPGVNTN hôm nay và mai sau. Một mái nhà đẹp bao nhiêu nhưng không được gìn giữ, sửa sang, một ngày cũng dột nát và sụp đổ. Truyền thống nếu không biết phát huy sẽ sớm trở thành một thói quen lạc hậu.

Lá thư "Thư gửi các tăng sinh Thừa Thiên-Huế" của Hòa thượng là lá thư ngắn nhưng được trích dẫn nhiều nhất trong 20 năm qua. Lý do, đó là lời căn dặn chân thành của Hòa thượng đến thế hệ tăng sĩ trẻ.

Hòa thượng viết: "*Người xuất gia, khi cất bước ra đi, là hướng đến phương trời cao rộng; tâm tính và hình hài không theo thế tục, không buông mình chìu theo mọi giá trị hư dối của thế gian, không cúi đầu khuất phục trước mọi cường quyền bạo lực. Một chút phù danh, một chút thế lợi, một chút an nhàn tự tại; đấy chỉ là những giá trị nhỏ bé, tầm thường và giả nguy, mà ngay cả người đời nhiều kẻ còn vất bỏ không tiếc nuối để giữ tròn danh tiết. Chớ khoa trương bảo vệ Chánh pháp, mà thực tế chỉ là ôm giữ chùa tháp làm chỗ ẩn núp cho Ma vương, là nơi tụ hội của cặn bã xã hội. Chớ hô hào truyền pháp giảng kinh, thực chất là mượn lời Phật để xu nịnh vua quan, cầu xin một chút ân huệ dư thừa của thế tục, mua danh bán chức. Xưa kia, khi vua chúa bắt sư tăng cúi đầu nhận tước lộc của triều đình để làm tôi tớ cho vương hầu, chư Tổ đã sẵn sàng đặt đầu mình trước gươm bén, giữ vững khí tiết của người xuất gia, bước theo dấu chân vô úy, vô cầu, của các bậc Thánh Đệ tử, được gói gọn trong thanh quy: Sa môn bất kính vương giả."*

Tất cả rồi sẽ phôi pha nhưng những lời vàng ngọc đó sẽ là hành trang đầy ắp tình thương và Phật chất để các thế hệ tăng sĩ mang theo trong lý tưởng cứu đời. Một giáo hội, trong trường hợp này là GHPGVNTN, thuận với lòng người, hợp với nhu cầu của đất nước và hướng đi của thời đại, giáo hội đó sẽ tồn tại mãi mãi cùng lịch sử dân tộc.

Đại lão Hòa thượng Thích Huyền Quang, Đại Lão Hòa thượng Thích Quảng Độ, Hòa thượng Thích Tuệ Sỹ là ba bậc tôn đức khai sáng một thời đại mới của Phật giáo Việt Nam. Nhìn lại những năm tháng đầy đau thương, chịu đựng trong lao tù mà các tôn đức phải trải qua thật không khỏi đau lòng.

Nhưng dù bao nhiêu đau thương, chịu đựng dòng Suối Từ kỳ diệu vẫn chảy. Mỗi thời kỳ đều có những bậc cao tăng thạc đức đứng ra chèo lái con thuyền đạo pháp. Những chịu đựng hy sinh của các ngài sẽ không rơi vào quên lãng mà đã nở thành những bông Hoa Đàm làm đẹp con đường hoằng dương Chánh Pháp của đức Thế Tôn.

Nhiều người lo lắng, một mai khi các bậc cao tăng thạc đức có liên hệ với GHPGVNTN viên tịch, các thế hệ tăng sĩ và Phật tử sau này sẽ không biết gì về GHPGVNTN. Không đúng. Lịch sử nhân loại đã chứng minh, bạo lực có thể thay đổi một thể chế nhưng không thể xóa đi một nền văn hóa và GHPGVNTN là một phần không thể thiếu của nền văn hóa Việt Nam.

Không một bậc cao tăng thạc đức nào thật sự ra đi. Hành trạng của quý ngài vẫn in dấu sâu đậm trong lòng Dân Tộc và Đạo Pháp. Tác phẩm của các ngài viết, những lời dặn dò của các ngài sẽ còn mãi mãi. Tiếng dương cầm vẫn réo rắt chảy theo dòng Suối Từ Bi. Đời người "như sương mai, như ánh chớp, mây chiều" nhưng ngọn lửa tin yêu và hy vọng không bao giờ tắt cho đến khi nào dân tộc Việt Nam còn tồn tại trên mặt đất này.

Thị Nghĩa Trần Trung Đạo

TRANG SỬ MỚI
CỦA GIÁO HỘI PHẬT GIÁO VIỆT NAM THỐNG NHẤT

Huỳnh Kim Quang

Ngày 1 tháng 9 năm 2022, Hòa Thượng Thích Tuệ Sỹ đã công bố việc thành lập Hội Đồng Giáo Phẩm Trung Ương thuộc Giáo Hội Phật Giáo Việt Nam Thống Nhất (GHPGVNTN) và Hội Đồng Giáo Phẩm Trung Ương đã cung thỉnh Hòa Thượng Thích Tuệ Sỹ làm Chánh Thư Ký kiêm Xử Lý Thường Vụ Viện Tăng Thống GHPGVNTN. Đây không những là một tin rất hoan hỷ đối với cộng đồng Phật Giáo Việt Nam trong và ngoài nước, mà còn là bước ngoặt mở ra trang sử mới của GHPGVNTN.

Thật vậy, kể từ ngày 25 tháng 11 năm 2018, khi Trưởng Lão Hòa Thượng Thích Quảng Độ (1928-2020), Đệ Ngũ Tăng Thống GHPGVNTN, ra quyết định giải tán toàn bộ nhân sự của Viện Hóa Đạo cho đến nay về mặt điều hành Phật sự của Giáo Hội xem như bị ngưng trệ hoàn toàn. Nhiều Tăng, Ni và Phật tử có lòng với GHPGVNTN đã canh cánh nỗi lo lắng cho sự sống còn của Giáo Hội này, đặc biệt trước hoàn cảnh sa sút về mặt đạo đức và tâm linh của xã hội Việt Nam. Chính trong tâm trạng đó nên khi nghe được công bố việc thành lập Hội Đồng Giáo Phẩm Trung Ương và Hòa Thượng Thích Tuệ Sỹ được cung thỉnh làm Chánh Thư Ký kiêm Xử Lý Thường Vụ Viện Tăng Thống GHPGVNTN thì Tăng, Ni và Phật tử đều thở phào nhẹ nhõm và hoan hỷ vô cùng, dù có lẽ mọi người đều thấy được việc phục hoạt GHPGVNTN sẽ còn rất nhiều chướng duyên trong tình trạng của một đất nước bị độc quyền đảng trị và các tổ chức tôn giáo độc lập đều gặp phải vô vàn khó khăn với chính quyền.

Nhưng có lẽ có người không hiểu duyên khởi từ đâu mà Hòa Thượng Thích Tuệ Sỹ có thể đứng ra dựng lại Hội Đồng Giáo Phẩm Trung Ương và được Hội Đồng này thỉnh cử vào ngôi vị Chánh Thư Ký kiêm Xử Lý Thường Vụ Viện Tăng Thống GHPGVNTN, một vai trò lãnh đạo tối cao của Giáo Hội khi ngôi vị Tăng Thống khuyết tịch.

"Vô khả nại hà"

Không phải tự nhiên mà Hòa Thượng Thích Tuệ Sỹ tự mình đứng ra triệu tập chư vị Giáo phẩm để thành lập Hội Đồng Giáo Phẩm Trung Ương, Hòa Thượng Thích Tuệ Sỹ trong cương vị là người phụng thừa Quyết định ủy thác điều hành Viện Tăng Thống từ Đức Đệ Ngũ Tăng Thống Thích Quảng Độ mới có thể làm được việc này. Dù là đã được Trưởng Lão Hòa Thượng Thích Quảng Độ ủy thác điều hành Viện Tăng Thống vào tháng 5 năm 2019, nhưng Hòa Thượng Thích Tuệ Sỹ chưa được cung thỉnh vào ngôi vị chính thức nào trong Viện Tăng Thống, cho nên từ đó đến nay Hòa Thượng Thích Tuệ Sỹ vẫn xem mình như là một "bỉnh pháp Tỷ-kheo." Danh vị Chánh Thư Ký kiêm Xử Lý Thường Vụ Viện Tăng Thống GHPGVNTN là ngôi vị chính thức đầu tiên mà Hòa Thượng Thích Tuệ Sỹ được Hội Đồng Giáo Phẩm Trung Ương cung thỉnh vào ngày 21 tháng 8 năm 2022 tại Chùa Phật Ân, huyện Long Thành, tỉnh Đồng Nai. Sau đây là một số sự kiện đã diễn ra từ năm 2018 đến nay liên quan đến vai trò của Hòa Thượng Thích Tuệ Sỹ đối với GHPGVNTN.

Trong Công Bố của Hội Đồng Giáo Phẩm Trung Ương GHPGVNTN ngày 1 tháng 9 năm 2022 có viết rằng:

"Tự thể bị tổn thương, cùng với tác động ngoại tại bởi những thông tin nhiễu loạn, sự phân hóa nội bộ càng lúc càng trầm trọng, cho đến lúc, vô khả nại hà, đức Đệ ngũ Tăng thống đã ban hành quyết định lịch sử: giải thể toàn bộ nhân sự và đình chỉ mọi hoạt động Viện Hóa Đạo,..." [1]

Bản Công bố dùng chữ "vô khả nại hà," có nghĩa là không còn cách nào khác ngoài việc phải làm như vậy để cứu lấy sinh mệnh của GHPGVNTN trước cơn khủng hoảng thập tử nhất sinh của Giáo Hội này từ sau năm 1975.

Đó là Quyết Định số 12 do Đức Đệ Ngũ Tăng Thống GHPGVNTN, ban hành vào ngày 25 tháng 11 năm 2018, mà trong đó Điều 4 và Điều 5 viết như sau:

"Điều 4: Giải tán mọi nhân sự và chức vụ trong Ban Chỉ đạo Viện Hoá Đạo nhiệm kỳ 2018 – 2020 quy định trong Giáo chỉ số 18 do Viện Tăng Thống ban hành ngày 8 tháng 8 năm 2018.

"Điều 5: Trong thời gian chờ Viện Tăng Thống triệu tập Đại hội bất thường GHPGVNTN công cử nhân sự mới cho Viện Hoá Đạo, tạm ngưng mọi hoạt động của Viện Hoá Đạo cùng mọi nhân sự Ban Chỉ đạo quy định trong Giáo chỉ số 18 do Viện Tăng Thống ban hành ngày 8 tháng 8 năm 2018." [2]

Đến ngày 12 tháng 5 năm 2019, Đức Đệ Ngũ Tăng Thống Thích Quảng Độ, lúc đó đã về tịnh dưỡng tại Chùa Từ Hiếu, Quận 8, Sài Gòn, ra Giáo Chỉ số 19 cung thỉnh Hòa Thượng Thích Tuệ Sỹ đăng lâm pháp tịch

---

[1]   https://hoangphap.org/hoi-dong-giao-pham-trung-uong-giao-hoi-phat-giao-viet-nam-thong-nhat-vien-tang-thong-tran-trong-cong-bo/

[2]   https://uyennguyen.net/2020/05/31/29761/

vào hàng Trưởng Lão Hội Đồng Giáo Phẩm Trung Ương Viện Tăng Thống." Trong Giáo chỉ số 19, Điều 1 viết rằng:

"Cung thỉnh Hòa Thượng Thích Tuệ Sỹ đăng lâm pháp tịch trong cương vị thành viên hàng Trưởng Lão Hội Đồng Giáo Phẩm Trung Ương Viện Tăng Thống."[3]

Ngày 24 tháng 5 năm 2019, Đức Đệ Ngũ Tăng Thống Thích Quảng Độ ra Quyết Định Số 14 "ủy thác quyền điều hành Viện Tăng Thống" cho Hòa Thượng Thích Tuệ Sỹ. Trong Quyết Định số 14, Điều 2 và Điều 3 viết rằng:

"Điều 2: Thỉnh cử Hòa Thượng Thích Tuệ Sỹ thay Tôi đứng đầu vào vị trí của Viện Tăng Thống, bảo đảm tiếp tục sứ mệnh của Giáo Hội Phật Giáo Việt Nam Thống Nhất trong tương lai. Tôi hoàn toàn tin tưởng và ủy thác trọng trách này cũng như trao toàn quyền cho Hòa Thượng Tuệ Sỹ điều hành mọi hoạt động của Giáo Hội.

"Điều 3: Bất cứ lúc nào, khi hội đủ điều kiện thuận duyên, Hòa Thượng Thích Tuệ Sỹ thay mặt Viện Tăng Thống triệu tập Đại Hội Bất Thường để bầu cử nhân sự mới cho tất cả các chức vụ trong Viện Hóa Đạo Giáo Hội Phật Giáo Việt Nam Thống Nhất."[4]

Ngày 7 tháng 4 năm 2020, tức là ngày 15 tháng 3 năm Canh Tý, Hòa thượng Thích Tuệ Sỹ đã cung kính phụng thừa sự ủy thác của Đức Đệ Ngũ Tăng Thống. Trong lời khâm thừa Quyết Định của Đức Đệ Ngũ Tăng Thống ủy thác quyền điều hành Viện Tăng Thống, Hòa Thượng Thích Tuệ Sỹ đã cung bạch như sau:

---

[3]   https://quangduc.com/a68013/di-ngon-le-tuong-niem-duc-truong-lao-hoa-thuong-thich-quang-do-ngay-18-04-2020
[4]   https://quangduc.com/a68013/di-ngon-le-tuong-niem-duc-truong-lao-hoa-thuong-thich-quang-do-ngay-18-04-2020

"Khâm thừa Quyết định của Đức Đệ Ngũ Tăng Thống, tôi Tỳ-kheo Thích Tuệ Sỹ tự xét chướng thâm huệ thiển, nhưng Tổ giáo nghiêm, vô khả nại hà, nay phủ phục để đầu phụng chỉ.

"Song le, hiện tại, tôi thân cung luy nhược, tứ đại bất hòa, chỉnh e trọng nhiệm khó thành, vậy nay kính thỉnh Hòa Thượng Thích Nguyên Lý hiệp trợ, đồng nhiếp tâm bảo trì Tổ ấn, khâm thừa ủy thác, y giáo phụng hành."[5]

Trong lời khâm thừa này, Hòa Thượng Thích Tuệ Sỹ cũng sử dụng cụm từ "vô khả nại hà" để nói lên tình huống không thể chối từ sự ủy thác của Đức Đệ Ngũ Tăng Thống để điều hành Viện Tăng Thống, vì sức khỏe của Đức Đệ Ngũ Tăng Thống đã suy yếu và ngày viên tịch của ngài không còn bao lâu, và vì sinh mệnh của GHPGVNTN cũng nằm ở tình trạng như 'chỉ mành treo chuông'.

Ở đây, cũng xin nói thêm một sự kiện là sau khi trở về Chùa Từ Hiếu, Quận 8, Sài Gòn, để an dưỡng, Đức Đệ Ngũ Tăng Thống Thích Quảng Độ đã quán chiếu sâu thẳm vào thực trạng mà ngài gọi là "lao xuống vực thẳm ô nhiễm hủy diệt" của GHPGVNTN, ngài đã tự nhận lãnh trách nhiệm lịch sử trước "uy đức của Lịch đại Tổ Sư" về sự khủng hoảng của Giáo Hội, nên trong Tâm Thư số 15 được công bố vào ngày 26 tháng 3 năm 2019, Trưởng Lão Hòa Thượng Thích Quảng Độ đã viết một cách thống thiết như sau:

"Tôi, Sa-môn Thích Quảng Độ, trong cương vị lãnh đạo tối cao của Giáo Hội, tự nhận trách nhiệm lịch sử này trước uy đức của Lịch đại Tổ Sư, và cũng trong trách nhiệm lịch sử này, với ý hướng kịp thời ngăn chặn bánh xe phân hóa không lao xuống vực thẳm ô nhiễm hủy diệt, tôi đã quyết định, bằng Quyết định số 12/TT/VTT/QĐ, Phật lịch 2562, Saigon ngày

---

[5]   https://quangduc.com/a68013/di-ngon-le-tuong-niem-duc-truong-lao-hoa-thuong-thich-quang-do-ngay-18-04-2020

19 tháng 10 âm lịch Mậu tuất (tức 25/11/2018), đình chỉ mọi hoạt động của Giáo hội, để Tăng-già có thời gian thể hiện bản thể thanh tịnh và hòa hợp, làm nơi quy ngưỡng vững chắc cho bốn chúng hòa hợp đồng tu, hòa hợp hành đạo và hóa đạo, phụng sự Dân tộc và Đạo pháp, trong lý tưởng phụng sự hòa bình dân tộc và nhân loại."[6]

Tuy nhiên, tại sao phải duy trì và phục hoạt GHPGVNTN? Để trả lời cho câu hỏi này, chúng ta cần nói đến thực trạng của Phật Giáo Việt Nam trong nước và vai trò của GHPGVNTN đối với sinh hoạt tôn giáo, văn hóa, đạo đức và tâm linh của xã hội Việt Nam từ trước tới nay.

Thực trạng của Phật Giáo Việt Nam

Trong bản Công bố của Hội Đồng Giáo Phẩm Trung Ương GHPGVNTN ngày 1 tháng 9 năm 2022, Hòa Thượng Thích Tuệ Sỹ, Chánh Thư Ký kiêm Xử Lý Thường Vụ Viện Tăng Thống, đã nêu ra thực trạng tổng thể mà trong đó bốn chúng đệ tử Phật đang đối mặt trên bình diện thế giới cũng như tại Việt Nam:

"Cộng đồng bốn chúng đệ tử Phật, trong hiện tại, hành đạo và hoằng đạo giữa các cộng đồng dân tộc trong một thế giới đang bị bao phủ trong hận thù, nghi ky, điên đảo tranh chấp quyền lực, danh vọng, lợi dưỡng. Trong một thế giới đảo điên, với sự phổ biến chóng mặt của các phương tiện truyền thông toàn cầu; xoay vần giữa những nhiễu loạn thông tin, trí ngu đồng đẳng, thực giả khó phân, chánh kiến tà kiến không phân biệt, Phật thuyết, ma thuyết đồng giá. Và, trong một đất nước trải qua 20 năm chiến tranh huynh đệ tương tàn, dù được biện minh hay lý giải bằng bất cứ lý luận gì: vì một xã hội tiến bộ được định hướng theo ý thức hệ gì, duy tâm, duy vật hay duy linh các thứ, thì thực tế không thể phủ nhận đối với ai còn đủ lương tri để nhìn lại lịch sử dân tộc, hòa bình và thống nhất đã đẩy dân tộc dấn sâu vào hận thù, nghi kị kéo dài trên nửa thế kỷ

---

[6] https://hoangphap.org/tam-thu-15-uoc-nguyen-tang-gia-hoa-hop/

vẫn chưa có dấu hiệu hòa dịu. *Trong một thế giới như vậy, một đất nước như vậy, chúng đệ tử Phật, trực tiếp hoặc gián tiếp, có ý thức hay không ý thức, dễ bị cuốn hút trong vòng xoáy của danh vọng và lợi dưỡng, đã minh giải những giá trị chân thật được tác thành bởi Minh và Hành xuất thế bằng những giá trị thế tục; từ nơi đó khoét sâu và làm vỡ cộng đồng hòa hiệp mà đức Thích Tôn đã thiết lập bằng Pháp và Luật thiện thuyết."* (xem chú thích 1)

Bản Công bố nói rõ trong thế giới *"điên đảo tranh chấp quyền lực, danh vọng, lợi dưỡng,"* và trong một đất nước *"dấn sâu vào hận thù, nghi kị kéo dài trên nửa thế kỷ vẫn chưa có dấu hiệu hòa dịu,"* đã dẫn tới hệ quả tất yếu là *"chúng đệ tử Phật, trực tiếp hoặc gián tiếp, có ý thức hay không ý thức, dễ bị cuốn hút trong vòng xoáy của danh vọng và lợi dưỡng,…"*

Điều này là một sự thật không thể chối cãi trong thực trạng của Phật Giáo Việt Nam trong nước hiện nay. Thượng Tọa Thích Thanh Thắng là vị Tăng sĩ thuộc thế hệ trẻ lớn lên tại Việt Nam, người có nhiều bài viết phản ảnh những biến chất của Tăng, Ni và những bất ổn của Giáo Hội Phật Giáo Việt Nam trong nhiều năm qua, trong một bài viết gần đây được đăng trên trang mạng Thư Viện Hoa Sen có tựa đề "Hanh Giáo Hạo Đại" (đọc ngược là 'háo danh hại đạo'), đã viết như sau:

"Nay hướng đi của Phật giáo lại nhuốm màu của cai trị thế tục, hành xử kiểu quyền hành, dọa nạt. Toàn bộ cơ chế hành chính chạy theo ngành dọc, tạo ra các nhóm lợi ích, đua chức, chạy quyền, nhìn chùa thấy lợi, lạm dụng chữ phước…

"Thể chế toàn trị, Phật giáo cũng trở thành công cụ phục vụ thế quyền, xum xoe nịnh bợ, sắp đặt nhân sự nhằm tranh giành mối lợi, từ đó đánh mất đạo tình, rời xa nhân nghĩa… Kẻ này cậy thế làm được, kẻ kia bắt chước làm theo, đến nỗi tuổi tác đã cao cũng vẫn ham danh hám lợi."[7]

---

[7] https://thuvienhoasen.org/a38121/hanh-giao-hao-dai

Thầy Thích Thanh Thắng nói đến việc *"Phật giáo cũng trở thành công cụ phục vụ thế quyền,"* là một thực tế bởi vì Giáo Hội Phật Giáo Việt Nam là thành viên của Mặt Trận Tổ Quốc Việt Nam, một tổ chức ngoại vi của Đảng CSVN, từ lúc mới thành lập đến nay và chịu sự chỉ đạo trực tiếp của Ban Tôn Giáo Chính Phủ. Một bằng chứng cụ thể mới đây về việc Ban Tôn Giáo Chính Phủ đã can thiệp vào sinh hoạt của Giáo Hội Phật Giáo Việt Nam từ nhân sự đến chính sách được hé lộ ra ánh sáng nhân vụ thuyên chuyển Thầy Trúc Thái Minh, trụ trì Chùa Ba Vàng tại tỉnh Quảng Ninh vào làm Phó Ban trị sự GHPGVN tỉnh Quảng Bình, mà hai bản tin của Đài Á Châu Tự Do (RFA) phát đi hôm 23 và 25 tháng 8 năm 2022 đã cho thấy rõ. Bản tin của RFA ngày 23 tháng 8 năm 2022 viết như sau:

"Đại đức Thích Trúc Thái Minh, trụ trì chùa Ba Vàng, tỉnh Quảng Ninh, đã được phân công đảm trách phó ban trị sự Giáo hội Phật giáo Việt Nam tỉnh Quảng Bình nhiệm kỳ 2022-2027, kiêm Trưởng Ban Phật giáo quốc tế tại Đại hội Đại biểu Phật giáo tỉnh Quảng Bình lần thứ IV vừa qua.

"Ông Trần Đức Thủy - Trưởng Ban tôn giáo tỉnh Quảng Bình xác nhận thông tin trên với truyền thông Nhà nước trong ngày 23/8.

"Ông Thủy đồng thời cho hay, việc bổ nhiệm người ở địa phương khác vào Ban trị sự Giáo hội Phật giáo của tỉnh là rất bình thường. Thẩm quyền luân chuyển bổ nhiệm do Sở Nội vụ và Ủy ban tỉnh quyết định và đã được Giáo hội Phật giáo Việt Nam phê duyệt."[8]

Nhưng một ngày sau đó, thì ông Trần Đức Thủy đã phải lên tiếng đính chính rằng việc bổ nhiệm Thầy Trúc Thái Minh là do GHPGVN quyết

---

[8] https://www.rfa.org/vietnamese/news/vietnamnews/head-of-ba-vang-pago-da-appointed-as-deputy-head-of-buddhist-executive-board-of-quang-binh-province-08232022075650.html

định không phải Sở Nội Vụ và Ủy ban tỉnh quyết định. Bản tin Đài RFA ngày 25/8/2022 viết như sau:

"Ban tôn giáo tỉnh Quảng Bình lên tiếng đính chính việc Đại đức Thích Trúc Thái Minh, trụ trì chùa Ba Vàng (Quảng Ninh) được bổ nhiệm làm phó Ban trị sự Phật giáo tỉnh Quảng Bình không phải do Sở Nội vụ, Uỷ ban tỉnh quyết định mà do nội bộ Giáo hội Phật giáo Việt Nam lựa chọn, thực hiện.

"Thông cáo báo chí thanh minh sự việc trên được Ban Tôn giáo tỉnh Quảng Bình phát đi vào tối ngày 24/8 chỉ một ngày sau khi ông Trần Đức Thuỷ, trưởng Ban tôn giáo tỉnh này xác nhận với truyền thông rằng trụ trì chùa Ba Vàng, tỉnh Quảng Ninh, đã được phân công đảm trách phó ban trị sự Giáo hội Phật giáo Việt Nam tỉnh Quảng Bình nhiệm kỳ 2022-2027, kiêm Trưởng Ban Phật giáo quốc tế tại Đại hội Đại biểu Phật giáo tỉnh Quảng Bình lần thứ IV vừa qua.

Ông Thuỷ, cùng lúc đó, xác quyết thẩm quyền luân chuyển bổ nhiệm trụ trì chùa Ba Vàng do Sở Nội vụ và Ủy ban tỉnh quyết định và đã được Giáo hội Phật giáo Việt Nam phê duyệt."[9]

Thực ra, chính quyền VN không nên đính chính vì có đính chính thì cũng vô ích, bởi lẽ mọi người đã biết rõ rằng GHPGVN trực tiếp chịu sự chỉ đạo của Ban Tôn Giáo Chính Phủ.

Điều này rất dễ thấy vì chỉ cần nhìn vào cái khẩu hiệu "Đạo pháp, Dân tộc, Chủ nghĩa xã hội" đi kèm với danh xưng của GHPGVN thì ai cũng thấy rõ là Giáo Hội này là công cụ của chính quyền. Gắn chặt "Chủ nghĩa xã hội" theo sau "Đạo pháp, Dân tộc" thì chỉ biến "Chủ nghĩa xã hội" thành một cái đuôi nặng nề xấu xí làm cho "Đạo pháp, Dân tộc"

---

[9]   https://www.rfa.org/vietnamese/news/vietnamnews/quang-inh-corrects-ap-pointment-of-head-of-ba-vang-pagoda-as-deputy-executive-board-member-08252022081952.html

không thể thăng hoa, tiến bộ và hướng tới tương lai tươi sáng được! Đó là sự gán ghép rất khiên cưỡng, rất nghịch lý và rất trái đạo lý nữa. "Chủ nghĩa xã hội" là một chủ nghĩa, một ý thức hệ đã lỗi thời, bị chính nơi khai sinh ra nó là nước Nga đào thải từ cuối thập niên 1980s. Trong khi Đạo pháp là con đường khế lý và khế cơ để giúp con người giác ngộ vô minh và vượt thoát khổ đau đã tồn tại và phát triển trên 2,600 năm trên khắp thế giới và hơn 2,000 năm tại Việt Nam. Còn Dân tộc Việt Nam đã có mặt và tồn tại trên lãnh địa mà ngày nay là nước Việt Nam, với nền văn hiến trên 4,000 năm.

Trong Tâm Thư gửi đến chư Tăng, Ni và đồng bào Phật tử trong và ngoài nước vào ngày 24 tháng 9 năm 1992, Đức Đệ Tứ Tăng Thống Thích Huyền Quang, lúc đó là Quyền Viện Trưởng Viện Hóa Đạo GHPGVNTN, đã kêu gọi:

"Hãy bỏ khẩu hiệu "Đạo pháp – Dân tộc – Chủ nghĩa xã hội," vì Phật giáo Việt Nam chưa bao giờ và sẽ tiếp tục không bao giờ tôn thờ, hoặc làm công cụ tuyên truyền cho bất cứ một chủ nghĩa chính trị nào."[10]

Nói như thế không có nghĩa là GHPGVNTN không có thiện chí muốn làm việc với Nhà nước và nhân dân VN để "xây dựng đất nước theo truyền thống Phật giáo, dân tộc." Trong Đơn Xin Cứu Xét Nhiều Việc gửi cho các nhà lãnh đạo Đảng và chính quyền VN vào ngày 25 tháng 6 năm 1992, Đức Đệ Tứ Tăng Thống Thích Huyền Quang, lúc đó là Quyền Viện Trưởng Viện Hóa Đạo GHPGVNTN đang bị quản thúc tại Quảng Ngãi, đã viết như sau:

"Giáo Hội chúng tôi muốn làm việc với Nhà nước và nhân dân, để xây dựng đất nước theo truyền thống Phật giáo, dân tộc. Nhưng không thể làm việc được, hoặc làm việc trong sự điều khiển của một chế độ, còn xem

---

[10] Phật Giáo Việt Nam Biến Cố và Tư Liệu, Văn Phòng Thường Trực Hội Đồng Điều Hành GHPGVNTNHN/Hoa Kỳ, 1996, tr. 170.

tôn giáo là kẻ thù và nhúng nhiều tay kiểm soát can thiệp nội bộ tôn giáo chưa từng có trong lịch sử tôn giáo tại Việt Nam!" (xem chú thích 10, tr. 131-32)

Ở các nước tự do, dân chủ trên thế giới ngày nay, tôn giáo đã được tự do hành đạo với quyền tự quyết đối với mọi hoạt động của mình mà không bị thể chế chính trị điều hành đất nước buộc phải trở thành thành viên của bất cứ cơ thể chính trị ngoại vi nào. Tất nhiên, để có được sự tự do này, người dân ở các quốc gia đó cũng phải đánh đổi bằng sự tranh đấu và hy sinh lâu dài. Chẳng hạn, những người di dân từ Anh Quốc và Châu Âu đầu tiên đến Tân Thế Giới do kinh nghiệm đau thương mất tự do tôn giáo ở quê nhà nên đã thiết lập một thể chế chính trị điều hành quốc gia với quyền tự do tôn giáo được tôn trọng triệt để.

Nhờ vậy, các tôn giáo mới có thể tự do phát triển và nhà nước cũng không bị ảnh hưởng hoặc thao túng bởi các thế lực tôn giáo. Tại Miền Nam Việt Nam sau pháp nạn năm 1963 cho đến trước năm 1975, các tôn giáo cũng có được tự do hành đạo. Chính vì thế, GHPGVNTN đã có thể phát huy một cách có hiệu quả tiềm năng sẵn có của một Đạo Phật Việt có mặt hơn hai ngàn năm trên đất nước để góp phần vào việc xây dựng và phát triển xã hội qua nhiều lãnh vực như văn hóa, giáo dục, đạo đức, tâm linh, v.v…

Trong bối cảnh của đất nước và Phật Giáo Việt Nam như thế thì sự tiếp tục có mặt và phát triển của GHPGVNTN là điều cần thiết.

Tại sao phải phục hoạt Giáo Hội Phật Giáo Việt Nam Thống Nhất?

Chỉ trong khoảng trên dưới nửa thế kỷ, kể từ phong trào chấn hưng Phật Giáo vào đầu thập niên 1930 đến đầu năm 1975, dù trong hoàn cảnh đất nước còn nhiều khó khăn vì chiến tranh, Phật Giáo tại Miền Nam cũng đã nỗ lực phi thường để mở ra một trang sử mới với những thành quả sáng chói mà trải qua nhiều thế kỷ trước đó chưa làm được.

HT Thích Tuệ Sỹ chủ tọa thảo luận một số vấn đề Pháp sự, Tăng sự
tại Tổ Đình Phật Ân (Ảnh: Hoangphap.org)

Trong khi đó, Phật Giáo tại Miền Bắc dưới chế độ Cộng Sản hầu như không còn sinh hoạt được nữa. Phật Giáo tại Miền Nam đã tạo được một sức mạnh đoàn kết Tăng già và cư sĩ thuộc các tông phái khác nhau để bảo vệ Đạo Pháp vượt qua cơn pháp nạn năm 1963. GHPGVNTN sau khi được thành lập vào đầu năm 1964 đã tạo ra nhiều thành tựu lịch sử, mà cụ thể nhất là đẩy lùi được tệ nạn mê tín dị đoan lan tràn trong các sinh hoạt Phật Giáo trước đó; chế định lại các nghi lễ thống nhất và cách thờ Phật tại các chùa; phục hồi lại quy củ của sinh hoạt Thiền môn mà cụ thể nhất là việc thực thi các nghi quỹ giới luật; xây dựng và phát triển hệ thống giáo dục Trung Tiểu Học Bồ Đề trên toàn quốc; đồng lúc là Viện Đại Học Vạn Hạnh chỉ trong 9 năm đã trở thành một trong những Đại Học tư thục có uy tín hàng đầu trong nền giáo dục tại Á Châu. Tất cả những thành tựu đó đều nhờ vào nỗ lực tự thân và tự quyết của Tăng, Ni và Phật tử mà không phải lệ thuộc vào bất cứ thế quyền nào. GHPGVNTN do vậy là Giáo Hội dân lập đúng nghĩa. Qua đó, chúng ta thấy rằng nếu Phật Giáo Việt Nam có cơ hội tự quyết định vận mệnh của mình thì từ sau ngày 30 tháng 4 năm 1975 đến nay đã chắc chắn có được những bước phát triển ngoạn mục, với nội hàm của một Đạo Phật truyền thống hơn hai ngàn năm.

Trong bản Công bố của Hội Đồng Giáo Phẩm Trung Ương GHPGVNTN được phổ biến hôm 1 tháng 9 năm 2022 có viết rằng:

"Giáo Hội Phật Giáo Việt Nam Thống Nhất không phải là một hiệp hội thế tục, do đó, không tự đặt mình dưới sự chỉ đạo của bất cứ quyền lực thế tục, không là công cụ bảo vệ sự tồn tại của bất cứ xu hướng chính trị, của bất cứ tổ chức thế tục nào; không hành đạo, hoằng đạo theo bất cứ định hướng ý thức hệ nào; duy chỉ một định hướng duy nhất: Thập phương Bạc-già-phạm nhất lộ Niết-bàn môn; một cứu cánh duy nhất là giải thoát." (xem chú thích số 1)

Trong đoạn trích trên từ bản Công bố, Hội Đồng Giáo Phẩm Trung Ương GHPGVNTN đã minh định rõ ràng không còn nghi ngờ gì nữa về định hướng và cứu cánh mà GHPGVNTN đã, đang và sẽ đi tới. Đó là *"duy chỉ một định hướng duy nhất: Thập phương Bạc-già-phạm nhất lộ Niết-bàn môn; một cứu cánh duy nhất là giải thoát."*

Định hướng duy nhất của GHPGVNTN là vào cửa Niết-bàn của mười phương chư Phật. Cứu cánh duy nhất của GHPGVNTN là giải thoát sanh tử khổ đau. Đó là mục tiêu tối hậu mà người con Phật nhắm tới trên con đường tu tập và hành đạo. Nếu không thì mọi hành hoạt sẽ trở thành phi Chánh Pháp.

Điều này đã được chứng minh rất rõ trong bản Công bố của Hội Đồng Giáo Phẩm Trung Ương GHPGVNTN ban hành ngày 1 tháng 9 năm 2022, đề cập tới danh xưng của hai Hội Đồng Viện Tăng Thống: "Pháp Tòa Hoằng Pháp và Pháp Tòa Hoằng Giới."

"Cơ cấu lâm thời của Hội Đồng Viện Tăng Thống gồm hai Hội đồng, mệnh danh là Pháp Tòa Hoằng Pháp và Pháp Tòa Hoằng Giới, đứng đầu bởi một vị Thượng Thủ, điều hành bởi một vị Điển Tòa.

"Pháp Tòa Hoằng Pháp hướng dẫn nội dung và các phương tiện thuyết giáo y chỉ nguyên tắc Khế lý và Khế cơ.

"Pháp Tòa Hoằng Giới y chỉ Tì-ni tạng duy trì kỷ cương và cương lĩnh của Tăng-già, giáo giới và xiển minh ý chỉ Phật chế Tì-ni tạng, hành sự chất trực, nhu nhuyễn; hoằng dương giới đức và truyền thụ giới phẩm cho bốn chúng đệ tử, gồm xuất gia và tại gia." (xem chú thích số 1)

Đọc hai chữ "Pháp tòa," người viết bài này có cảm giác thật ấn tượng và sực nhớ đến hai chữ "Pháp tòa" thường được nhắc đến trong các Kinh điển. Cũng từ điều này làm cho người viết có suy đoán rằng Hiến Chương GHPGVNTN có thể cũng sẽ được tu chính với cách dùng từ ngữ mang đầy ý nghĩa Đạo Pháp.

Trong bản Công bố của Hội Đồng Giáo Phẩm Trung Ương GHPGVNTN cũng đã nhấn mạnh đến hoạt động của Giáo Hội như sau:

"Hội Đồng Giáo Phẩm Trung Ương thể hiện bản thể thanh tịnh hòa hợp của Tăng-già, làm sở y cho bốn chúng đệ tử hành Đạo và hóa Đạo, tác Như Lai Sứ, hành Như Lai sự.

"Hội Đồng Giáo Phẩm Trung Ương kế thừa sự nghiệp hoằng pháp lợi sanh của Lịch đại Tổ Sư, kế thừa và phát huy lý tưởng phụng sự Dân tộc và nhân loại như đã được minh định bởi Hiến Chương của Giáo Hội, vì một đất nước thanh bình an lạc, vì một truyền thống nhân ái bao dung, vì một xã hội đạo đức tôn trọng phẩm giá của con người, tôn trọng các quyền tự do bình đẳng giữa người và người." (xem chú thích số 1)

Đức Đệ Tứ Tăng Thống Thích Huyền Quang đã viết trong Tâm Thư gửi cho Tăng, Ni và đồng bào Phật tử trong và ngoài nước được phổ biến vào ngày 24 tháng 9 năm 1992, lúc ngài còn là Quyền Viện Trưởng Viện Hóa Đạo GHPGVNTN và đang bị quản thúc tại Quảng Ngãi:

"Phật giáo Việt Nam suốt mấy ngàn năm lịch sử luôn luôn đứng về phía quần chúng bị áp bức, khổ đau để chống đối với cái ác, cái mê lầm, tham lam và tàn bạo." (xem chú thích số 10, tr. 169)

Phật Giáo không chống đối chính quyền với ý định lật đổ chính quyền đó hay với tham vọng quyền bính thế tục. Phật Giáo chỉ chống lại "cái ác, cái mê lầm, tham lam và tàn bạo" của bất cứ thế lực chính trị nào áp đặt lên người dân. Khi người dân bị đối xử không bao dung, phẩm giá bị chà đạp, quyền tự do bình đẳng giữa người và người không được tôn trọng, thì một Giáo Hội tự nhận là đại diện cho quần chúng nhân dân bị áp bức đó phải lên tiếng. Sự lên tiếng trong các trường hợp này không thể được diễn dịch một chiều đầy thành kiến và ác ý là chống đối chính quyền hay là "phản động," mà là một thái độ tự nhiên phải làm khi thấy người dân thấp cổ bé miệng bị đối xử tàn bạo. Theo truyền thống dân tộc Việt Nam, đó là hành động trượng nghĩa, phù hợp với luân thường đạo lý làm người.

Theo pháp lý quốc tế, đó là các quyền dân sự ắt phải có của người dân mà một khi chính quyền của nước đó đã ký tham gia thì phải bảo vệ các quyền đó cho người dân. Các quyền đó cũng đã được ghi trong Công Ước Quốc Tế Về Các Quyền Dân Sự và Chính Trị do Đại Hội Đồng Liên Hiệp Quốc thông qua vào ngày 16 tháng 12 năm 1966 và có hiệu lực bắt đầu từ ngày 23 tháng 3 năm 1976, mà trong đó có Nhà Nước Cộng Hòa Xã Hội Chủ Nghĩa Việt Nam ký tên chấp thuận tham gia, có nghĩa là cam kết tôn trọng, vào ngày 24 tháng 9 năm 1982.

Cho nên, GHPGVNTN có lên tiếng khi các quyền dân sự của người dân bị chà đạp thì cũng không nên bị kết án là chống chính quyền hay phản động. Đúng ra, chính quyền nên nhìn thấy mặt xây dựng tích cực đối với việc lên tiếng như thế, bởi vì có như vậy thì chính quyền mới biết mà sửa sai và người dân mới bớt khổ, và hệ quả tất yếu theo sau là chính quyền được lòng dân.

Từ các đoạn trích dẫn ở phần trên trong bản Công bố của Hội Đồng Giáo Phẩm Trung Ương cho phép người viết bài này dự đoán về hướng đi của GHPGVNTN sắp tới như sau: Thứ nhất là Viện Tăng Thống với hai Pháp Tòa Hoằng Pháp và Pháp Tòa Hoằng Giới sẽ là cơ quan lãnh đạo tối cao của GHPGVNTN chỉ đạo về mặt hoằng dương Chánh pháp và mặt duy trì kỷ cương giới luật cho hai chúng xuất gia và tại gia. Thứ hai là Viện Hóa Đạo, theo danh xưng của Hiến Chương GHPGVNTN, bản tu chính vào ngày 12 tháng 12 năm 1973, sẽ là cơ quan điều hành các Phật sự trong nhiều lãnh vực như văn hóa, giáo dục, cư sĩ, thanh niên, từ thiện xã hội, v.v… Tất cả đều nhắm đến việc "công bố lý tưởng hòa bình của giáo lý Đức Phật" "để phục vụ cho nhân loại và dân tộc," theo như Lời Mở Đầu của Hiến Chương GHPGVNTN.

Kết luận

GHPGVNTN, từ ngày thành lập vào tháng 1 năm 1964 đến nay, năm 2022, đã tồn tại 58 năm. Dù trải qua bao thăng trầm lịch sử theo vận nước nổi trôi, mà có lúc tưởng chừng như sức tàn lực kiệt, vì những chướng duyên từ bên trong hay bên ngoài, GHPGVNTN vẫn còn đó với dân tộc này. Đã có biết bao nỗ lực, âm mưu, kế hoạch, chính sách nhằm triệt hạ, GHPGVNTN vẫn còn đó trong chí nguyện và hoài bão của lịch đại Tổ Sư. GHPGVNTN còn tồn tại vì đó là Giáo Hội dân lập đứng trên lập trường Dân tộc và Đạo pháp thuần khiết.

GHPGVNTN tự thân hàm ngụ chí hướng xuất thế của Đức Phật và lịch đại Tổ Sư, dù hiện thân là một tổ chức tôn giáo nhập thế đi vào xã hội. Cho nên, GHPGVNTN bề ngoài là hình thức của cơ chế thế gian, nhưng nội hàm bên trong là thượng cầu Phật đạo và hạ hóa chúng sinh, tức thi thiết hạnh và nguyện của Bồ-tát đạo. Với bản thể như thế thì GHPGVNTN không thể tự đặt mình dưới sự sai khiến của bất cứ cơ cấu chính trị thế tục nào, bởi vì nếu làm như vậy thì Giáo Hội tự đánh mất mục tiêu cứu cánh xuất thế của mình.

Có thể có người nói rằng thì cứ xem như là phương tiện quyền xảo để hành đạo trong thời pháp nhược ma cường cũng nên! Thực tế bốn mươi năm có mặt của GHPGVN đã không cho người ta có thể suy nghĩ theo chiều hướng đó, mà ngược lại.

Cho nên, phục hoạt GHPGVNTN là nhu cầu cần thiết để duy trì một Giáo Hội truyền thống nằm trong lòng dân tộc và lịch sử hơn hai ngàn năm của Phật Giáo Việt Nam. Vị Giáo Phẩm mang trọng trách phục hoạt GHPGVNTN hiện nay là Hòa Thượng Thích Tuệ Sỹ.

Hòa Thượng Thích Tuệ Sỹ dù thân mang trọng bệnh vẫn canh cánh bên lòng lời ủy thác của Đức Đệ Ngũ Tăng Thống Thích Quảng Độ để dựng lại Viện Tăng Thống và Viện Hóa Đạo GHPGVNTN. Đồng thời Hòa Thượng Thích Tuệ Sỹ vì tiền đồ của Phật Giáo Việt Nam và vì sự sinh tồn của GHPGVNTN đã nỗ lực không ngừng thực hiện các Phật sự có ảnh hưởng lâu dài trong và ngoài nước để thúc đẩy sự phát triển của Phật Giáo Việt Nam và tạo thuận duyên cho công cuộc phục hoạt GHPGVNTN. Tháng 5 năm 2021, Hòa Thượng Thích Tuệ Sỹ khuyến thỉnh chư tôn đức Tăng, Ni và cư sĩ Phật tử tại hải ngoại thành lập Hội Đồng Hoằng Pháp để mở rộng công cuộc truyền bá Chánh pháp, đặc biệt nhắm đến giới trẻ, giữa thời đại khoa học kỹ thuật và truyền thông xã hội tiến bộ vượt bực. Cuối năm 2021, một Đại Hội của Hội Đồng Hoằng Pháp lần đầu tiên được tổ chức trên mạng qua Zoom quy tụ gần 500 đại biểu trên khắp thế giới.

Cũng qua Đại Hội Hội Đồng Hoằng Pháp này, Hòa Thượng Thích Tuệ Sỹ cùng Giáo Sư Trí Siêu Lê Mạnh Thát công bố việc thành lập Hội Đồng Phiên Dịch Tam Tạng Lâm Thời để kế thừa sự nghiệp phiên dịch Tam Tạng Kinh Điển của Hội Đồng Phiên Dịch Tam Tạng do Viện Tăng Thống GHPGVNTN thành lập vào tháng 10 năm 1973.

Khi Trưởng Lão Hòa Thượng Thích Quảng Độ, Đệ Ngũ Tăng Thống GHPGVNTN, chọn Hòa Thượng Thích Tuệ Sỹ để ủy thác việc điều hành Viện Tăng Thống và khi thuận duyên thì dựng lại Hội Đồng Lưỡng Viện, ngài đã không tìm thấy ai khác có đủ tài năng, tầm vóc và phẩm đức ngoài Hòa Thượng Thích Tuệ Sỹ.

Quả đúng như thế. Khi được biết Hòa Thượng Thích Tuệ Sỹ đã được Trưởng Lão Hòa Thượng Thích Quảng Độ ủy thác trọng trách của Giáo Hội vào ngày 14 tháng 5 năm 2019, Tăng, Ni và Phật tử các giới ở khắp nơi đều hoan hỷ tán trợ. Rồi mới đây, khi được biết Hòa Thượng Thích Tuệ Sỹ đã thỉnh mời một số vị Hòa Thượng nguyên là thành viên Viện Hóa Đạo được thỉnh cử trong Đại Hội Nguyên Thiều năm 2003 để thành lập Hội Đồng Giáo Phẩm Trung Ương và cung thỉnh Hòa Thượng Thích Tuệ Sỹ lên ngôi vị Chánh Thư Ký kiêm Xử Lý Thường Vụ Viện Tăng Thống GHPGVNTN vào ngày 21 tháng 8 năm 2022 thì chư Tăng, Ni và Phật tử trong ngoài nước lại một lần nữa rất vui mừng và tán trợ.

Có lẽ mọi người đều biết rằng công cuộc phục hoạt GHPGVNTN còn nhiều gian nan và cần nhiều sự hỗ trợ của chư tôn đức Tăng, Ni và cư sĩ Phật tử các giới trong và ngoài nước. Sự lên tiếng ủng hộ của chư tôn đức Tăng, Ni và cư sĩ Phật tử là điều có thể làm được và cần làm bây giờ để tạo năng lượng tập thể thù thắng hầu chuyển hóa những chướng duyên thành thuận duyên cho công tác Phật sự trọng đại này, mà Hòa Thượng Thích Tuệ Sỹ đang gánh vác.

Cầu nguyện Giáo Hội Phật Giáo Việt Nam Thống Nhất sớm phục hoạt.

NHỮNG NĂM ANH ĐI

Thơ Tuệ Sỹ
Nhạc Trần Chí Phúc

nhạt như hồn ai còn hận tủi. Từng con sông từng huyết lệ lan tràn. Mười năm đó anh quên mình sậy yếu. Đôi vai gầy từ thủa dựng quê hương. Anh cúi xuống nghe núi rừng hợp tấu. Bản tình ca vô tận của Đông Phương. Và ngày ấy anh trở về phố cũ. Giữa con đường còn rợp khói tang thương. Trong mắt biếc mang nỗi hờn thiên cổ. Vẫn chân tình như mưa lũ biên cương.

California 28-9-2023

Liên lạc HỘI ĐỒNG HOẰNG PHÁP

Hòa thượng Thích Như Điển,

Chánh Thư Ký, HĐHP

Chùa Viên Giác. Karlsruher Str. 6, 30519 Hannover, Germany

Website: www.hoangphap.org; Email: hdhp.ctk@gmail.com;

Tel: + 49 511 879 630

Thượng tọa Thích Nguyên Tạng,

Trưởng ban Báo Chí và Xuất Bản, HĐHP

Tu Viện Quảng Đức, 105 Lynch Road, Fawkner, Vic.3060 Australia

Website: www.hoangphap.org; Email: hdhp.bbc@gmail.com;

Tel: +61 481 169 631

Thượng tọa Thích Tâm Hòa,

Trưởng ban Bảo Trợ, HĐHP

Trung Tâm Văn Hóa Phật Giáo Pháp Vân, Ontario, Canada

420 Traders Blvd E, Mississauga, ON L4Z 1W7, Canada

Website: www.phapvan.ca; Email: thichtamhoa@gmail.com

Tel: +1 905-712-8809

Milton Keynes UK
Ingram Content Group UK Ltd.
UKHW051945291223
435106UK00008B/67